வட கொரியா பிரைவேட் லிமிடெட்

வட கொரியா பிரைவேட் லிமிடெட்

A Political History of North Korea

பா.ராகவன்

எழுத்து பிரசுரம்

Title: Vada Korea Private Limited
Author's Name: Pa Raghavan
Copyright © R.Ramya 2024
Published by Ezutthu Prachuram

All rights reserved. No part of this publication may be reproduced, stored in a retrieval system, or transmitted, in any form or by any means, electronic, mechanical, photocopying, recording, psychic, or otherwise, without the prior permission of the publishers.

Ezutthu Prachuram
(An imprint of Zero Degree Publishing)
No. 55(7), R Block, 6th Avenue,
Anna Nagar,
Chennai - 600 040

Website: www.zerodegreepublishing.com
E Mail id: zerodegreepublishing@gmail.com
Phone: 89250 61999

Ezutthu Prachuram First Edition: October 2024
ISBN: 978-93-95233-61-3
TITLE NO EP: 523

Rs. 650/-

Layout & Cover Design: Vijayan, Creative Studio
Printed at Rathna Offset Printers, Chennai, India

தன்னையும் தனது நாட்டையும் ஒருசேர அழித்துக்கொள்ளும் தற்கொலை முயற்சியில் இருக்கிறார் கிம்.

Donald Trump,
UN General Assembly - 2017

எங்களது அணு ஆயுதங்கள் மொத்த அமெரிக்காவையும் அழிக்கத் தயார். அந்த சர்வநாச பட்டன் என் அலுவலக மேசையில்தான் உள்ளது.

Kim Jong-Un,
National New year day address - 2018

வரைபடம் 1 : இருப்பிடம்

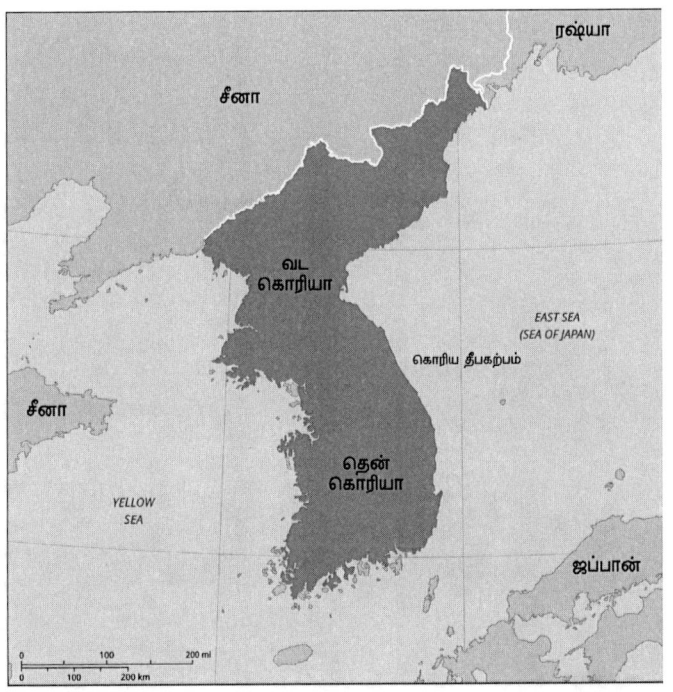

வரைபடம் 2 : வட கொரியா

வரைபடம் 3 : எல்லைக் கோடு

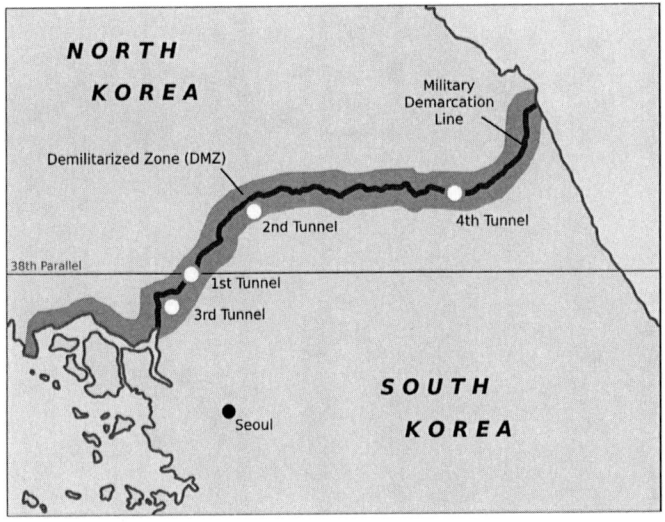

பொருளடக்கம்

01. இன்னுயிர் 17
02. உறைந்த நதி................................. 22
03. ஐந்தாவது தளம்.. 33

பகுதி 1: கிம் 1

04. அடிமைப்பட்டுக் கிட!.............................. 45
05. வேண்டும் விடுதலை 53
06. முயற்சியும் பயிற்சியும்............................... 62
07. கொல்லும் கலை... 70
08. நீ பாதி நான் பாதி..................................... 78
09. ஆளப் பிறந்தவர்... 85
10. பத்துக் கட்டளைகள் 93
11. கொரியப் போர்: முதல் காட்சி 103
12. நாசம், சர்வ நாசம் 112
13. ஒரு நாடு, மூன்று சாதிகள் 122
14. இரண்டு இரும்புச் சுவர்கள்........................130

15. செயலும் வயலும்............................*138*
16. மிக நீண்ட பயணம் *146*
17. ரகசியச் செம்மல்...............................*155*
18. சிற்றன்னை................................... *162*
19. ஒரு பேரழிவு.................................*170*
20. பஞ்சத்தின் பிள்ளைகள்............................*179*

பகுதி 2: கிம் 2

21. பேய்க்கதை....................................*187*
22. மூத்தவர்......................................*197*
23. மூன்று பாடங்கள் *206*
24. அடுத்த வாரிசு.................................. *216*
25. அன்புள்ள தலைவர்................................ *227*
26. ஒரு படுகொலை முயற்சி.......................... *234*
27. கட்டாயக் கண்ணீர்.............................. *242*
28. என்னைப் பார், தொழு!........................... *249*
29. பிரித்துப் போடு... *260*
30. பண வளக் கலை *268*
31. அறை எண் 39.................................... *275*
32. அணுவைத் துளைப்போம்! *291*
33. சிரிக்காதே!... *300*
34. பள்ளத்தாக்குப் பள்ளிக்கூடம்...................*310*
35. ஓடிவிடு!... *320*
36. கடத்திப் பணி செய்............................... *330*

37. குடும்பக் கதை 338
38. எனக்குப் பின் எவன்? 348

பகுதி 3: கிம் 3

39. அதிகார மாற்றம் 361
40. சிறிய குப்பைத் தொட்டி 368
41. 101010 378
42. அழிக்கப் பிறந்தேன் 386
43. போர் முழக்கம் 393
44. அடங்காத காளை 401
45. கலை மனமும் கொலைக் களமும் 408
46. ரகசியப் பணம் 417
47. குற்றமும் தண்டனையும் 426
48. குறி வைத்துக் கொல் 437
49. கணித மேதை 445
50. பிரிவும் உறவும் பிரிவும் 452
51. இல்லத்தரசி 465
52. பாதி மனிதர்கள் 476
53. நீண்ட சுவர் 484
54. சுற்றிப் பார் 491
55. இருளில் வாழ்தல் 497
கால வரிசை 512
ஆதாரங்கள் 523

01. இன்னுயிர்

அந்தத் தலைமுறை அதற்குமுன் அப்படியொரு மழை வெள்ளத்தைக் கண்டதில்லை.

அவர்களுக்குக் குளிர் தெரியும். ஒவ்வொரு பெருங்குளிர் காலத்திலும் நதி உறைந்து பனிப் பாளங்களாகி இருப்பதைப் பார்த்துப் பழகியவர்கள். வெயிலும் தெரியும். கோடையில் அதிகபட்சம் 105.8 டிகிரியைப் பார்த்திருக்கிறார்கள். மழையைத் தெரியாது என்று சொல்ல முடியாது. நீண்ட பெருமழைகளுக்குப் பழகியவர்கள்தாம். ஆனாலும் 2012ம் ஆண்டு வட கொரியாவின் கிழக்குக் கடற்கரையோரப் பகுதிகளில் பெய்த மழை சற்று அதிகம்.

பல கிராமங்களில் அனைத்து வீடுகளுமே மூழ்கிப் போய்விட்டன. மூழ்காதிருந்த வீடுகள் எந்த வினாடியும் இடியக்கூடிய தரத்தில் இருந்தன. வாகனங்கள், கால்நடைகள், மின்சாரக் கம்பங்கள், வீட்டு உபயோகப் பொருள்கள், விற்பனைக்கு இருந்த பலசரக்கு மூட்டைகள் அனைத்தும் அலையலையாக வெள்ளத்தில் அடித்துக்கொண்டு போயின. அவற்றைப் பாய்ந்து

பிடித்துக்கொண்டு உயிர் தப்பப் பார்த்தவர்களும் வெள்ளத்தோடு காணாமல் போனார்கள்.

பொதுவாகவே தகவல் தொடர்பு சாத்தியங்கள் அதிகம் இல்லாத நாடு. இருந்த கொஞ்சநஞ்சமும் முற்றிலும் நாசமாயின. மின்சாரம் என்பது இனி என்றுமே இல்லை என்ற முடிவுக்கு வந்துவிட்டிருந்தார்கள். காவல் துறையினரையோ, மீட்புப் படையினரையோ, உதவிக்கு வேறு யாரையோ அழைக்க வழி இருக்கவில்லை. கடவுளையாவது கூப்பிடலாம் என்றால் அதுவும் முடியாது. அவர் **1945** ஆம் ஆண்டு வட கொரியாவைக் கைவிட்டுப் போய்விட்டார்.

சரி, பிழைத்திருந்தால் பார்த்துக்கொள்ளலாம் என்று ஒவ்வொரு வீட்டிலும் உள்ளவர்கள் பரஸ்பரம் சொல்லிக்கொண்டார்கள். கதவு-சன்னல்களை இழுத்து மூடிக்கொண்டு தத்தமது இறுதி நாளுக்காகக் காத்திருக்கத் தொடங்கினார்கள்.

அன்றைக்குத் தேதி, ஜூன் 11. வட கொரியாவின் தெற்கு ஹாம்யாங் (South Hamgyong) மாகாணத்தில் உள்ள சின்ஹங்கில் (Sinhung) மழை வெள்ளம் தனது இறுதி ஆட்டத்தைத் தொடங்கியது. பல இடங்களில் தரைத் தளம் தாண்டி, முதல் தளத்தைத் தொடும் அளவுக்கு மழை நீர் பெருக்கெடுத்து ஓடத் தொடங்கியது. விளை நிலங்கள், தோட்டங்கள், சாலைகள், மேம்பாலங்கள், வீடுகள், வர்த்தக நிலையங்கள், அரசுக் கட்டடங்கள் எதுவும் மிச்சமில்லாமல் எல்லாம் அடித்துச் செல்லப்பட்டன. எங்கெங்கும் அலறல். எல்லா இடங்களிலும் ஓலம். ஆண்கள், பெண்கள், குழந்தைகள், முதியோர் யாரையும் வெள்ளத்துக்குத் தெரியவில்லை. ஒரு பெருந்துயரில் இருந்து மீட்சி பெற இன்னொரு பெருந்துயரே சரி என்று அறிவித்துவிட்டுச் செய்வது போல அடித்துக்கொண்டு போனது.

ஒரு சிறுமி. அவள் பெயர் ஹான் ஹ்யான்-க்யாங் (Han Hyon-Gyong). அன்றைக்கு அவளுக்கு வயது பதிநான்கு.

ஒரு சாதாரண பள்ளிக்கூட மாணவி. மழைக்கு பயந்து வீட்டுக்குள் ஒடுங்கிக் கிடந்தவளுக்கு, இடி மற்றும் வெள்ளச் சத்தத்துக்கு அப்பால் இன்னொரு சத்தம் கேட்டது. ஏதோ ஒன்று அறுந்து விழுகிற சத்தம்.

பதறிவிட்டாள். ஐயோ, வீட்டுக்கு வெளிப்புறம், நிலைப்படிக்கு மேலே மாட்சிமை பொருந்திய பெருந் தலைவர்களின் திருவுருவப் படங்கள் இருக்கின்றனவே. அவையா பெயர்ந்து விழுகின்றன?

கதவைத் திறந்தால் வீட்டுக்குள் வெள்ள நீர் பாய்ந்து வரும் என்பதை மறந்தாள். வீடே இல்லாமல் போய்விடும் என்பதை மறந்தாள். பெற்றோரும் மற்றோரும் நினைவை விட்டு அக்கணமே மறைந்து போனார்கள். மனிதர்கள் இறக்கலாம். வெள்ளத்தில் அடித்துச் செல்லப்படலாம். மாட்சிமை பொருந்திய பெருந்தலைவர்களின் திருவுருவங்களுக்குச் சேதம் ஏற்பட்டுவிடக் கூடாது.

ஒரு கணம்தான். ஐயோவெனப் பதறி, வினோதமானதொரு கூக்குரலுடன் கதவைத் திறந்துகொண்டு வெளியே பாய்ந்தாள்.

என்ன நடக்கிறதென்று அவளது பெற்றோருக்குப் புரியவில்லை. அவர்கள் தம் மகளைத் தடுக்கப் போவதற்குள் அவள் வீட்டுக்கு வெளியே பாய்ந்து வந்து, எதையெதையோ பிடித்துக்கொண்டு மேலே ஏறி, வீட்டின் முகப்பில் ஊசலாடிக்கொண்டிருந்த பெருந்தலைவர்களின் திருவுருவப் படங்களைக் காப்பாற்றும் முயற்சியில் இறங்கிவிட்டாள்.

'க்யாங், வேண்டாம்! கீழே இறங்கு. விழுந்தால் ஆபத்து. சொன்னதைக் கேள்' என்று அவளது தந்தை கதறினார்.

'உனக்கென்ன பைத்தியமா பிடித்திருக்கிறது?' என்று அக்கம்பக்கத்து வீட்டார் அலறினார்கள்.

அடிக்கும் சூறைக் காற்றில் தலைவர்களின் படங்கள் விழுந்துவிடாதிருக்க, அவற்றின் மீது படர்ந்து அப்படியே இரு கைகளாலும் அணைத்து நின்றாள்.

19

இன்னும் சற்று வேகமாகக் காற்றடித்தால் மிக நிச்சயமாக அவள் தூக்கி வீசப்படுவாள். ஏனெனில் அவள் கால் வைத்து நின்ற இடம் ஆறு அங்குல அகலம் மட்டுமே கொண்டது. தரை மட்டத்தில் இருந்து சுமார் பன்னிரண்டு அடி உயரத்தில் அவள் ஊசலாடிக்கொண்டிருந்தாள்.

'வேண்டாம், இறங்கிவிடு! தயவுசெய்து இறங்கிவிடு!' என்று அவளது பெற்றோர் கத்திக் கதறிக்கொண்டிருந்தார்கள். சத்தம் கேட்டு அக்கம்பக்கத்தார் அனைவரும் எட்டிப் பார்த்து அதிர்ச்சியில் உறைந்து போனார்கள்.

அத்தனை பேர் வீடுகளின் முகப்பிலும் பெருந் தலைவர்களின் திருவுருவங்கள் உண்டு. அது இல்லாமல் வட கொரியாவில் ஒரு வீடும் கிடையாது. வீடுகள், கல்வி நிலையங்கள், அரசு அலுவலகங்கள், பொது மருத்துவமனைகள், காவல் நிலையங்கள், நீதி மன்றங்கள், வர்த்தக மையங்கள், பூங்காக்கள் எங்கு இல்லை?

ஆம். கழிப்பறைகளில் இருக்காது.

ஆனால் தங்கள் வாழ்வாதாரங்கள் அனைத்தும் கண்ணெதிரே அடித்துச் செல்லப்பட்டுக்கொண்டிருக்கும் தருணத்தில் யாருக்கும் மறைந்த பெருந்தலைவர்களின் நினைவு வரவில்லை. ஹான் ஹ்யான்-க்யாங்குக்கு மட்டும் வேறு நினைவே இல்லை.

வெள்ளம் உயரத் தொடங்கியது. அழுதபடியே அவளது பெற்றோர் அவளைக் காப்பாற்றப் போராடிப் பார்த்தார்கள். முடியவில்லை. அக்கம்பக்கத்தாரும் முடிந்தவரை முயற்சி செய்தார்கள். அவள் அந்தப் படங்களைக் கைவிட்டு, இறங்கி வரமாட்டேன் என்று பிடிவாதமாகச் சொல்லிவிட்டாள்.

வட கொரியாவின் தந்தை என்றும் தன்னிகரற்ற ஒரே பெருந்தலைவர் என்றும் வருணிக்கப்படும் கிம் இல் சுங் (கிம் 1), அவரது மகன் கிம் ஜாங் இல் (கிம் 2) இருவரது திருவுருவப் படங்களையும் காப்பாற்றத் தன்னால் இயன்ற விதங்களில் எல்லாம் போராடிக்கொண்டிருந்தாள்.

அவளால் அப்படங்களைக் கழட்டி, பத்திரமாகக் கீழே கொண்டு வர முடியவில்லை. உதவி செய்யவும் யாராலும் முடியவில்லை. எனவே மழை விடும்வரை சுவரிலேயே படர்ந்து நின்று படங்களைக் காக்க முடிவு செய்தாள்.

ஆனால் வெள்ள நீர் விரைவில் அந்த வீட்டையும் விழுங்கத் தொடங்கியது. ஹான் ஹ்யான்-க்யாங்கின் பெற்றோரும் மற்றோரும் தப்பித்தே தீர வேண்டிய நெருக்கடியில் எதையெதையோ தேடிப் போட்டுப் பிடித்துக்கொண்டு நீரில் அடித்துச் செல்லப்பட்டு மேடான இடங்களில் கரையேறிக் கொண்டார்கள். பதிநான்கு வயதுச் சிறுமி ஹான் ஹ்யான்-க்யாங் மட்டும் வெள்ளத்தில் விழுந்து மூழ்கி, இறந்து போனாள்.

பிறகு மழை நின்றது. வெள்ளம் வடிந்தது. சில நாள்களில் இயல்பு நிலை திரும்பியது. வட கொரிய அரசு, ஹான் ஹ்யான்-க்யாங்கின் தியாகத்தை கௌரவிக்க முடிவு செய்தது. அவளது பெற்றோரை, ஆசிரியர்களை, அந்தப் பிராந்தியத்தின் இளைஞர் அணித் தலைவரை அழைத்து விருதளித்தார்கள்.

வீரம் என்றால் இது. தியாகம் என்றால் இது. தேசப்பற்று, தலைவர்கள் மீதான பற்று என்றால் இது. இளைய தலைமுறை எப்படி வாழ வேண்டும் என்பதற்கு ஹான் ஹ்யான்-க்யாங்கின் வாழ்க்கை ஒரு பாடம் என்று இன்றைய அதிபர் கிம் ஜாங் உன் (கிம் 3) சொன்னார்.

அந்தச் சிறுமியின் பெயரால், பிராந்தியத்தில் சில நலத் திட்டங்கள் அறிவிக்கப்பட்டன. அவள் படித்த பள்ளிக்கூடத்தின் பெயரையே மாற்றி, அவள் பெயரை வைக்க உத்தரவிடப்பட்டது.

இரண்டு புகைப்படங்களைக் காப்பாற்ற உயிரை விட்டவளின் குடும்பம் பிறகு என்ன ஆனது என்று தெரியவில்லை.

02. உறைந்த நதி

விதியைப் போல இருண்டு கறுத்திருந்தது வானம். அருகிலும் தொலைவிலும் உள்ள எதுவும் தெரியாத அளவுக்கு இருள். அம்மா அவள் கையைப் பிடித்துக்கொண்டிருந்தாள். அதனால் தான் இருப்பது அவளுக்கு உறுதியாகியிருந்தது. பேச்சுக் கொடுக்க முடிந்தால் சிறிது அச்சம் குறைக்கலாம். ஆனால் அதற்கு வழியில்லை. மூச்சுக் காற்றின் சத்தம்கூட வரக் கூடாது என்று உத்தரவாகியிருந்தது. தடம் தெரியாத மலைச் சரிவில் அவர்கள் மெல்ல மெல்ல இறங்கி வந்துகொண்டிருந்தார்கள்.

அன்றைக்குத் தேதி மார்ச் 31, 2007. வட கொரியாவில் அது கடுங்குளிர்காலம். அவர்கள் வசித்து வந்த ஹைசான் (Hyesan) என்கிற, தேசத்தின் வடக்கு எல்லையோரச் சிறு நகரம் மிக எளிதாக மைனஸ் நாற்பது பாகையையெல்லாம் ஆண்டுதோறும் கண்டுகளிக்கும் என்பதால் அவளுக்குக் குளிர் ஒரு பொருட்டல்ல. முற்றிலும் கரடுமுரடான மலைகள் சூழப்பட்ட பிராந்தியத்திலேயே பிறந்து வளர்ந்தவர்களுக்கு அந்த நிலத்தின் அபாயங்களும்கூடப் பழகியவையே.

அச்சத்தின் காரணம், அவர்கள் எடுத்திருந்த முடிவு. மாட்டிக்கொண்டால் உண்டாகக் கூடிய விளைவுகள். இந்நாட்டில் இதற்குமேல் அனுபவிக்கக்கூடிய துன்பங்கள் என்று ஏதாவது மீதமிருக்க வாய்ப்பில்லை, மரணத்தைத் தவிர. தனக்காக இல்லாவிட்டாலும் பதிமூன்று வயது மகளுக்காக அதைத் தவிர்க்க முடிகிறதா பார்க்கலாம் என்று அந்தத் தாய் நினைத்தாள்.

'ஆனால் அம்மா, என் வலியே என்னைக் கொன்றுவிடும் போல உள்ளது. என்னால் நடக்க முடியவில்லை' என்று அந்தச் சிறுமி சொன்னாள்.

சில மாதங்களாக அவளுக்கு அடிவயிற்றில் ஒரு பிரச்னை இருந்துவந்தது. பரிசோதனை செய்த மருத்துவர், அது வயிற்றுவலி அல்ல, அப்பண்டிசைடிஸ் என்று சொல்லி அதற்கொரு அறுவைச் சிகிச்சை செய்யப் போக, நிற்க-நடக்கக் கூட முடியாத அளவுக்கு அவள் தளர்ந்து போயிருந்தாள். எளிய மருந்து மாத்திரைகளில் சரியாகியிருக்க வேண்டியது. மருத்துவரின் தவறான கணிப்பால் சிக்கலுக்கு உள்ளாகி வினாடிப் பொழுதும் இடைவெளியின்றி வலியில் துடித்துக்கொண்டிருந்தாள்.

'பொறுத்துக்கொண்டு புறப்பட்டுவிடு. எப்படியாவது தப்பித்துவிட்டால்தான் நல்லது' என்று அம்மா சொன்னதால் கையைப் பிடித்துக்கொண்டு கிளம்பினாள். இருள். கடுங்குளிர். பனிக்கட்டி மழை. அபாயகரமான மலைக் கானகம். பள்ளத்தாக்கு.

இதே பாதையில் நடந்துகொண்டே இருங்கள். ஒரு மணி நேரத்தில் யாலு நதியின் தடம் நெருங்கிவிடும். அங்கே நான் உங்களைச் சந்திப்பேன். அதன்பிறகு வழி தவறிப் போக வாய்ப்பில்லை. நதிக்கரையில் அல்ல; நதியின்மீதே நடந்து சென்றால் சீனாவின் எல்லையைத் தொட்டுவிடலாம் என்று அழைத்துச் செல்வதாக வாக்களித்திருந்த கடத்தல்காரன் சொல்லியிருந்தான்.

அவர்கள் அவனுக்குப் பணம் கொடுத்திருந்தார்கள். எப்படியாவது காப்பாற்றி, இந்த நரகத்திலிருந்து எங்களை வெளியே கொண்டு சேர்த்துவிடு. போதும்.

அது ஒன்றும் வரலாறு காணாத சம்பவமல்ல. வட கொரியாவின் வடக்கு எல்லையில் அநேகமாக நாள்தோறும் நடைபெறும் தப்பித்தல் முயற்சிதான். அந்தச் சிறுமி புறப்பட்டதற்கு மூன்று நாள்களுக்கு முன்னர் அதே பாதையில் அதே கடத்தல்காரன் உதவியுடன் அவளது அக்கா தனியே புறப்பட்டுச் சென்றிருந்தாள். அவள் பத்திரமாக சீனாவின் எல்லையைத் தொட்டு அங்குள்ள வடகொரியச் சொந்தங்களுடன் சேர்ந்துவிட்டாள் என்று அவன் வந்து சொன்ன பிறகுதான் அவளும் அவளது தாயும் சிறிது துணிச்சல் பெற்றுக் கிளம்பியிருந்தார்கள்.

ஆனால் கிளம்புகிறவர்கள் எல்லோரும் போய்ச் சேர்வதில்லை. எல்லைக் காவல் படையினரின் தீவிர கண்காணிப்பு அந்தப் பகுதியில் அதிகம். ஒவ்வொரு நூறு மீட்டருக்கும் ஒரு காவலாளி துப்பாக்கியுடன் நிற்பான். கண்ணில் பட்டுவிட்டால் கதை முடிந்தது. எந்த நேரத்தில் எம்மாதிரியான தண்டனை இருக்கும் என்று சொல்ல முடியாது. கசையடிகளோடு சில சமயம் முடிந்துவிடலாம். அல்லது சிறைக்கு அனுப்பலாம். லேபர் கேம்ப்புக்கு அனுப்பிவிட்டால் பிறகு வாழ்நாள் கொத்தடிமையாக இருந்து சாக வேண்டியதுதான்.

அதெல்லாம் ஒன்றும் ஆகாது, காவலர்களுக்குப் பணம் கொடுத்தாகிவிட்டது என்று கடத்தல்காரன் சொல்லியிருந்தான். ஆனால் எத்தனை பேருக்குக் கொடுத்திருக்க முடியும்? எல்லாமே அதிர்ஷ்டம் சார்ந்தது.

காவலர்கள் கண்ணில் படாமல் ஆற்றங்கரையைத் தொடுவது. நடக்கும் அளவுக்கு நதி உறைந்தே இருப்பது. சர்வதேச எல்லையைத் தாண்டும்வரை எந்தச் சிக்கலும் வராதிருப்பது. எல்லை தாண்டி சீனாவுக்குள் நுழையும்போது உயிர் அபாயம் நேராதிருப்பது.

'நாம் வாழ வேண்டும் அம்மா.'

அவள்தான் பலமுறை அதைச் சொல்லியிருக்கிறாள். வாழ்வது என்றால் என்னவென்றே தெரியாத வயதில், ஏதோ ஒன்று நாமறியாதது இருக்கக் கூடும் என்கிற உள்ளுணர்வு அவளிடத்தில் இருந்தது. பிறந்தது முதல் அதிர்ச்சிகளையும் அவலங்களையும் பஞ்சம், பசி, அவமானம் உள்ளிட்ட பலவற்றையும் அவள் அநேகமாக அன்றாடம் பார்த்திருக்கிறாள்.

அவளது தந்தை முதலில் ஒரு தொழிற்சாலைப் பணியாளராக இருந்தார். ஆரம்பத்தில் எல்லாம் சரியாகத்தான் இருந்தன. எல்லாம் என்றால், மூன்று வேளை உணவு. வசிக்க ஒரு சிறிய வீடு. உடுத்தச் சில ஆடைகள்.

டிசம்பர் 25, 1991ஆம் ஆண்டு சோவியத் யூனியன் உடைந்து, பதினைந்து தனித்தனி நாடுகளாகி, வட கொரியாவுக்கு அங்கிருந்து வந்துகொண்டிருந்த உதவிகள் முற்றிலும் நின்றுவிட்டபோதுதான் அந்நாட்டு மக்களுக்கு ஓர் உண்மை புரிந்தது.

நாம் இரவல் காற்றைத்தான் சுவாசித்துக்கொண்டு இருந்திருக்கிறோம். இந்த நாட்டில் காற்றே கிடையாது.

அவர்கள் அதை எதிர்பார்க்கவில்லை. அவர்களால் அதை நம்பவும் முடியவில்லை. ஒரே நாளில் ஒன்றுமில்லாமல் ஆகிவிடுமா?

என்றால், முடியும். ஒருவர் இருவரல்லர். ஒரு நாடே வலுக்கட்டாயமாக ஏழைமைக்குத் தள்ளப்பட்டது. யாரைக் குறை சொல்வது? யாரிடம் நியாயம் கேட்பது? நடப்பது கம்யூனிச சர்வாதிகார ஆட்சி. தேனும் பாலும் ஓடுகிறது என்று அரசாங்கம் சொன்னால், 'ஆமாம், அள்ளி அள்ளிக் குடித்துக்கொண்டிருக்கிறோம்' என்று பதிலுக்குச் சொல்ல வேண்டும். இல்லை என்று எதிர்த்துச் சொன்னால் இல்லாமல் போவதைத் தவிர வேறு வழியில்லை.

அவர்கள் தேனும் பாலும் எதிர்பார்க்கவில்லை. எளிய உணவு போதும். அதற்கும் வழியில்லாத நிலை வந்தபோது கடத்தலில் ஈடுபட ஆரம்பித்தார்கள். போதைக் கடத்தல், தங்கக் கடத்தல், நட்சத்திர ஆமைக் கடத்தல், ஆயுதக் கடத்தல் என்று நாம் சிலவகைக் கடத்தல்களைக் குறித்து அவ்வப்போது கேள்விப்படுவோம். வட கொரியர்கள் செய்யத் தொடங்கியதெல்லாம் உருளைக்கிழங்குக் கடத்தல். அரிசிக் கடத்தல். பருத்தி ஆடைக் கடத்தல். எளிய வீட்டு உபயோகப் பொருள்கள் கடத்தல்.

தொண்ணூறுகளின் தொடக்கத்தில் ஆரம்பித்த இந்தக் கடத்தல் கலாசாரம் இன்றுவரை அங்கே தொடர்கிறது. சிறிய பரிணாம வளர்ச்சி உண்டு. இப்போது அங்கே அதிகம் நடைபெறுவது பென் டிரைவ் கடத்தல். சீனாவிலிருந்து கொண்டு வரப்படுகிற பென் டிரைவ்கள். ஒவ்வொரு டிரைவிலும் ஐம்பது நூறு ஹாலிவுட் திரைப்படங்கள். அல்லது (தென்) கொரியன் சீரிஸ்.

அந்தச் சிறுமியின் தந்தையும் ஒரு பகுதிநேரக் கடத்தல்காரர்தாம். அது குறித்தெல்லாம் பெரிதாக வருத்தப்பட்டுக்கொண்டிருக்க முடியாது. நாட்டின் பெரும்பாலான ஆண்கள் இப்படிப் பகுதி நேரமாக எதையாவது செய்தால்தான் ஒருவேளை உணவு உறுதியாகும்.

அவள் தந்தை தனது சீனத் தொடர்புகளின் மூலம் முக்கியமான இரண்டு பொருள்களைக் கடத்தினார். முதலாவது சிகரெட். அடுத்து, அரிசி. இரண்டு பொருள்களுமே வட கொரியாவில் கிடைத்தற்கரியவை. அல்லது அதிக விலை கொடுத்து வாங்கியாக வேண்டும். ஆனால் இரண்டு பொருள்களுக்கும் எப்போதும் தேவை உண்டென்பதால் வட கொரியாவின் சீனத்து எல்லையோர ஹைசான் பிராந்தியத்தில் இவற்றைக் கடத்தி வரும் பணியில் நூற்றுக்கணக்கானவர்கள் எக்காலத்திலும் ஈடுபடுவது வழக்கம்.

அவள் தந்தைக்கு இன்னொரு சிக்கல் அங்கே இருந்தது. ஒரு பட்டறையில் எளிய தொழிலாளியாகப் பணியாற்றிக்கொண்டுதான் அவர் இக்கடத்தல் பணியிலும் ஈடுபட்டுக்கொண்டிருந்தார். பட்டறைப் பணி என்பது தன்னியல்பாக அவரைக் கொரிய தொழிலாளர் கட்சி உறுப்பினராக்கி, உயிரோடிருக்க வைக்கக் கூடியது. தொழிலாளர் கட்சி என்பதுதான் வட கொரியாவின் ஒரே கட்சி என்பதெல்லாம் பிறகு. உறுப்பினரா? சரி, இப்போதைக்கு உயிருடன் இருக்கலாம். அவ்வளவுதான்.

ஏனெனில், வட கொரிய மக்கள் மூன்று பிரிவினராகப் பிரிக்கப்பட்டிருப்பார்கள். ராஜ விசுவாசிகள் முதல் தர மக்கள். இந்தப் பிரிவில் வருவதற்கு மாபெரும் சாகசச் செயல்கள் ஏதாவது புரிந்திருக்க வேண்டும். கிம் குடும்பத்தார் யாருக்காவது உதவி செய்திருக்க வேண்டும். போரில் பங்கெடுத்து விழுப்புண் பெற்றிருக்க வேண்டும். மேலிடத் தொடர்புகள் அவசியம்.

இந்தப் பிரிவில் ஒருவர் வந்துவிட்டால் அவருக்கு உணவு, உடை, உறைவிடம் மற்றும் உயிர் ஆகிய நான்கும் உறுதியாகிவிடும். மற்றதெல்லாம் அவரவர் சாமர்த்தியம்.

இரண்டாவது, எளிய மக்கள் பிரிவு. தேசப் பற்றுடன், எதையும் கேள்வி கேட்காமல், இருக்கும் இடம் தெரியாமல் இருந்துவிட்டுப் போகிறவர்கள். மிகவும் முக்கியம், இவர்களுக்கு தூரத்துச் சொந்தமாகக் கூடத் தென் கொரியாவில் யாரும் இருக்கக் கூடாது. இருந்தால் துரோகி. அவ்வளவுதான்.

மூன்றாவது பிரிவினர் அந்த துரோகி இனத்தவர். தவிர, குற்றவாளிகளும் குற்றவாளிகள் என்று அரசாங்கத்தால் நினைக்கப்படுகிறவர்களும் இந்த வரையறைக்குள் வருவார்கள். இவர்களுக்கு அடிப்படை வசதிகள்கூடக் கிடையாது. லேபர் கேம்ப்களில் சொல்கிற வேலையைச் செய்துகொண்டு, கொடுப்பதைத் தின்றுகொண்டு கிடக்க வேண்டியதுதான். விதிக்கப்பட்டிருக்கும் நாள்வரை

வாழலாம். எப்போது விதி முடியும் என்று சொல்ல முடியாது.

நான் எந்தக் குற்றமும் செய்யவில்லை, என்மீது ஒரு கரும்புள்ளியும் கிடையாது என்கிற வாதம் எடுபடாது. உங்கள் சொந்தத்தில், நட்பில் யாராவது குற்றவாளி என்று தீர்ப்பாகியிருந்தாலும் தீர்ந்தது கதை. நீங்களும் குற்றவாளிதான்.

இது அங்கே சட்டம்.

மேற்படி சிறுமியின் தந்தை எளிய தொழிலாளிதான், பரம சாதுதான் என்றாலும் அவரது மூத்த சகோதரர் ஒரு கொலை முயற்சி வழக்கில் கைதாகிச் சிறை சென்றிருந்தார். இதன் பொருட்டே அவர்களால் இனி வட கொரியாவில் வாழ முடியாது என்கிற சூழ்நிலை உருவானது.

அவளது தாயிடம் ஒரு தையல் இயந்திரம் இருந்தது. குழந்தைகளுக்கான ஆடைகளைத் தைத்துத் தந்து அவர் சிறிது பொருள் ஈட்டுவார். எப்படியோ சிரமப்பட்டு இரண்டு பெண் குழந்தைகளை அவர்கள் வளர்த்துக்கொண்டிருந்தார்கள். அது இனி முடியாது என்ற சூழ்நிலை ஏற்பட்டபோதுதான் தப்பித்துச் சென்றுவிடலாம் என்று நினைத்தார்கள்.

மார்ச் 31, 2007.

நள்ளிரவுக்குச் சற்று முன்னதாக அவளும் அவளது தாயும் யாலு நதியின் தடம் தென்படும் இடத்தை நெருங்கினார்கள். இன்னும் சில நூறு மீட்டர்கள் மலையில் இறங்கிவிட்டால் நதிப் பாதையைப் பிடித்துவிடலாம்.

'சீக்கிரம், சீக்கிரம்!' என்று அந்தத் தாய் தன் மகளை இழுத்துக்கொண்டு மலைச் சரிவில் இறங்கிக் கொண்டிருந்தாள். சட்டென்று தொலைதூரத்தில் டார்ச் ஒளி எழுந்தது.

அவர்கள் திடுக்கிட்டு நின்றார்கள்.

இப்போது அவர்களை அழைத்துச் செல்ல வாக்களித்திருந்த கடத்தல்காரன் எங்கிருந்தோ பாய்ந்து வந்து, 'சீக்கிரம். நேரமாகிறது' என்று அவசரப்படுத்தினான்.

'ஆனால் ஐயா, அங்கே ஒரு ராணுவ வீரர் எங்களைப் பார்த்துவிட்டார் என்று தோன்றுகிறது. ஏதாவது பிரச்னை வருமா?'

கடத்தல்காரன் சிறிது தயங்கினான். பிறகு, 'இருங்கள். நான் பேசிவிட்டு வருகிறேன்' என்று சொல்லிவிட்டு வேகமாகச் சரிவில் இறங்கி மறைந்தான்.

சில நிமிடங்கள் தாயும் மகளும் மூச்சைக் கையில் பிடித்துக்கொண்டு ஒரு புதர் ஓரத்தில் பதுங்கி நின்றார்கள். தடதடவென சத்தம் கேட்டது. கடத்தல்காரன்தான். வேகமாக நெருங்கி வந்து, 'பேசிவிட்டேன், கிளம்புங்கள்' என்றான்.

எல்லை தாண்டுவதற்குக் குத்துமதிப்பாக எவ்வளவு செலவாகும் என்று கணக்கிட்டு, எல்லைக் காவலில் உள்ள ஒவ்வொரு காவலருக்கும் உரிய பங்கைக் கொடுத்த பின்பே அங்கே கடத்தல்காரர்கள் மக்களை அழைத்து வருவார்கள். சில சமயம் சிக்கலாகிவிடும். காவலர்களுக்கு ட்யூட்டி மாற்றிப் போட்டுவிட்டால் முடிந்தது கதை. கடத்தல்காரன் லஞ்சம் தந்திராத காவலர் அவ்வளவு எளிதில் அவர்களைப் போக விடமாட்டார். ஒன்று, அளவுக்கு அதிகமாக அப்போது பணம் கொடுத்து அவரது அனுமதியைப் பெற வேண்டியிருக்கும். அல்லது கைதாகி லேபர் கேம்ப்புக்குப் போக வேண்டியிருக்கும்.

அள்ளிக் கொடுக்கும் அளவுக்கு அவர்களிடம் வசதி இருக்குமானால் அவர்கள் வட கொரியாவின் முதல்தரக் குடிமக்களாக இருப்பார்கள். அவர்கள் நாட்டை விட்டு இப்படி நள்ளிரவில் தப்பித்துச் செல்ல அவசியம் வந்திருக்காது. அச்சம் எல்லாம் அதன் பொருட்டு வருவதுதான்.

'சரி, போகலாம்' என்று அந்த எல்லைக் காவல் படை வீரர் உத்தரவு கொடுத்தார்.

தாயும் மகளும் கடத்தல்காரனின் காலடித் தடங்களைப் பின்பற்றி நதிக்கரையை அடைந்தார்கள்.

யாலு நதி ஒரு பெரிய பனிப்பாளம் போல உறைந்து கிடந்தது. இருளிலும் அதன் வெண்மை மட்டும் பூதாகாரமாகத் தெரிந்தது.

'சீக்கிரம்!' என்று அவன் மீண்டும் சொன்னான். அவர்கள் பனிப்பாளத்தின் மீதேறி சீனாவை நோக்கி விரையத் தொடங்கினார்கள்.

'வேகம் போதாது. ஓடுங்கள்' என்றான் கடத்தல்காரன்.

'என்னால் முடியாது. செத்துவிடுவேன் போல இருக்கிறது' என்று அந்தச் சிறுமி அழத் தொடங்கினாள்.

'இதோ பார். வாழவேண்டுமென்றால் ஓடித்தான் தீர வேண்டும். யாரிடமாவது மாட்டிக்கொண்டால் சாவு மிக எளிதாக வந்து சேரும்.'

'இன்னும் யாரிடம் மாட்ட வேண்டி வரலாம்?'

'யார் வேண்டுமானாலும். நாம் என்ன வட கொரிய ராணுவத்தில் உள்ள அத்தனை பேருக்குமா பணம் கொடுத்திருக்கிறோம்? சிலருக்குத்தானே? எல்லை தாண்டும் வரை அபாயம்தான். அதனால்தான் சொல்கிறேன். சீக்கிரம்!'

அந்தச் சிறுமியின் தாய், மகளை இழுத்துக்கொண்டு விரைந்தாள்.

'எல்லையைக் கடந்துவிட்டால் சிக்கல் இல்லை அல்லவா?'

'அப்படியும் சொல்ல முடியாது. அந்தப் பக்கம் சீனப் பாதுகாப்புப் படையினரையும் சமாளிக்க வேண்டும். பேசிக்கோண்டிருக்காமல் ஓடுங்கள்!'

பனிப் படலத்தின்மீது அவர்கள் தங்கள் வாழ்வின் இறுதி ஓட்டம் அதுதான் என்ற முடிவுடன் ஓடத் தொடங்கினார்கள். தொலைவில் சீனத்தின் எல்லையோர நகரமான செய்ங்பை (Chaingbai) விளக்கொளியில் தென்பட ஆரம்பித்தது.

'அம்மா, அங்கே பார்! விளக்குகள் எரிகின்றன!' என்று பரவசத்தில் அவள் குரல் கொடுத்தாள்.

'சத்தம் போடாதே!' என்று கடத்தல்காரன் பதிலுக்குக் கத்தினான்.

அவள் என்ன செய்ய முடியும்? அவளது கிராமத்தில் மின்சாரம் நின்று பல காலமாகிவிட்டிருந்தது. யார் வீட்டிலும் மின்விளக்கு கிடையாது. மின்விசிறி சுற்றாது. தொலைக்காட்சிப் பெட்டி இயங்காது. வானொலி கேட்க வழியில்லை. ஆனால் மின்சாரம் ஓர் அற்புதம். எவ்வளவு வெளிச்சத்தை அதனால் கொடுக்க முடிகிறது! அதுவும் தொலைதூரத்தில் இருந்து அள்ளி வீச முடிகிற வெளிச்சம்.

அவளுக்கு அப்போது தோன்றியது. சுதந்திரம் என்பதும் அநேகமாக அப்படிப்பட்டதாகத்தான் இருக்க வேண்டும்.

அவள் பெயர் யோமி பார்க் (Yeonmi Park). விவரிக்க முடியாத துன்பங்கள் பலவற்றை அனுபவித்து முடித்து, வடகொரியாவில் இருந்து தப்பித்து, சீனத்தை அடைந்து, அங்கும் வாழ முடியாமல் மங்கோலியாவுக்குத் தப்பிச் சென்று, உலான் பட்டூரிலிருந்து தென் கொரியாவுக்குச் சென்று இன்னொரு வாழ்வைத் தொடங்கியவள். தனது அனுபவங்களை ஒரு புத்தகமாகப் பிற்காலத்தில் எழுதினாள்.

இன்றுவரை அவளால் ஜீரணிக்க முடியாத ஒன்றுண்டு. வட கொரியா-தென் கொரியா என்று இப்போது சொல்கிறோம். ஆனால் இரண்டும் ஒரே நிலப்பரப்புதான். நடுவே ஓர் எல்லைக் கோட்டைக் காலம் கிழித்ததனால்

இரண்டு நாடுகளாயின. அவலம் ஒரு பக்கமும் அமைதி ஒரு பக்கமுமாகப் பிரிந்து நின்றன.

அவலத்திலிருந்து விடுதலை பெற்று அமைதியின் பக்கம் நகர்ந்து செல்லத்தான் அவள் தலையைச் சுற்றி மூக்கைத் தொடவேண்டியிருந்தது.

வட கொரியாவிலிருந்து தென் கொரியாவுக்கு - மங்கோலியாவின் வழியாக என்பதன் முழுப் பொருள் புரிய வேண்டுமானால் வரைபடத்தைச் சில வினாடிகள் பாருங்கள். வாழ்க்கை அங்கே எப்படிப்பட்டது என்பது புரிந்துவிடும்.

03. ஐந்தாவது தளம்

ஒன்றுக்கொன்று தொடர்பே இல்லாத இருவேறு சிறுமிகளின் வாழ்க்கையில் நடந்த சம்பவங்களை அடுத்தடுத்துச் சொல்லி இந்த வரலாற்றைத் தொடங்கியதற்கு ஒரு காரணம் உண்டு. வட கொரியாவைக் குறித்து நமக்குக் கிடைக்கும் 'உண்மைகள்' அநேகமாக நூறு சதம் இந்த இரு எல்லைகளில் நின்று நிலைப்பவையாகவே உள்ளன.

சிக்கல் என்னவென்றால், உண்மைகளின் அளவு சொற்பம். பாதி உண்மைகள், முக்கால்வாசி உண்மைகள், பத்து சத உண்மைகள், உண்மை போலிருப்பவை, முழுக் கற்பனைகள், மாய யதார்த்த வகைக் கற்பனைகள், கனவு நிலை யதார்த்தக் கதைகள் என ஏராளமாக உண்டு. அனைத்தும் கலந்ததைத்தான் நாம் வட கொரியாவின் வரலாறாகச் சொல்லிக்கொண்டிருக்கிறோம்.

இதனைப் புரிந்துகொள்வது அவ்வளவு ஒன்றும் சிரமமானதல்ல. கே.எஸ். முனிசாமி வீரப்பக் கவுண்டர் என்கிற சந்தன வீரப்பனைச் சிறிது நினைவுகூரலாம்.

தனது வாழ்நாளில் 184 மனிதர்களையும் இருநூறுக்கும் மேற்பட்ட யானைகளையும் கொலை செய்தவர். யானைத் தந்தக் கடத்தல், சந்தன மரக் கடத்தல் மூலமாக நூறு கோடிக்கும் அதிகமாகச் சம்பாதித்தவர் என்று சொல்லப்பட்டது. 1972 ஆம் ஆண்டு முதல் முறையாக வீரப்பன் கைது செய்யப்பட்டார். பிறகு அவரால் கைது செய்யப்பட்டுக் கடத்திச் செல்லப்பட்டவர்களே அதிகம். 2004 ஆம் ஆண்டு அக்டோபர் 18 ஆம் தேதி தமிழ்நாடு சிறப்புக் காவல் படையினரால் சுட்டுக் கொல்லப்பட்டார்.

வீரப்பனை நக்கீரன் கோபால் நேரில் சந்தித்து எழுதும்வரை / விடியோ வெளியிடும் வரை எவ்வளவு நூதனமான கதைகள் அவரைப் பற்றிச் சொல்லப்பட்டுக் கொண்டிருந்தன என்பதை எண்ணிப் பார்க்கலாம். காட்டு ராஜா, மாயாவி, கணப் பொழுதில் தோன்றிக் கொலை செய்துவிட்டுக் காற்றோடு கலந்து மறைந்து காணாமல் போய்விடுவார் என்பதில் தொடங்கிக் கிட்டத்தட்ட ஒரு சிறு தெய்வத்துக்குப் பின்னப்படும் கதைகளைப் போலவே அவரைப் பற்றிய புனைவுகளும் உண்மையின் பெயரில் உருட்டி அனுப்பப்பட்டன.

வீரப்பனைக் குறித்த விவரங்கள் அனைத்தும் வெட்ட வெளிச்சமான பின்பும் அவரை ஒரு சாகசக்காரராகவே முன்னிறுத்த விரும்பிச் சொல்லப்பட்ட கதைகள் அநேகம். அவரது பிற்காலத்தில் திடீரென்று ஒரு தமிழ் தேசிய ஃபேர் அண்ட் லவ்லி அவர்மீது பூசப்பட்டது. மலைவாழ் மக்களின் காவல் தெய்வமாக அதுவரை சுட்டிக்காட்டப்பட்டு வந்தவர் திடீரென்று சாதிக் கட்சிப் பிரமுகராக மறு அறிமுகமானார். வீரப்பன், வீரப்பனார் ஆனார். என்னவாக வடிவமைக்கப்பட்டாலும் ஆதி முதல் இறுதிவரை வீரப்பன் ஒரு குற்றவாளி என்பதற்கு அப்பால் வேறொன்றுமில்லை.

ஒரு தனி நபருக்குச் செய்ய முடிந்த இந்த அலங்கார விசேடங்களை ஒரு நாட்டுக்கே செய்ய முடியுமா என்றால்,

முடியும். வட கொரியாவைப் பற்றிய பெரும்பாலான தகவல்கள் அப்படிக் கட்டமைக்கப்பட்டவைதான்.

காரணம், மிகக் குறைந்தபட்சம் எழுபத்தைந்து ஆண்டுகளுக்கும் மேலாக அந்தத் தேசம் தன்னைத் தானே கடத்திச் சென்று ஒரு குகைக்குள் வைத்துப் பூட்டிக்கொண்டுவிட்டது. வட கொரிய மக்களின் உலகம் என்பது வீட்டுக்குள் தொடங்கி, வீதிக்குள் முடிந்துவிடுவது. அவர்களுக்கு மதம் கிடையாது. கடவுள் தெரியாது. இசை இல்லை. திரைப்படம் இல்லை. அரசியல் இல்லை. பேச்சுரிமை, எழுத்துரிமை போன்றவை கிடையாது. யாரும் அங்கே காதலிக்கக் கூடாது. கவிதை எழுத முடியாது. சொந்தச் செலவில்கூட வெளிநாடுகளுக்குப் போய்வர அனுமதியில்லை. அரசாங்கமே வெளியிடும் பத்திரிகைகள், புத்தகங்கள் தவிர வேறு எதைப் படித்தாலும் குற்றம். சமூக ஊடக வசதியெல்லாம் அவர்களுக்கு இக்கணம் வரை அறிமுகமில்லை. அரசாங்க அனுமதியின்றி வெளிநாட்டுத் தொடர்புகள் வைத்திருக்க அனுமதியில்லை. ஐ.எஸ்.டி கால் பேசும் வசதியுள்ள மொபைல் போன் வைத்திருக்கக் கூடாது. அந்நியச் செலாவணி எதையுமே கையில் வைத்திருக்க அனுமதியில்லை. சங்கம், இயக்கம், யூனியன் பற்றியெல்லாம் சிந்திக்கவே கூடாது. ஜிபிஎஸ் சாதனங்கள் எதை வைத்திருந்தாலும் குற்றம். அனைத்தினும் முக்கியமாக, தென் கொரியத் திரைப்படங்கள், தொலைக்காட்சி நிகழ்ச்சிகள் எதையும் பார்க்கக் கூடாது. தென் கொரியாவில் வசிக்கும் ஒரே ஒரு நபருடன் தொடர்பு இருந்தாலும் அது மரண தண்டனைக்குரிய குற்றம்.

மக்கள் அங்கே என்ன செய்யலாம் என்றால், நாட்டின் நிகரற்ற பெருந்தலைவரைப் போற்றலாம். புகழலாம். துதிக்கலாம். கொண்டாடலாம். அவ்வளவுதான். அரசு விரோதச் செயல் என்று நீங்கள் தனியே ஒன்றைச் செய்ய வேண்டாம். நீங்கள் செய்யும் இயல்பான

ஏதோ ஒரு செயல் அரசுக்கு விரோதம் என்று அவர்கள் நினைத்தால்கூட முடிந்தது கதை.

இந்த இறுக்கம், இந்தக் கட்டுப்பாடுகள், இந்தக் கருமை பூசிய தோற்றம் நமக்குப் புதிது. நாம் அறியாததும்கூட. அதனாலேயே இதனைப் புரிந்துகொள்வது சற்றுக் கடினமாக இருக்கும். மொத்த உலகுக்குமே வட கொரியா இப்படித்தான். பல பிறவி சர்வாதிகார நாடுகளே வட கொரியாவின் மூடிய தன்மையைக் கண்டு திகைத்து நின்றிருக்கின்றன. எந்த சோவியத் ரஷ்யாவைப் பார்த்து, தானும் அப்படியொரு இரும்புக் கோட்டையாக வேண்டும் என்று நினைத்தார்களோ, அந்த சோவியத்தே சிதறிப் பல துண்டுகளான பின்பும்; இன்றைய ரஷ்யா தன் மக்கள் அளவிலேனும் சிறிது இறுக்கம் தளர்த்திய சர்வாதிகார நாடாக மறுபிறப்பெடுத்துவிட்ட பின்பும் வட கொரியா மட்டும் மாறாமல் அப்படியேதான் இருக்கிறது.

இதனால்தான் அத்தேசத்தைப் பிடிக்காதவர்கள் அதைக் கதைகளால் கட்டமைத்துவிடுகிறார்கள். உண்மை என்பது ஒரு வரிதான். மனிதப் பண்புகளற்ற ஆட்சியாளர்கள். போதுமல்லவா? இதை வைத்து எத்தனைக் கதைகள் வேண்டுமானாலும் எழுதிவிடலாம்.

வட கொரியா விஷயத்தில் நடந்தது அதுதான்.

உண்மையில், நவீன கால வட கொரியாவின் சரித்திரத் தில், அங்கிருந்து தப்பித்துச் சென்றவர்கள், அங்கே உளவுப் பணியாற்றச் சென்று, உயிருடன் திரும்பிய சில வெளிநாட்டு ஏஜெண்டுகள் எழுதி வைத்த / சொன்ன தகவல்கள், கிம் குடும்பத்தைச் சேர்ந்த - விலக்கப் பட்ட அல்லது துரத்தப்பட்டவர்கள், தாமாக ஒதுங்கிச் சென்றவர்கள், மூன்று தலைவர்களையும் மணந்த பெண்கள் வழி உறவினரின் நினைவுக் குறிப்புகள் மட்டும்தான் ஏற்கத் தகுந்தவை. மற்ற அனைத்தையும் நாம் நிராகரித்துவிடலாம்.

நவீன வட கொரிய வரலாற்றில் இதுவரை மூன்றே ஆட்சியாளர்கள்தாம் உண்டு. முதலில் கண்ட தாத்தா கிம். பிறகு வந்த மகன் கிம். இப்போதுள்ள பேரன் கிம். பெயருக்கு லேபர் கட்சி என்றொரு அமைப்பு. நாட்டில் வேறு கட்சிகள் கிடையாது. இருக்கவும் முடியாது.

2024 ஆம் ஆண்டு நிலவரப்படி உலகில் மொத்தம் 195 நாடுகள் இறையாண்மை கொண்டவையாக அங்கீகரிக்கப்பட்டுள்ளன. இவற்றுள் 193 நாடுகள் ஐக்கிய நாடுகள் சபையின் உறுப்பு. உறுப்பு இல்லை; ஆனால் பார்வையாளர் அங்கீகாரம் கொண்டவை என்று வாடிகன், பாலத்தீனம் ஆகிய இரு நாடுகள் உள்ளன. ஆக உலக நாடுகளின் எண்ணிக்கை 195.

இந்த 195 நாடுகளுள் வட கொரியாவுடன் நட்போ, அரசு வழித் தொடர்போ கொண்ட நாடுகளின் எண்ணிக்கை வெறும் பத்து. அவற்றுள் சீனாவும் ரஷ்யாவும் முக்கியமானவை. ஆதி முதல் இன்றுவரை வட கொரியாவுக்கு அனைத்து விதமான உதவிகளையும் செய்கிற நாடுகள். கம்யூனிச நாடு என்று வட கொரியா தன்னைப் பல காலமாக அறிவித்துக்கொண்டிருந்தபடியால் க்யூபா தனது நட்புப் பட்டியலில் அதை வைத்திருக்கிறது. ராணுவ ரீதியிலான ஒத்துழைப்புகளுக்காக சிரியா உறவு கொண்டிருக்கிறது. தொழில்நுட்பம்-ஆயுத வர்த்தகம் சார்ந்து இரானுடன் உறவு உண்டு. பிறகு வெனிசூலா, லாவோஸ், கம்போடியா, பெலாரஸ், ஜிம்பாப்வே. இதெல்லாம் வர்த்தக உறவுக்கான நட்பு நாடுகள்.

அவ்வளவுதான். வேறு யார் துணையும் இல்லை. யார் உதவியும் இல்லை. அன்றைக்கு ஜப்பான் எதிரி. இன்றைக்கு அமெரிக்கா எதிரி. என்றைக்கும் தென் கொரியா எதிரி. எப்போதும் ஏவுகணைப் பரிசோதனைகள். அவ்வப்போது அணு ஆயுத மிரட்டல். அத்துமீறல்கள் எல்லாம் அரசின் உரிமை மட்டுமே. மற்றவர்களுக்கல்ல. குறிப்பாக மக்களுக்கல்ல.

ஒரு சம்பவம்.

ஒட்டோ பிரடரிக் வாம்ப்யர் (Otto Warmbier) என்ற அமெரிக்க இளைஞர் ஒருவர் டிசம்பர் 29, 2015 அன்று வட கொரியாவுக்குக் கலாசார சுற்றுப் பயணம் ஒன்றை மேற்கொண்டார்.

அப்படியெல்லாம் நினைத்த நேரத்தில் யாரும் வட கொரியாவுக்குச் சுற்றுலா செல்ல முடியாது. குறிப்பாக அமெரிக்கர்களுக்கு அது சாத்தியமே இல்லை. ஆண்டுக்கு அதிகபட்சம் ஐயாயிரம் பேரை வட கொரியா சுற்றுலாப் பயணிகளாக அனுமதிக்கும். அதில் நாலாயிரத்து ஐந்நூறு பேர் சீனர்களாக மட்டுமே இருப்பார்கள். மற்ற நாட்டினர் என்றால் சீனாவின் வழியாக மட்டுமே வட கொரியாவுக்கு வர முடியும். அதற்கு ஆயிரத்தெட்டு சடங்கு சம்பிரதாயங்கள் உண்டு. சட்ட திட்டங்கள் உண்டு. பரிசோதனைகள் உண்டு. ஆய்வுத் தேர்வுகள் உண்டு. அனைத்திலும் தேறி வட கொரியாவுக்குள் நுழைந்து விட்டால், அனுமதிக்கப்பட்ட இடங்களை மட்டும், அதிகாரபூர்வ வழிகாட்டிகளுடன் சுற்றிப் பார்க்கலாம். தனியே எங்கும் போக யாருக்கும் அனுமதி கிடையாது.

ஒட்டோ, அடிப்படையில் ஒரு பொருளாதார மாணவர். ஆனால் பல நாட்டுக் கலை-கலாசாரங்களை அறிந்துகொல்வதில் அவருக்கு ஆர்வம் இருந்தது. தாய் வழியில் அவர் ஒரு யூதர் என்பதால் அந்தச் சலுகையைப் பயன்படுத்தி ஒருமுறை இஸ்ரேலுக்குச் சுற்றுப்பயணம் சென்று வந்திருக்கிறார். பிறகு ஈக்வடாருக்கு ஒரு பயணம். க்யூபாவுக்கு ஒரு பயணம்.

இந்த வரிசையில் ஹாங்காங் சுற்றுப்பயணத்துக்கு அவர் ஏற்பாடு செய்துகொண்டிருந்தபோதுதான் வட கொரியாவுக்குச் சென்றால் என்ன என்று தோன்றியது. வட கொரியாவின் நட்பு நாடான க்யூபாவுக்கு ஒருமுறை சென்றவர் என்பதால் புத்தாண்டை முன்னிட்ட சிறப்பு அனுமதி கோரி விண்ணப்பித்தார்.

சீனாவின் தலைநகரமான பெகிங்கிலிருந்து எப்போதும் வட கொரிய சுற்றுப்பயணங்களை நடத்தும் அதிகாரபூர்வ சுற்றுலா நிறுவனத்தின் மூலமாகத்தான் (Young Pioneer Tours) அவர் விண்ணப்பித்ததும் அனுமதி கிடைத்ததும் நடந்தது. ஐந்து நாள் சுற்றுப் பயணம்.

முதல் நான்கு நாள்கள் எல்லாம் சரியாக நடந்தன. குழுவினரோடு ஒட்டோ ஊர் சுற்றிப் பார்த்தார். அனுமதிக்கப்பட்ட நபர்களோடு பேசினார். அனுமதிக்கப்பட்ட இடங்களில் உண்டு, உறங்கி, எழுந்து, குழுவினரோடு சுற்றித் திரிந்து வந்தார். தலைநகரமான பியாங்யாங்கில் (Pyongyang) இருந்து இரண்டு கிலோ மீட்டர் தொலைவில் தெதாங் நதியின் நடுவே உள்ள (Taedong River) யாங்காக் என்ற சிறிய தீவில் ஒரு நட்சத்திர விடுதியில் (Yanggakdo International) குழுவினரோடு தங்கியிருந்தார்.

யாங்காக்தோ இன்டர்நேஷனல் ஓட்டலில் உள்ளூர்வாசிகள் யாரும் தங்குவது கிடையாது. அது முற்றிலும் வெளிநாட்டுப் பயணிகளுக்கானது. அதற்கேற்ற ஆடம்பரம், ஆடம்பரத்துக்கேற்ற கட்டணம். ஆனால் அதுவல்ல அந்த இடத்தின் சிறப்பு.

முப்பது அடுக்குக் கட்டடமான யாங்காக்தோ இன்டர் நேஷனல் ஓட்டலில் உள்ள லிஃப்ட்கள், ஐந்தாவது தளத்தில் மட்டும் நிற்காது. நான்கில் நிற்கும். அதை விட்டால் ஆறுதான். லிஃப்டுக்குள் உள்ள பொத்தான்களின் வரிசையே 1,2,3,4,6 என்றுதான் இருக்கும். 5 என்ற எண் விடுபட்டிருக்கும். விருந்தினர்களும் மற்ற தளங்களில் உள்ள அறைகளில் தங்க வைக்கப்படுவார்களே தவிர, ஐந்தாவது தளத்தில் யாரையும் அனுமதிப்பதில்லை. படி ஏறிக்கூட யாரும் அங்கே செல்லக்கூடாது என்பது நிபந்தனை.

அந்த ஐந்தாவது தளத்தில் அப்படி என்னதான் இருக்கும் என்பது இன்றுவரை யாருக்கும் தெரியாது.

வட கொரியாவுக்குச் செல்லும் மேற்கத்திய சுற்றுலாப் பயணிகள் அனைவருக்குமே அது ஒரு மர்மப் புள்ளி. ஆனால் யாருக்கும் இதுவரை விடை கிடைத்ததில்லை.

அந்த ஜனவரி முதல் தேதி இரவு, ஒட்டோ விதிமுறைகளைப் புறக்கணித்து, அந்த ஐந்தாவது தளத்துக்குச் செல்ல முயற்சி செய்திருக்கிறார். அங்கே அவர் சென்றாரா, எதையாவது பார்த்தாரா, என்ன பார்த்தார் என்றெல்லாம் யாருக்கும் தெரியாது.

மறுநாள் பயணத்தை முடித்துக்கொண்டு குழுவினருடன் விமான நிலையத்துக்குச் சென்றபோது, அங்கே வைத்து வட கொரிய போலிசார் அவரைக் கைது செய்தார்கள். அந்தச் சம்பவத்தை நேரில் கண்ட சுற்றுலாக் குழுவின் இன்னொரு உறுப்பினரான டேனி க்ராட்டன் என்கிற பிரிட்டிஷ் குடிமகன் பிறகு சொன்னார்,

'காவலர்கள் ஒரு வார்த்தைகூடப் பேசவில்லை. ஒட்டோவின் தோளில் தட்டி அழைத்தார்கள். வா என்று சைகை செய்தார்கள். அநேகமாக நாம் கடைசியாகப் பார்த்துக்கொள்கிறோம் என்று சிரித்துக்கொண்டு விளையாட்டாகச் சொன்னேன். இறுதியில் அதுவே உண்மையாகிவிட்டது.'

என்ன நடக்கிறது என்று யாருக்கும் புரியவில்லை. குழுவினர் ஏறவிருந்த விமானம் புறப்படத் தயாரானதால் வேறு வழியின்றி மற்றவர்கள் ஏறச் சென்றார்கள். 'ஒட்டோவுக்கு உடல்நலம் சரியில்லை. அவரை மருத்துவமனைக்குத்தான் அழைத்துச் செல்கிறார்கள்' என்று விமானநிலைய அதிகாரி ஒருவர் வந்து சொல்லிவிட்டுச் சென்றார்.

மறுநாள் வட கொரிய அரசின் அதிகாரபூர்வ செய்தி நிறுவனம், 'அரசுக்கு எதிரானதொரு செயலை முயற்சி செய்ததற்காக ஒட்டோ கைது செய்யப்பட்டார்' என்று அறிவித்தது. மேலும் இரண்டொரு நாள்களுக்குப் பிறகு, ஒட்டோ தங்கியிருந்த ஓட்டலில் ஒட்டப்பட்டிருந்த வட

கொரியாவின் முன்னாள் அதிபர் கிம் ஜாங் இல்லின் (கிம்2) புகைப்படம் தாங்கிய போஸ்டர் ஒன்றைக் கிழித்து எடுத்ததாக அவரே ஒப்புக்கொண்ட செய்தி வெளியானது.

வட கொரியாவில் அது ஒரு தேசியக் குற்றம். மூன்று கிம்களின் புகைப்படங்களையோ, உருவச் சிலைகளையோ, தெரிந்தோ-தெரியாமலோ யாராவது சேதம் செய்தால் மரணம்தான் தண்டனை.

ஆனால் ஒட்டோ அதைத்தான் செய்தாரா என்பதற்கு சாட்சியோ ஆதாரமோ கிடையாது. நீதி மன்றத்தில் அவர் அதைத்தான் சொன்னார் அல்லது சொல்ல வைக்கப்பட்டார். அவருக்குப் பதினைந்தாண்டுகள் கடுங்காவல் தண்டனை விதிக்கப்பட்டது.

இப்போது விவகாரம் பெரிதானது. பன்னாட்டு ஊடகங்கள் ஒட்டோவின் கைது மற்றும் தண்டனை குறித்துக் கண்டனம் தெரிவிக்கத் தொடங்க, அமெரிக்க அரசு மிகத் தீவிரமாக வட கொரிய அரசுக்கு நெருக்கடி தரத் தொடங்கியது. அப்போதைய அமெரிக்க வெளி விவகாரத் துறை அமைச்சர் ஜான் கெர்ரி ஐக்கிய நாடுகள் சபைக்குச் சிக்கலைக் கொண்டு சென்றார். எப்படியாவது ஒட்டோவை விடுதலை செய்ய வைக்க அனைத்துத் தரப்புகளில் இருந்தும் அழுத்தம் தரப்பட்டது.

ஜூன் 13, 2017ஆம் ஆண்டு ஒட்டோ வாம்ப்யர் விடுதலை செய்யப்பட்டு அமெரிக்காவுக்கு அனுப்பி வைக்கப்பட்டார். ஆனால் அப்போது அவர் கோமா நிலையில் இருந்தார்.

Clostridium botulinum என்னும் பாக்டீரியக் கிருமி உணவின் மூலம் அவர் உடலில் பரவியதால் அப்படி ஆனதாகச் சொல்லப்பட்டது. என்னென்னவோ செய்து பார்த்தார்கள். ஏதேதோ சிகிச்சைகள் தரப்பட்டன. எதுவும் பலனளிக்கவில்லை. ஜூன் 19, 2017 அன்று ஒட்டோ இறந்து போனார்.

அப்போதைய அமெரிக்க அதிபர் டொனால்ட் ட்ரம்ப் மிகத் தீவிரமாக இதனைக் கண்டித்துப் பேசினார். வட கொரிய அரசின் அழிச்சாட்டியங்களுக்கு விரைவில் ஒரு முடிவு கட்டப்படும் என்றார். வட கொரியாவுக்கு எதிரான எச்சரிக்கைகளும் கண்டனங்களும் நாலாபுறமிருந்தும் பறந்தன.

கிம் எதற்கும் பதில் சொல்லவில்லை. அங்கிருந்து யாரும் எதுவும் பேசவில்லை. உன்னால் ஆனதைப் பார்த்துக்கொள் என்பது அதன் பொருள்.

யாங்காக்தோ இன்டர்நேஷனல் ஓட்டல் லிஃப்டில் ஐந்தாம் எண் கொண்ட பொத்தான் இருக்காது என்று பார்த்தோம் அல்லவா? அது, அதிபர் கிம் ஜாங் உன்னின் சட்டைப்பையில் இருக்கும். ஏனெனில் அந்த ஐந்தாவது தளத்தில்தான் வட கொரியா இருக்கிறது.

பகுதி 1: கிம் 1

04. அடிமைப்பட்டுக் கிட!

வரலாறு ஒரு வினோதமான மாய ஜந்து. எந்தக் காலக்கட்டத்தில் என்னவாகத் தோற்றம் கொள்ளும் என்று கணிக்கவே முடியாது. இன்றைக்கு வல்லரசு என்றால் நமக்கு அமெரிக்கா, ரஷ்யா. வலிமை மிக்க வேறு சில நாடுகளைச் சொல்வதென்றால் சீனாவைச் சொல்வோம். இஸ்ரேலைச் சொல்வோம். வளமான நாடுகளென்றால் இன்னும் சிலவற்றைக் கூட்டிச் சொல்வோம். மத்தியக் கிழக்கிலிருந்து சிலவற்றை எடுத்துப் பட்டியலில் சொருகுவோம். அறிவியலில் வளர்ச்சி கண்டவர்கள், தொழில்நுட்பத்தில் சாதனை புரிந்தவர்கள் என்றால் ஜெர்மனி, தென் கொரியா, தைவான் உள்பட மேலும் சில நாடுகளைச் சேர்ப்போம்.

ஆனால் கவனித்துப் பார்த்தீர்களென்றால் எந்தப் பட்டியலிலும் ஜப்பான் இருக்காது. அதுபாட்டுக்குத் தன் வழியைப் பார்த்துக்கொண்டு ஏதோ செய்து கொண்டிருக்கும். யார் வம்பு தும்புக்கும் போகாமல், தான் உண்டு தன் யென் உண்டென வாழும் ஒரு சாது தேசம் என்ற பிம்பமே நமக்குண்டு.

இத்தனைக்கும் ஜப்பான் ஒரு வளர்ந்த நாடு. மிகவும் வலுவான பொருளாதாரப் பின்னணி அதற்கு உண்டு. உற்பத்தி, உள் கட்டமைப்பு, ஆராய்ச்சி, தொழில்நுட்பம் உள்ளிட்ட பல்வேறு துறைகளில் திகைப்பூட்டக்கூடிய உயரங்களுக்குச் சென்றுவிட்ட நாடு. ஆனால் எங்காவது அதன் பெயர் குறிப்பிடப்படுகிறதா என்றால் கிடையாது. யார் நினைவிலாவது வந்து போகிறதா என்றால் கிடையாது.

இது யாருமற்ற இருட்குகைக்குள் சென்று ஒளிந்து கொள்வது போன்றதல்ல. பெருங்கூட்டத்துக்கு நடுவே தனி அடையாளம் காட்டிக்கொள்ளாமல் வாழ்ந்துவிட்டுப் போகிற உத்தி. எதற்கும் யாரையும் எதிர்பார்க்க வேண்டியிராத நிலையில் சில அபாயங்கள் உண்டு. அவற்றைத் தவிர்ப்பதன் பொருட்டு ஜப்பான் தனக்குத்தானே அமைத்துக்கொண்ட சில கட்டுப்பாடுகள் தனிக் கதை. இங்கே அது அவசியமில்லை.

ஆனால் அவசியமாகத் தெரிந்துகொள்ள வேண்டிய ஒன்று உண்டு. இன்றைய ஜப்பான் வேறு. பத்தொன்பதாம் நூற்றாண்டிலும் இருபதாம் நூற்றாண்டின் முற்பகுதியிலும் இருந்த ஜப்பான் முற்றிலும் வேறு.

இன்று உக்ரைனை ரஷ்யா விழுங்கத் துடிப்பதைப் பார்க்கிறோம். பாலத்தீனத்தை இஸ்ரேல் சூறையாடுவதைப் பார்க்கிறோம். திபெத்தைச் சீனா எடுத்துத் தின்றதைப் பார்த்தோம். பிறகு தைவானைக் குறி வைப்பதைப் பார்க்கிறோம். எங்கெல்லாம் தனக்கு ஆதாயம் உண்டோ, அங்கெல்லாம் அமெரிக்கா தனது படைகளுடன் ஆஜராகிவிடுவதை அன்றாடம் பார்க்கிறோம்.

மேலாதிக்கம் செலுத்தும் சக்திகளாக இன்றைக்கு விளங்கும் நாடுகளெல்லாம் அன்று வால் உள்ளிட்ட அனைத்தையும் சுருட்டி வைத்துக்கொண்டுதான் இருந்தன. அந்தப் பக்கம் பிரிட்டன் உலகெங்கும் தனது காலனிகளை நிறுவிக்கொண்டிருந்தது. இந்தப்

பக்கம் ஜப்பான் தன்னைச் சுற்றியிருந்த அனைத்து நாடுகளுக்கும் ஓர் அச்சுறுத்தும் சக்தியாகத் திகழ்ந்தது. ஹிட்லர் என்றொரு நபர் ஜெர்மனியில் தோன்றுவதற்கு முன்னால் ஆதிக்க சக்திகளென்றால் அங்கே பிரிட்டனும் இங்கே ஜப்பானும்தான்.

பத்தொன்பதாம் நூற்றாண்டின் மத்தியில் இருந்தே ஜப்பானுக்குக் கொரிய தீபகற்பத்தின் மீது ஒரு கண் இருந்து வந்தது. வட கொரியா, தென் கொரியா என்றெல்லாம் அப்போது கிடையாது. கொரியா என்றால் கொரியாதான்.

இயேசுநாதர் பிறப்பதற்குச் சுமார் இரண்டாயிரத்து முந்நூறு ஆண்டுகளுக்கும் முன்பிருந்தே கொரிய தீபகற்பத்தில் மனிதர்கள் வசித்ததற்கான சுவடுகள் உண்டு. சரியாகச் சொல்வதென்றால் கற்காலம் தொட்டு.

கோஜோஸன் (Gojoseon) வம்சம் என்று கொரியாவின் பண்டைய வரலாற்றைத் தொடங்குவார்கள். சீனத்தை ஆண்ட ராஜ வம்சங்கள், ஜப்பானிய மன்னர் வம்சங்களுக்கெல்லாம் மூத்தவர்கள் அவர்கள். பன்னெடுங்காலம் கொரிய தீபகற்பத்தை அவர்கள் ஆட்சி செய்து ஓயத் தொடங்கியபோது கி.மு. 108 இல் சீனத்தை ஆண்ட ஹான் வம்சத்தவர்கள் கொரியாவின் மீது படையெடுத்தார்கள்.

முதல் முதலாகக் கொரியாவில் ஒரு பேரரசு வீழ்ச்சியடைந்து, மூன்று தனி அரசுகள் ஆளத் தொடங்கியது அப்போதுதான். வீழ்ச்சி என்று ஆரம்பித்துவிட்டால், சில காலத்துக்காவது நிற்காதல்லவா? மூன்று இன்னொரு மூன்றானது. பல நூறு வருடங்கள் அவர்கள் தொடர்ந்து அடித்துக்கொண்டார்கள். எல்லா நிலப்பரப்பிலும் எல்லா மன்னர் காலங்களிலும் என்ன நடக்குமோ அதுதான். ஒரு வழியாகப் பதினான்காம் நூற்றாண்டில் (கிபி 1392) மீண்டும் ஒரே பேரரசு (Joseon dynasty) கொரியாவை ஆளத் தொடங்கியது.

இது சுமார் நாநூற்றைம்பது ஆண்டுகள் இடை வெளியின்றித் தொடர்ந்தது. அப்போதுதான் ஜப்பான் கொரியாவின்மீது கண் வைக்க ஆரம்பித்தது.

புவியியல் அடிப்படையில் பார்த்தால் ஜப்பானுக்கு மிகவும் நெருக்கமான நாடு கொரியாதான். வரைபடத்தில், ஜப்பானின் வாலைத் தூக்கி மேலே ஒரு ஆணி அடித்து மாட்டுவதென்றால் கொரியாவில்தான் மாட்டும்படி இருக்கும். அவ்வளவு நெருக்கத்தில் இருக்கும் ஒரு பேரரசை ஆளும் ஆசை வராதா?

வந்தது. அன்றைய ஜப்பானியப் பேரரசு மெல்ல மெல்ல கொரிய தீபகற்பத்தில் தனது ஆட்டத்தைத் தொடங்கியது. முதலில் சில வர்த்தக ஒப்பந்தங்கள். கொரியாவின் துறைமுகங்களை ஜப்பானியக் கப்பல்களுக்குத் திறந்துவிடும்படித் தூண்டியது. இரு தரப்பு லாபங்கள் மற்றும் வர்த்தக உறவின் மூலம் நெருக்கம் வளர்க்கும் சாத்தியங்களை முன்வைத்து ஜப்பான் ஆரம்பித்தது.

கொரியா உடனே ஒப்புக்கொள்ளவில்லை. நீண்ட பேச்சுவார்த்தைகள், தோழமைச் சுட்டல், எளிய மிரட்டல் என்று ஆரம்பித்து, நீ திறக்காவிட்டாலும் நான் உடைத்துக்கொண்டு வருவேன் என்பது வரை சென்றது. 1876ஆம் ஆண்டு கங்வா உடன்படிக்கை என்றொரு ஒப்பந்தம் கையெழுத்தானதுதான் தொடக்கம். கொரியாவுக்குள் ஜப்பான் அதிகாரபூர்வமாகக் காலெடுத்து வைத்தது. அடுத்த இருபத்தைந்து ஆண்டுகளில் மொத்த நாடும் ஜப்பானின் காலனியாகிப் போனது.

இதனிடையே அன்றைய ஜப்பான் எத்தனை பெரிய தாதா என்பதை உலகுக்கு அறிவிக்கும் விதமாக 1894ஆம் ஆண்டு சீனாவுடன் போரிட்டது. அந்தப் போரில் சீனாவை வீழ்த்தி, கொரியாவின் மீது சீனாவுக்கு இருந்த அனைத்து உரிமைகளையும் உறவுகளையும் துண்டித்தது. இதே போல 1904ஆம் ஆண்டு ரஷ்யாவுடன் ஒரு போர். அதிலும் வெற்றி. இப்போது கொரியாவில் ரஷ்யாவுக்கு இருந்த செல்வாக்கையும் அழித்தொழித்தது.

1905ஆம் ஆண்டு கொரிய தீபகற்பத்தின் அதிகாரபூர்வப் பாதுகாவலனாக ஜப்பான் தன்னை அறிவித்துக்கொண்டது. பிறகென்ன? 1910ஆம் ஆண்டு முதல் நூறு சதவீத காலனி ஆதிக்கம். அடுத்த முப்பத்தைந்து ஆண்டுகளுக்குக் கதறக் கதறக் கொரியாவைக் கொத்துக்கறி போட்டு சமைத்துத் தின்றது ஜப்பான். இரண்டாம் உலகப் போரில் அமெரிக்கா அணுகுண்டு வீசி ஜப்பானை அழித்து அடக்கும்வரை கொரிய தீபகற்பமெங்கும் ஜப்பானின் சகிக்க இயலாத கோரத் தாண்டவம் நடந்தது.

அந்த வகையில் அடக்குமுறை என்றால் என்னவென்று கொரிய மக்கள் முதல் முதலாக அனுபவப் பாடம் பெற்றது அப்போதுதான். நாகரிக உலகின் மேலாதிக்க சக்திகளுக்குத் தத்தமது காலனி மக்களை அடக்கி ஆள்வது சம்பந்தமான நூதன வினோத உத்திகளைக் கற்றுத் தந்தவர்கள் ஜப்பானியர்களே.

இன்றைய வட கொரியாவின் அரசியல் வரலாற்றைப் புரிந்துகொள்வதற்கு இது மிகவும் அத்தியாவசியம். ஒரு சுதந்திரப் பேரரசு, சட்டென்று இன்னொரு நாட்டின் காலனி ஆனால் என்ன நடக்கும்? எப்படி இருக்கும்? அதுநாள் வரை அவர்கள் வாழ்ந்த வாழ்க்கை, கடைப்பிடித்த பண்பாடு, கலாசாரம், நம்பிக்கைகள் அனைத்தும் கண்ணெதிரே இல்லாமல் போவதினும் பெருங்கொடுமை வேறில்லை.

முக அமைப்பினை வைத்துக் கொரியர்கள், ஜப்பானியர்கள், சீனர்கள் அனைவரையும் நாம் ஓரினமாக நினைத்துக்கொண்டுவிடும் சாத்தியங்கள் அதிகம். உண்மையில் இவர்கள் யாரும் ஒருவரோடொருவர் தொடர்புடையவர்களே அல்லர். தனித்தனி நாகரிகம், தனித்தனி கலாசாரம், தனித்தனி நம்பிக்கைகள், வாழ்க்கை முறை கொண்டவர்கள்.

ஜப்பான், கொரியாவை ஆக்கிரமித்துக்கொண்டதும் முதலில் கை வைத்தது கொரியர்களின் மொழியின் மீதுதான். என்னென்னவோ காரணங்களைச் சொல்லி,

தரமில்லை என்று நிராகரித்துக் கொரியாவில் இருந்த பெரும்பாலான பள்ளிக்கூடங்களை இழுத்து மூடினார்கள். மூடப்பட்ட இடங்களிலெல்லாம் ஜப்பானியப் பள்ளிகள் திறக்கப்பட்டன. ஜப்பானியப் பாடங்கள். ஜப்பானிய மொழி. மருந்துக்கும் கொரிய மொழி அங்கே இருக்காது.

உயர் கல்வி, மேற்படிப்புகளிலும் கொரியாவின் பண்டைய வரலாறு சார்ந்த பாடங்கள் கவனமாக நீக்கப்பட்டன.

மறுபுறம் அச்சு ஊடகங்கள் குறிவைக்கப்பட்டன. இருபதாம் நூற்றாண்டின் தொடக்க ஆண்டுகளில் கொரியாவில் அச்சுத்துறை பெரிதாக வளர்ந்திருக்கவில்லை. ஆனபோதிலும் சில நாளிதழ்கள், மாதப் பத்திரிகைகள், புத்தகப் பதிப்புத் துறை அங்கே இல்லாமல் இல்லை. ஜப்பானியர்கள் அவை அனைத்தையும் முற்றிலுமாகத் தடை செய்துவிட்டு, பத்திரிகை அல்லது புத்தகம் படிப்பதென்றால் ஜப்பானிய மொழியில் மட்டுமே படிக்க முடியும் என்ற நிலையை உருவாக்கினார்கள்.

வணிக நிலையங்கள், அரசு அலுவலகங்கள் உள்ளிட்ட அனைத்து இடங்களிலும் கவனமாகக் கொரிய பெயர்ப் பலகைகளை அப்புறப்படுத்திவிட்டு ஜப்பானியப் பலகைகளையே வைத்தார்கள்.

எனவே, எதையாவது தெரிந்துகொள்ள வேண்டும், யாருடனாவது தொடர்புகொள்ள வேண்டுமென்றால் ஜப்பானிய மொழியைக் கற்பது கட்டாயம் என்ற நிலை உருவானது. பொது இடங்களில் கொரிய மொழியில் பேசுவோரை, பதில் சொல்வோரை ஜப்பானிய ராணுவத்தினர் மிகக் கடுமையாகத் தாக்கினார்கள். அதுவரை கொரிய மொழியில் எழுதப்பட்டிருந்த அரசு ஆவணங்கள் அனைத்தும் மெல்ல மெல்ல அழிக்கப்பட்டு, அனைத்தும் ஜப்பானிய மொழிக்கு மாற்றப்பட்டன.

மக்களால் இதனை எதிர்த்துக் கேள்வி கேட்க முடியவில்லை. காரணம், ஜப்பான் அறிமுகப்படுத்திய

ராணுவ பாணி ஆட்சி முறை. கொரியாவை ஆள்வதற்கு கவர்னர் ஜெனரல் ஒருவரை நியமித்துவிட்டு அவருக்குத் துணையாக ஜெனரல்கள், அட்மிரல்கள், ராணுவ கமாண்டர்களை மட்டுமே நியமித்தார்களே தவிர, ஆரம்ப வருடங்களில் மருந்துக்கும் சிவில் சர்வீஸ் ஆள்கள் கிடையாது. பொது இடங்களில் மக்கள் ஒன்றுகூடக் கூடாது. கூட்டங்கள் நடத்தக்கூடாது. சங்கம் போன்ற அமைப்புகளை ஏற்படுத்தக்கூடாது. ஏற்கெனவே இருந்தவை அனைத்தும் உடனடியாகக் கலைக்கப்பட வேண்டும் என்று உத்தரவிட்டார்கள்.

எங்கே போய் யாரிடம் முறையிடுவது?

இதெல்லாம்கூடப் பரவாயில்லை. அவர்கள் கொரியர்களின் நிலங்களைச் சூறையாடத் தொடங்கினார்கள். இதன் முதல் கட்டமாக, கொரியாவில் வசிக்கும் அத்தனை பேரும் தமக்குச் சொந்தமான நிலங்களின் அளவை (பரப்பளவு) அரசாங்கத்துக்குத் தெரியப்படுத்த வேண்டும் என்று உத்தரவிடப்பட்டது. அதைச் செய்யாதவர்களின் நிலங்கள் கையகப்படுத்தப்பட்டன.

பல கிராமங்களில் ஊருக்குப் பொதுவான நிலம் என்று இருக்கும். யாராவது எந்த அமைப்புக்காவது நன்கொடையாகத் தந்த நிலங்கள் இருக்கும். மன்னர் கால மானியங்கள் உலகெங்கும் உண்டல்லவா? அப்படி மானியமாக வழங்கப்பட்ட நிலங்கள், தனி நபர் உரிமையாக அல்லாமல், ஒரு குடும்பம் அல்லது குறிப்பிட்ட சமூகத்துக்குச் சொந்தமாக இருக்கும் நிலங்கள் அனைத்தையும் ஜப்பானியர்கள் கையகப்படுத்தினார்கள். அத்தகைய நிலங்களை ஜப்பானியர்களுக்கு மலிவு விலைக்கு விற்று, அங்கே கூலி வேலை பார்க்கக் கொரியர்களை அனுமதித்தார்கள். விருப்பமில்லையா? காட்டுக்குப் போய் மரம் வெட்டிப் பிழைத்துக்கொள். அவ்வளவுதான்.

இதன் விளைவு, பல்லாயிரக் கணக்கான கொரியர்கள் வாழ்வாதாரம் இழந்து மஞ்சூரியாவுக்கு அகதிகளாகப்

போய்ச் சேர்ந்தார்கள். வேலை தேடி ஜப்பானுக்கே சென்றவர்களும் உண்டு. இன்றுவரை அங்கெல்லாம் கொரிய வம்சாவழியினர் வசித்து வருவதைக் காணலாம்.

1910ஆம் ஆண்டு ஜப்பான், கொரிய தீபகற்பத்தை முற்றிலுமாகக் கைப்பற்றிக் காலனி ஆதிக்கத்தை நிலைநாட்டியது. அதிலிருந்து சரியாக ஒன்பது ஆண்டுகளுக்குப் பிறகு முதல் முறையாக நாடு தழுவிய எதிர்ப்பு இயக்கம் செயல்படத் தொடங்கியது.

மார்ச் 1, 1919 அன்று ஜப்பானிய எதிர்ப்புப் பேரணி ஒன்று கொரிய தீபகற்பம் முழுவதும் நடைபெற ஏற்பாடானது. கொரிய சுதந்திரப் போர் என்று பின்னாளில் சரித்திரம் கையிலேந்திக்கொண்ட உணர்ச்சிகரமான போராட்டத்தின் தொடக்கப் புள்ளி அதுதான்.

05. வேண்டும் விடுதலை

இந்திய சுதந்திரப் போராட்டம் என்று பேசத் தொடங்கும் கணமே காங்கிரஸ் என்னும் இயக்கத்தின் பெயர் நம் மனத்தில் தோன்றி நிற்கும். ஓர் அமைப்பு முன்னின்று வழி நடத்தும் போராட்டம் எப்படித் தொடங்கும், எப்படி முன்னேறும், என்னென்ன சிரமங்களைச் சந்திக்கும், இறுதியில் எப்படி அல்லது எதனால் வெல்லும் என்று ஒரு மேலோட்டமான வரைபடமாவது நம்மிடம் இல்லாமல் இராது.

ஆனால் கொரிய சுதந்திரப் போராட்டத்தின் வண்ணமும் வடிவமும் வேறு வகை. ஜப்பானிய ஏகாதிபத்தியத்தை ஒழிக்க வேண்டும் என்பதில் கொரியர்களுக்கு மாற்றுக்கருத்து இல்லை. ஆனால் 1910ஆம் ஆண்டு தொடங்கி, அடுத்த ஒன்பதாண்டுகள் அவர்கள் உதிரிகளாகவேதான் செயலாற்றிக்கொண்டிருந்தார்கள்.

ஒரு பக்கம் புரட்சியாளர்கள். ஆயுதப் போராட்டத்தின் மூலம் ஜப்பானை வீழ்த்தத் துடித்தவர்கள். ஆனால் அவர்களிடம் ஆயுதங்கள் இல்லை. யார் தருவார்கள் என்றும் அவர்களுக்குத் தெரிந்திருக்கவில்லை. இன்னொரு புறம், அமைதி வழியிலான பொதுமக்கள் எதிர்ப்பு,

கடையடைப்பு, ஊர்வலங்கள், உண்ணாவிரதங்கள் மூலமாக ஜப்பானியரை மனம் மாறச் செய்யலாம் என்று நினைத்தவர்களின் முயற்சிகளும் தொடர்ந்து நடைபெற்று வந்தன.

சிக்கல் என்னவென்றால் இரண்டுமே எடுபடவில்லை. ஜப்பான் மிகப் பெரிய அளவில் தனது ராணுவத்தைக் கொரியாவில் கொண்டு வந்து குவித்திருந்தது. சும்மா நான்கு பேர் வீதியில் சேர்ந்து போவதைப் பார்த்தால்கூடச் சுட்டுவிடும்படி அவர்களுக்கு உத்தரவிட்டிருந்தார்கள். விசாரணை, நீதி மன்றம், வழக்கு, வாய்தா வகையறாக்களுக்கு அவசியமே இருக்கவில்லை. இதனால் மக்கள் ஓர் அமைப்பாகத் திரள முடியாத நெருக்கடி இருந்தது.

இது ஒரு பக்கம் என்றால் ஒருங்கிணைந்த கொரிய நிலப்பரப்பின் பல்வேறு மூலைகளில் அப்போது மொத்தம் முப்பத்து மூன்று பேர் மக்கள் போராட்டங்களை முன்னெடுப்பவர்களாக அறியப்பட்டிருந்தார்கள். அதாவது, அமைப்பாகத் திரளாத மக்களுக்கு முப்பத்து மூன்று தலைவர்கள்.

இது இயல்பானதே. அந்தந்தப் பிராந்தியங்களின் பிரதிநிதிகளாகச் சிலர் முன்னால் நிற்பதைப் புரிந்துகொள்ள முடியும். ஆனால் அவர்களுக்குள் சரியான ஒருங்கிணைப்போ, செயல் திட்டமோ இருக்கவில்லை என்பதுதான் சிக்கலாக இருந்தது.

வரையறுக்கப்பட்ட தகவல் தொடர்பு வசதிகளே அப்போது இருந்தன. அதுவும் ஜப்பானிய ஆதிக்கத்துக்குப் பிறகு எளிய தபால்கள்கூட வழி மறித்துப் படிக்கப்பட்டு, தணிக்கைக்கு உட்பட்ட பின்பே உரியவர்களுக்குப் போய்ச் சேர்ந்தன. உண்மையில் அன்றைய நிலவரப்படி, போய்ச் சேர்ந்த கடிதங்களைக் காட்டிலும் கிழித்துப் போடப்பட்ட கடிதங்களே கொரியாவில் அதிகம். குறிப்பாகக் கொரிய மொழியில் எழுதப்பட்ட எந்தக்

கடிதமும் யாருக்கும் போகாது. ஜப்பானிய மொழியைக் கற்றுக்கொண்டு அதில்தான் எழுத வேண்டும்.

இத்தகைய நடைமுறைச் சிக்கல்கள் மட்டும்தான் காரணமா என்றால் இல்லை. அன்றைய தேதியில் ஒரு சித்தாந்தத்தின் அடிப்படையில் கொரியர்களை ஒன்று திரட்ட வழியில்லாமல் இருந்தது. அதுநாள் வரை அவர்கள் மன்னராட்சியில் இருந்தார்கள். அவர்களுக்கு ஜனநாயகம் என்ற சொல் தெரியாது. இருபதாம் நூற்றாண்டின் மிகத் தொடக்க வருடங்களில் பெரும்பாலான நாடுகள் அப்படித்தான் இருந்தன என்றாலும் பிரிட்டன், பிரான்ஸ் போன்ற நாடுகளின் காலனிகளாக இருந்த நிலப்பரப்புகள் சிறிது அரசியல் அறிவைப் பெற்றிருந்தன.

கொரியர்களின் பிரச்னை, அவர்களுடைய கண்மூடித்தனமான ராஜ விசுவாசம். மன்னர் கோஜாங் என்றால் அவர்களுக்குக் கடவுளுக்குச் சமானம். அவர் என்ன சொல்கிறாரோ அதுதான் சட்டம். அவர் என்ன செய்கிறாரோ, அதுதான் சரி. அதனால்தான் அவர் ஜப்பானுக்குத் துறைமுகங்களையும் கொரியர்களுக்கு நரகத்தையும் ஒரு சேரத் திறந்துவிட்டதைச் சேர்த்து அனுபவித்துக்கொண்டிருந்தார்கள்.

ஒன்பது ஆண்டுகள். எப்படிப் போராடுவது என்றே தெரியாமல் ஏதேதோ செய்துகொண்டிருந்த கொரிய மக்கள், முதல் முறையாக மார்ச் 1, 1919 அன்று தேசிய அளவில் ஒன்று திரண்டு ஜப்பானியர்களை எதிர்க்க முடிவு செய்தார்கள். உக்கிரமாக நடந்துகொண்டிருந்த முதல் உலகப் போர் அப்போதுதான் (நவம்பர் 11, 1918) ஒரு முடிவுக்கு வந்திருந்தது. அதன் விளைவுகள் வெளியே தெரியத் தொடங்கியிருந்தது ஒரு முக்கியமான காரணம்.

குறிப்பாக ரஷ்யா, ஆஸ்திரியா, ஹங்கரி, ஜெர்மானியப் பேரரசுகள் இருந்த இடம் தெரியாமல் உதிர்ந்து

காணாமல் போனது கொரியர்களைச் சிந்திக்க வைத்தது. இன்னும் குறிப்பாக, ஜார் வம்சத்துக்கு எதிராக ரஷ்யாவில் நடந்த கம்யூனிஸ்டுகளின் புரட்சி வெற்றி கண்டு, அங்கே பொது உடைமை சித்தாந்தத்தை முதன்மைப்படுத்திய ஓர் ஆட்சி அமைந்ததை அவர்கள் மிக நெருக்கத்தில் கண்டிருந்தார்கள். அது தந்த உற்சாகமும் உத்வேகமும் சிறிதல்ல.

இது அல்லாமல், பொதுவாக உலகெங்குமே பரவலாக தேசியவாதம் வலுப்பெறத் தொடங்கியிருந்ததன் தாக்கம் கொரியாவிலும் சிறிது பலமாகவே இருந்தது. எங்கெங்கோ விடிகிறது; நமக்கு ஏன் விடியாது என்று அவர்கள் தீவிரமாக சிந்திக்கத் தொடங்கியது அப்போதுதான்.

அனைத்துக்கும் சிகரமாகக் கொரிய மன்னர் கோஜாங் (Gojong) அந்த ஆண்டு ஜனவரி 21 ஆம் தேதி சியோலில் (இன்றைய தென் கொரியத் தலைநகர். அன்றைக்கு அது ஒருங்கிணைந்த கொரியாவின் தலைநகரம்.) காலமாகியிருந்தார். ஜோசன் பேரரசின் இருபத்தாறாவது மன்னரும் அவர்தான்; கொரியர்களின் அன்றைய இறுதி நம்பிக்கையும் அவர்தான். அவரே இறந்துவிட்ட பின்பு இனி இழக்க என்ன மிச்சம்?

மன்னர் கோஜாங்குக்கு இறுதி மரியாதை செலுத்த நாடெங்கிலும் இருந்து மக்கள் கூட்டம் கூட்டமாக சியோலுக்கு வந்துகொண்டிருந்தார்கள். சுமார் இருபது லட்சம் பேர்.

அதுதான் தருணம் என்று அப்போது முடிவு செய்யப்பட்டதுதான் மார்ச் 1 இயக்கமாக உருப்பெற்றது. அன்று சியோலில் மிகப் பெரிய அளவில் ஒரு பேரணி நடத்தப்பட்டது. ஜப்பானிய ஆக்கிரமிப்புக்கு எதிரான கொரியர்களின் பேரணி. அந்நிகழ்ச்சியில் முதல் முதலாகக் கொரிய சுதந்திரப் பிரகடனம் எழுதி வாசிக்கப்பட்டது.

இதுதான் பொறுமையின் எல்லை. இதற்குமேல் முடியாது. தன்மானம் மிக்க கொரிய மக்கள் இனியும்

ஜப்பானியர்களை ஆள அனுமதிக்க மாட்டார்கள். இன்று, இந்த வினாடி இந்தப் போராட்டம் தொடங்குகிறது. இது தேசமெங்கும் நடக்க வேண்டும். இண்டு இடுக்கு விடாமல் மக்கள் வீதிக்கு இறங்கி வர வேண்டும். நாம் கத்தி எடுக்கவில்லை. துப்பாக்கி தூக்கவில்லை. கலவரம் செய்யவில்லை. வன்முறையின் வாசலைக்கூட நெருங்கப் போவதில்லை. அமைதியான வழிகளில் நம் எதிர்ப்பைக் காட்டுவோம். ஊர்வலங்கள், பேரணிகள் எங்கெங்கும் நடக்கட்டும். ஜப்பானிய ராணுவத்துக்குப் பணியாதீர்கள். நம் சுதந்திரம் நம் உரிமை.

ஆவேசம் மிகுந்த கோஷங்கள் எங்கெங்கும் எழுந்தன. இனி மன்னர் இல்லை என்றால் நம் சுதந்திரத்தை நாமேதான் போராடிப் பெற வேண்டும் என்ற முடிவுக்கு அநேகமாக அனைத்துக் கொரியர்களுமே வந்து சேர்ந்திருந்தார்கள். எனவே, கொதித்தெழுந்து வீதியில் இறங்கினார்கள்.

அவர்கள் பேரணி நடத்தினார்கள். பொதுக்கூட்டம் நடத்தினார்கள். ஜப்பானிய ராணுவ அடக்குமுறைக்கு எதிராகக் கோஷம் எழுப்பினார்கள். பதிலுக்கு ஜப்பானிய ராணுவம் மிகத் தீவிரமான ஒடுக்குமுறையைக் கையாளத் தொடங்கியது. எங்கெங்கும் துப்பாக்கிச் சூடு. தடியடி. கைதுகள். கிட்டத்தட்ட ஐம்பதாயிரம் பேரைக் கைது செய்து அழைத்துச் சென்றார்கள். இது போக சுட்டுக் கொல்லப்பட்டவர்களின் எண்ணிக்கை ஏழாயிரத்து ஐந்நூறு. நடுவே, இல்லாமல் போனவர்கள், காணாமல் போனவர்கள், காயமடைந்தவர்கள், மீண்டவர்கள், மறைந்தவர்களின் எண்ணிக்கை தனி.

இந்த மார்ச் எழுச்சிக்கு ஒரு நல்விளைவு இருந்தது. ஜப்பானைத் தனது முதல் எதிரியாக அன்றைக்குக் கருதிய சீனா, கொரியப் புரட்சியாளர்களை ஆதரிக்க முடிவு செய்தது. முந்தைய போரில் அவர்கள் ஜப்பானிடம் தோற்றிருந்தது ஒரு காரணம். தெற்காசியாவில் ஜப்பான்

ஒரு பெரும் தலைவலியாக உருக்கொண்டுவிடக் கூடாது என்று நினைத்தது முக்கியமான காரணம்.

யி தோங் நியாங், ஆன் சாங் ஹோ (Yi Dong-Nyeong, Ahn Chang-Ho) போன்ற அந்நாளைய (முப்பத்து மூவருள் சிலர்) கொரியத் தலைவர்கள் ஷாங்காய் நகரில் 'நாடு கடந்த தாற்காலிகக் கொரிய அரசாங்கத்தை' உருவாக்க நினைத்தபோது சீனா அதற்கு ஆதரவுக் கரம் நீட்டியது.

இது கொரியர்களுக்கு மிகுந்த தன்னம்பிக்கை அளித்தது. நாடெங்கும் மூலை முடுக்கெல்லாம் சுதந்திர இயக்கங்கள் உருவாக ஆரம்பித்தன. சித்தாந்தக் குழுக்கள். அரசியல் குழுக்கள். புரட்சிகரக் குழுக்கள். யாராக இருந்தாலும் ஆதரிக்கத் தயார் என்று சீனா சொன்னதால் எண்ணிலடங்காத போராட்டக் குழுக்கள் தோன்றிக்கொண்டே இருந்தன. மாணவர்கள், இளைஞர்கள், விவசாயிகள், தொழிலாளர்கள் என ஜப்பானிய ஆக்கிரமிப்பால் பாதிக்கப்பட்டிருந்த அத்தனை பேரும் ஆளுக்கொரு குழுவில் இணைந்துகொண்டார்கள்.

இதன் உடனடி விளைவு என்னவென்றால் கொரியாவுக்கு உள்ளே மட்டுமின்றி, பல வெளிநாடுகளிலும் அன்றைக்குச் செயல்பட்டுக்கொண்டிருந்த புரட்சிகர விடுதலை இயக்கங்களுடன் அவர்களால் தொடர்புகொள்ள முடிந்தது.

இது கொரியர்கள் அதற்குமுன் அனுபவித்திராத வசதி. அவர்கள் நீண்ட காலம் தனிமையில் இருந்தவர்கள். கொரியாவுக்குள் என்ன நடக்கிறது என்று வெளியுலகுக்குத் தெரியாதிருந்தது. முதல் முறையாக அந்நிலை மாறி, எங்கெங்கிருந்தோ, பல்வேறு இயக்கங்கள் கொரியப் போராளி இயக்கங்களைத் தொடர்புகொண்டு ஆதரவு தெரிவிக்க ஆரம்பித்தன.

மிக நிச்சயமாக இது கொரிய மண்ணுக்குள் - ஜப்பானிய ஆட்சி நடைபெறும் நிலத்தில் நடக்க சாத்தியமில்லை. நாடு கடந்த அரசாங்கம் ஒன்றை நிறுவி, ஷாங்காயில்

இருந்தபடி செயல்படத் தொடங்கியதும், மஞ்சூரிய நிலப்பரப்பு முழுவதையும் கொரிய இயக்கங்களின் பாசறைகளுக்குத் திறந்துவிட்டதும்தான் இதன் காரணங்கள்.

இயக்கங்கள் அனைத்தும் தாற்காலிகக் கொரிய அரசாங்கத்தின் கீழே ஒருங்கிணைக்கப்பட்டன. அவர்களுக்குத் தேவையான போர்ப்பயிற்சி, ஆயுத உதவிகளைத் தாற்காலிக அரசாங்கத்தின் தலைவர்கள் சீனத்தின் உதவியுடன் தாராளமாகச் செய்யத் தொடங்கினார்கள். செய்திகளை, அறிவிப்புகளை, தகவல்களை இயக்கங்களுக்குத் தெரியப்படுத்துவதற்காக ஒரு பத்திரிகையே (The Independent) நடத்த ஆரம்பித்தார்கள்.

மெல்ல மெல்லக் கொரியர்களின் விடுதலை முயற்சிகள் தேச எல்லைகளைக் கடந்து மேற்காசிய, ஐரோப்பிய நாடுகளின் கவனத்தை எட்டத் தொடங்கின. நாடுகடந்த கொரிய அரசாங்கத்தின் பிரதிநிதிகளாகச் சிலரை அமெரிக்காவுக்கும் ஐரோப்பிய நாடுகளுக்கும் அனுப்பி வைத்து நிலைமையை விளக்கச் சொன்னார்கள். அனைத்துக்கும் பின்னணியில் சீனாவின் நிபந்தனையற்ற உதவிகள் இருந்தன.

ஆனால் வெளிநாட்டு ஆதரவுடன் அமைப்பு ரீதியில் ஒன்று சேர்வதில் எப்போதும் சில சங்கடங்கள் உண்டு. விடுதலை வீரர்களுக்கு அவர்கள் நாட்டு சுதந்திரம் மட்டும்தான் குறிக்கோளாக இருக்கும். ஆதரிக்கும் நாடுகளின் அரசியல் அதனை பாதிக்காதிருக்கும் என்று சொல்ல முடியாதல்லவா?

இதனைப் புரிந்துகொள்வதற்கு ஈழப் போராளிகளுக்குத் தமிழ்நாட்டு அரசியல் தலைவர்கள் அளித்த ஆதரவை நினைவுகூர்ந்தால் போதும். எம்.ஜி.ஆர், கலைஞர், ஜெயலலிதாவின் ஆட்சிக்காலங்களில் நடந்த சம்பவங்களை நினைவுகூர்ந்து ஒப்பிட்டால் இது எளிதில்

விளங்கும். அவரவர் ஆதரவு-விலகல் நிலைபாடுகளையும் அவை நிகழ்ந்த காலக்கட்டத்தையும், ராஜிவ் காந்தி விடுதலைப் புலிகளால் படுகொலை செய்யப்பட்ட பிறகு ஈழ ஆதரவு என்பதே இங்கே இல்லாமல் போனதையும் சேர்த்துப் பொருத்திப் பார்க்க வேண்டும்.

சீனாவில் நாடு கடந்த அரசாங்கத்தை நிறுவிய கொரியத் தலைவர்கள் மெல்ல மெல்ல ஆளுக்கொரு திசையாகப் பிரியத் தொடங்கினார்கள். நாடு கடந்த அரசாங்கத்தின் அதிபராகத் தேர்ந்தெடுக்கப்பட்டிருந்த சிங்மன் ரீ (Syngman Rhee) என்பவர் அமெரிக்காவின் ஆதரவைப் பெற முயற்சி செய்வதன் பொருட்டுப் புறப்பட்டுச் சென்று, அமெரிக்காவிலேயே தங்கிவிட்டார். மஞ் சூரியாவில் செயல்பட்டுக்கொண்டிருந்த போராளி இயக்கங்களை ஒருங்கிணைக்கும் பணியை மேற்கொண்டிருந்த இன்னொரு பெருந்தலைவர் யி தாங் வி (Yi Tong-hwi) அமெரிக்கா உள்ளிட்ட மேற்கத்திய நாடுகளின் ஒத்துழைப்பெல்லாம் தங்களுக்குப் பெரிய அளவில் கிடைக்காது என்று நினைத்தார். அவர் சோவியத் ராணுவத்தின் உதவி இருந்தால் கொரியாவை மீட்பது சுலபம் என்று தீவிரமாக நம்பத் தொடங்கினார். போராளி இயக்கங்களுடன் அவர்தான் நேரடித் தொடர்பில் இருந்தவர் என்பதால் தாம் நினைப்பதை அவர்களும் நம்பும்படிச் செய்வது அவருக்குச் சற்று எளிதாக இருந்தது.

இன்னொரு புறம், கிம் கு ட்ரூ (Kim Ku drew) என்ற இன்னொரு பெருந்தலைவருக்குச் சீனத்தின் அதி தீவிர வலதுசாரித் தலைவரான சாங் கை ஷெக்குடன் தொடர்பு உண்டானது.

இது எல்லா இயக்கங்களுக்கும் நடப்பதுதான். எல்லா காலத்திலும் இருப்பதுதான். வேறு வேறு சித்தாந்தங்களின் அடிப்படையில் விடுதலை இயக்கங்கள் இயங்குவதும் அடிக்கடித் தமக்குள் அடித்துக்கொள்வதும் இல்லாத

நாடில்லை. ஆனால் நவீன உலகில் பொருளாதார பலம் பொருந்திய சக்தியின் ஆதரவு எந்தப் பக்கம் உள்ளதோ, அதுதான் வெல்லும் என்பது எழுதப்படாத விதி.

முதல் உலகப்போர் முடிந்து, இரண்டாம் உலகப் போர் தொடங்குவதற்கு இடைப்பட்ட காலத்தில் அங்கே அமெரிக்காவும் இங்கே சோவியத் யூனியனும் இரு பெரும் சக்திகளாக நம்ப முடியாத வேகத்தில் வளர்ந்துகொண்டிருந்தன. பழைய தாதா ஜப்பான் அதைச் சரியாகக் கணிக்கவில்லையே தவிர, காலம் மிகக் கவனமாகக் குறித்து வைத்துக்கொண்டது.

இனி வரும் காலங்களில் எங்கே என்ன நடந்தாலும் அது இந்த இரண்டு தேசங்களின் ஆதரவு அல்லது எதிர்ப்பில்லாமல் சாத்தியமில்லை என்ற நிலையை நோக்கியே எல்லாம் நகர்ந்துகொண்டிருந்தது.

06. முயற்சியும் பயிற்சியும்

ஜனவரி 21, 1924 அன்று லெனின் காலமாகி, அதன் பிறகு ஜோசஃப் ஸ்டாலின் சோவியத் யூனியனின் தலைவரானார். அவருக்கு ஒரு மிஷனரி மனநிலை இருந்தது. ஆசியாவில் - இன்னும் குறிப்பாகக் கிழக்காசியாவில் முடிந்த இடங்களிலெல்லாம் சோவியத்தின் செல்வாக்கை அதிகரிக்க வேண்டும். முதலாளித்துவ தேசங்கள், அவற்றின் காலனி தேசங்களில் அரசுக்கு எதிராகப் புரட்சி செய்ய நினைக்கும் யாரானாலும் சோவியத் அவர்களுக்கு ஆசியளிக்கும். அவர்களுக்குத் தேவைப்படும் அனைத்து உதவிகளையும் செய்து தரும். புரட்சிக்குப் பக்க பலமாக இருக்கும். ஒரு போர் என்று வந்தாலும் பின்னால் நின்று உதவி செய்யவோ, முன்னால் வந்து ஆயுதம் ஏந்தவோ தயங்கப் போவதில்லை. ஒரே ஒரு நிபந்தனை. போராளிக் குழுக்கள் சோவியத் ஆதரவு நிலைபாட்டில் இருக்க வேண்டும். கம்யூனிச சித்தாந்தத்தைத் தமது மண்ணில் பரப்பவும் வேரூன்றச் செய்யவும் தயாராக இருக்க வேண்டும். ஒரு ஆயுள் சந்தா விசுவாசியாகப் பதிவு செய்துகொண்டுவிட்டால் பிறகு சோவியத் அவர்களுக்கு அனைத்து சகாயங்களையும் செய்து தரும்.

ஸ்டாலினுக்கு ஜப்பானை அடக்கி அடிபணிய வைக்க வேண்டுமென்பது கனவு. ஜப்பானைப் பணிய வைப்பதன் மூலம் ஆசிய நிலப்பரப்பில் இதர நாடுகளிடையே சோவியத் மீதான அச்சம் கலந்த மதிப்பை உயர்த்த முடியும் என்று கருதினார். அது அவசியம் என்றும் அவர் நினைத்தார். இதன் தொடர்ச்சியாகத்தான் சீனத்தில் இருந்தபடி புலம் பெயர்ந்த கொரிய அரசாங்கத்தை நடத்திக்கொண்டிருந்த புரட்சியாளர்களை சோவியத் யூனியன் தன் பக்கம் ஈர்க்கத் தொடங்கியது. சோவியத் யூனியன் உளவுத் துறையில் இதற்கென ஒரு தனிப் பிரிவே தொடங்கப்பட்டது.

முதல் கட்டமாக, ஜப்பானிய ஆக்கிரமிப்பிலிருந்து தப்பித்துப் புலம் பெயர்ந்து செல்லக்கூடிய அனைத்துக் கொரிய இளைஞர்களுக்கும் சோவியத் யூனியனில் கல்வி கற்கும் வாய்ப்புகள் உருவாக்கப்பட்டன. வீடிழந்து, சொத்திழந்து, கல்வி இழந்து, அகதிகளாக வெளியேறும் கொரியர்களே, நீங்கள் சோவியத்துக்கு வாருங்கள். உங்களுக்கு நாங்கள் கல்வி தருகிறோம் என்று அறைகூவல் விடுத்தார்கள்.

இதற்கு இரண்டு விளைவுகள் இருந்தன. முதலாவது, எந்தக் கட்சி சார்பும் எடுத்திராத கொரிய இளைஞர்கள் சோவியத் யூனியனுக்குக் கல்வி கற்கச் சென்று கம்யூனிஸ்டுகளானார்கள். இரண்டாவது, கொரிய கம்யூனிஸ்டுகள், சோவியத் யூனியனுக்குப் படிக்கச் சென்று கம்யூனிஸ்ட் புரட்சியாளர்களானார்கள்.

இளைஞர்கள் கொரியாவிலிருந்து தப்பித்து மஞ்சூரியாவுக்கு வந்துவிட்டால் போதும். அங்கிருந்து எந்த சிரமமும் இல்லாமல் அவர்களை சோவியத் அதிகாரிகள் அழைத்துச் சென்றுவிடுவார்கள். அதே போல, சோவியத் யூனியனுக்குச் சென்று கல்வியுடன் ஆயுதப் பயிற்சி பெற்றுத் தேர்ச்சி அடைவோரை ஒருங்கிணைத்து ஒரு சிறிய ராணுவத்தை உருவாக்கவும் அவர்கள் முயற்சி

மேற்கொண்டார்கள். அதில் இணைபவர்களுக்கு சோவியத் ராணுவத்தில் இணைந்து பயிற்சி பெறும் வாய்ப்பு வழங்கப்பட்டது.

சோவியத்-செம்படை-கம்யூனிசப் புரட்சி-லெனின், ஸ்டாலின் போன்ற பெயர்கள் அன்றைக்கு உலகெங்கும் காலனி ஆதிக்கத்தாலும் கொடுங்கோல் மன்னராட்சியாலும் அவதியுற்றுக்கொண்டிருந்த மக்களிடையே உண்டாக்கிய கிளர்ச்சியும் பரவச உணர்வும் விவரிப்புக்கு அப்பாற்பட்டவை. கண்ணெதிரே அவர்கள் ரஷ்யப் புரட்சி வென்று ஜார் மன்னர் பரம்பரை வீழ்த்தப்பட்டதைப் பார்த்திருக்கிறார்கள். மகத்தான மக்களாட்சி சோவியத்தில் சாத்தியமென்றால் நமது மண்ணில் ஏன் அதை முயற்சி செய்யக்கூடாது என்று ஒவ்வொருவரும் நினைத்தார்கள்.

இந்தச் சூழ்நிலையில் சோவியத் யூனியனே தங்களை விரும்பி அழைத்துப் பயிற்சியும் தருகிறது என்றால் கொரியர்கள் என்ன ஆவார்கள்?

முதலில் பத்திருபது பேர் கொண்ட சிறிய குழுக்களாகத்தான் அவர்கள் சோவியத்துக்குச் சென்றார்கள். விரைவில் இந்த எண்ணிக்கை நூறு, இருநூறு, ஆயிரம், ஐயாயிரம் என்று பெருகத் தொடங்கியது. அவர்களுக்கு சோவியத் செம்படை போர்ப்பயிற்சி அளித்தது. சித்தாந்தவாதிகள் உட்கார வைத்து வகுப்பெடுத்தார்கள். பேராசிரியர்கள் பாடம் சொல்லிக் கொடுத்தார்கள். பெருந்தலைவர்கள் எதிர்பாராத நேரங்களில் வந்து சொற்பொழிவாற்றிப் பரவசப்படுத்தினார்கள். உணவு, தங்குமிடம், குளிருக்கேற்ற உடைகள் உள்ளிட்ட எந்த வசதியிலும் யாருக்கும் சிறு குறையும் இல்லாமல் பார்த்துக்கொண்டார்கள்.

இதுதான் தொடக்கம். சோவியத் பற்று, கம்யூனிச நம்பிக்கை, ஸ்டாலின் மீதான பிரமிப்பு, புரட்சியின் மூலம் விடுதலை என்கிற பெருங்கனவு. பல்லாயிரக் கணக்கான கொரிய இளைஞர்கள் தமது வாழ்வை

அக்கணமே சோவியத் யூனியன் விசுவாசத்துக்குக் குத்தகை அளித்தார்கள்.

பயிற்சி பெற்ற போராளிகளை அவர்கள் மஞ்சூரியாவுக்கு அனுப்பினார்கள். அங்கிருந்தபடி அவர்கள் ஜப்பானியப் படைகளுக்கு எதிரான தாக்குதல்களை மேற்கொள்ளத் தொடங்கினார்கள். கொரிய மண்ணிலிருந்து ஜப்பானியர்களை வேரோடு பெயர்த்தெடுத்துக் கடலில் வீசும் வெறியுடன் அந்த இளைஞர்கள் போரிடத் தொடங்கினார்கள்.

இருபதாம் நூற்றாண்டின் தொடக்க ஆண்டுகளில் - குறிப்பாக, இரண்டாம் உலகப் போர் தொடங்குவதற்குப் பத்துப் பதினைந்து ஆண்டுகளுக்கு முன்னதாக சோவியத் யூனியன் தனது முதன்மையான தலைவலியாக ஜப்பானையே கருதியது. கொரிய மண்ணில் ஜப்பானிய ஏகாதிபத்தியத்தை இந்தப் புரட்சிகர இளைஞர்களின் படைகளைக் கொண்டு அகற்றிவிட முடியுமானால் இதர கிழக்காசிய நாடுகளில் சோவியத் யூனியனின் செல்வாக்கு பெருகும். கிழக்காசியா என்றில்லை. கம்யூனிச ஆதரவு மனப்பான்மை கொண்ட அனைத்து ஆசிய நாடுகளின் இளைஞர்களும் அதன்பின் சோவியத்தை நாடி வருவார்கள் என்று அவர்கள் எதிர்பார்த்தார்கள். உலகளாவிய கம்யூனிசப் புரட்சி என்னும் சோவியத் பெருங்கனவின் சரியான தொடக்கமாக அது இருக்கும் என்று ஸ்டாலின் கருதினார்.

பல சிறிய ராணுவக் குழுக்களை உருவாக்கிப் பயிற்சி அளித்து, ஜப்பானுக்கு எதிராகப் போரிட அனுப்பி வைத்துப் பரிசோதனை செய்து பார்த்தார்கள். மிகச் சிறிய அளவில் சாகசம் புரிந்த வீரர்களைக் கூட கவனமாகக் கண்டறிந்து சிறப்புப் பயிற்சி முகாம்களுக்கு அனுப்பினார்கள்.

ஆயிரத்துத் தொள்ளாயிரத்து முப்பதாம் ஆண்டின் தொடக்கத்தில் இவ்வாறு சோவியத் ராணுவத்தில் பயிற்சி

பெற்ற கொரியக் குழுக்கள் மஞ்சூரியாவில் ஏராளமாக இருந்தன. சித்தாந்த ரீதியில் அவர்களை ஒருங்கிணைப்பது எளிதாகவே இருந்தாலும் சிறிய குழுக்களை ஒரே பெரிய ராணுவமாகக் கட்டமைத்து நிறுவுவது சோவியத் உளவுத் துறைக்குச் சவாலாக இருந்தது.

ஒவ்வொரு போராளிக் குழுவின் தலைவரும் புதிய-பெரிய ராணுவத்தின் தலைமைப் பதவிக்கு ஆசைப்பட்டார்கள். அடுத்தடுத்த முக்கியப் பதவிகளுக்குத் தத்தமது குழுக்களைச் சேர்ந்தவர்களையே நியமிக்க வேண்டும் என்று எதிர்பார்த்தார்கள். சுருக்கமாகச் சொல்வதென்றால் எல்லோருக்குமே ஸ்டாலினாகிவிடும் வேட்கை இருந்தது. நாம் ஸ்டாலின் ஆகிவிட்டால் கொரியாவை இன்னொரு சோவியத் ஆக்குவது பெரிய விஷயமல்ல என்று நினைத்தார்கள்.

சோவியத் ராணுவ அதிகாரிகளும் உளவுத் துறையினரும் இம்மனநிலையைச் சரியாகப் புரிந்துகொண்டார்கள். கொரிய விடுதலை வீரர்களுக்கு சோவியத்தின் உதவி என்றென்றும் நிலைத்திருக்க வேண்டுமென்றால் அவர்கள் சோவியத் சுப்ரீம் எடுக்கும் முடிவைக் கேள்வி கேட்காமல் ஏற்பது ஒன்றே வழி என்பதைப் பல்வேறு விதமாகப் பொறுமையாக எடுத்துச் சொன்னார்கள்.

இதன் விளைவுகள் இரண்டு. இரண்டுமே முக்கியமானவை. இரண்டுமே கொரியாவின் தலையெழுத்தைத் தீர்மானிப்பதில் முக்கியப் பங்கு வகித்தவை.

போராளித் தலைவர்கள் இதனைப் புரிந்துகொண்டு ஒத்துழைத்தது முதல் விளைவு. அதில் ஒன்றுமில்லை. இரண்டாவது விளைவுதான் கூர்ந்து கவனிக்க வேண்டியது.

சோவியத் சுப்ரீம் என்கிற பெரும் பதவியின் தன்மை எத்தகையது, ஆளுமை எத்தகையது, அதிகாரங்கள் எப்படிப்பட்டவை, பரந்துபட்ட நிலப்பரப்பை ஒருவர் தமது சுண்டு விரல் நுனியில் வைத்து ஆளும்

வித்தை எப்படிக் கைகூடும், அவரது சித்தாந்த பலம் மக்களிடையே எத்தனை அழுத்தமான தாக்கத்தை உருவாக்கும் என்பதையெல்லாம் கொரியப் போராளிகள் மிகத் தெளிவாக உணர்ந்தார்கள். தமது போராட்டம் வெற்றி கண்டு சுதந்தரக் கொரியா பிறக்கும்போது அதன் தலைமை, அச்சுப் பிசகாத சோவியத் சுப்ரீமின் பிரதியாக இருக்கும் என்பதில் அவர்களுக்குச் சிறிய ஐயமும் இல்லை.

இந்தப் பக்கம் இப்படியாகப் புரட்சிக்கான ஆயத்தங்கள் நடந்துகொண்டிருந்தபோது, மறுபுறம், நாடு கடந்த கொரிய அரசின் அதிபராகப் பொறுப்பேற்று, ஆதரவு திரட்ட அமெரிக்காவுக்குப் புறப்பட்டுச் சென்று தங்கியிருந்த சிங்மன் ரீயும் அவரது ஆதரவாளர்களும், அமெரிக்க ஒத்துழைப்புடன் அதிரடியாகக் கொரியாவுக்குள் நுழைந்து அங்குள்ள ஜப்பானிய ராணுவத்தைச் சிதறடிக்க என்ன வழி என்று தேடிக்கொண்டிருந்தார்கள்.

முதல் உலகப் போருக்குப் பிறகு உலக அளவில் நிகழ்ந்த அரசியல் மாற்றங்களையும் சோவியத்தின் நம்ப முடியாத எழுச்சியையும் கண்டு திகைத்துப் போயிருந்த அமெரிக்கா, ஆசியக் கண்டத்தில் வலுவாகக் கால் ஊன்றுவதற்கான வழிகளை யோசித்துக்கொண்டிருந்தது. 1933ஆம் ஆண்டு ஜனவரி 30ஆம் தேதி ஹிட்லர், ஜெர்மனியின் சான்ஸிலராகப் பதவி ஏற்றார். பிறகு அதிபராகவும் தன்னை அறிவித்துக்கொண்டு தனது செயல் திட்டங்களை ஒவ்வொன்றாகக் கையிலெடுக்கத் தொடங்கினார்.

அமெரிக்கா இதையும் கவனித்தது. ஐரோப்பாவோ, ஆசியாவோ. உலக ஒழுங்குகளின் மாறுதலுக்கேற்ப நாடுகள் தம்மைத் தகவமைத்துக்கொள்ளாவிட்டால் அடையாளமில்லாமல் போய்விடும் அபாயம் அதற்குப் புரிந்தது.

ஆனால் உடனடியாக எதுவும் செய்ய முடியாத நிலை. அமெரிக்கா அப்போது மிகக் கடுமையான பொருளாதார நெருக்கடியில் இருந்தது. மாபெரும் பொருளாதார மந்தநிலைக் காலம் (Great Depression) என்று சரித்திரம் வருணிக்கும் அக்காலக்கட்டத்தில்தான் ஃப்ராங்க்ளின் ரூஸ்வல்ட் அமெரிக்க அதிபராகியிருந்தார் (மார்ச் 4, 1933). இனி சிறிது காலத்துக்கு வெளி நாட்டு விவகாரங்களில் தலையிடாமல், தன்னைத்தானே தனிமைப்படுத்திக் கொண்டு உள்நாட்டுப் பொருளாதாரத்தை வலுப்படுத்தும் முயற்சிகளில் மட்டும் ஈடுபடுவது என்று அவர் கொள்கை முடிவெடுத்திருந்தார். (உலக விவகாரங்களை ஊதிப் பெரிதாக்கினால்தான் உள்நாட்டுப் பொருளாதாரம் வளரும் என்ற ஞானம் இரண்டாம் உலகப் போர் காலத்தில்தான் அமெரிக்காவுக்கு ஏற்பட்டது.)

சிங்மன் ரீக்கும் அவரது அமெரிக்க ஆதரவுக் குழுவினருக்கும் அமெரிக்காவின் அப்போதைய பொருளாதார மந்தநிலையும் அதன் தொடர்ச்சியான அரசின் நடவடிக்கைகளும் தெரியும். ஆனாலும் கொரியாவுக்கு ஏதாவது செய்ய மாட்டார்களா என்று காத்திருந்தார்கள். அன்றைய அமெரிக்க வெளி விவகாரத்துறை அமைச்சர் கார்டெல் ஹல்லைப் (Cordell Hull) பலமுறை சந்தித்துப் பேசிப் பார்த்தார்கள். அவர் உலக நாடுகளுடன் அமெரிக்காவின் வர்த்தக உறவுகளை எப்படி மேம்படுத்துவது என்பதில்தான் கவனம் செலுத்திக்கொண்டிருந்தாரே தவிர, கொரியா விவகாரத்தில் எதுவும் செய்யத் தயாராக இல்லை.

ஆக, வலதுசாரிகள் வெட்டியாக இருந்த காலத்தில் இடதுசாரிகள் சோவியத் ஆதரவுடன் ஜப்பானை முழு மூச்சுடன் எதிர்க்கத் தயாரானார்கள்.

1934ஆம் ஆண்டு கொரிய மக்கள் புரட்சிகர ராணுவம் (KPRA) உருவானது. பல்வேறு இடதுசாரி அமைப்புகளை ஒருங்கிணைத்து சோவியத் உளவுத் துறையினரும் ராணுவத்தினரும் நேரடி கவனம் செலுத்திக்

கட்டமைத்த வலுவான ராணுவம் அது. அதனை அவர்கள் ஒரு கெரில்லாக் குழுவாக வடிவமைத்தார்கள். திடீர்த் தாக்குதல்களில் தனிக்கவனம் செலுத்திப் பயிற்சியளித்தார்கள். அந்தக் குழுவில் குறிப்பிடத்தக்க விதத்தில் செயலாற்றி கவனம் கவர்ந்த முக்கியப் புள்ளிகளைத் தனியே தொகுத்து மேலிடத்துக்கு அனுப்பி வைத்தார்கள். அந்தப் பட்டியலில் இருந்து மேலிடம் ஒருவரைத் தேர்ந்தெடுத்துத் தலைவராக அறிவித்தது.

அவர் பெயர், கிம் இல் சுங்.

07. கொல்லும் கலை

வட கொரியாவில் மக்களுக்கு உணவு இல்லாமல் போகலாம். ஒதுங்க ஓரிடம் இல்லாமல் போகலாம். பிழைக்க ஒரு வழி தெரியாமல் போகலாம். எதிர்காலம் என்ற ஒன்று என்றென்றுமே இல்லாமல் போகலாம். ஆனால் அந்நாட்டில் தடுக்கி விழுகிற இடங்களிலெல்லாம் கிம் இல் சுங்கின் பிரம்மாண்டமான வெண்கல உருவச் சிலைகளைப் பார்க்கலாம். வட கொரியாவின் தந்தை என்று சொல்லப்படுவது மிகக் குறைந்தபட்ச மரியாதை. அங்கே அவர் கிட்டத்தட்ட கடவுள். அப்படிச் சொல்வதுகூடச் சரியில்லை. ஒரிஜினல் கடவுளைப் பற்றி சிந்திக்க அம்மக்களுக்கு அனுமதி இல்லை என்பதால் கிம் இல் சுங் அங்கே நூறு சதவீத கட்டாயக் கடவுள். தொழுதுதான் தீர வேண்டும்.

ஜூலை 8, 1994ஆம் ஆண்டு அவர் மறைந்தபோது, நாட்டு மக்கள் அத்தனை பேரும் (அன்று சுமார் இரண்டு கோடியே இருபத்திரண்டு லட்சம் பேர்) தலை நகரமான பியாங்யாங்கில் கூடி நின்று கதறிக் கதறி அழுதார்கள். கதறி என்றால், உண்மையிலேயே கதறிக் கதறி.

ஏனெனில், இறுதி மரியாதை செலுத்த வந்தவர்கள் யார் யார் என்று ஒவ்வொருவரையும் ராணுவம்

கவனித்துக் குறித்துக்கொண்டது. வந்தவர்களில் யார், என்ன பேசுகிறார்கள் என்பதைக் கண்காணித்தது. உண்மையிலேயே வருந்துவோர் யார், ஒப்புக்கு வருந்துவோர் யார் என்று அடையாளம் கண்டு பிரித்தெடுத்தது. கண்ணீர் சிந்தி அழுவோரை தேசபக்தர்கள் என்று சொன்னார்கள். அழாதவர்கள் அகற்றப்பட்டார்கள். இறுதி ஊர்வலத்திலிருந்து மட்டுமல்ல.

இறை அச்சம் என்ற கருத்தாக்கத்தை மக்கள் மனங்களில் அழுத்தந்திருத்தமாகப் பதிய வைத்ததுதான் மதங்களின் நிகரற்ற பலம். வட கொரியா, மதமற்ற தேசம். கடவுளற்ற தேசம். கடவுளாக்கப்பட்ட பெருந்தலைவர்கள் மீதான அச்சம் அங்கே கருவில் இருக்கும்போதே செலுத்தப்பட்டுவிடும். ஆக, இறைவனில்லாத நாட்டில் இறையச்சம் மட்டும் எப்போதும் உண்டு.

இருக்கட்டும். அவற்றையெல்லாம் பிறகு நிதானமாகப் பார்த்துக்கொள்ளலாம். இப்போது கிம் இல் சுங்.

இன்றைய கிம் 3, அவருக்கு முந்தைய அவரது தந்தை கிம் 2 இருவருக்கும் பிறக்கும்போதே குட்டிக்கடவுள் அந்தஸ்து கிடைத்துவிட்டது. ஆனால் கிம் 1 என்கிற, மூலவரான கிம் இல் சுங்கின் கதை அப்படிப்பட்டதல்ல.

இன்றைக்கு வடகொரிய கேலண்டரின் தொடக்க ஆண்டே கிம் இல் சுங் பிறந்த 1912தான். ஆனால் அவர் பிறந்த அந்த வருடம் அப்போது வாழ்ந்த கொரியர்களுக்கு அத்தனை நல்ல காலமாக இல்லை. அதற்கு இரண்டு வருடங்களுக்கு முன்புதான் (1910) ஜப்பான், கொரியாவைக் கைப்பற்றியிருந்தது. கற்பனைக்கும் எட்டாத கட்டுப்பாடுகளை விதித்து மக்களை மிதிமிதியென்று மிதித்துக்கொண்டிருந்தது. இனி கொரிய மண்ணில் வாழவே முடியாது என்ற முடிவுடன் பல்லாயிரக் கணக்கான மக்கள் நாட்டைவிட்டுத் தப்பித்து சீனத்துக்கு ஓடிக்கொண்டிருந்தார்கள்.

ஓட மாட்டேன், என் மண்ணை மீட்டே தீருவேன் என்று உறுதியுடன் போராட நினைத்தவர்களும் கணிசமானவர்கள். கிம் இல் சுங்கின் தந்தை அவர்களுள் ஒருவர். அவர் பெயர், கிம் ஹியாங் ஜிக். தனது பதினைந்து வயதில் தன்னைவிட இரண்டு வயது மூத்த காங் பான் சொக் என்ற பெண்ணை மணந்துகொண்டு, பதினெட்டு வயதிலேயே தந்தையாகிக் குடும்பத்தைச் சுமக்க வேண்டியிருந்தாலும் கிம் ஹியாங் ஜிக், தனது நாட்டுக்குச் செய்ய வேண்டிய பணிகளில் குறை வைக்கவில்லை. ஊர்வலங்கள், போராட்டங்களில் கலந்துகொண்டார். போஸ்டர் ஒட்டினார். வீடு வீடாகச் சென்று மக்கள் மத்தியில் ஜப்பானிய ஏகாதிபத்தியத்தை ஒழிக்க வேண்டியதன் அவசியத்தை எடுத்துச் சொல்லிப் பிரசாரம் செய்தார்.

விளைவாக, ஜப்பானிய ராணுவம் அவரைக் கைது செய்து சிறையில் அடைத்தது. அவருடன் அவரது மனைவியின் சகோதரர் ஒருவரும் அப்போது கைது செய்யப்பட்டார்.

சுதந்தரப் போராட்டத் தியாகி ஒருவரின் மகனாகப் பிறந்து வளரத் தொடங்கிய கிம் இல் சுங், தனது இளம் வயதின் கொடூர நினைவாகச் சேமித்து வைத்ததெல்லாம் தனது தந்தைக்கு நேர்ந்த துன்பங்கள் மட்டுமே. சிறையில் அவரை அங்குலம் அங்குலமாகச் சித்திரவதை செய்திருந்தார்கள். முதல் முதலில் தந்தையைப் பார்ப்பதற்குச் சிறைக்குச் சென்றபோது அந்த இடமே அவருக்கு ஒரு கொலைக்களமாகத்தான் தோற்றமளித்தது. அவரது தந்தை நிற்க-நடக்கவும் முடியாமல் எங்கெங்கும் ரத்த காயங்களுடன், முகமெல்லாம் வீங்கி, கண்கள் உருக்குலைந்து, அடிக்கொரு முறை தடுக்கி விழுந்து எழுந்து வந்த காட்சியை அவரால் மறக்க முடியவில்லை.

பின்னாளில் தனது நினைவுக் குறிப்புகளை அவர் எழுதியபோது, அன்று தன் தந்தையைக் கண்ட கோலம்தான் தன் வாழ்க்கை இந்த மண்ணுக்காக

மட்டுமே என்ற முடிவுக்கு வரத் தூண்டியதாகக் குறிப்பிட்டார்.

கிம்மின் தந்தை விடுதலையாகி வந்த பிறகும் குடும்பத்தில் அவதிகளுக்கு மட்டும் குறைவில்லாமல்தான் இருந்தது. சரி, நாடே அவதிப்படுகிறது; நாமும் படுவோம் என்று கிம் நினைத்தார். ஆனால் தந்தை விரைவில் இறந்துபோனார். அவர் பின்னாலேயே தாயும் போய்ச் சேர்ந்தார்.

இந்நாள்களில் புரட்சிகர விடுதலை இயக்கங்களுடன் இளைஞர் கிம்முக்குத் தொடர்புகள் ஏற்பட்டு வலுப்பெற்றிருந்தன. பெரும்பாலான கொரியர்களைப் போலவே மஞ்சூரியாவுக்குத் தப்பிச் சென்று அங்கிருந்தபடி கொரிய விடுதலைக்குப் பாடுபட ஆரம்பித்தார்.

கிம் இல் சுங்கின் மஞ்சூரிய நாள்களை அருகிருந்து பார்த்த சிலர் பிற்காலத்தில் தமது நினைவுகளை எழுதி வைத்திருக்கிறார்கள். அதன் அடிப்படையில் கிம் அக்காலத்தில் இரக்கமேயில்லாத ஒரு மாபெரும் கொலையாளியாக இருந்திருக்கிறார். கொரிய விடுதலைப் போராட்ட வரலாற்றில் கிம் இல் சுங் அளவுக்கு ஜப்பானிய எதிரிகளைக் குறி வைத்துக் கொன்றவர்கள் இருக்க முடியாது என்றே குறிப்பிடுகிறார்கள்.

1931ஆம் ஆண்டு வரை மஞ்சூரியாவும் ஜப்பானிய ஆக்கிரமிப்புப் பகுதியாகத்தான் இருந்தது. கொரிய தீபகற்பத்தில் ஜப்பானிய ராணுவம் என்னவெல்லாம் செய்ததோ, அவை அனைத்தையும் குறைவின்றி மஞ்சூரியாவிலும் செய்துகொண்டிருந்தது.

கிம் இல் சுங், ஒவ்வொரு நாளும் ஒரு ஜப்பானிய சிப்பாயையாவது கொல்ல வேண்டும் என்ற இலக்குடன் அங்கே பணியாற்றிக்கொண்டிருந்தார். இது சற்று மிகை என்று தோன்றலாம். ஆனால் அன்றைய கிம் 1 அப்படித்தான் இருந்தார் என்று அந்நாளைய

இதரர்கள் பலர் எழுதியிருக்கிறார்கள். தினமொரு வீரர் என்றில்லாவிட்டாலும் அவரால் கொல்லப்பட்ட ஜப்பானிய வீரர்களின் எண்ணிக்கை அதிகமே. காவல் நிலையங்களுக்குத் தீ வைப்பது, ஆயுதங்களைக் கைப்பற்றி வருவது, ஜப்பானிய உயரதிகாரிகளுக்குத் தன்னால் முடிந்த விதங்களிலெல்லாம் தண்ணி காட்டுவது, பிறகு கண்ணில் விரல் விட்டு ஆட்டுவது என்று அந்நாளைய கொரிய இளைஞர்கள் பலரைத் தனது துணிச்சலான காரியங்களின் மூலம் கவனம் ஈர்த்தார்.

இதற்குப் பலன் இருந்தது. முன்பே பார்த்தபடி மஞ்சூரியாவில் இருந்தபடி ஜப்பானிய எதிர்ப்பு இயக்கங்கள் மூலைக்கு மூலை உருவாகிக்கொண்டிருந்த அக்காலத்தில், கிம் இல் சுங்கின் தலைமையை ஏற்று விரைவில் ஒரு கெரில்லா இயக்கம் உருக்கொண்டது. தொடக்கத்தில் அவரது இயக்கத்தில் சுமார் ஐம்பது பேர் உறுப்பினர்களாக இருந்தார்கள். கிம் அவர்களுக்குத் தானே பயின்ற (துப்பாக்கி சுடுவது போன்ற) சிலவற்றைக் கற்பித்தார். சீனத்தின் சகிக்க முடியாத கடுங்குளிர்க் காலங்களில் இதர இயக்கங்களின் உறுப்பினர்கள் நிலவறைகளுக்குள் சென்று சுருண்டு படுத்துக்கொண்டபோது, கிம்மும் அவரது போராளி நண்பர்களும் மஞ்சூரியா முழுவதும் ஜப்பானியர் வேட்டை ஆடினார்கள். ஒவ்வொரு ஜப்பானிய அதிகாரியையும் தேடித் தேடிக் கொன்றொழித்தார்கள்.

அந்தக் கொலைகளுள் மிகவும் முக்கியமானது, ஜப்பானிய அரசுக்குக் கிம் இல் சுங்கின்மீது கடுங்கோபம் உண்டாக்கியது ஒன்றுண்டு. அதுவும் ஒரு போலிஸ் அதிகாரியின் கொலைதான். மஞ்சூரியாவில் இருந்த கொரியப் போராளி இயக்கங்களைக் கண்காணிக்கவும், அகப்பட்டால் அழித்தொழிக்கவும் ஜப்பானிலிருந்து ரகசியமாக ஓர் அதிகாரி வரவழைக்கப்பட்டிருந்தார். சற்றே பெரிய அதிகாரி.

இயக்கங்களை அழிப்பதில் அவருக்கு நிறைய முன்னனுபவம் உண்டு என்று சொன்னார்கள். பொதுவாக மஞ்சூரியாவின் காவல் துறைப் பேரதிகாரியாக அவரை அனுப்பினாலும் அவருக்குத் தரப்பட்டிருந்த சிறப்பு உத்தரவு, கிம் இல் சுங்கைக் கண்டுபிடித்துக் கொல்வது.

இந்த விவரம் கிம்முக்குத் தெரிந்தது. சரி, எதிரி நம்மைத் தேடி வரும்வரை எதற்காகக் காத்திருக்க வேண்டும்? நாமே போய் வேலையை முடித்துவிட்டு வந்துவிடலாம் என்று தனியாகவே புறப்பட்டார்.

அன்றைக்கு மைனஸ் இருபத்தேழு பாகை குளிர். வெளியே வரவே முடியாது. சாலை தெரியாது. விளக்குகள் கிடையாது. கட்டி கட்டியாகப் பனி கொட்டிப் புவியை நிறைத்துக்கொண்டிருந்தது.

நள்ளிரவு ஆகும்வரை காத்திருந்து, அதன் பிறகு கிம் புறப்பட்டார். குறிப்பிட்ட ஜப்பானியப் பேரதிகாரி தங்கியிருக்கும் இடத்துக்கு நேரில் சென்று கதவைத் தட்டினார்.

திறந்தது அவரது மனைவி.

யார் நீ, என்ன வேண்டும் என்று அவர் கேட்டார்.

'அம்மா, உங்கள் கணவரைக் கூப்பிடுங்கள், மிகவும் அவசரம்.'

'இந்த நேரத்தில், இந்தக் குளிரில் எல்லாம் அவர் வரமாட்டார். நீ கிளம்பு.'

'இல்லை அம்மா. எவனைப் பிடித்துக் கொல்வதற்காக அவர் ஜப்பானிலிருந்து புறப்பட்டு வந்திருக்கிறாரோ, அவன் கையெட்டும் தொலைவில் இருக்கிறான் என்று சொல்லுங்கள், வருவார்.'

அந்தப் பெண்மணிக்குப் புரியவில்லை. இரு என்று சொல்லிவிட்டு உள்ளே சென்று, உறங்கிக்கொண்டிருந்த கணவனை எழுப்பினார். அவர் பின்னாலேயே உள்ளே

சென்ற கிம், கண் விழித்த கனவானை அப்படியே கண்மூடச் செய்துவிட்டு அமைதியாக வெளியேறிச் சென்றுவிட்டார்.

கிம் இல் சுங்கின் நினைவுக் குறிப்புகளிலும் சரி; அவரது சாகச வாழ்க்கை வரலாறுகளிலும் சரி. நூற்றுக் கணக்கான சம்பவங்கள் மயிர்க்கூச்செரியச் செய்யும் விதமாக விவரிக்கப்பட்டிருக்கும். பிரச்னை என்னவெனில், அவற்றுள் எவையெல்லாம் உண்மை, எவையெல்லாம் புனைவு என்று ஆராயப் புகுந்தால் நமது வாழ்க்கை முடிந்துவிடும்.

ஆனால் இந்தக் குறிப்பிட்ட சம்பவம் நடந்தது உண்மை. ஏனெனில், இதன் தொடர்ச்சியாகத்தான் கிம், மஞ்சூரியாவின் எல்லைகளைக் கடந்து சீனத்தின் அன்றைய ஆட்சியாளர்கள் வரை திரும்பிப் பார்க்கச் செய்தார். சீனா மட்டுமல்லாமல் சோவியத் யூனியனின் உளவுத் துறையும் கிம் இல் சுங்கின் செயல்பாடுகளை இதன் பிறகே உன்னிப்பாகக் கவனிக்க ஆரம்பித்தது.

வெறும் ஐம்பது பேர் கொண்ட சிறிய குழுவாக இயங்கத் தொடங்கிய கிம்மின் புரட்சிகர அமைப்பில் இதன் பிறகு சுமார் முந்நூறு பேர் இணைந்தார்கள். என்ன ஆனாலும் அந்த இளைஞனைக் கொல்லாமல் திரும்பாதீர்கள் என்று சொல்லி ஜப்பானிய ஆட்சியாளர்கள் ஒரு பெரும் படையையே மஞ்சூரியாவுக்கு அனுப்பிவைத்தார்கள்.

மஞ்சூரியாவில் தங்கியிருந்த காலக்கட்டத்தில் கிம் இல் சுங் மெல்ல மெல்ல இடது சாரி அரசியலின்மீது ஆர்வம் கொள்ளத் தொடங்கினார். அவருக்கு சோவியத் யூனியனைப் பிடித்தது. ஸ்டாலினைப் பிடித்தது. கம்யூனிச சித்தாந்தம் பிடித்தது. சோவியத்தின் உதவி தனக்குக் கிடைக்குமானால், நிச்சயமாகக் கொரிய விடுதலை சாத்தியமாகிவிடும் என்று வெளிப்படையாகப் பேசிக்கொண்டிருந்தார்.

ஏற்கெனவே இடது சாரி மனோபாவம் கொண்ட போராளிக் குழுக்களை உருட்டி எடுத்துப் பையில் போட்டுக்கொண்டு போய்ப் போர்ப்பயிற்சி அளித்துக்கொண்டிருந்த சோவியத் யூனியனுக்கு கிம் இல் சுங்கின் வீரமும் துணிச்சலும் வெளிப்படைத்தன்மையும் பிடித்துப் போயின.

எனவே, கொலைவெறியுடன் அவரைத் தேடித் திரிந்துகொண்டிருந்த ஜப்பானியப் படையினரிடம் அவர் சிக்கிக்கொள்ளாதபடி ஜாக்கிரதையாக அள்ளி எடுத்துக்கொண்டு ரஷ்யாவுக்குக் கொண்டு போனார்கள்.

கிம் அதற்காகத்தான் காத்திருந்தார். 1940ஆம் வருடம் அவர் சோவியத் யூனியனுக்குள் ஒரு பயிற்சி நிலைக் கொரிய கெரில்லாப் போராளியாக நுழைந்தார். அவருடன் அவரது சிறிய படையினரும் இருந்தார்கள்.

புதிய நாடு. புதிய சித்தாந்தம். புரட்சி செய்து மன்னராட்சியை வீழ்த்திய வீரர்களின் நெருக்கம், தோழமை. உலகமே வியந்து பார்த்துக்கொண்டிருந்த சோவியத் செம்படையில் சேர்ந்து பயிலவும் பணியாற்றவும் வாய்ப்பு.

சரி, கொரியாவை எப்படியும் ஜப்பானியரிடமிருந்து மீட்டுவிடுவோம் என்று அப்போதுதான் கிம்முக்கு முழு நம்பிக்கை வந்தது. அதற்கு எத்தனை காலமாகும், அதற்குள் சர்வதேச அரங்கில் என்னென்ன அரசியல் மாற்றங்கள் ஏற்படப் போகின்றன என்பதையெல்லாம் அவர் சிந்தித்திருக்க வாய்ப்பில்லை.

அனைத்தினும் முக்கியம், கொரியா உடையப் போவதையோ, அதன் ஒரு பகுதிக்கு மட்டும் அவரைத் 'தந்தை' ஆக்கப் போகிறார்கள் என்பதையோ அவர் கனவாகக்கூடக் கண்டிருக்க மாட்டார்.

08. நீ பாதி நான் பாதி

செப்டெம்பர் 1, 1939 அன்று ஹிட்லர் போலந்தின் மீது படையெடுத்தார். அது இரண்டாம் உலகப் போரின் தொடக்கமாக அமைந்தது. அன்றைய தேதியில் அது உலகப் போராகும் என்றெல்லாம் யாரும் நினைத்திருக்கவில்லை. அமெரிக்காவுக்கு அதன் பொருளாதார மந்த நிலையிலிருந்து எப்படி மீள்வது என்கிற கவலை. யார் யாரோடு சண்டை போட்டாலும், அடித்துக்கொண்டாலும் ஏதாவது உதவி வேண்டுமென்றால் தன்னைக் கேட்கலாம்; Cash and Carry அடிப்படையில் என்ன செய்யவும் தயார் என்று நோட்டீஸ் அடித்து ஒட்டாத குறையாகத் தகவல் பரப்பிக்கொண்டிருந்தது.

இதைச் சற்று நாகரிகமாகச் சொல்ல வேண்டுமென்றால் ஐரோப்பாவில் தொடங்கிய போரில் நடுநிலைமையே தனது நிலைபாடு என்று அறிவித்தது. ஆனால் பிரிட்டனையும் பிரான்ஸையும் கொள்கை அடிப்படையில் ஆதரித்துவிடுவது என்றும் ஒரு செயல் திட்டம் வைத்துக்கொண்டிருந்தது.

பிரிட்டனுக்குத் தொடக்கம் முதலே ஹிட்லரின் நடவடிக்கைகள் பிடிக்கவில்லை. என்றைக்கு

வேண்டுமானாலும் அவரால் தனக்கு அபாயம் நேரலாம் என்று அந்நாடு நினைத்தது. தனக்கு மட்டுமல்லாமல், இதர அனைத்து ஐரோப்பிய நாடுகளுக்குமே ஜெர்மனி ஒரு பெரும் சிக்கலாகப் போகிறது என்று நினைத்தது. அதன் பொருட்டுத் தனது சகாய தேசங்களை ஒருங்கிணைக்க வழி தேடிக்கொண்டிருந்தது.

அப்படியே இந்தப் பக்கம் திரும்பிப் பார்த்தால், சோவியத் யூனியன் அன்றைக்கு ஜெர்மனியை ஒரு பொருட்டாகவே நினைக்கவில்லை. அவர்களுக்கு ஜெர்மனியுடன் ஒரு நட்பு ஒப்பந்தம் இருந்தது. மோலட்டோவ்-ரிப்பென்ட்ராப் ஒப்பந்தம் என்று அதற்குப் பெயர். அதனடிப்படையில் தன்னைக் காத்து கருப்பு எதுவும் அடிக்காது என்று அவர்கள் நினைத்தார்கள். தவிர, அன்றைய சோவியத் யூனியன் ஏற்கெனவே கிழக்கு ஐரோப்பிய தேசங்களில் தனது செல்வாக்கை விரிவு படுத்தும் செயல் திட்டத்தில் இருந்தது. எப்போதும் போர். எல்லா இடங்களிலும் ராணுவம். சனி-ஞாயிறு விடுமுறைகூட இல்லாமல் உக்கிரமாக எல்லை விரிவாக்கப் பணியில் ஈடுபட்டுக்கொண்டிருந்தார்கள் என்பதால் ஜெர்மனியைப் பற்றிப் பெரிதாக அச்சப்படவில்லை.

ஹிட்லர், போலந்தில் தொடங்கிய தனது ஆட்டத்தை மெல்ல மெல்ல டென்மார்க், நார்வே, நெதர்லந்து, பெல்ஜியம், பிரான்ஸ் என்று விரிவுபடுத்திக்கொண்டே சென்றார். அந்தப் பக்கம் இத்தாலியும் இந்தப் பக்கம் ஜப்பானும் அப்போது ஜெர்மனியின் நட்பு நாடுகளாக இருந்தன. அது கொடுத்த தெம்பில் அவர் பிரிட்டன் மீதான போரை அறிவித்தார்.

இப்போது எண்ணிப் பார்த்தால் சிறிது திகைப்பாகத்தான் இருக்கும். அன்றைக்கு பிரிட்டனுக்கு உதவ யாருமே முன்வரவில்லை. ஏனெனில் உதவி செய்யக்கூடிய தரத்தில் அன்று ஐரோப்பியக் கண்டத்தில் எந்த நாடும் மீதமில்லை. அனைத்தும் ஹிட்லரின் பிடியில் சிக்குண்டிருந்தன. ஆயுத சப்ளைக்கு நான் இருக்கிறேன்

79

என்று அமெரிக்கா சொன்னாலும் அது பிரிட்டனுக்குப் போதுமானதாக இல்லை.

பிரிட்டன் தன்னந்தனியாக ஜெர்மனியை எதிர்த்துப் போரிட்டுக்கொண்டிருந்தபோது யாருமே எதிர்பாராத விதமாக இத்தாலி வடக்கு ஆப்பிரிக்காவைத் தாக்க ஆரம்பித்தது. இந்தப் பக்கம் ஜப்பான், தென்கிழக்காசிய நாடுகள் பலவற்றை எடுத்து விழுங்கப் பார்த்தது. அதன் பேராசையின் உச்சமாக பேர்ல் ஹார்பர் சம்பவம் அமைந்தது. அமெரிக்கத் துறைமுகத் தாக்குதலும் அதில் கிடைத்த திடீர் வெற்றியும்.

இரண்டாம் உலகப் போரின் தலையெழுத்து இந்தப் புள்ளியில் மாற்றி எழுதப்பட்டது. அதுவரை நேரடியாகப் போரில் ஈடுபடுவதில்லை என்ற முடிவில் இருந்த அமெரிக்கா, இப்போது ஜப்பானை ஒழித்துக் கட்டிவிட்டுத்தான் மறுவேலை என்று வரிந்து கட்டிக் கொண்டு களத்தில் இறங்கியது.

இந்த இடத்தில் நினைவில் கொள்ளவேண்டிய மிக முக்கியமான விவகாரம் ஒன்றுண்டு. அன்றைய சோவியத் யூனியனும் ஜப்பானை எதிரியாகக் கருதியது. அழித்தொழிக்க நினைத்தது. அமெரிக்காவும் ஜப்பானை இல்லாமல் செய்ய முடிவு செய்தது. ஆனால் இந்த இரு நாடுகளுமே இன்றைக்கு உள்ளதைப் போன்ற வல்லரசுகளாக அன்று இல்லை. இரு நாடுகளுக்கும் பொது எதிரியாக இருந்த ஜப்பான், அன்று அனைவரைக் காட்டிலும் பெரிய தாதா. தன் தரத்துக்கும் தகுதிக்கும் நட்பு கொள்ள ஏற்ற ஒரே மேற்கு தாதா ஜெர்மனிதான் என்று ஜப்பான் நினைத்தது.

இப்படி உலக வரைபடத்தின் மேற்கு எல்லை முதல் கிழக்கு எல்லை வரை எங்கெங்கும் யுத்தம் பரவிப் பெருகிக்கொண்டிருந்த தருணத்தில்தான் கிம் இல் சுங் சோவியத் யூனியனுக்குப் போய்ச் சேர்ந்தார்.

எப்படியும் சோவியத் யூனியன் ஜப்பானை வெல்லும், அதன் தொடர்ச்சியாகக் கொரியா விடுதலை

அடைந்துவிடும் என்பது அவரது எண்ணம் மட்டுமல்ல; அன்றைக்குக் கொரிய இடதுசாரி இயக்கங்கள் அனைத்துமே அப்படித்தான் நினைத்தன. திடீரென்று ஜப்பான் அமெரிக்கத் துறைமுகத்தைத் தாக்கும்; அதன் தொடர்ச்சியாக அமெரிக்கா ஜப்பான் மீது போர் தொடுக்கும் என்றெல்லாம் அவர்கள் கற்பனைகூடச் செய்யவில்லை.

கொரிய இயக்கங்கள் அல்ல; உண்மையில் அது சோவியத் யூனியனே எதிர்பாராதது. ஜப்பானை வீழ்த்தி, அதன் காலனிகளாக இருந்த அனைத்துப் பகுதியிலும் சோவியத் ஆதரவு கம்யூனிசக் கைப்பாவை அரசுகளை நிறுவுவது அவர்களுடைய நோக்கமாக இருந்தது. அவ்வகையில் கொரிய தீபகற்பத்தில் ஒரு முழுமையான கம்யூனிச அரசை அமைத்துவிட முடியுமானால், அது தெற்காசியப் பிராந்தியங்களில் சோவியத் யூனியனின் முக்கியத்துவத்தை மிக வலுவாக வேரூன்றச் செய்யும் என்பது இதன் கணக்கு.

கிம் இல் சுங் மட்டுமல்ல; அவரைப் போன்ற இன்னும் பல கொரிய போராளி இயக்கத் தலைவர்களை, அவர்தம் குழுக்களைக் கோழி அடைகாப்பது போலக் காத்து, போர்ப்பயிற்சி அளித்துக்கொண்டிருந்தது சோவியத் ராணுவம்.

அவர்களுக்கு ஜெர்மனியை வீழ்த்த வேண்டிய நெருக்கடி இருந்தது. நட்புறவு, ஒப்பந்தம் அனைத்தையும் தூக்கிக் கடாசிவிட்டு, சோவியத் கைப்பற்றி வைத்திருந்த கிழக்கு ஐரோப்பிய நிலப்பரப்பையெல்லாம் ஹிட்லர் அபகரித்துக்கொண்டிருந்தார். அனைத்தையும் மீட்டு, ஹிட்லரை ஒழிக்காமல் ஒன்றும் செய்ய முடியாது என்பது அவர்களுக்குத் தெரியும். அந்த நெருக்கடி இருந்தாலுமே அவர்கள் விரும்பி வந்து சோவியத் ராணுவத்தில் இணைந்திருந்த கொரியப் போராளிகளை ஜெர்மனியுடனான போர்க்களங்களுக்கு அனுப்பவில்லை. ஜப்பானுடனான 'இறுதிப் போர்' ஒரு நாள் வரும்;

அப்போது அவர்கள் தேவைப்படுவார்கள் என்றுதான் நினைத்தார்கள்.

அது 1945ஆம் ஆண்டு வந்தது. ஆனால் சோவியத்துக்கு அதில் வேலையே இருக்கவில்லை. அமெரிக்கா இரண்டு குண்டுகளைப் போட்டு ஆட்டத்தை முடித்து வைத்தது. உலகம், அணு ஆயுதத்தின் வலிமை கண்டு கவலை கொண்டது. சோவியத் யூனியன் அமெரிக்காவின் எழுச்சி கண்டு கவலை கொண்டது.

ஒரு விஷயம். உலகப் போரில் நேரடியாகப் பங்குபெறாத வரை அமெரிக்கா கொரிய விவகாரத்தைச் சிறு துரும்பளவும் மதிக்கவில்லை. அமெரிக்காவுக்கே சென்று மடம் கட்டி உட்கார்ந்து சோப்புப் போட்டுக்கொண்டிருந்த கொரியத் தலைவர்களுக்கு நல்ல விதமான பதில் ஒன்றுகூட அந்தப் பக்கத்திலிருந்து கிடைத்ததில்லை.

ஆனால் எப்போது அமெரிக்கா, ஜப்பானைத் தாக்குவது என்று முடிவு செய்ததோ அக்கணமே அதன் கவனத்தில் கொரியா உள்பட அனைத்து ஜப்பானியக் காலனிகளும் வரிசை கட்டி வந்து நின்றுவிட்டன. கொரியாவின் பெரும்பாலான போராளி இயக்கங்களை சோவியத் யூனியன், தன் பக்கம் வளைத்து வைத்திருப்பதை அவர்கள் கவனித்தார்கள். ஆனால் குண்டு போட்டு ஜப்பானின் கொட்டத்தை அடக்கியதன் கூலியாக கொரியா தனக்குக் கிடைத்தே தீர வேண்டும் என்று நினைத்தார்கள்.

இது சோவியத்துக்குப் புரிந்தது. சிறிது தாமதித்தாலும் கொரியா கைவிட்டுப் போய்விடும் என்பது அவர்களுக்குப் தெரிந்திருந்தது. எனவே, போரில் ஜப்பான் சரணடைந்த மறு கணமே அவர்கள் கொரியப் போராளி இயக்க வீரர்களை அழைத்துக்கொண்டு கொரியாவுக்குப் புறப்பட்டுவிட்டார்கள். ஐந்தாண்டுக் காலம் சோவியத் யூனியனில் தங்கி, கம்யூனிசம் பயின்று, போர்க்கலை அறிந்து, ஸ்டாலின் பாணி சர்வாதிகாரத்தைச் சரியான

விதத்தில் உள்வாங்கிப் பிரதிபலிக்கக்கூடிய, என்றென்றும் சோவியத்தின் விசுவாசியாக இருக்கக் கூடிய தலைவராக அவர்கள் கிம் இல் சுங்கைத் தேர்ந்தெடுத்தார்கள்.

இதன் மூலம், முப்பதாண்டு காலம் ஜப்பானியர்களின் அடக்குமுறைக்கு இலக்காகிச் சின்னாபின்னப்பட்டுப் போயிருந்த கொரிய மண்ணின் மறுமலர்ச்சிக்கு சோவியத் யூனியன் வித்திடுகிறது, இனி இம்மண்ணைப் பொது உடைமை சித்தாந்தம் ஆளப் போகிறது, எல்லோருக்கும் எல்லாம் கிடைக்கும், துன்பமோ துயரமோ என்றென்றும் இல்லை என்ற எழுச்சிப் பிரசாரங்கள் தேசம் முழுவதும் தீவிரப்படுத்தப்பட்டன.

ஆனால் அமெரிக்கா சும்மா இருக்கவில்லை. அல்லது, சும்மா இருப்பதற்காகவா அவர்கள் அத்தனை மெனக்கெட்டு ஜப்பானை வீழ்த்தினார்கள்? அரசியல் பேரங்கள், அதிகாரக் காய் நகர்த்தல்கள், சர்வதேச நெருக்கடிகள் இன்ன பிற அனைத்தும் முறைப்படி நடந்தேறி, கொரிய தீபகற்பத்தின் குறுக்கே ஒரு கோடு கிழிக்கப்பட்டது.

முப்பத்தெட்டாவது அட்சக்கோட்டை ஒட்டி வரையப்பட்ட அம்மாயக் கோட்டின் தென்புறம் மொத்தமும் இனி அமெரிக்காவின் கட்டுப்பாட்டுக்குள் வரும் என்று முடிவானது. அதே கோட்டின் வடக்குப் பகுதி மொத்தமும் சோவியத் யூனியனின் கட்டுப்பாட்டுக்குள் கொண்டுவரப்பட்டது. இதன் மூலம், ஒரே பேரரசாக இருந்த கொரிய தீபகற்பம், மொத்தமாக ஜப்பானின் பிடியில் விழுந்து அவதிப்பட்டு, மீண்டெழுந்தபோது இரண்டு துண்டுகளாயின. வட கொரியா என்றும் தென் கொரியா என்றும் வரைபடங்கள் திருத்தி எழுதப்பட்டன.

சோவியத் ஆதரவுடன் வட கொரியாவின் ஆட்சியாளராகப் பொறுப்பேற்ற கிம் இல் சுங், கொரிய ஜனநாயக மக்கள் குடியரசு (The Democratic People's Republic of Korea) உதயமாவதாக அறிவித்தார். அது நடந்தது, செப்டெம்பர் 9, 1948 அன்று.

கவனியுங்கள். வட கொரிய ஜனநாயக மக்கள் குடியரசல்ல. கொரிய ஜனநாயக மக்கள் குடியரசுதான். அந்த அறிவிப்புக்குள்ளேயே அவர் ஒரு பகையின் கதையைப் புதைத்து வைத்தார். ஒரு வன்மத்தின் வேரைச் சொருகியிருந்தார். ஒரு பெரும் துயரத்தின் வரலாற்றைக் காலம் தன் பங்குக்கு அதில் எழுத ஆரம்பித்திருந்தது.

09. ஆளப் பிறந்தவர்

மறுமலர்ச்சி என்கிறோம். சுதந்திரம் என்கிறோம். மக்களாட்சி, இறையாண்மை, குடியரசு என்று என்னென்னவோ சொற்களை அள்ளி வீசுகிறோம். ஆனால் உலகம் இயங்குவதென்னவோ வல்லவன் வகுக்கும் வழியில்தான்.

எதை மறுக்க முடியும்? அல்லது, யாரைக் குறை சொல்ல முடியும்?

கொரியாவை ஒரு கம்யூனிச நாடாக்கித் தனது கட்டுப் பாட்டில் வைத்துக்கொள்வதற்காக சோவியத் யூனியன் பல ஆண்டுகள் உழைத்திருக்கிறது. நிறைய செலவு செய்திருக்கிறது. ஜப்பானிய ஏகாதிபத்திய அரசுக்கு எதிராகக் கொரிய இளைஞர்களைக் கொம்பு சீவி, மூர்க்கத்தனமாக மோதச் செய்ததில் சோவியத்தின் பங்கு, பெரும்பங்கு.

ஆனால், ஆட்டத்தின் இறுதியில் மைதானத்துக்குள்ளே நுழைந்தாலும் அமெரிக்கா வீசிய இரண்டு அணு குண்டுகளால்தான் ஜப்பான் சரணடைந்தது. ஜப்பான் சரணடைந்ததால்தான் கொரிய விடுதலை சாத்தியமானது.

அதற்காக மண் ஒரு பக்கமும் மக்கள் ஒரு பக்கமும் இருப்பார்கள் என்றா பிரிக்க முடியும்? ஊர்கூடி ஒரு முடிவெடுப்பதற்கு முன்னால் முடிந்தவரை ஆக்கிரமித்து வைத்துக்கொண்டுவிடுவது நல்லது என்றே அமெரிக்காவும் சோவியத் யூனியனும் நினைத்தன. வடக்கிலிருந்து சோவியத் யூனியன் பாய்ந்து வந்தது. தெற்கிலிருந்து அமெரிக்கா பரவி வந்தது.

போதும், நிறுத்திக்கொள்ளலாம் என்று இரு தரப்பும் ஒரு புள்ளியில் நின்றுகொண்டு, இப்போது பஞ்சாயத்துக்கு ஆயத்தமாயின.

இத்தனைக்கும் கொரிய தீபகற்பத்தில் நாடு தழுவிய தேர்தல் நடத்தி முறைப்படி ஓர் ஆட்சியை அமைத்துக்கொடுக்க ஐக்கிய நாடுகள் சபை முடிவு செய்து அறிவித்திருந்தது. ஆனால் அதை யார் மதிக்கத் தயார்? ஆகஸ்ட் 15, 1948 அன்று அமெரிக்க ஆதரவுக் கொரியர்கள் ஆக்கிரமித்த தெற்குப் பகுதி, குடியரசாக அறிவித்துக்கொண்டது. ஆனால், மொத்த நிலப்பரப்புக்கும் உரிமை கோரியது.

கோரினால் யார் கொடுப்பார்கள்?

அதற்குச் சரியாகப் பத்து நாள்கள் கழித்து அதே ஆகஸ்ட் மாதம் 25ஆம் தேதி சோவியத் ஆதரவாளர்கள் ஆக்கிரமித்திருந்த வடக்கு மண்டலத்தில் ஒரு தேர்தலே நடத்தி, செப்டெம்பர் 9 ஆம் தேதி கிம் இல் சுங்கைப் பிரதமராக நியமித்துவிட்டார்கள். உடனே சோவியத் யூனியன் அந்த அரசை அங்கீகரிப்பதாக அறிவித்தது. ஆனால் மொத்த கொரிய தீபகற்பத்துக்கும் அவர்களும் உரிமை கோரினார்கள்.

மேலோட்டமாகப் பார்த்தால், கேட்டு வைக்கக் காசா பணமா என இரு தரப்பும் நினைத்திருக்கும் என்று தோன்றலாம். உண்மையில் வடக்கு தெற்கையும் தெற்கு வடக்கையும் எடுத்து விழுங்கும் வெறியுடன்தான் இருந்தன.

பிரச்னை இப்போது வடக்குக் கொரியாவா, தெற்குக் கொரியாவா என்பதல்ல. வல்லமை பொருந்திய சக்தி சோவியத் யூனியனா, அமெரிக்காவா என்பதுதான். ஜெர்மனியும் ஜப்பானும் விழுந்து நொறுங்கிய சத்தம்கூட அடங்கியபாடில்லை. அமெரிக்காவும் சோவியத் யூனியனும் அதிகாரப் போட்டியை ஆரம்பித்துவிட்டன.

இன்றுவரை நீடிக்கும் இந்த வல்லரசுப் போட்டியின் தொடக்கப் புள்ளி கொரியாதான்.

இருக்கட்டும். கிம் இல் சுங் ஆள ஆரம்பிக்கவிருக்கிறார். அவரை முதலில் கவனிப்போம்.

நெடுங்காலம் முடியாட்சிக் கொடுமைகளின் பிடியில் சிக்கியிருந்த தேசங்கள், முதல் முதலாகத் தேர்தல், கட்சி, மக்களாட்சி என்பன போன்ற நவீன கால சொற்களால் வருடிக்கொடுக்கப்படும்போது சற்றுக் கிளுகிளுப்படையும். கொரியா என்றல்ல. உலகம் முழுதுமே இதுதான், இப்படித்தான். புதிய ஆட்சி நடைமுறைக்கு வந்து சில வருடங்களாவது கடந்த பிறகுதான் நடந்த மாற்றத்தின் தராதரம் பிடிபடும்.

நெடுங்கால மன்னராட்சி, பிறகு முப்பதாண்டுகளுக்கு ஜப்பானிய அடக்குமுறை என்று வாழ்ந்து தீர்த்திருந்த கொரியர்களுக்குக் கட்சி என்று முதல் முதலில் அறிமுகமானது சோவியத் கம்யூனிஸ்ட் கட்சிதான். சித்தாந்தமென்றால் கம்யூனிசம். இருபதாம் நூற்றாண்டின் தொடக்கத்தில் நிகழ்ந்த ரஷ்யப் புரட்சி, அதில் வென்ற சித்தாந்தம், ஆட்சியமைக்க வழி வகுத்த சித்தாந்தம் என்பதால், அன்றைய தேதியில் பெரும்பாலான தெற்காசிய நாடுகளில் கம்யூனிசத்துக்கு வலுவான ஆதரவு இருந்தது. என்னவென்று தெரியாமலேயே ஏற்றுக்கொள்ளத் தயாராக இருந்தார்கள். ஏனெனில், கம்யூனிசம் ஆளத் தொடங்கியதிலிருந்து ரஷ்யா ஒரு சொர்க்க பூமியாகிவிட்டது என்கிற பிரசாரம் உலகெங்கும் பரவத் தொடங்கியிருந்தது. பிரசாரம் மட்டும்தான்.

உள்ளே என்ன நடக்கிறது என்பதற்கான நேரடி ஆதாரங்களில் ஒரு துண்டுச் சீட்டுகூட வெளியே வராது. வளங்கள் பொது, வயல்கள் பொது, வாழ்க்கை அளிக்கும் வசதிகள் பொது, நாட்டின் ஒவ்வொரு குடிமகனும் சமம், ஏற்றத்தாழ்வுகள் கிடையாது, ஆண்டான்-அடிமை கிடையாது என்பதெல்லாம் அன்றைய தலைமுறைக்கு உண்டாக்கிய மனவெழுச்சி சிறிதல்ல.

வட கொரியக் குடியரசு என்ற சாத்தியம் நெருங்கி வந்தபோது - அதற்கு சோவியத் யூனியன்தான் காரணம் என்று கொரியப் போராளித் தலைவர்கள் சான்றளித்தபோது, கம்யூனிஸ்ட் கட்சிதான் அங்கே தலையெடுத்த முதல் கட்சியாக இருந்தது.

வட கொரியத் தொழிலாளர் கட்சி என்ற பெயரில் ஒரு கட்சி ஏற்படுத்தப்பட்டு சோவியத் கம்யூனிஸ்ட் கட்சி அதற்கு ஞானஸ்நானம் செய்து வைத்தது. கிம் இல் சுங் அதன் துணைத்தலைவராக நியமிக்கப்பட்டார். பிறகு மொத்தக் கொரியாவுக்கும் அதுதான் கட்சி என்று சொல்லி (Workers Party of Korea) கிம்மை அதிகாரபூர்வமாக அதன் தலைவராக்கினார்கள்.

இதெல்லாம் அவருக்கு எப்படி சாத்தியமானது என்பதுதான் இங்கே கவனிக்கப்பட வேண்டிய சங்கதி.

கிம்1, ஒரு கம்யூனிச ஆதரவாளர். அதில் சந்தேகமில்லை. சீனத்திலிருந்து சோவியத் யூனியனுக்குத் தப்பிச் சென்று, சோவியத் ராணுவத்தில் போர்ப்பயிற்சி பெற்றவர். அதிலும் சந்தேகமில்லை. ஆனால் அவர் இரண்டாம் உலகப் போரில் ஈடுபட்ட சோவியத் வீரர்களுடன் இருந்ததில்லை. அதாவது, போர்க்களம் கண்டதில்லை. அதேபோலக் கொரிய மக்கள் ஜப்பானியர்களின் எதேச்சாதிகார ஆட்சியில் சிக்குண்டு அவதிப்பட்டபோதும் கொரிய மண்ணில் இல்லை. மஞ்சூரியாவில் போய்த் தங்கிக்கொண்டார்.

மஞ்சூரியாவில் இருந்தபடி ஜப்பானியக் காவல் அதிகாரிகளைக் கொன்றது அவரை சோவியத்தின்

நெருக்கத்தில் அழைத்துச் சென்றது. ஆனால் சோவியத் சுப்ரீம் அவரை எப்படிக் கொரியாவின் தலைமைப் பொறுப்புக்குத் தேர்ந்தெடுத்தது என்பதற்குப் போதிய ஆதாரங்கள் கிடையாது.

ஏராளமான போராளித் தலைவர்கள் அன்று சோவியத் யூனியனில் பயிற்சி பெற்றார்கள். அவர்களுள் கிம் இல் சுங்கும் ஒருவர். எல்லா தலைவர்களையும் பின்பற்ற எப்படி ஒரு குழு இருந்ததோ, அதே போலக் கிம்முக்கும் ஒரு குழு இருந்தது. முன்பே கண்டபடி சுமார் முந்நூறு பேரைக் கொண்ட குழு.

அதுவல்ல காரணம். சோவியத் யூனியனில் இருந்த காலத்தில் படிப்படியாக அவர் எப்படி ராணுவ அதிகாரிகளின் மனங்களை வென்றார், எப்படித் தன்னைக் கொரிய மக்களின் ஒரே பிரதிநிதியாகும் தகுதி படைத்தவராக உணர வைத்தார் என்பதுதான் முக்கியம். இலவு காத்துக்கொண்டிருந்த இதர கொரியக் கிளிகள் அனைத்தும் கிம்மைத் தமது பெருந்தலைவராக ஏற்றுக்கொண்டு வழிநடக்க வேண்டியதானது.

மூன்று விஷயங்கள் இங்கே முக்கியம். முதலாவது, அவரது தோற்றமும் வெளிப்பாட்டு விதமும். கிம், முற்றிலும் தன்னை ஒரு கொரிய ஸ்டாலினாக முன்னிறுத்த நினைத்தார். இது தொடக்க கால முயற்சி மட்டுமே. இருந்தாலும் அது முக்கியமான காரணியாக இருந்தது. இரண்டாவது, அப்பழுக்கே சொல்ல முடியாத, விமரிசனத்துக்கு அப்பாற்பட்ட அவரது தேசியவாத மனப்பான்மை. இந்த விஷயத்தில் அவர் என்றுமே சமரசம் செய்ததில்லை. நாடு-நாட்டு மக்கள். இந்த இரண்டைத் தவிர அவரது பேச்சில் வேறெதுவும் இராது. மக்களின் நம்பிக்கையைப் பெற இது போதுமானதாக இருந்தது. மூன்றாவது, தனது இயல்பான தேசியவாதத்தை அவர் இடதுசாரி தேசியவாதமாக வளர்த்தெடுத்துக்கொண்டது. சோவியத் யூனியனின் நம்பிக்கையையும் ஆசியையும் பெற அதுவே

முதற்காரணமானது. தனது சோவியத் விசுவாசத்தைக் குறைவே இல்லாமல் அவர் தொடர்ச்சியாக அந்நாள்களில் வெளிப்படுத்தி வந்தது அவர் மீதான ஸ்டாலினின் நம்பிக்கைக்கு அடிப்படையாக இருந்தது. இவை அனைத்தும் சேர்ந்துதான் அவரை வட கொரியாவின் முதல் தலைவராக்கியது.

ரஷ்யாவுக்கு உக்ரைன், சீனத்துக்குத் தைவான், பாகிஸ்தானுக்குக் காஷ்மீர்போல வட கொரியாவுக்குத் தென் கொரியா என்று சொன்னால் சிறிது குழப்பமாக இருக்கலாம். ஆனால் அங்கே அரசியல் செய்ய அதுவே சரியான வழி என்பதைக் கண்டுகொண்டதே கிம் இல் சுங்கின் வெற்றிக்கு அடிப்படை.

கிம் அன்றைக்கு மற்ற எல்லாவற்றையும்விட உன்னிப்பாக ஜெர்மனியைக் கவனித்தார். இரண்டாம் உலகப் போருக்குப் பிறகு அந்நாடு, நான்கு மண்டலங்களாகத் துண்டானதைக் கவனித்தார். அமெரிக்கா, பிரிட்டன், பிரான்ஸ், சோவியத் யூனியன் என்கிற நான்கு சக்திகள் அந்நாட்டின் பகுதிகளைக் கைப்பற்றியிருந்தன. உலகப் போர் முடிந்த முதல் நான்காண்டுகள் ஜெர்மனி அப்படித்தான் இருந்தது. அந்தந்த நாடுகள் கைப்பற்றியிருந்த பிராந்தியங்களின்மீது செல்வாக்கு செலுத்திக்கொண்டிருந்தன. ஜெர்மானிய மக்கள் என்ன நினைத்தார்கள், எதை விரும்பினார்கள் என்ற கேள்விக்கெல்லாம் இடமேயில்லை. நான் பிடித்த முயல் எனக்கு. முடிந்தது கதை.

ஆனால் மேற்குலக நாடுகளுக்கு ஒரு விஷயம் புரிந்தது. நீண்ட நாள் நோக்கில் இந்த நான்கு துண்டு ஆட்டம் நிற்காது, நிலைக்காது, எடுபடாது. எனவே, அவர்களுக்குள் பேசி ஒரு முடிவுக்கு வந்து அமெரிக்கா, பிரிட்டன், பிரான்ஸ் மூன்று நாடுகளும் கைப்பற்றியிருந்த ஜெர்மனியின் பகுதிகளை ஒருங்கிணைத்து மேற்கு ஜெர்மனி ஆக்கினார்கள். இப்போது, சோவியத்தின் பிடியில் இருந்த ஜெர்மானிய நிலப்பரப்பு கிழக்கு ஜெர்மனி என்று அழைக்கப்பட்டது.

முதலாளித்துவ தேசங்களின் ஆசியுடன் புது வாழ்க்கை தொடங்கிய மேற்கு ஜெர்மனி மறு பிறவி எடுத்து வளரத் தொடங்கியதும், சோவியத் ஆதரவில் சுவரெல்லாம் கட்டிக்கொண்டு (இது நடந்தது 1961 ஆம் ஆண்டுதான்) தன்னைத்தானே தனிமைப்படுத்திக்கொண்ட கிழக்கு ஜெர்மனி, பஞ்சம் பசி பேரழிவின் கோரப் பிடியில் சிக்கிச் சின்னாபின்னமானதும் பிந்தைய வரலாறு. 1989 ஆம் ஆண்டு பெர்லின் சுவர் இடிக்கப்பட்டு, அடுத்த ஆண்டு இரண்டு ஜெர்மனிகளும் ஒன்றாயின.

இந்த உணர்ச்சிகரமான வரலாற்றின் தொடக்ககாலக் காட்சிகளுக்குக் கிம் இல் சுங் ஒரு முதல் வரிசைப் பார்வையாளராக இருந்திருக்கிறார் அல்லவா? ஒரு பிரச்னையை உருவாக்குவதென்றாலும் சரி, தீர்த்து வைப்பதென்றாலும் சரி, மேற்குலக சக்திகள் எளிதாக ஒன்று சேர்ந்துகொள்ளும் என்பது அந்த 1949ஆம் வருடத்துச் சம்பவத்தில் இருந்து அவர் பெற்ற மகத்தான பாடம். இன்னொரு பெரும் பாடம், கம்யூனிச நாடாகத் திகழும் பட்சத்தில் கதவைப் பூட்டிக்கொண்டு வாழ்வதுதான் உருப்படும் வழி.

தவிர, அமெரிக்காவும் சோவியத் யூனியனும் மிக நிச்சயமாக இரு பெரும் எதிரி நாடுகளாக உருப்பெற்று விடும் என்பது தெரிந்துவிட்ட பின்பு, கொரியாவின் தெற்கு வாசலிலேயே அமெரிக்க ஆதரவு ஆட்சி நடந்துகொண்டிருக்கும்போது, இரு கொரிய இணைப்பு என்பதெல்லாம் இந்த ஜென்மத்தில் சாத்தியமில்லை என்பது கிம்முக்கு நிச்சயமாகத் தெரிந்திருக்கும்.

ஆனால் அரசியல் என்பது உண்மைகளின்மீது கட்டமைக்கப்படுவதல்ல. மக்களின் உணர்ச்சிகளின்மீது கட்டப்படுவது.

இதனால்தான் வட கொரியாவின் தலைவராக முடிசூட்டிக்கொண்டதில் இருந்து, தெற்கை நிச்சயமாக ஒன்றிணைப்பேன், அதற்காக என் உயிரையும் தருவேன் என்று சொல்லத் தொடங்கினார்.

அன்றைய தேதியில் உணர்ச்சிக் கொந்தளிப்பில் இருந்த வட கொரிய மக்கள் அத்தனை பேரும், 'ஆம். அது அவசியம்' என்று ஏற்றுக்கொண்டார்கள். கிம்மைத் தவிர வேறு யாராலும் அது சாத்தியமில்லை என்று மனமார நம்பினார்கள்.

அந்த நம்பிக்கையை இரும்புத் தரத்தில் வார்த்தெடுக்கக் கிம் இல் சுங்குக்கு வெறும் கம்யூனிசம் போதவில்லை. அவர் வேறொரு உபாயம் செய்தார்.

10. பத்துக் கட்டளைகள்

இன்றைக்கு வட கொரியா என்றால் இருண்ட நாடு. அணுகுண்டு நாடு. சர்வாதிகார நாடு. பஞ்சம். பசி. பட்டினி. கொடூரமான தண்டனைகள். சித்திரவதைகள். கடத்தல்கள். கொலைகள். தகவல் தொடர்பு சாத்தியங்கள் இல்லாத நாடு. பொது மக்களுக்கு இணையப் பயன்பாடு கிடையாது. ஐ.எஸ்.டி கால் பேச முடியாது. சினிமா கிடையாது. தொலைக்காட்சி உண்டென்றாலும் அரசாங்கம் ஒளிபரப்பும் கொள்கை விளக்க நிகழ்ச்சிகளை மட்டும்தான் பார்க்கலாம். அரசாங்கம் வெளியிடும் செய்தித்தாளை மட்டும்தான் படிக்கலாம். இஷ்டத்துக்கு யாரும் கட்சி ஆரம்பிக்க முடியாது. ஒரே கட்சிதான். தொழிலாளர் கட்சி என்று பெயர். வேண்டுமானால் அதில் இருக்கலாம். அதற்குப் பிரசாரம் செய்யலாம். அனுமதியின்றி யாரும் வெளி நாட்டு சுற்றுலாவெல்லாம் போக முடியாது. அதே போல வெளிநாட்டில் வசிக்கும் யாரும் அவ்வளவு எளிதாக வட கொரியாவுக்கு வரவும் முடியாது. குறிப்பாக உங்கள் பாஸ்போர்ட்டில் தென் கொரிய வீசா முத்திரை இருக்குமானால் இந்த ஜென்மத்தில் நீங்கள் வட கொரியாவின் வாசலைக்கூட மிதிக்க முடியாது. மதம் இல்லை. கடவுள் கூடாது.

காதல் கூடாது. இசை, ஓவியம், சிற்பம் உள்ளிட்ட எந்த நுண்கலை வடிவமானாலும் அரசாங்கம் ஒப்புக்கொண்டால் மட்டும்தான் பொதுவெளிக்கு வரலாம். பெருந்தலைவர் குடும்ப விசுவாசம் இருந்தால் போதாது; அதை அவ்வப்போது சரியான விதத்தில் வெளிப்படுத்திக்கொண்டே இருக்க வேண்டும். அதுதான் ஒருவர் தொடர்ந்து அங்கே உயிர் வாழ ஒரே வழி.

இதெல்லாம் மிகச் சொற்பம். இப்படிப்பட்ட கணக்கிலடங்காத கட்டுப்பாடுகளுக்குப் பெயர்பெற்ற நாடு. ஆனால் நாம் என்ன நினைப்போம்? ஒரு சர்வாதிகார நாட்டில் அவ்வப்போது வெளியிடப்படும் அறிவிப்புகள் அப்படி அப்படியே சட்டமாகிவிடும்; மக்கள் வேறு வழியின்றி ஏற்றுக்கொள்ள வேண்டியிருக்கும் என்பதுதான் பொதுவான எண்ண ஓட்டம். இல்லையா?

ஆனால் வட கொரியச் சட்டதிட்டங்கள், நிபந்தனைகள், கெடுபிடிகள் அனைத்தும் 1948ஆம் ஆண்டு கிம் இல் சுங் நாட்டின் முதல் தலைவராகப் பொறுப்பேற்ற மறுகணமே ஒரு சங்கேத மொழியில் எழுதப்பட்ட ப்ளூ ப்ரிண்ட்டாக வழங்கப்பட்டுவிட்டன. அன்றைக்கு அம்மக்கள் இருந்த மனநிலையில்-சூழ்நிலையில்-இனி ஜப்பானிய அடக்குமுறை இல்லை என்கிற உணர்வெழுச்சி அளித்த திருப்தியில், அவர்கள் யார் எதைச் சொன்னாலும் ஏற்கத் தயாராக இருந்தார்கள். எனவே, மண்ணின் மைந்தர், கம்யூனிஸ்டுப் புரட்சியாளர், சோவியத் யூனியனின் ஆதரவு பெற்ற மாபெரும் மக்கள் தலைவர், சுதந்தர வட கொரியாவின் முதல் பெருந்தலைவர் கிம் இல் சுங் சொல்வதைக் கேட்க மாட்டார்களா?

கிம், தனது புதிய அரசியல் சித்தாந்தத்துக்கு 'ஜூச்சே' (Juche) என்று பெயரிட்டார். மேலோட்டமாகப் பார்த்தால் இந்தச் சொல்லின்மூலம் அவர் கடத்த விரும்பிய பொருள், சுயசார்பு தேசியம், பூரண சுதந்தரம் என்பதுதான். ஆனால், அடிப்படையில் தன்னை ஒரு

கம்யூனிசத் தலைவராகவே அவர் முன்வைத்தாலும், அவரது ஜூச்சே சித்தாந்தம் இடதுசாரி தேசியவாதத்தையும் கடந்து, ஸ்டாலினுக்கே திகைப்பூட்டியது. இதனைச் சற்று விரிவாகவும் தெளிவாகவும் புரிந்துகொண்டால்தான் வட கொரியாவின் அரசியலைச் சரியாக உள்வாங்க முடியும்.

ஒரே வரியில் சொல்லிவிடலாம். நான் ஆள்கிறேன். நீ அடி பணிந்திரு.

அவ்வளவுதான். ஆனால் அப்படியெல்லாம் புரியும் படியாக ஒரு சித்தாந்தத்தை முன்வைத்தால் மக்கள் தூக்கிக் கடாசிவிடுவார்கள். எனவே அதற்குச் சில அலங்கார ஜோடனைகள் தேவைப்பட்டன. அதில் சிறிது இடதுசாரி மணம் இருக்க வேண்டும். சோவியத் சுப்ரீம் கோபித்துக்கொண்டுவிடாதபடி ஒரு கட்டமைப்பு. ஆனால் சோவியத் கம்யூனிசத்தின் தன்மையிலிருந்து மிகவும் விலகிய ஒரு நூதன வினோதம். அதில் வலதுசாரித்தனம் தென்பட்டுவிடக்கூடாது. ஆனால் முதலாளித்துவ நாடுகளின் ஏகாதிபத்திய அணுகுமுறையையும் உள்வாங்கியதாக இருக்க வேண்டும்.

ஆயிரம் பேசினாலும் சித்தாந்த சர்க்கரைப் பொங்க லெல்லாம் பிரசாதமாக இரண்டு ஸ்பூன் இருந்தால் போதும். அடிப்படை என்ன? நான் ஆள்கிறேன், நீ அடங்கி இரு. அதுதான். அவ்வளவுதான்.

இது புரிந்துவிட்டால் கிம் இல் சுங்கின் ஜூச்சேவுக்குள் நுழைவது எளிதாக இருக்கும்.

கொரிய தேசியவாதம் என்பதைக் கிம் மூன்று அடுக்குகளாகப் பிரித்து வைத்து விளக்கப் பார்த்தார்.

முதலாவது, கொரிய மண்ணின்மீது வெளிநாடுகள் உரிமை பாராட்டுவதையோ, செல்வாக்கு கொள்வதையோ, நேரடியாகவும் மறைமுகமாகவும் ஆதிக்கம் செலுத்துவதையோ அடியோடு நிராகரிப்பது.

கொரியா, கொரிய மக்களுக்கு மட்டுமே. பூமியில் எவர்க்கும் இனி அடிமை செய்யோம்.

இரண்டாவது, பொருளாதாரம் சார்ந்தது. மேற்கத்திய நாடுகளுக்கும் சோவியத் ரஷ்யா போன்ற கம்யூனிச நாடுகளுக்கும் கொரியாவின் மீது அக்கறை எழுமானால் அதற்கு என்ன காரணம் இருக்க முடியும்? மண் வளம். மனித வளம். ஏதோ ஒரு லாபமின்றி யாரும் வந்து எந்த உதவியும் செய்யப் போவதில்லை.

லாபங்களை எதற்கு அடுத்தவனுக்குத் தர வேண்டும்? நம் மண், நம் வளங்கள், நம் உரிமை.

ஆனால், கொரியா, புதிதாகப் பிறந்திருக்கும் நாடு. வளர வேண்டுமானால் வல்லரசுகளின் உதவி தேவைப்படும். உதவிக்கு ஒரு விலை இருக்கும். பெரும்பாலும் அது உரிமைகளாக இருக்கும். அது கூடாது.

எனவே, சுயசார்புப் பொருளாதாரம். ஆகக் குறைந்தபட்சப் பொருளாதார-வர்த்தக உறவுகளை மட்டும் வளர்ந்த நாடுகளோடு வைத்துக்கொண்டு, கொரியாவுக்கான சுயசார்புப் பொருளாதாரத்தை உருவாக்குவது.

மூன்றாவது, ராணுவ பலம். இது இன்றியமையாதது. நீண்டகால அடக்குமுறை, பிறகு நடந்த உலகப் போர், அதற்குப் பிந்தைய அரசியல் காலநிலை மாற்றங்கள் அனைத்தையும் கருத்தில் கொண்டால், கொரியா தனக்கென ஒரு வலுவான ராணுவத்தைக் கட்டமைத்து, அதன் திறன்களை அதிகரித்துக்கொண்டே செல்வது தவிர்க்க முடியாதது.

நான்காவது, கலாசாரத் தன்னாட்சி. கொரிய கலாசாரம், பண்பாடு போன்றவற்றைப் பாதுகாப்பது. மேற்கத்திய நாகரிகம் ஒரு பேரலையாக வந்து எதையும் அடித்துச் சென்றுவிடாதபடி அனைத்தையும் மூடி வைத்துப் பராமரிப்பது.

இந்த நான்கு அம்சங்களையும் மேலோட்டமாக அணுகினால் வித்தியாசமாக எதுவும் தென்படாது. ஒரு

சோவியத் ஆதரவுப் புதிய தேசம் இந்த அளவுக்குக் கூடத் தடுப்பணை கட்டாதா என்று தோன்றும். உண்மையில், இன்று அந்நாட்டுக்குள் என்ன நடக்கிறது என்றே தெரியாத அளவுக்கு எண்திசைக் கதவுகளும் அடைக்கப்பட்டிருப்பதன் அடிப்படை இதில்தான் உள்ளது.

கிம் இல் சுங்குக்கு இடதுசாரி மனோபாவம் இருந்ததில் ஐயமில்லை. கொரிய விடுதலை-ஆட்சியைப் பிடிப்பது என்பதற்கு அது உதவி செய்ததையும் மறுக்க இயலாது. ஆனால், ஆட்சியில் அமர்ந்த பிறகு தேசத்தை ஒரு தனிச் சொத்தாகவே அவர் கண்டார். என்றென்றும் அது தன் கையைவிட்டுப் போய்விடாதிருக்க என்னென்ன செய்ய வேண்டும் என்று திட்டமிட்டுக் காய் நகர்த்தத் தொடங்கினார்.

ஜூச்சே சித்தாந்தம் அதன் விளைவுதான். இதன் அடிப்படையில் மேற்படி நான்கு அம்சங்களைச் சற்று அவிழ்த்துப் பார்க்கலாம்.

முதலாவது கொரியா, கொரியர்களுக்கு மட்டுமே.

இந்த அறிவிப்பு, அமெரிக்கா உள்ளிட்ட முதலாளித்துவ தேசங்களுக்கு மட்டுமல்ல. சோவியத் யூனியனுக்கும் சேர்த்து என்பதை நினைத்துப் பாருங்கள். தவிர, கொரியா விடுதலை பெற்ற அதே காலக்கட்டத்தில்தான் சீனத்திலும் வலதுசாரி ஆட்சி அகற்றப்பட்டு, கம்யூனிசப் புரட்சி வெற்றி கண்டு மாவோ அதிகாரத்தைக் கைப்பற்றியிருந்தார். அதற்கும் சோவியத் யூனியன்தான் உதவி செய்திருந்தது.

வரிசையாக ஒவ்வொரு தெற்காசிய நாட்டிலும் கம்யூனிசப் புரட்சி நடந்து, எல்லா நிலமும் விரைவில் சோவியத் காலனியாகிவிடும் என்று அன்றைக்குப் பெரும்பாலான நாடுகள் கவலைப்பட்டன. அது அர்த்தமற்ற அச்சமல்ல. சோவியத் யூனியன் என்கிற நாடு பிறந்தபோதே பதினைந்து நாடுகளின் கூட்டமைப்பாகத்தான் தோன்றியது. பொது

உடைமை என்கிற சித்தாந்தத்தின் நூதனமும் வசீகரமும் இதர பல காலனியாதிக்க நாடுகளில் இருந்த போராளிக் குழுக்களைத் தீவிரமாக சிந்திக்கச் செய்துகொண்டிருந்தன.

அவரவர் நிலம்; அவரவர் முடிவு. ஆனால் விடுதலைக்கு உதவியவர்கள் என்பதற்காக மட்டுமே சோவியத் யூனியனின் ஆயுள் சந்தா அடிமையாகிவிடக் கூடாது என்று கிம் இல் சுங் நினைத்தார். எனவே, சோவியத் பாணி சர்வாதிகாரத்தை அடிப்படையாக வைத்து அதற்கு மேலே தனக்கு வசதியான சில கட்டமைப்புகளை நிறுவிக்கொள்ளப் பார்த்தார்.

தேசியவாதம் என்பது அவர் கையிலெடுத்த வலுவான ஆயுதம். இது சற்றுச் சிக்கல் மிக்கது. பொதுவாக தேசிய உணர்வு என்பது வலதுசாரி சித்தாந்தத்தின் முக்கியக் கண்ணிகளுள் ஒன்று. தேசிய அடையாளம், கலாசாரம், இறையாண்மையை ஒருங்கிணைத்து வலியுறுத்துவது. இடதுசாரி தேசியவாதம் என்பது, இதனுடன் சோஷலிசக் கொள்கைகளைச் சொருகி வைப்பது.

பொதுவான தேசியவாதம் அனைத்துத் தரப்பு மக்களையும் உள்ளடக்கிய தேசிய ஒற்றுமையை வலியுறுத்தும் என்றால், இடதுசாரி தேசியவாதம் தொழிலாளர் வர்க்கத்தின் நலன்களுக்கு முன்னுரிமை தரும்.

என் நாடு, என் மக்கள் என்பதுதான் பொதுவான தேசியவாதத்தின் அடிப்படை முழக்கமாக இருக்கும். இடதுசாரி தேசியவாதமெனில், என் நாடு-என் மக்கள் முக்கியம்தான்; அதே சமயம் உலகெங்கும் உள்ள தொழிலாளர் வர்க்க ஒற்றுமை அதற்கு நிகரான முக்கியத்துவம் வாய்ந்தது என்று சொல்லும்.

கிம் இல் சுங் இந்த சித்தாந்த அடிப்படைகளை அறியாதவர் அல்லர். ஆனால் கொரியாவுக்கென அவர் வடிவமைத்த தேசியவாத சித்தாந்தத்தில் வலது-இடதுசாரி ஆட்சி அல்லது ஆச்சி மசாலாக்களுடன்

சில சொந்தத் தயாரிப்பு சூரணங்களையும் சேர்த்துச் சொருகி வைத்தார்.

அதன்படி நாட்டின் தலைவரை மக்கள் முற்றுமுழுதாக நம்ப வேண்டும். எதையும் கேள்வி கேட்டுக்கொண்டிருக்க அவகாசமில்லை. நாம் வளர்ந்தாக வேண்டும். வாழ்ந்தாக வேண்டும். விழுங்கக் காத்திருக்கும் டிராகன்களையும் முதலைகளையும் வல்லூறுகளையும் வீழ்த்தியாக வேண்டும். தலைவனுக்குத் தெரியாதது ஒன்றுமில்லை. அவனின்றி இந்த விடுதலை சாத்தியமில்லை என்பதை எப்போதும் மறக்காதீர். நீ கும்பிட வேண்டுமென்றால் என்னைக் கும்பிடு. தொழ வேண்டுமென்றால் என்னைத் தொழு.

நேரடியாக இதனைச் சொல்ல முடியாதல்லவா? எனவே, ராணுவம். அவர்கள் சொல்வார்கள். அவர்கள் புரியவைப்பார்கள்.

அன்புள்ள என் குழந்தைகளே, இந்த நாட்டின் ராணுவம் என்பது எங்கிருந்தோ கொண்டு வந்து நடப்பட்ட பயிரல்ல. இம்மண்ணை முக்கியமாகக் கருதும் இம்மண்ணின் குடிகள் அனைவரும் இந்நாட்டின் சிப்பாய்களே. வாருங்கள். வந்து சேருங்கள்.

வலதுசாரி, இடதுசாரி தேசியவாதங்களினும் வலுவானது - உணர்ச்சிமய தேசியவாதம். மக்களின் அடிப்படைத் தேவைகளை முன்வைத்து, அனைத்திலும் தன்னிறைவு பெற இதுதான் வழி என்று வெற்றி பெற்ற தலைவன் ஒருவன் சுட்டிக்காட்டுவான் எனில், கேள்வி கேட்காமல் மக்கள் அப்போது அதை ஏற்பார்கள்.

உலகெங்கும் நடப்பதுதான். இன்றுவரை உள்ளதுதான். கிம் அதைத்தான் கையில் எடுத்தார். ஜப்பானியரை எதிர்ப்பதற்காக மஞ்சூரியாவில் முகாமிட்டுத் தனித்தனியே புரட்சிகரப் பணியாற்றிக்கொண்டிருந்த அனைத்துக் கொரிய போராளி இயக்கத்தின் வீரர்களுக்கும் சுதந்தரக் கொரிய ராணுவத்தில் பணி என்று அறிவித்தார். சுதந்தரக்

கொரியாவில் இனி என்ன செய்வது, எப்படிப் பிழைப்பது என்று யோசித்துக்கொண்டிருந்தவர்கள் மகிழ்ச்சிப் பரவசத்துடன் ஓடி வந்து இணைந்துகொண்டார்கள். இடதுசாரி அல்லாதவர்களுக்கும் இடம் தரப்பட்டது என்பதுதான் இதில் கவனிக்கப்பட வேண்டிய அம்சம்.

ஏனெனில், கிம் ஒரு விஷயத்தில் தெளிவாக இருந்தார். சும்மா சும்மா சித்தாந்தத்தைத் தொட்டெழுப்பித் தொந்தரவு செய்துகொண்டிருக்கக் கூடாது. அது பாட்டுக்கு ஓர் ஓரத்தில் இருக்கட்டும். நாம் நமது புதிய கட்டமைப்பை உருவாக்குவோம்.

ஆனால் எளிய மக்களுக்கு சித்தாந்தங்கள் புரியாது. அதெல்லாம் புரியாமல் இருக்கும்வரைதான் நல்லது என்பது ஒரு பக்கம் இருந்தாலும், கிம் எதிர்பார்த்த நூறு சத மக்கள் ஆதரவு என்பதை அவர்களுக்குப் புரியக்கூடிய எளிய துண்டறிக்கையாகவும் வெளியிட்டார்கள்.

1. மாபெரும் மக்கள் தலைவரான கிம் இல் சுங்கின் புரட்சிகர சித்தாந்தத்தை மொத்த சமூகத்துடனும் ஒருங்கிணைக்கும் முயற்சியில் நாம் அனைத்தையும் அள்ளித்தர வேண்டும்.

2. தோழர் கிம் ஒரு மகத்தான தலைவர். நமது நூறு சத விசுவாசமே அவருக்கு அளிக்கும் சரியான கௌரவம்.

3. அவரது அதிகாரங்கள் முழுமையாக்கப்பட வேண்டும். அதற்கு நாம் ஒத்துழைக்க வேண்டும்.

4. அவரது சித்தாந்தமே நமது நம்பிக்கை ஆகவேண்டும். அவரது வழிகாட்டலே நமது வாழ்க்கை முறை.

5. நிபந்தனையற்று அடிபணிவோம். அவர் என்ன சொன்னாலும் கேட்போம்.

6. கட்சியானாலும் ஆட்சியானாலும் தோழர் கிம்மே மையப் புள்ளி. புரட்சிகர ஒற்றுமையை அப்படித்தான் வலுப்படுத்த வேண்டும்.

7. மகத்தான தலைவர் தோழர் கிம்மிடம் மட்டுமே பயில்வோம். பொதுவுடைமையோ, புரட்சிகரப் பணி முறைகளோ, இதர வேறு எதுவோ. அவர் சொல்வதை மட்டும் கேட்போம். அதை மட்டுமே பின்பற்றுவோம்.

8. இந்த அரசியல் வாழ்க்கை நமது மகத்தான தலைவர் தோழர் கிம்மால் நமக்கு அளிக்கப்பட்டது. அதை மதிப்போம். அவரை விசுவாசிப்போம்.

9. மகத்தான தலைவர் தோழர் கிம்மின் ஒரே தலைமையின்கீழ் கட்சி-நாடு-ராணுவம் மூன்றும் திரண்டு முன்னேற வேண்டும். இந்த ஒழுங்குமுறையை நாம் பயிலவேண்டும்.

10. தோழர் கிம்மின் புரட்சியை, மாபெரும் சாதனைகளைத் தலைமுறைதோறும் கடத்த வேண்டும். இம்மண்ணும் மக்களும் வாழும் காலம்வரை அவரது பெருமை நிலைத்திருக்கப் பாடுபட வேண்டும்.

மேற்படி பத்துக் கட்டளைகள் கொரியப் போருக்கெல்லாம் மிகவும் பிற்காலத்தில்தான் உருவாக்கப் பட்டன என்றாலும் தொடக்கம் முதலே, இதனைத்தான் கொரிய மக்கள் கடைப்பிடிக்க வேண்டும் என்பதில் அவர் தெளிவாக இருந்தார்.

இப்போது எண்ணிப் பார்க்கலாம். இதில் என்ன பொதுவுடைமை சித்தாந்தம் இருக்கிறது? மக்களுக்கு உபயோகமாக என்ன இருக்கிறது? சுதந்தரம் அல்லது சமத்துவம் அல்லது சகோதரத்துவம் ஏதாவது ஒன்று உண்டா என்றால், கிடையாது. ஜப்பானுக்கும் மற்றவனுக்கும் ஏன் அடிமையாக இருக்கிறாய்? எனக்கு மட்டும் இரு என்பதுதான் இதன் சாரம்.

இந்தப் பக்கம் ராணுவத்தை உருவாக்கி, அதை மக்கள் ராணுவம் என்று அறிமுகம் செய்து, உலகின் மிக வலுவான ராணுவக் கட்டமைப்பைக் கொண்ட தேசமாக விரைவில் நாம் இருப்போம் என்று பகிரங்கமாக அறிவித்தார்.

மறுபுறம் தொழில் துறை, விவசாயம் இரண்டிலும் மிக விரைவில் தன்னிறைவு அடைய வேண்டும் என்று சொன்னார். கொரியத் தொழிலாளர் கட்சியின் கதவுகளைத் திறந்து வைத்தார். இதைச் செய்தபோதே நிலங்கள் அளக்கப்படும், உரிமையாளர்கள் கணக்கு சொல்ல வேண்டும் என்று அறிவித்தார். நாட்டின் அனைத்து கனரகத் தொழில்களும் தேசியமயமாக்கப் பட்டன. மருத்துவத் துறையையே நாட்டுடைமை என்று அறிவித்தார். தனியே யாரும் கல்லா கட்ட வழியே இல்லை.

மக்களுக்குப் புரியும் அல்லவா?

புரிந்தது. அவர்கள் ஒற்றைக் கட்சியின் உறுப்பினராகிக் கொண்டிருந்தபோது கிம் இல் சுங் தன் முதல் பெரிய ஆட்டத்தைத் தொடங்கிவிடுவதென முடிவு செய்தார்.

தெற்குக் கொரியா என்று தனியே ஒன்று எதற்கு? அதுவும் நம்முடையது. எனவே, அடித்துப் பிடுங்குவோம்.

ஜூன் 25, 1950 அன்று கொரியப் போர் தொடங்கியது. மிக விரைவில் அது ஒரு மாபெரும் பகையின் சரித்திரமாக பூதாகாரமடையும் என்றெல்லாம் அன்று யாருமே நினைக்கவில்லை. கொரியா ஒன்றுதான் என்று எல்லோருமே நினைத்தார்கள். வடக்கில் இருந்தவர்கள் தம்முடையது என்றும் தெற்கில் இருந்தவர்கள் தம்முடையது என்றும்.

இதில் ஒன்றுதான் சிக்கலுக்கு அடிப்படை. மக்கள் நினைத்ததில் ஒன்றுமில்லை. ஆட்சியாளர்கள் நினைத்திருந்தாலும் அது வேறு மாதிரி ஆகியிருக்கும். பின்னால் இருந்து இயக்கிய இரு பெரும் சக்திகள் நினைத்தன.

அங்கே பிடித்தது அட்டமத்துச் சனி.

11. கொரியப் போர்: முதல் காட்சி

முப்பத்தெட்டாவது அட்சக்கோட்டில் முந்நூற்று இருபத்திரண்டு கிலோ மீட்டர் நீள எல்லைப் பகுதியிலும் மழை பெய்துகொண்டிருந்தது. எந்த நேரத்திலும் எதுவும் நடக்கலாம் என்று எல்லைக்கு இருபுறமும் வசித்தவர்கள் எப்போதும் அஞ்சியதால் பொதுவாக அவர்கள் வெளியே வரும்போது கவனமாக இருப்பார்கள். விளையாட்டாகக் கூட அத்துமீறி அந்தப் பக்கம் இந்தப் பக்கம் போய்ப் பார்க்க நினைக்க மாட்டார்கள். ராணுவம் இருக்கும். எல்லைக் காவல் படை இருக்கும். சிறப்பு அதிரடிப் பிரிவு வீரர்கள் நாளெல்லாம் பொழுதெல்லாம் பீரங்கிகளில் ஏறி அமர்ந்து நோட்டம் விட்டுக்கொண்டிருப்பார்கள். சந்தேகத்துக்கு இடமான சிறு அசைவு இருந்தாலும் எங்காவது வெடிக்கத் தொடங்கிவிடும் என்று எல்லோரும் நினைத்தார்கள், எப்போதும் நினைத்தார்கள்.

வடக்கு-தெற்குக் கொரியர்களுக்கு அது சற்று வினோதமான அனுபவம்தான். தங்களை வேறு வேறு தேசிய அடையாளம் கொண்டவர்களாக அவர்கள் நினைத்ததேயில்லை. இப்படி திடீரென்று எதிரிகளாவோம் என்று எண்ணிப் பார்த்ததில்லை. ஏதோ

கிரக நிலை சரியில்லை; பேசித் தீர்த்துக்கொண்டுவிட முடியும் என்றுதான் தோன்றியது. ஆனால் யாருடன் யார் பேசுவது? அதுதான் குழப்பம்.

தென் கொரியர்களுக்கு உதவுவதற்கு அமெரிக்கர்கள் வந்து உட்கார்ந்திருந்தார்கள். வட கொரியர்களுக்கு உதவ, சோவியத் யூனியன். சிக்கல் வட கொரியர்களுக்கும் தென் கொரியர்களுக்குமா, அமெரிக்காவுக்கும் சோவியத் யூனியனுக்குமா?

மக்கள்வரை பரவியிராத பிரிவினை உணர்ச்சி, பகை உணர்ச்சி அப்போது இரு நாட்டுத் தலைவர்கள் மத்தியில் பரவியிருந்தது. அதாவது, இரண்டு வெளிநாட்டு சக்திகளும் தாம் ஆட்சியில் அமர வைத்த கொரியத் தலைவர்களைத் தாம் நினைத்ததைப் பேசவைத்துக் கொண்டிருந்தன.

ஆனால், பேசத்தான் வைத்துக்கொண்டிருந்தார்கள். வெடித்து ஆரம்பித்துவைக்கச் சொல்லவில்லை. உலகப் போர் முடிந்து சில காலமே ஆகியிருந்த சூழ்நிலையில், சோவியத்தின் ஆதரவுடன் சீனத்தில் கம்யூனிசப் புரட்சி வெற்றி கண்டு, மாவோ ஆட்சியைப் பிடித்திருந்த வேளையில் கொரிய தீபகற்பத்தில் ஒரு முழுநீள யுத்தத்தை உத்தேசிக்க அமெரிக்காவும் முட்டாள் இல்லை; சோவியத் யூனியனும் மாங்காய் இல்லை.

பின்னாளில் பனிப்போர் என்று பகிரங்கமாக உலகம் புரிந்துகொண்ட வல்லாதிக்க மனப்பான்மை இரு தரப்புக்கும் வேர்விடத் தொடங்கியிருந்த சமயம் அல்லவா? இரு தரப்புமே தத்தமது அதிகாரப் பிராந்தியங்களில் அடக்கி வாசிக்கவே விரும்பினார்கள். குறைந்தபட்சம் சில காலத்துக்காவது. ஆனால் அத்துமீறல்களை அனுமதிப்பதற்கில்லை. வரையறுத்த எல்லைகளை வளைப்பதற்கில்லை. திருத்தி எழுதுவதற்கில்லை.

ஆனாலும் முப்பத்தெட்டாவது அட்சக்கோட்டில் அன்றைக்கு குண்டு வெடித்தது. மழை வெளுத்து வாங்கிக்கொண்டிருந்த ஜூன் 25, 1950.

முதலில் தொடங்கியது கொரியாவின் மேற்குக் கடற்கரையை ஒட்டியிருந்த ஆஞ்சின் (Ongjin) என்ற இடத்தில். அது மக்கள் வசிக்கும் பகுதியல்ல. இரு தரப்பு ராணுவத்தினர் ரோந்து செல்லும் பிராந்தியம். நல்ல இருட்டு, நல்ல மழை என்பதால் முதல் குண்டை வீசியது யார் என்பது பற்றிய துல்லியமான தகவல் கிடையாது. ஆனால் வெடிச்சத்தம் கேட்டதுமே பதில் வெடி வந்துவிட்டது. அதுவும் எந்தப் பக்கத்திலிருந்து வந்தது என்று தெரியாது. வெறும் சத்தம். விபரீதத்தின் சத்தம்.

இது நடந்த சில நிமிடங்களுக்குள் எல்லைக்கோட்டை ஒட்டிய ஆறு வெவ்வேறு இடங்களில் வட கொரிய ராணுவம் சுட்டுக்கொண்டே முன்னேற ஆரம்பித்தது. எங்கெங்கிருந்தோ ஆயிரக் கணக்கான ராணுவ வீரர்கள் எல்லையில் வந்து குவிந்துகொண்டே இருந்தார்கள். தெற்கை நோக்கி முன்னேறிச் சென்ற படையினரை அடியொற்றி அவர்களும் முன்னேறத் தொடங்கினார்கள்.

தென் கொரிய எல்லைப் படையினர், முன்னேறி வருபவர்களைத் தடுத்து நிறுத்தத் தயாராகிக்கொண்டே, சியோலுக்குத் தகவல் அனுப்பினார்கள்.

போர்.

அத்தகவல் போய்ச் சேர்ந்த அதே சமயத்தில் வட கொரிய வீரர்கள் கடல் வழியாகவும் ஊடுருவி வந்து தென் கொரியாவின் கிழக்குக் கடலோரப் பகுதிகளில் புகுந்தார்கள்.

என்ன நடக்கிறது என்று எல்லோருக்கும் தெரியும். என்ன செய்ய வேண்டும் என்ற திட்டமும் தென் கொரியாவிடம் இருந்தது. ஆனால், இது இக்கணம் நடக்கும் என்று எதிர்பார்த்திராத அதிர்ச்சியில் சற்று தடுமாறினார்கள்.

இன்னொரு காரணமும் இருந்தது.

தென்கொரியாவின் ராணுவ ஜெனரல்களும் பிற மூத்த உயரதிகாரிகளும் அப்போது நாட்டுக்குள் இல்லை.

சிலர் அமெரிக்காவுக்குச் சென்றிருந்தார்கள். இன்னும் சிலர் ஜப்பானுக்குச் சென்றிருந்தார்கள். மேலிடத்தில் என்ன நடக்கிறது, எதனால் நடக்கிறது என்பது கீழ்மட்ட அதிகாரிகளுக்கு முழுக்கத் தெரியாது. தெரியவும் நியாயமில்லை. ஆனால் உடனடியாக முடிவெடுத்துக் கட்டளையிடத் தலைகள் போதாத நெருக்கடி தென் கொரிய ராணுவத்துக்கு இருந்தது.

ஒன்றும் சிக்கல் இல்லை. எல்லோருக்கும் அனைத்தையும் தெரியப்படுத்தி, விரைந்து வரவழைக்க ஒரு நாள் போதும். சுதாரித்துவிட முடியும்.

ஆனால், அந்த ஒருநாளைத்தான் வட கொரிய ராணுவம் தன் இலக்காக வைத்திருந்தது. ஒரு நாள். ஒரே நாள். மொத்தத் தென் கொரிய மண்ணையும் வென்றெடுத்துச் சென்றுவிடுவது.

எனவே அவர்கள் நின்று யோசிக்கும் நிலையில் இல்லை. சாத்தியமுள்ள அனைத்து வழிகளிலும் தென் கொரியாவுக்குள் நுழையப் பார்த்தார்கள். எதிர்த்த தென் கொரிய ராணுவத்தினரைக் கண்மண் தெரியாமல் சுட்டுக்கொண்டே முன்னேறினார்கள்.

அன்றைய பொழுது விடியும்போதே துப்பாக்கிச் சத்தமுடன் விடிந்ததால் தென் கொரிய எல்லைப் பகுதி மக்கள் வீட்டை விட்டு வெளியே வரவே அஞ்சினார்கள். எது நடந்துவிடக்கூடாது என்று நினைத்தார்களோ, அது வாசலுக்கு வந்துவிட்டது என்கிற பதற்றம் ஒவ்வொருவரிடமும் இருந்தது. பிரதமரிடமிருந்து என்ன அறிவிப்பு வரப் போகிறது என்று ரேடியோவின் முன்னால் உட்கார்ந்திருந்தார்கள்.

காலை ஒன்பது முப்பதுக்கு வட கொரிய ராணுவம் தனது முதல் வெற்றியைப் பார்த்தது. தென் கொரியாவின் வடக்கு எல்லையிலிருந்து சியோலை அடைவதற்கான ரயில் பாதையோரம் அமைந்திருந்த முக்கிய நகரமான கெஸாங்கை (Kaesong) அவர்கள் கைப்பற்றிவிட்டார்கள்.

எப்படியாவது மதியத்துக்குள் சியோலைச் சுற்றி வளைத்துவிட வேண்டும் என்ற திட்டமுடன் தரை-கடல்-வான் வழிகளில் வட கொரியா தனது தாக்குதலைத் தீவிரப்படுத்த ஆரம்பித்தது.

எதுவும் எதிர்பாராததல்ல. ஆனால் அன்றைக்கு அது நடக்கும் என்று தெரியாததுதான் தென் கொரியாவின் ஆரம்பத் தோல்விக்கு அடிப்படைக் காரணம். வினோதம் என்னவென்றால் தென் கொரியாவுக்கான அமெரிக்க அதிகார வர்க்கம், காவல் வர்க்கம், உளவு வர்க்கம் மொத்தமும் பணியில்தான் இருந்தது. தலைநகரம் சியோலிலேயேதான் இருந்தது. இன்றைக்கு வேண்டுமானால் பிற நாட்டு உளவாளிகள் வட கொரியாவுக்குள் சென்று அமர்ந்துகொண்டு தகவல் சேகரிக்க வாய்ப்பில்லாமல் இருக்கலாம். ஆனால் 1950 அப்படிப்பட்ட ஆண்டல்ல. அதாவது, அவ்வளவு மோசமான சூழ்நிலை அப்போது அங்கே இல்லை. நான் அமெரிக்க உளவாளி என்றோ, தென் கொரிய உளவாளி என்றோ சொல்லிக்கொண்டு பியாங்யானுக்குச் சென்று வாடகைக்கு வீடு பார்த்து, பால் காய்ச்சிக் குடியேற முடியாதுதான். ஆனால் மக்களோடு மக்களாக ஊடுருவிச் சென்று உட்கார முடியாத அளவுக்கு மோசமில்லை.

அப்படியும் வட கொரியாவின் அந்த ராணுவ நடவடிக்கை-போர்த் தொடக்கம் தென் கொரியாவுக்குத் தெரியாதிருந்தது என்றால், கிம் இல் சுங்கின் 'ஜூச்சே'வின் 'தரம்' அப்படி.

கிம், போர் தொடங்கவிருப்பது குறித்து சோவியத் யூனியனுடன் பேசாமலா இருந்திருப்பார்? அண்டை தேசத்து அன்பு நண்பரான மாவோவுடன் விவாதிக்காமலா இருந்திருப்பார்? ஸ்டாலின் சம்மதிக்காமல் ஒரு போரைத்தான் அப்போது தொடங்கியிருக்க முடியுமா?

இந்தச் சந்தேகங்கள் எல்லாருக்கும் இருந்தன. கூடவே ஏற்க இயலாததொரு பதிலும் இருந்தது. அந்த பதில்,

கிம் இல் சுங் தன்னிச்சையாக அதைத் தொடங்கிய பின்பே உரியவர்களுக்கு அறிவித்தார் என்பதுதான். சோவியத்துக்கும் தெரியாமல் வட கொரியா ஒரு போரைத் தொடங்கும் என்பதைத் தென் கொரியப் பிரதமரால் மட்டுமல்ல; அன்றைய அமெரிக்க அரசாலும் நம்பவோ, ஏற்கவோ முடியவில்லை.

இத்தனைக்கும் அதற்கு முந்தைய வருடத்தின் ஜூன் மாதத் தொடக்கத்திலிருந்தே (1949 ஜூன்) வட கொரியா ஒரு போரை உத்தேசித்துத் தென் கொரியாவின்மீது தாக்குதல் தொடுக்கலாம் என்று அமெரிக்க உளவுத் துறை (சி.ஐ.ஏ)யின் வட கொரியப் பிரிவு ஏஜெண்ட்கள் தொடர்ச்சியாகத் தகவல் தெரிவித்து வந்திருக்கிறார்கள். என்ன சிக்கலென்றால், அது அமெரிக்க அதிபர் வரை தெரியும் என்பதுதான். எப்படியும் போர் வரும், வரும்போது பார்த்துக்கொள்ளலாம் என்கிற மெத்தனம்.

அதன் விலையை அன்றைக்குத் தென் கொரியா அளித்தது.

வட கொரிய ராணுவத்திடம் அன்றைய தேதியில் நூற்றைம்பது பீரங்கிகள் இருந்தன. அதி உயர் ரகம் என்று சொல்ல முடியாவிட்டாலும், அனைத்துமே நடுத்தர நல்ல ரகம். எல்லாமே சோவியத் யூனியன் அளித்தவை. போக, ஒரு சிறிய விமானப்படையும் அவர்களிடம் இருந்தது.

துரதிருஷ்டவசமாக அன்றைய தேதியில் தென் கொரிய ராணுவத்தில் வீரர்கள் மட்டுமே இருந்தார்கள். மருந்துக்கும் ஒரு பீரங்கி கிடையாது. விமானப்படை என்ற ஒன்று கிடையவே கிடையாது. எனவே அவர்கள் செய்ய நினைத்ததெல்லாம், முன்னேறி வரும் வட கொரிய ராணுவத்தை என்னென்ன விதங்களிலெல்லாம் தடுக்கலாம், தாமதப்படுத்தலாம் என்பதைத்தான்.

கையோடு, ஜப்பானில் முகாமிட்டிருந்த கிழக்காசிய நாடுகளுக்கான அமெரிக்க ராணுவ கமாண்டர்

ஜெனரல் மெக்ஆர்த்தருக்குத் தகவல் அனுப்பினார்கள். உடனடியாக உதவி வரவில்லையென்றால் நாளைக்குத் தென் கொரியா என்ற நாடு இருக்காது.

சிந்திக்கவோ, அமெரிக்க அரசுக்குத் தகவல் சொல்லிக் கலந்து ஆலோசிக்கவோ அவருக்கு நேரம் இருக்கவில்லை. எனவே தன்னிச்சையாக முடிவெடுத்து, உடனே ஜப்பானில் இருந்த அமெரிக்கத் துருப்புகளையும் ஆயுத தளவாடங்களையும் கப்பலில் அள்ளிப் போட்டுத் தென் கொரியாவுக்கு அனுப்பினார். அனுப்பிய பிறகு அமெரிக்க அதிபர் ட்ரூமனுக்குத் தகவல் சொன்னார். நிலைமையை விளக்கிப் புரிய வைத்த பின்பும் ட்ரூமன் மிகவும் யோசித்தார். சரி, தரைப்படை வீரர்கள் வேலையைப் பார்க்கட்டும்; வான்படை, கடற்படையெல்லாம் ரிசர்வில் இருந்தால் போதும் என்று அவர் நினைத்தார்.

இருபத்தைந்தாம் தேதி தொடங்கிய போர், மறுநாள் காலையே கிட்டத்தட்ட முடிவு தெரிந்துவிட்ட ஒரு போரைப் போலாகிவிட்டது. எப்படியும் சியோல் விழுந்துவிடுமென்று ஜெனரல் மெக்ஆர்த்தருக்குத் தெரிந்துவிட்டது.

மறுபுறம் வட கொரியப் படைகள் இந்த முழுமையான வெற்றியை எதிர்பார்த்திராததால் மிகுந்த மகிழ்ச்சிப் பரவசத்தில் இருந்தன. இந்த இடைப்பட்ட நேரத்தில்தான் கிம் இல் சுங், ஸ்டாலினுக்குத் தகவல் சொல்லி, போருக்கு சம்மதம் வாங்கியதாக ஒரு தகவல் உண்டு. வட கொரியா தொடர்பான பல்லாயிரக் கணக்கான பேய்க்கதைகளுள் அதுவும் ஒன்று என்ற அளவோடு அந்த விவகாரத்திலிருந்து நகர்ந்து விடுவதே நல்லது.

ஏனெனில் 1950ஆம் ஆண்டு ஏப்ரல் மாதத்திலேயே தென் கொரியாவைத் தாக்க சோவியத் சுப்ரீம், வட கொரியத் தலைவர் கிம் இல் சுங்குக்கு அனுமதி வழங்கிவிட்டார் என்பதுதான் உலக அளவில் ஒப்புக்கொள்ளப்பட்ட வரலாறு. இதன் தொடர்ச்சியாக அந்த ஆண்டு மே

மாதத்தில் கிம் இல் சுங் சீன அதிபர் மாவோவைச் சந்தித்துப் பேசினார்.

சீனாவிலும் அப்போதுதான் ஆட்சி மாற்றம் ஏற்பட்டிருந்தது. அதே கம்யூனிசம். அதே சோவியத் மாடல். ஸ்டாலின்தான் சீனாவுக்குத் தேவையான பொருளாதார, ராணுவ உதவிகளை அனுப்பிக்கொண்டிருந்தார். புதிய அரசு தடாலடியாக எதையாவது செய்யப் போய், தென்கிழக்கில் குடியிருக்கும் அமெரிக்க ராணுவம் சீனாவைக் குறி வைத்தால் விவகாரம் வேறு விதமாகிவிடுமோ என்கிற கவலையும் அவருக்கு இருந்தது.

இருந்தாலும், ஒரு சிக்கல் என்று வந்தால் ஸ்டாலின் பார்த்துக்கொள்வார் என்கிற நம்பிக்கையில் வட கொரியாவுக்குப் போரில் உதவத் தயார் என்று மாவோ, கிம்மிடம் சொல்லி அனுப்பியிருந்தார்.

உண்மையில் பல கிழக்காசிய சரித்திர ஆய்வாளர்களின் கருத்துப்படி, மாவோவுக்குக் கொரிய யுத்தத்தில் அடிப்படையில் விருப்பம் இருக்கவில்லை. புதிதாகப் பிறந்திருக்கும் ஒரு தேசம், தன்னை வலுப்படுத்திக்கொள்ளாமல் போரில் இறங்குவது தற்கொலைக்குச் சமம் என்றே அவர் கருதினார்.

ஆனால் கொரியா இரண்டாகப் பிரிந்திருப்பதில் ஸ்டாலினுக்கு உடன்பாடில்லை. எப்படியாவது தென் கொரியாவின் மீது அமெரிக்காவுக்கு உள்ள செல்வாக்கை ஒழித்துக்கட்டி, அதை வடக்குடன் இணைத்து, ஒரு முழுமையான கம்யூனிச தேசமாக்கிவிட வேண்டும் என்ற எண்ணம் அவருக்கு இருந்தது. இது புரிந்ததால்தான் மாவோ, கிம்முக்கு உதவ ஒப்புக்கொண்டதாகச் சில ஆய்வாளர்கள் சொல்வார்கள்.

ஜூன் 25ஆம் தேதி தொடங்கிய போர் அடுத்த மூன்று நாள்களுக்கு உக்கிரமாக நடைபெற்றது. சியோல் தவிர, தென் கொரியாவின் பெரும்பாலான முக்கிய நகரங்களை வட கொரிய ராணுவம் கைப்பற்றிவிட்டிருந்தது.

எங்கெங்கும் குண்டு மழை. எல்லா இடங்களிலும் துப்பாக்கிச் சூடு. என்னதான் அமெரிக்க ராணுவம் உதவிக்கு வந்தாலும் தென் கொரிய ராணுவத்தால் வட கொரியாவின் வேகத்தை எதிர்கொள்ள முடியவில்லை.

மெக்ஆர்த்தர் கொலைவெறியின் உச்சத்துக்குச் சென்று, அமெரிக்க அதிபருக்குத் தகவல் அனுப்பினார்.

சியோல் வேண்டுமா? வேண்டாமா? அது விழுந்தால் பரவாயில்லையா?

இதுதான் சாரம்.

இதன் பிறகே ட்ரூமன், அமெரிக்க வான் படையையும் கடற்படையையும் போரில் பயன்படுத்திக்கொள்ள அனுமதி தந்தார். ஆனால் அதற்கெல்லாம் முன்பே வட கொரிய ராணுவம், தென் கொரியாவின் தலைநகரமான சியோலை வீழ்த்திவிட்டது. அன்றைய தென் கொரியப் பிரதமர் சிங்மேன் ரீ, எங்கே போனார் என்றே தெரியவில்லை. நாடாளுமன்ற வளாகத்தில் வட கொரிய ராணுவத்தினரால் சுற்றி வளைக்கப்பட்ட எம்பிக்களில் சிலர் உயிர் போய்விடுமோ என்று பயந்து, கொரிய இணைப்பை ஒப்புக்கொள்வதாகவும் கிம் இல் சுங்கே இனி தங்கள் தலைவர் என்றும் கூடம் அணைத்து சத்தியம் செய்தார்கள்.

சரி, எல்லாம் சுபமாகத்தான் நடக்கிறது; ஆட்டம் மூன்று நாள்களோடு முடிகிறது என்றுதான் வட கொரிய ராணுவம் அன்று நினைத்தது. அது மூன்றாண்டுப் போர் ஆகவிருப்பதோ, லட்சக்கணக்கான கொரியர்கள் உயிர் துறக்கவிருப்பதோ, இரு தேசங்களும் என்றென்றைக்கும் ஒன்று சேர இயலாத ஜென்ம எதிரிகளாகவிருப்பதோ அவர்களுக்கு உண்மையிலேயே அன்றைக்குத் தெரியாது.

12. நாசம், சர்வ நாசம்

பெரிதா, சிறிதா என்பதல்ல முக்கியம். ஒரு போரின் தொடக்கத்தில் கிடைக்கும் வெற்றி, இரண்டு தரப்பினர் மனநிலையிலும் கணிசமான தாக்கத்தை உண்டாக்கும். தமது பலம் அல்லது பலவீனம் குறித்த உண்மைகளும் கணிப்புகளும் இரண்டாம்பட்சமாகி, அந்த முதல் விளைவே இறுதியானது என்பது போன்றதொரு தோற்ற மயக்கம் ஏற்படும். உலக சரித்திரத்தில் இன்றுவரை நடந்துள்ள அனைத்துப் போர்களின் தொடக்க அத்தியாயத்திலும் இதனைப் பார்க்கலாம்.

கொரியப் போரைப் பொறுத்தவரை, அதனைத் தொடங்கியது வட கொரியா. முதல் குண்டை வெடித்தது யார் என்பதற்குத்தான் நேரடி சாட்சியோ, ஆதாரமோ கிடையாதே தவிர மூன்றாண்டு காலம் நடைபெற்ற கொரியப் போரின் இதர ஒவ்வொரு கட்டத்திலும் அது வட கொரியாவின் விருப்பம் அல்லது விழைவு என்பது தெளிவாகத் தெரியும்.

போர் தொடங்கிய முதல் மூன்று நாள்களில் தென் கொரியாவின் பெரும்பாலான பகுதிகளை வட கொரியப் படைகள் சுற்றி வளைத்துவிட்டன. தலைநகரம் சியோல்

அவர்கள் பிடியில் இருந்தது. எங்கெங்கும் தென் கொரிய ராணுவ வீரர்கள் தப்பி ஓடும் காட்சியையே பார்க்க முடிந்ததென்று அன்றைய நாளிதழ்க் குறிப்புகள் தெரிவிக்கின்றன.

இதற்கு ஒரே ஒரு காரணம்தான். தென் கொரிய அரசு ஒரு போரை உத்தேசிக்கவோ, எதிர்பார்க்கவோ இல்லை. ஏனெனில் அவர்கள் அமெரிக்காவை முழுதாக நம்பியிருந்தார்கள். சியோலில் உள்ள அமெரிக்க அதிகார வர்க்கத்தினரும் சரி; நாடெங்கிலும் பணியில் இருந்த அமெரிக்க ராணுவத்தினரும் சரி. தங்களுக்கு ஒரு சிக்கலென்றால் முன்னால் நின்று பாதுகாப்பார்கள் என்று நினைத்தார்கள். தவிர, இரண்டாம் உலகப் போரை முடித்துவைக்கும் விதமாக ஜப்பானில் அமெரிக்கா வீசியிருந்த இரண்டு அணு குண்டுகளும் அந்நாட்டின்மீது ஓர் இனம் புரியாத அச்சத்தை உலக நாடுகள் அனைத்துக்கும் உருவாக்கியிருந்தன. எனவே வட கொரியா அநாவசியமாக அமெரிக்கப் படைகளுடன் மோத விரும்பாது என்றே தென் கொரியப் பிரதமர் நினைத்தார்.

இந்த இடத்தில்தான் வட கொரியத் தலைவர் கிம் இல் சுங் தான் யார் என்பதை நிரூபித்தார். தென் கொரியாவை எடுத்து விழுங்கிவிடுவது என்பது அவரது ஒற்றைச் செயல்திட்டம். ஆனால் தடாலடியாக அதனைச் செய்யாமல் சரியான சந்தர்ப்பத்துக்காகக் காத்திருந்தார்.

அப்படிக் காத்திருப்பது பிறருக்கு சந்தேகம் தந்துவிடாதபடி, தனது அதிகாரத்துக்கு உட்பட்ட வட கொரிய மண்ணில் தடாலடி சட்டங்கள் இயற்றி, விளைநிலங்களை நாட்டுடைமை ஆக்கி, பண்ணையார்களை ஏழையாக்கி, நாடெங்கும் கல்விச் சாலைகள் திறந்து, தொழில்துறையை அரசு எடுத்துக்கொண்டு, ராணுவ பலத்தை மெல்ல மெல்ல அதிகரித்து, இன்னும் என்னென்னவோ செய்துகொண்டிருந்தார். மொத்த நாடும் கிம்மைத்தான்

தொழ வேண்டும் என்பது எழுதாத அல்ல; எழுதிய சட்டமாகவே அப்போது அறிமுகப்படுத்தப்பட்டது.

சரி, ஜார் வம்சத்தையே காலி செய்தவர்கள், ஹிட்லரையே ஒழித்துக்கட்டியவர்கள் நம் தலைவரை ஆதரிக்கிறார்கள் என்றால் வணங்கிவிட்டுப் போய்விடுவோம் என்று வட கொரியர்கள் நினைத்தார்கள்.

தென் கொரிய மக்களும் அரசாங்கமும் வடக்கே நடந்த இந்தக் கூத்துகளையெல்லாம் பார்த்து மனத்துக்குள் சிரித்துக்கொண்டிருந்தார்கள். அங்கேயும் ஒன்றும் தேனும் பாலும் ஓடத் தொடங்கியிருக்கவில்லை என்றாலும் சுதந்தரம் என்பது எப்படி இருக்கலாம் என்ற சுட்டிக்காட்டலுக்கு வழி இருந்தது. பெரிய சிக்கல்கள் ஏதும் பக்கத்தில் இல்லை என்று நினைத்த அமெரிக்க அதிகாரிகள் (ஆட்சித் துறையிலும் ராணுவத்திலும் இருந்தவர்கள்) ஓய்வுக்காகவும் வேறு பல காரணங்களுக்காகவும் வரிசையாகத் தென் கொரியாவை விட்டு வெளியே போய்க்கொண்டிருந்தார்கள். பெரும்பாலும் ஜப்பானுக்கு. அல்லது அமெரிக்காவுக்கு.

இந்தத் தருணத்தைத்தான் கிம் இல் சுங் பயன்படுத்திக்கொண்டார். ஜெனரல் டக்ளஸ் மெக் ஆர்த்தர் அப்போது ஜப்பானில் இருந்தார். இதர பல முக்கியஸ்தர்களும் சியோலில் இல்லை என்பதைத் தெரிந்துகொண்ட பின்னரே அவர் படையெடுப்புக்கு உத்தரவிட்டார். வட கொரியா பெற்ற தொடக்க வெற்றிகளுக்கும் தென் கொரியா சந்தித்த ஆரம்பத் தோல்விகளுக்கும் அதுதான் அடிப்படை.

ஆனால் அந்த முதல் மூன்று நாள்கள்தாம். அதன்பிறகு அமெரிக்கப் படைகள் சுதாரித்துக்கொண்டன. வடக்கிலும் தெற்கிலும் முறைப்படித் தேர்தல்கள் நடத்தலாம் என்று திட்டமிட்டிருந்த ஐக்கிய நாடுகளின் கூட்டமைப்பு இந்த எதிர்பாராத படையெடுப்பால் கடுங்கோபம் அடைந்தது.

இதையும் சரியாகப் புரிந்துகொள்ள வேண்டும். ஐநாவின் கோபம் என்பதும் அமெரிக்காவின் கோபம் என்பதும் வேறு வேறல்ல. அமெரிக்கா தனியாகக் கோபப்பட்டால் போதும் என்று நினைத்தால் ஐநாவைக் கூப்பிடாது. இம்மாதிரி விவகாரங்களுக்குள் ஐநா வருகிறது என்றால் அமெரிக்கா ஒரு கூட்டு ராணுவ நடவடிக்கைக்குத் திட்டமிடுகிறது என்று பொருள்.

இன்றைக்கு இது எல்லோருக்கும் தெளிவாகத் தெரியும். ஆனால் ஐம்பதுகளில் உலகம் அந்த அளவுக்கு விவரசாலியாக இல்லை.

ஆக, ஐநா தலையீடு. போரை நிறுத்துங்கள். உடனே. இல்லாவிட்டால் விபரீதம் விளையும்.

வட கொரியாவுக்கு முறைப்படி எச்சரிக்கை நோட்டீஸ் அனுப்பப்பட்டது. அவர்கள் நிறுத்துவதற்காகவா ஆரம்பித்தார்கள்? கிம், பதிலே சொல்லவில்லை. உன்னால் ஆனதைப் பார்த்துக்கொள் என்று இருந்துவிட்டார்.

எனவே ஐநா தனது உறுப்பு நாடுகள் அனைத்துக்கும் தகவல் அனுப்பியது. தென் கொரியாவைக் காப்பாற்றுங்கள்.

அமெரிக்காவின் தலைமையில், பிரிட்டன், கனடா, துருக்கி, ஆஸ்திரேலியா, பிரான்ஸ், கொலம்பியா, பெல்ஜியம், தென் ஆப்பிரிக்கா, நெதர்லந்து, லக்சம்பர்க், பிலிப்பைன்ஸ், தாய்லாந்து, நியூசிலாந்து எனப் பல நாடுகள் தமது ராணுவத்தை அனுப்பிவைத்தன.

இந்தியா, நார்வே, டென்மார்க், ஸ்வீடன் போன்ற நாடுகள் ராணுவத்தை அனுப்பவில்லை. ஆனால் போர்க்களத்திலும் பொது மக்களுக்கும் மருத்துவ உதவி செய்யும் பொறுப்பை ஏற்றுக்கொண்டு அதற்கான குழுக்களை அனுப்பிவைத்தன.

கிம் இல் சுங்குக்கு இருந்தது ஒற்றை நம்பிக்கை மட்டுமே. என்ன ஆனாலும் சோவியத் யூனியன் தன்னைக் கைவிடாது.

எனவே, எத்தனை பேர் வந்தாலும் பின்வாங்குவதில்லை என்று முடிவு செய்தார். உண்மையில், சர்வதேசப் படைகள் தென் கொரியாவுக்கு வரத் தொடங்கியபோது வட கொரிய ராணுவத்தினர் போர்க்களத்தில் காட்டிய வேகம் மிக அதிகம். நம்ப முடியாததும் கூட. தென் கொரியாவின் பல்வேறு முனைகளில் யுத்தம் நடந்துகொண்டிருந்தபோது, வட கொரிய வீரர்கள் ஐநாவின் படைகளையும் தென் கொரியப் படைகளையும் ஒரு நுணுக்கமான கணக்குடன் தீபகற்பத்தின் தென் கிழக்கு மூலைப் பிராந்தியமான பூசானுக்கு நகர்த்திக்கொண்டே சென்றனர். ஜூன் முடிந்து, ஜூலை ஆகஸ்டும் முடிந்த பிறகும் போரில் வட கொரியாவின் கையே மேலோங்கியிருந்தது.

இதற்குப் பல காரணங்கள் அப்போது சொல்லப்பட்டன. உலக நாடுகளின் வீரர்கள் இரண்டாம் உலகப் போரின் களைப்பிலிருந்தே அப்போது மீண்டிருக்கவில்லை. இன்னொரு முழு நீளப் போரை அவர்கள் அறவே வெறுத்தார்கள் என்பது ஒரு காரணம். அமெரிக்கத் தளபதி டக்ளஸ் மெக்ஆர்த்தர் எதிர்பார்த்த ராணுவத் தளவாட உதவிகள் போதிய அளவுக்கு வந்து சேரவில்லை என்பதை இன்னொரு காரணமாகச் சில சரித்திர ஆசிரியர்கள் எழுதியிருக்கிறார்கள். ஒரு சந்தர்ப்பத்தில் அவர் கடுப்பின் உச்சத்துக்கே சென்று அமெரிக்க அதிபருக்கு ஒரு கடிதம் எழுதியிருக்கிறார். 'பேசாமல் இங்கே ஓர் அணுகுண்டு போட்டுவிடவா? ஒரே நாளில் எல்லாம் தீர்ந்துவிடும்.'

ஒரு வழியாக அவர் எதிர்பார்த்த கடற்படை உதவிகள், விமானப்படை உதவிகள் அனைத்தும் செப்டெம்பரில் முழுதாகக் கிடைக்க ஆரம்பித்தன. விளைவு, ஐநாவின் படை மெல்ல மெல்ல வட கொரிய வீரர்களை அடித்துவிரட்ட ஆரம்பித்தது. முப்பத்தெட்டாவது அட்சக்கோட்டின்மீது வரையப்பட்ட எல்லைக் கோட்டைத் தாண்டி வட கொரிய வீரர்கள் தமது நாட்டுக்குள் தஞ்சம் புகும்வரை அது சாதாரணப்

போர்தான். எப்போது வட கொரியா தோற்றுவிடுவோம் என்று நினைக்கத் தொடங்கியதோ, அக்கணமே அமெரிக்க வீரர்களும் இதர நாடுகளின் வீரர்களும் சிலிர்த்துக்கொண்டு யுத்தம் செய்யத் தொடங்கினார்கள்.

இதன் மிக முக்கியமான விளைவு, வட கொரியா என்ற தேசம் வரலாறு காணாத வகையில் சர்வ நாசமானது. எந்தக் கிராமமும் தப்ப வில்லை. எந்த நகரமும் மிச்சமில்லை. ஒன்று என்றால் ஒரே ஒரு கட்டடம் கூட இடிக்கப்படாமல் இல்லை. போரில் அமெரிக்கப் படைகள் மட்டும் அந்நாட்டின் மீது ஆறு லட்சத்து முப்பத்தைந்தாயிரம் டன் எடையுள்ள குண்டுகளை வீசியது. இது அதிகாரபூர்வமாக அமெரிக்கா அன்றைக்கு ஒப்புக்கொண்ட கணக்கு. அமெரிக்கா தவிர இதர ஐநாவின் உறுப்பு நாடுகள் வீசிய குண்டுகள், விளைவித்த சேதாரங்கள் எண்ணிலடங்காதவை.

வட கொரியத் தலைநகரம் பியாங்யாங் உள்பட ஓரிடம் மிச்சமில்லை. ஒரு கட்டமைப்பு மீதமில்லை. பாலங்கள், அணைகள், நீர்த்தேக்கங்கள் அனைத்தும் உடைத்துச் சிதைக்கப்பட்டன. காடுகள் தீவைத்து எரிக்கப்பட்டன. தொழிற்சாலைகளைத் தேடித்தேடி குண்டு வீசி அழித்தார்கள்.

விளைநிலங்கள் எரிந்தன. நீர்நிலைகள் முற்றிலும் அழிக்கப்பட்டன. மழையற்ற காலத்தில் நாடெல்லாம் வெள்ளம். தவிர, வெள்ள நீரைச் சுரங்கங்களுக்குச் செல்லும்படி கர்ம சிரத்தையாக வழியமைத்துக் கொடுத்த வகையில் வட கொரியாவின் கனிம வளமும் முற்றிலும் நாசமாக்கப்பட்டது.

நாடு அழிந்தபோது, வட கொரியாவின் மக்கள் தொகையில் பன்னிரண்டு முதல் பதினைந்து சதவீதம் குறைந்திருந்தது. அத்தனை மரணங்கள். இரண்டாம் உலகப் போரினும் கொடூரமான போர் என்று கொரியப் போரைச் சில சரித்திர ஆசிரியர்கள் குறிப்பிடுகிறார்கள்.

அது வட கொரியாவின் மீதான கோபத்தின் விளைவல்ல. அமெரிக்க-ரஷ்யப் பனிப் போரின் தொடக்கமல்லவா? அமெரிக்கா தனது மேலாதிக்கத் திறனை சோவியத் யூனியனுக்கு எடுத்துச் சொல்லும் விதமாகவே இருந்தது. இதில் கவனிக்க வேண்டிய முக்கியமான அம்சம், சோவியத் யூனியன் நேரடியாகப் போருக்குள் நுழையவில்லை என்பது. ஆனால் அவர்கள்தாம் வட கொரியாவைப் பின்னால் நின்று இயக்கியது. அதில் சந்தேகமில்லை. வட கொரிய ராணுவத்துக்கு வேண்டிய அனைத்துத் தளவாட உதவிகளையும் செய்தது சோவியத் யூனியன் தான்.

சீனப் படைகள் உதவிக்கு வரும் என்று கிம் இல் சுங் எதிர்பார்த்தார். ஆனால் அது தாமதமானது. தென் கொரியாவிலிருந்து வட கொரிய ராணுவத்தை விரட்டிக்கொண்டே வடக்கே சென்ற ஐநாவின் படைகள், வழியெங்கும் அழிவுகளை ஏற்படுத்திக்கொண்டே சென்று சீனத்தின் எல்லையைத் தொட்டபோதுதான் சீனா போருக்குள் நுழைந்தது.

அது அக்டோபர் 1950. வட கொரியாவுக்காகச் சீனா நேரடியாகக் களமிறங்குவதாக அறிவித்துவிட்டுத் தனது ராணுவத்தை அனுப்பியது. இது போரை இன்னும் சிக்கல் மிக்கதாக்கியது.

அமெரிக்கப் படைகளும் இதர ஐநாவின் படைகளும் எப்படித் தென் கொரியாவின் தெற்கு எல்லையில் இருந்து வட கொரிய ராணுவத்தை விரட்டிக்கொண்டே வந்து சீனத்தின் எல்லை வரை முன்னேறினார்களோ, அதே போலச் சீனத்தின் படைகள் இப்போது அமெரிக்கப் படைகளைத் தெற்கு நோக்கி விரட்ட ஆரம்பித்தது.

ஒரு வசதிக்கு வட கொரியப் படை, சீனப்படை என்றெல்லாம் சொல்கிறோம். உண்மையில் இரு தேசத்துப் படைகளுக்கும் பின்னால் இருந்தது சோவியத் யூனியன்தான். அது இருக்கட்டும். பிறகு

பார்த்துக்கொள்ளலாம். இப்போது சீனப்படை விரட்டத் தொடங்கியிருக்கிறது. வடக்கு எல்லை வரை சென்ற அமெரிக்கப் படைகள் மீண்டும் வடக்கிலிருந்து தெற்காக இறங்கி வர ஆரம்பித்தன.

அழிவை முக்கிய நோக்கமாகக் கொண்ட ராணுவம் வடக்கே போனாலும் தெற்கே போனாலும் பாதிப்பு மக்களுக்குத்தான். எனவே ஒருமுறை இழந்தவை போதாத மக்கள் மீண்டும் மண்ணோடு மண்ணாக மடியத் தொடங்கினார்கள்.

இந்தக் கொடுமையைக் கண்டு உலகமே திகைத்துப் போய் நின்றது. போரை நிறுத்துங்கள், பேச்சு வார்த்தைக்கு வாருங்கள் என்று இரு தரப்பினருக்கும் அழைப்பு விடுக்கப்பட்டது.

1951ஆம் ஆண்டு ஜூன்-ஜூலைவாக்கில் ஒருவாறு பேசச் சம்மதித்தார்கள். அதுவும் எப்படி? பேச்சு ஒரு பக்கம் நடந்துகொண்டிருக்கும்; போர் மறுபக்கம் நடந்துகொண்டிருக்கும். என்ன ஒன்று, பழைய வேகத்தில் பாதி. அந்தப் பேச்சு வார்த்தையை மூச்சு விட்டுக்கொள்ள எடுத்துக்கொண்ட அவகாசம் என்றுதான் கருத வேண்டும். ஆனால், அக்கணமே போர் நிறுத்தப்பட்டாலும் இரு கொரியாக்களும் மீண்டு எழுவதற்கு மிகப்பல ஆண்டுகள் ஆகும் என்று எல்லோருக்கும் தெரிந்தது. கிட்டத்தட்ட, முழுக்க இடித்துவிட்டு மீண்டும் கட்டுவது போல.

ஆனால் கிம் இல் சுங் அதற்கெல்லாம் கவலைப்படவே யில்லை. கொரியா ஒன்றிணைய வேண்டும் என்ற தன் முடிவில் இறுதிவரை உறுதியாக இருந்தார். அது சாத்தியமே இல்லாதது என்று ஐநா எப்படி எப்படியோ எடுத்துச் சொல்லியும் அவர் கேட்கவில்லை, தன் நிலைபாட்டை மாற்றிக்கொள்ளவும் இல்லை. இதனால்தான் ஜூலை 27, 1953 அன்று போர் நிறுத்த ஒப்பந்தம் கையெழுத்தானபோதுகூட, முறையான அமைதி ஒப்பந்தங்கள் ஏதும் ஏற்படவேயில்லை.

அப்போதைக்குப் போரை நிறுத்திக்கொண்டார்கள்; அவ்வளவுதான்.

விசித்திரம் என்னவென்றால் அந்தப் போர் நிறுத்த ஒப்பந்தம் மட்டும்தான் இன்றுவரை நடைமுறையில் உள்ளதே தவிர, வட-தென் கொரியாக்கள் நிரந்தர அமைதி ஒப்பந்தம் என்ற ஒன்றைச் செய்யவேயில்லை. இன்றைய பேரன் கிம், இக்கணம் நினைத்தாலும் போர் நிறுத்தத்தை ரத்து செய்துவிட்டு, அன்று தாத்தா கிம் விட்ட இடத்திலிருந்து மீண்டும் ஆரம்பிக்கலாம்.

தென் கொரியாவை மட்டுமல்ல. மொத்த உலகத்தையும் வட கொரியா இன்றுவரை தன்னைப் பற்றிய அச்சத்திலேயே தக்க வைத்திருப்பதன் தொடக்கப் புள்ளி இதுதான்.

நான் எப்போது வேண்டுமானாலும் வெடிப்பேன்.

மூன்றாண்டுகள் நடந்து, 'தாற்காலிகமாக' நிறுத்தி வைக்கப்பட்டு, இன்றுவரை அந்த நிலையிலேயே தொடரும் கொரியப் போர், உலக அளவில் ஏற்படுத்திய தாக்கங்கள் மிகப் பல.

மிக முக்கியமாக, அமெரிக்காவின் வெளிநாட்டுக் கொள்கைகளை இந்தப் போர்தான் துல்லியமாக வடிவமைத்தது என்று சொல்லலாம். தான் கை அல்லது கால் வைக்கும் நாடுகளில் இன்றுவரை அமெரிக்கா நடந்துகொள்ளும் விதம் அந்தக் கொரியப் போரினால் தீர்மானிக்கப்பட்டதுதான்.

மத்தியக் கிழக்கில் இஸ்ரேல் எப்படி அமெரிக்காவுக்கு ஒரு சின்ன வீடாக இருக்கிறதோ, அதே விதமாகக் கிழக்காசியாவில் தென் கொரியா அதற்கொரு சின்ன வீடு. ஒரு வித்தியாசம், தென் கொரியாவில் அமெரிக்கப் படைகளும் இருக்கும். வட கொரியா மீண்டும் படையெடுப்பதைத் தடுப்பதற்காக என்று சொல்லப்பட்டாலும் அமெரிக்கா அன்றைக்குத் தனக்குக்

கிழக்கில் கிடைத்த அவ்வாய்ப்பை விட வேண்டாம் என்று நினைத்ததே முதன்மைக் காரணம்.

தவிர, சோவியத் யூனியனின் இருப்பும் பரவலும் அமெரிக்காவுக்குப் பெரிய இடைஞ்சலாக இருந்தது.

பனிப்போர் என்று பிறகு சொல்லப்பட்டாலும் அன்றைய தேதியில் சோவியத்தின் ஆளுமை பல்வேறு நாடுகளில் உண்டாக்கிய தாக்கம் மிக வலுவாக இருந்தது. உள்ளே நடப்பது என்னவென்று வெளியே தெரியாத வகையில் ஓர் இரும்புக் கோட்டையைக் கட்டிக்கொண்டு தான் ஆதரிக்கும்/தன்னை ஆதரிக்கும் நாடுகளுடன் கூட்டு சேர்ந்து அத்தேசம் மிகப் பிரம்மாண்டமாக உருவெடுத்துக்கொண்டிருந்தது. அமெரிக்காவுக்கு இது பெரிய பதற்றத்தைத் தந்தது உண்மை.

எல்லா விதங்களிலும் சோவியத் யூனியனைக் காட்டிலும் தானே பெரியவன் என்று காட்டிக்கொள்ளக் கிடைத்த எந்த ஒரு சிறிய சந்தர்ப்பத்தையும் அந்நாடு தவறவிடத் தயாராக இல்லை. எனவே, தென் கொரியாவைத் தனது நிரந்தக் கிழக்குக் கோடை வாசஸ்தலமாக்கிக்கொண்டது.

எனவே, வடக்கே கம்யூனிசம். தெற்கே முதலாளித்துவம். இரண்டு கொரியாக்களும் மீண்டும் பிறந்து வளர ஆரம்பித்தன.

13. ஒரு நாடு, மூன்று சாதிகள்

ஜூலை *27, 1953* அன்று தாற்காலிகப் போர் நிறுத்த ஒப்பந்தம் கையெழுத்தானது. கிம் இல் சுங் இதற்குச் சம்மதித்ததற்கு முக்கியக் காரணம், அதற்கு நான்கு மாதங்களுக்கு முன்பாகத்தான் சோவியத் பெருந்தலைவர் ஸ்டாலின் காலமானார்.

இயற்கை மரணம், விஷம் வைத்துக் கொலை, நோயுற்று மரணம் எனப் பல்வேறு விதமாக ஆளுக்கொன்று சொல்லிக்கொண்டிருந்தார்கள். ஸ்டாலின் உயிருடன் இருந்த கடைசிக் காலத்தில், சந்தேகத்தின் அடிப்படையில் அவரே பல மருத்துவர்களைக் கைது செய்து சிறையில் அடைத்திருந்தார். தன்னைக் கொல்ல சதி நடக்கிறது என்று மிகத் தீவிரமாக அவர் நம்பிக்கொண்டிருந்தார்.

அதற்குக் காரணமாக இருக்கலாம் என்று அவர் நினைத்த நபர், லெவ்ரன்த்தி பெரியா (Lavrentiy Pavlovich Beria).

வினோதம் என்னவென்றால் ஸ்டாலின் அதிகாரத்தில் இருந்த காலம் முழுதும் அவரது இடக்கை வலக்கை நம்பிக்கை எல்லாமாகவும் இருந்தவர் இந்த பெரியா. சோவியத் யூனியனின் தொடக்ககால அணு ஆயுதத் திட்டங்களை முன்னின்று நடைமுறைப்படுத்தியவர்.

ஸ்டாலினின் பிரத்தியேக ரகசிய போலிஸ் படையின் தளபதி.

ஸ்டாலின் இறந்த பிறகு சோவியத் கம்யூனிஸ்ட் கட்சி எட்டு பேரை உள்ளடக்கிய ஒரு கூட்டு ஆட்சி அமைப்பு முறையை நடைமுறைக்குக் கொண்டு வர நினைத்தது. எல்லாம் ஸ்டாலின் காலத்து அனுபவங்கள் தந்த பாடம்தான். தனி நபர் சர்வாதிகாரம் எப்படிப் பார்த்தாலும் ஆபத்து என்று நினைத்துக் கூட்டு சர்வாதிகாரத்துக்கு வழி வகுத்தார்கள். அந்த எட்டுப் பேரில் பெரியாவும் ஒருவர்.

ஆனால் எல்லாம் சில மாதங்களுக்குத்தான். அந்த எட்டு பேரில் எழுவருக்குப் பன்னிரண்டு திருமண் சாத்திவிட்டு நிகிதா குருஷேவ் ஒரு சிறிய, எளிய ராணுவப் புரட்சியின் மூலம் அதிகாரத்தைப் பிடித்துக்கொண்டார்.

இதெல்லாம் சோவியத் யூனியனின் உள்நாட்டு விவகாரங்கள் என்று நாம் கடந்து சென்றுவிடலாம். ஆனால் கிம் இல் சுங்கால் முடியாதல்லவா? வட கொரியா என்கிற புதிய தேசம், அதன் நிகரற்ற பெருந்தலைவர் என்கிற அந்தஸ்து எல்லாமே சோவியத் யூனியனால் கிடைத்தவை. ஸ்டாலினால் கிடைத்தவை. இப்போது அங்கே ஓர் உள்நாட்டுக் குழப்பம், ஸ்டாலின் மறைவு, புதிய தலைமை, அதுவும் ஒரு கலாட்டா செய்து பதவிக்கு வந்திருப்பவர் என்றால் யோசிக்க வேண்டுமல்லவா?

தவிர, வட கொரியத் தரப்புக்குப் போரில் ஒரே ஸ்பான்சர் சோவியத் யூனியன்தான். போர் தொடரட்டும், உதவி வந்துகொண்டே இருக்கும் என்கிற உத்தரவாதமில்லாமல் எப்படித் தொடர முடியும்?

தாற்காலிகப் போர் நிறுத்தத்துக்கு அவர் ஒப்புக் கொண்டதற்கு இது சொல்லப்படாத காரணம். ஆனால் உண்மையில் இதுதான் முதன்மைக் காரணம்.

போர் நிறுத்தப்பட்டது. அதே முப்பத்தெட்டாவது அட்சக்கோட்டில் வரையப்பட்ட எல்லைக்கோட்டையே இரு நாடுகளும் எல்லையாகக் கொள்வதென முடிவானது. யாருக்கும் எந்த லாபமும் இல்லை. ஆனால் இரு தரப்புக்கும் கணக்கிட முடியாத அளவுக்கு நஷ்டங்கள் மட்டும் நிறைந்திருந்தன.

வட கொரியாவைப் பொறுத்தவரை, அணுகுண்டு மட்டும்தான் வீசப்படவில்லையே தவிர கிட்டத்தட்ட இரண்டாம் உலகப் போருக்குப் பிந்தைய ஹிரோஷிமாவைப் போலத்தான் ஆகியிருந்தது. மீட்பு மற்றும் மறு உருவாக்க நடவடிக்கைகளுக்காகக் கிம் இல் சுங் சோவியத்தின் உதவியைக் கேட்டிருந்தார். அது ஒருவேளை போதாமல் போகுமோ என்கிற சந்தேகத்தில், சீனாவிடமும் உதவி கேட்டிருந்தார். இரு நாடுகளும் செய்ய ஒப்புக்கொண்ட உதவித் தொகை, மொத்தம் சுமார் எண்ணூறு மில்லியன் டாலர்.

இது குறித்து, ஜூலை 26, 1954 அன்று வட கொரியாவில் ரகசியப் பணியாற்றிக்கொண்டிருந்த அமெரிக்க உளவுத்துறை ஊழியர் ஒருவர் சி.ஐ.ஏ தலைமைக்கு அனுப்பிய குறிப்பு இது:

கொரியாவின் பொருளாதாரம் என்பது பெரும்பாலும் தொழில் துறை மற்றும் விவசாயத் துறை சார்ந்தது. உலகப் போருக்கு முன்பு கொரிய தீபகற்பத்தை ஆண்ட ஜப்பான், தனது நாட்டின் நலனைக் கருத்தில் கொண்டு கொரியாவின் நில வள அடிப்படையில் வடக்குப் பகுதி முழுவதையும் கனரகத் தொழில்களுக்கெனவும் தெற்குப் பகுதியை விவசாயத்துக்கெனவும் பிரித்து ஒதுக்கியது. உலகப் போருக்குப் பிறகு இரு கொரியாக்களும் பிரிந்தபோது அவற்றின் பொருளாதாரமும் அதே விதமாகப் பிரிந்துவிட்டது. தொழில்துறை செழித்தால்தான் வடக்கு வாழும். விவசாயம் வாழ்ந்தால்தான் தெற்கு பிழைக்கும்.

என்ன சிக்கலென்றால், வட கொரியாவில் தொழில்துறை செழிக்க இப்போது மனித வளம் இல்லை. 1949ஆம் ஆண்டு நிலவரப்படி வட கொரியாவின் மக்கள் தொகை சுமார் ஒன்பது மில்லியன். போருக்குப் பிறகு அது ஏழரை மில்லியன். இறந்தவர்கள், செயல்பட முடியாதவர்கள், தப்பி ஓடியவர்கள், காணாமல் போனவர்கள் அனைவரும் அந்த ஒன்றரை மில்லியனில் அடக்கம்.

அதனினும் முக்கியம், மீதமுள்ளவர்களுள் 3.6 மில்லியன் பேரே வேலை பார்க்கக் கூடிய வயதினர். மூன்று லட்சம் பேர் ராணுவத்தில் உள்ளார்கள். ராணுவத்தில் உள்ள மற்ற ஆறு லட்சம் பேர் சீனர்கள். சீன கம்யூனிஸ்ட் கட்சியால் அனுப்பப்பட்டவர்கள். ராணுவத்தில் இல்லாத, பிற தொழில்களில் ஈடுபடக்கூடிய சீனர்கள் சுமார் ஐம்பதாயிரம் பேர் இருப்பார்கள்.

வட கொரியர்களின் முதன்மையான பிரச்னை, அவர்களிடையே நல்ல தொழில்நுட்பப் பணியாளர்கள் கிடையாது. அதேபோல நிர்வாகத் திறன் படைத்தவர்களும் சொற்பம். ஜப்பான் ஆட்சி அதிகாரத்தில் இருந்தவரை கொரியர்களை உதவியாளர்களாகப் பயன்படுத்திக்கொண்டு தொழில் துறையை வெற்றிகரமாக முன்னெடுத்துச் சென்றதே தவிர, ஜப்பானியரிடமிருந்து கொரியர்கள் தொழில்நுட்பத்தைக் கற்கவில்லை.

போருக்குப் பிறகு வட கொரியா எப்படி மீளப் போகிறது, என்ன செய்வதற்கு சாத்தியமுள்ளது என்பது குறித்து மிக விரிவாக விவரிக்கும் யாரோ ஒரு பெயரறியாத சி.ஐ.ஏ. உளவாளியின் அறிக்கையில் இருந்து (CIA-RDP79T00935A000200370001-2) எடுக்கப்பட்ட சில தகவல்களின் தொகுப்பு இது.

இதனை இந்த இடத்தில் குறிப்பிடுவதற்கு ஒரு காரணம் உண்டு.

வட கொரியா இனி எப்படி மீளப் போகிறது என்று அன்றைக்கு அமெரிக்கா ஆராய்ச்சி செய்துகொண்டிருந்த போது மீட்சிக்குக் கிம் இல் சுங் வேறொரு வழியைக் கண்டறிந்தார். அமெரிக்கா அல்ல; அது உலகமே எதிர்பாராத அதிரடி வழி.

சரி. இனி இதுதான் நம் நாடு. இப்போது இருக்கும் இந்த அளவுதான். அதனாலென்ன? இதனைக் கட்டி எழுப்பு வோம். அக்கிரமக்காரரர்களை விரட்டியடித்து சுதந்தரம் பெற முடிந்த நம்மால் அழிந்து போன வளங்களை மீட்க முடியாதா? உலகமே அண்ணாந்து பார்க்கும் விதத்தில் வட கொரியாவை உயர்த்தி வைப்போம், வந்து என்னோடு சேருங்கள் என்று கிம் சொன்னார்.

ஆனால் அவர் செய்தது, சொன்னதற்கு எதிரான ஒன்று. முதற்கண், வட கொரிய மக்களை அவர் மூன்று சாதியினராகப் பிரித்தார். வரலாற்றாசிரியர்கள் 'மூன்று பிரிவு' என்றுதான் சொல்வார்கள். உண்மையில் அனைத்து அர்த்த சாத்தியங்களுடனும் அவர் செய்ததைப் புரிந்துகொள்ள வேண்டுமென்றால், அது மூன்று சாதிதான்.

சோங்பன் (SONGBUN: A system of social clasification) என்று அதற்குப் பெயர். சமூக-பொருளாதாரப் படிநிலைகளில் யார் யார் எந்தெந்த அடுக்கில் நிற்கலாம் என்று அரசாங்கம் முடிவு செய்தது. அதன்படி, போராளிகளும் கிம் விசுவாசிகளும் முதல்தர சாதியினர்.

ஜப்பானியரிடம் இருந்து விடுதலை பெறப் போராடிய வர்கள், கொரியப் போரில் வட கொரியாவுக்காகப் போரிட்டவர்கள், அவர்தம் குடும்பத்தினர், வாரிசுகள், உறவினர்கள், போரில் இறந்த சிப்பாய்களின் குடும்பத்தினர், கிம்மின் புரட்சிகர நடவடிக்கைகளுக்குப் பக்கபலமாக நின்றவர்கள், அவர்தம் குடும்பத்தினர், வாரிசுகள் போன்றோர் இந்த அடுக்கில் வருவார்கள். இது மொத்த மக்கள் தொகையில் சுமார் இருபத்தைந்து சதவீதம்.

இரண்டாவது, சாதாரண சாதியினர். எந்த அரசியலும் தெரியாது. எளிய மக்கள். வேலைக்குப் போய் சம்பாதித்து சாப்பிடுபவர்கள். யார் ஆண்டாலும் என்ன சொன்னாலும் அடிபணிந்து போகக் கூடியவர்கள். எளிய தொழிலாளிகள். விவசாயிகள். பாமர மக்கள். பொதுவில், குற்றம் செய்யாதவர்கள். இவர்கள் மொத்தத்தில் ஐம்பத்தைந்து சதவீதத்தினர்.

மூன்றாவது, எதிரி சாதி. அல்லது துரோகி சாதி. அரசாங்கம் யாரையெல்லாம் சந்தேகத்துக்குரியவர் என்று கருதுகிறதோ, அவரெல்லாம் இந்தப் பட்டியலுக்கு வருவார். சந்தேகத்துக்குரிய ஒரு நபர் சுட்டிக் காட்டப்பட்டால், உயிருடன் இருக்கும் அவரது குடும்பத்தினர், உறவினர்கள், அவருக்குத் தெரிந்தவர்கள், வேண்டியவர்கள் அத்தனை பேரும் பட்டியலுக்குள் வந்துவிடுவார்கள்.

இந்தப் புத்தகத்தின் தொடக்க அத்தியாயத்தில் வந்த சிறுமியின் தந்தை, தனது அண்ணன் ஒரு கொலைச் சம்பவத்துடன் தொடர்பு கொண்டதற்காகக் கைதானதால், தானும் துரோகி சாதிக்குத் தள்ளப்பட்டதைப் பார்த்தோமல்லவா? அந்த ரகம்.

அவர்கள் மட்டுமல்ல. முன்பு ஜப்பானியர் ஆண்ட காலத்தில் அரசாங்கத்துடன் நல்லுறவில் இருந்த பண்ணையார்கள், ஜமீந்தார்கள், வியாபாரிகள், மதத் தலைவர்கள் போன்றோரும் எதிரி அல்லது துரோகி சாதியைச் சேர்ந்தவர்கள் என்று அறிவிக்கப்பட்டது.

அனைத்திலும் உச்சம், தென் கொரியாவில் வசிக்கும் யாருடனாவது இங்கே தொடர்பு வைத்திருக்கும் அத்தனைப் பேரும் இந்தப் பிரிவில் அடங்குவார்கள் என்று அறிவித்தார்கள். அதாவது, தொடர்புள்ளவரும்-அவருடன் தொடர்பில் உள்ள அத்தனைப் பேரும். ஆக, துரோகி சாதியினர் மொத்தம் இருபத்தைந்து சதம்.

நாட்டு மக்களை இப்படி மூன்று பிரிவாகப் பிரித்ததோடு கிம் நிறுத்தவில்லை. முற்றிலும் ஒரு நபர் கட்டுப்பாட்டில்

இயங்கும் தேசத்தில், வேலை வாய்ப்பு முதல் தங்குமிடம் வரை, உணவு முதல் இதர அனைத்து வசதி வாய்ப்புகளிலும் முதல் ரக சாதியினருக்கே முன்னுரிமை வழங்கப்படும் என்று அறிவித்தார்.

அடிப்படைக் கல்வி முதல் உயர் கல்வி வரை அனைத்துமே இந்த சாதி அல்லது வர்க்க அடிப்படையில்தான் தீர்மானிக்கப்பட்டது.

இது புரிய வேண்டுமானால் மிக எளிய உதாரணம் ஒன்றைச் சொல்லலாம்.

வட கொரியாவின் தலைநகரம், பியாங்யாங். அந்நாட்டின் அதிசிறந்த நகரம். கொரியர்களைப் பொறுத்தவரை அதுதான் பூலோக சொர்க்கம். அங்கே கிடைக்காததே கிடையாது. இல்லாததே கிடையாது. பியாங்யாங்கில் வசிப்பது ஒரு கொடுப்பினை.

ஆனால் யார் வசிக்க முடியும்? முதல் படிக்கட்டு சாதியினருக்குள் மிகவும் மேல் மட்ட நிலையில் உள்ளவர்கள் மட்டும்தான் தலைநகரத்தில் வசிக்கலாம். அவர்களுக்கு மட்டும்தான் அங்கே வீடு ஒதுக்கப்படும். இரண்டாம் ரக சாதியினர் குற்றம் ஏதும் செய்திராதவர்கள் என்றாலும் அவர்கள் புற நகரங்களில்தான் வசிக்க முடியும். அதிலும் தரம் தகுதி பார்த்து இடம் ஒதுக்கப்படும். சந்தேகத்துக்குரியவர்கள் பட்டியலில் இருப்போர் எப்போது வேண்டுமானாலும் கைது செய்யப்படலாம். எனவே அவர்களைத் தனியே வட்டமிட்டு முகாம்களில் வைப்பார்கள். அந்தப் படிநிலையில் வசிப்போர் நூறு வயது வரை வாழ்ந்தாலும் ஒருமுறைகூடத் தலை நகரத்தைச் சென்று பார்க்க முடியாது.

பிராந்தியம் தோறும் இது நடைமுறைப்படுத்தப்பட்டது. எங்கும் மூன்றடுக்கு. எல்லாவற்றிலும் மூன்றடுக்கு. விசுவாசியாக இருந்தாலொழிய நீ வாழத் தகுதியற்றவன்.

இதில் குறிப்பிடப்படவேண்டிய மிக முக்கியமானதொரு அம்சம் உண்டு.

ஒரு துரோகி. அடையாளம் காணப்பட்டுவிடுகிறார் என்று வையுங்கள். ஒன்று, அவரைக் கொலை செய்துவிடுவார்கள். அல்லது லேபர் கேம்ப்புக்கு அனுப்பி சிறுகச் சிறுகக் கொன்றுவிடுவார்கள்.

இருக்கட்டும். அப்படி ஒருவர் காலம் முடிந்துவிடுகிறது. அவரது மனைவி, பெற்றோர், இதர உறவினர்கள் அனைவரின் காலமுமே முடிந்துவிடுகிறது என்று வையுங்கள். ஜப்பானியருடனான போர், கொரியப் போர் எதையுமே பார்த்திராத புத்தம் புதிய தலைமுறை ஒன்று பிற்காலத்தில் தோன்றும்போதும் அது துரோகித் தலைமுறையாக மட்டுமே கருதப்படும். அவர் வம்சத்தில் எத்தனை பேர் எத்தனை காலத்துக்குப் பிறகு பிறந்தாலும், எவ்வளவுதான் நல்லவர்களாகவே வாழ்ந்தாலும் துரோகிப் பரம்பரை. அதற்குரிய இடம்தான் அவர்களுக்கு.

நம்ப முடியாத இந்த நடைமுறையை கிம் இல் சுங் ஒரு சட்டமாகவே அறிவித்தார். இன்றுவரை வட கொரியாவில் இது நடைமுறையில் உள்ளது என்பதுதான் விசேடம்.

14. இரண்டு இரும்புச் சுவர்கள்

கிம் இல் சுங் என்கிற மனிதரை முழுதாகப் புரிந்து கொள்ளாமல் வட கொரியாவின் வாயிற்கதவைத் திறக்க முடியாது. அவரை ஒரு குழந்தையாகக் கருதிக்கொள்ள முடியுமானால், வட கொரியா என்கிற தேசம், அவர் கட்டிய மணல் வீடு. வாசல்களற்ற அந்த வீட்டில் வசிப்போருக்கு அவரேதான் தங்க இடம் ஒதுக்கிக் கொடுத்தார். கும்பிடுவதற்குத் தன்னைத் தவிர வேறு கடவுள் இல்லை என்று போதித்தார். நிகரற்ற விசுவாசம் ஒன்றைத் தவிர, அந்த வீட்டுக்குள் இருப்பதற்கு வேறு தகுதிகள் இல்லை என்று அறிவித்தார். அந்த வசிப்புத் தகுதியை இழப்போரைக்கூட அவர் வீட்டைவிட்டு வெளியே அனுப்புவதில்லை. அங்கேயே கொன்று புதைத்துவிடுவார். மணலால் கட்டப்பட்ட அந்த வீட்டின் கால்கோள் கட்டுறுதியை அவர் பிணங்களால் உறுதி செய்திருந்தார்.

மக்களுக்கு வேறு வழி இருக்கவில்லை. ஏனெனில் கிம் ஒரு காரியம் செய்திருந்தார். தனது ஜூச்சே சித்தாந்தத்தை ஒரு புறமும் சோங்பன் வர்க்க அடுக்கு முறையை இன்னொரு பக்கமும் இரும்புச் சுவர்களாக அவர் நிலைநிறுத்தியிருந்ததால் நாடும் மக்களும் மறுவேளை

உணவுக்கே அவர் சொல்வதற்குத் தலையாட்டியாக வேண்டியிருந்தது. தனி உடைமை என்ற ஒன்றில்லை. வீடுகள், விளைநிலங்கள், பெட்டிக்கடைகள் தொடங்கி பெரிய வர்த்தக நிறுவனங்கள் வரை, நிலவளம் தொடங்கி மனித வளம் வரை அனைத்தும், அனைத்துமே அரசுக்குச் சொந்தம். அரசாங்கம் பார்த்துச் செய்தால்தான் உண்டு. இல்லாவிட்டால் ஒன்றுமில்லை.

பொதுவாக இது அனைத்து சர்வாதிகார நாடுகளும் கடைப்பிடிக்கும் வழக்கம் என்று சொல்ல முடியாது. ஆனால் சோவியத் யூனியனைப் பின்பற்றும் கம்யூனிச நாடுகள் அனைத்தும் அன்றைக்கு இப்படித்தான் இருந்தன.

ஆனால் கிம் ஒரு கொரிய தேசியவாதி அல்லவா? இடதுசாரி தேசியவாதம் அவரது கொண்டை என்றாலும் அக்கொண்டையின்மீது அவர் சொருகியிருந்த பூ தனித்தன்மை கொண்டது. அது வேறெந்த தேசத்திலும் அன்றைக்கு இல்லாதது. இன்னொரு சர்வாதிகாரி கற்பனைகூடச் செய்ய முடியாதது.

ஒரே ஓர் உதாரணம் சொன்னால் இது விளங்கும். பொதுவாக சர்வாதிகாரிகள் வெளியே வர மாட்டார்கள். அவர்களது உத்தரவுகள் மட்டும்தான் மக்களுக்கு வந்து சேரும். எப்போதும் ராணுவம் சுற்றியிருக்க, குண்டு துளைக்காத கண்ணாடிப் பாதுகாப்பு மேடைகளில் நின்று வீர உரை நிகழ்த்துவார்கள். ஆண்டுக்கு ஒன்றிரண்டு முறை பொது மக்கள் அவர்களைப் பார்க்க முடிந்தால் பெரிய விஷயமாக இருக்கும். அதையே அவர்கள் கடவுளைக் கண்டாற்போல உணரச் செய்துவிடுவது வழக்கம்.

கிம் அப்படிப்பட்ட மனிதரல்லர். அவருக்குத் தலைநகர் பியாங்யாங்கில் அனைத்துப் பாதுகாப்பு வசதிகளுடனும் கூடிய பெரிய வசிப்பிடம் உண்டு. அது தவிர, நாடெங்கும் அவரது பகிரங்க வீடுகள்,

ரகசிய வீடுகள், நிலவறைகள் பல உண்டு. சொத்து சுகம் ஏராளம் உண்டு.

ஆனால் ஓர் ஆண்டில் சுமார் 150 முதல் 200 நாள்கள் அவர் வட கொரிய வீதிகளிலேயேதான் இருப்பார். மக்களுடன் மட்டுமே இருப்பார். என்றைக்கு, எந்த வேளை யார் வீட்டில் சாப்பிடுவார் என்று தெரியாது. ஆனால் ஒவ்வொரு வேளை உணவையும் முகமறியாத-பெயர் தெரியாத மக்களின் வீடுகளில் மட்டுமே அவர் உண்டார்.

இது மிகையான மதிப்பீடல்ல. ஏனெனில் வட கொரியாவைப் பற்றிய குறிப்புகளை எழுதி வைத்திருக்கும் அனைத்து வெளிநாட்டு உளவு அதிகாரிகளும் இதனை உறுதி செய்கிறார்கள். தனது வாழ்நாள் முழுவதும் அவர் இப்படித்தான் இருந்தாரா என்று தெரியாது. இருந்திருக்க வாய்ப்பில்லைதான். ஆனால், கொரியப் போருக்குப் பிறகு தேசத்தை மறு கட்டுமானம் செய்யும் பணிகளை முடுக்கிவிடத் தொடங்கியது முதல் அப்பணிகள் ஒரு வடிவம் கொள்ளும்வரை மிக நிச்சயமாக அவர் இப்படித்தான் இருந்திருக்கிறார்.

எளிய மக்கள் அவரை உண்மையிலேயே சர்வ சக்தி படைத்த கடவுளாகப் பார்த்தார்கள். அவரால் முடியாத செயல் என்ற ஒன்று இருக்கவே முடியாது என்று மனப்பூர்வமாக நம்பினார்கள். அதனாலேயே அவர் என்ன சொன்னாலும் கேட்டார்கள். எல்லாவற்றுக்கும் அடிபணிந்தார்கள்.

கிம் இல் சுங்குக்கு வட கொரியாவை மீளக் கட்டுவது என்பது இரண்டாவது பணி. தன்னை மையமாக வைத்து தேசத்தைக் கட்டியெழுப்புவதே முதன்மை நோக்கமாக இருந்தது. அதற்காக அவர் என்னென்னவோ முறைகளைக் கையாண்டிருக்கிறார்.

உதாரணமாக, ஜப்பானுடனான கொரியர்களின் விடுதலைப் போராட்டத்தில் கிம் செய்த வீர சாகசங்களாகக் குறைந்தது ஒரு லட்சம் கதைகள்

உருவாக்கப்பட்டன. பரபரப்பும் வீராவேசமும் நிகரற்ற தேச பக்தியும் தனிப்பட்ட சாமர்த்தியங்களும் மேலான மக்கள் நலனும் அந்தக் கதைகளின் அடித்தளமாக அமைக்கப்பட்டன. எதிரிகளை அழிப்பதில் கிம் எப்படி இரக்கமே இல்லாதவர் என்பதை ஒவ்வொரு கதையும் நுணுக்கமான காட்சிகளின் மூலம் விவரிக்கும். அதே சமயம், எதிரிகளிடமிருந்து கொரிய மக்களைக் காப்பாற்ற அவர் எப்படித் தன் உயிரையும் துச்சமாக மதித்துச் செயலாற்றுவார் என்பதையும் அதற்குச் சமமான அளவு முக்கியத்துவம் அளித்துப் பேசும்.

உலக சரித்திரத்தில், மாபெரும் புனைவிலக்கியங்களாக அழியாத சிறப்பிடம் பெற்றிருக்க வேண்டிய அந்தக் கதைகளைக் கிம் திட்டமிட்டு நாடோடிக் கதைகளாக மட்டுமே நாடெங்கும் பரவச் செய்தார். கனிவும் குரூரமும் கொண்ட தலைவன். விசுவாசிகளின் கடவுள். துரோகிகளின் எமன். மக்களின் பாதுகாவலன். கெட்ட சக்திகளின் காலன்.

இவை அனைத்துக்கும் மேலாக இன்னொன்று உண்டு. அதுவும் ஒருவித நாடோடிக் கதைதான். ஆனால் சொல்லப்பட்ட கதையல்ல. கிம் இல் சுங் தானே நேரடியாக நிகழ்த்திக்காட்டிய கலை.

வட கொரிய மறுகட்டுமானப் பணிகளில் கிம் மிக நேரடியாகக் கவனம் செலுத்தியது கல்விக்கூடங்கள் அமைப்பதில்தான். மூன்று வயது முதல் பதினெட்டு வயது வரையிலான ஆண்/பெண் குழந்தைகள், சிறுவர் சிறுமியர், இளைஞர்களின் கல்வியில் அவர் மிகத் தீவிரமான அக்கறை செலுத்தினார். கல்வி விஷயத்தில் மட்டும் ஒவ்வொரு குழந்தைக்கும் தானே தாயும் தகப்பனும் என்பதை அந்தந்தக் குழந்தையின் பெற்றோரே உணர்ந்து ஏற்கும்படிச் செய்தது அவரது நிகரற்ற பெரும் சாதனை.

இதில் அவருக்கு ஒரு நோக்கம் இருந்தது. வட கொரியாவின் இளம் தலைமுறையும் இனி பிறந்து

வளரவிருக்கும் தலைமுறையும் கலப்படமே இல்லாத நூறு சத விசுவாசிகளாக இருக்க வேண்டும் என்று அவர் நினைத்தார். அரச விசுவாசம் என்பதை முதல் வகுப்பிலிருந்து ரத்தத்தில் செலுத்திவிட்டால் பிறகு துரோகிகள் என்ற இனம் இல்லாது போய்விடும் அல்லவா?

என்றைக்கு இருந்தாலும் அமெரிக்காவினால் ஆபத்து என்ற எண்ணம் இறுதிவரை அவருக்கு இருந்தது. தவிர, கொரியப் போரைத் தாம் தாற்காலிகமாகத்தான் நிறுத்திவைத்திருக்கிறோம். மீண்டும் அது தொடங்கு மானால், அப்போது தொடங்குவது தென் கொரியாவின் சார்பில் அமெரிக்காவாகத்தான் இருக்கும் என்று நம்பினார். ஆனால், எக்காலத்திலும் சோவியத்தின் உதவியும் சீனத்தின் உதவியும் தனக்கு இருந்துகொண்டே இருக்கும் என்று எப்படிச் சொல்ல முடியும்?

எனவே, தன் நாட்டு மக்களே தனது ஆயுதங்களாகவும் கேடயங்களாகவும் மாற வேண்டும் என்று அவர் விரும்பினார். அதற்குக் கேள்வி கேட்காமல் அடிபணியும் மனப்பான்மை மரபணுவிலேயே இருக்க வேண்டும் என்று நினைத்தார். அதற்கான முயற்சிகளைத்தான் செய்ய ஆரம்பித்தார்.

வட கொரியக் குழந்தைகளுக்குக் கல்வி கட்டாயமாக்கப் பட்டது. பள்ளிக்குச் சென்றதும் அவர்களுக்குச் சொல்லித்தரப்படும் முதல் பாடம், தேச பக்தியும் கிம் விசுவாசமும். வேறு எவனையும் மதிக்காதே, நம்பாதே, பின்பற்றாதே. நீ நம்பக்கூடிய ஒரே தலைவன், ஒரே தோழன், ஒரே கடவுள் கிம் இல் சுங் மட்டுமே.

குழந்தைகள் திரும்பும் இடமெல்லாம் கிம்மின் புகைப்படங்களும் உருவச் சிலையும் இருக்கும்படிப் பார்த்துக்கொண்டார்கள். ஒவ்வொரு வகுப்பு தொடங்குவதற்கு முன்னும் கிம்மின் புகழ் பாடித் தொடங்குவது பாடத்திட்டத்தில் ஒன்றானது. ஒரு சாகசத்

தலைவரின் வரலாற்றை, சரித்திரப் புத்தகத்தில் எழுதி வைக்க முடியும். ஆனால் வட கொரியாவில் சரித்திரம் என்றில்லை. அறிவியல், கணிதம், புவியியல், மொழிப் பாடங்கள், மேற்படிப்புக்குச் சென்றால் அந்தந்தப் புத்தகங்களிலும் கிம் இருப்பார். அவரைப் பற்றிய பாடம் இருக்கும். பிள்ளைகள் படிக்கும் அனைத்துத் துறைகளிலும் அவர் ஒரு விற்பன்னர் என்று சொல்லிச் சொல்லி நம்பச் செய்தார்கள்.

இந்த அமைப்பின் தீவிரம் புரிய ஓர் உதாரணம் சொல்லலாம்.

வட கொரியப் பள்ளிகளில் விளையாட்டு, உடற்பயிற்சிகள் அன்றைக்குக் கட்டாயப் பாடமாக இருந்தது. ஒவ்வொரு விளையாட்டுக்கும் இரண்டு அணிகள். ஒன்று கிம்மின் அணி. இன்னொன்று அமெரிக்க அணி. அதாவது எதிரி அணி.

உடனே நாம் நினைப்போம். குழந்தைகளிடையே இந்தப் பிரிவினை தேவையா?

தேவை என்று கிம் நினைத்தார். தேச பக்தர்கள், எளிய பாமரர்கள் என்கிற 'சோங்பன்' சாதிய அமைப்பு முறையின் முதலிரு பிரிவில் வருகிற குழந்தைகளைக் கிம் அணியில் விளையாடச் சொல்வார்கள். எதிரி அல்லது துரோகிகளின் வம்சத்தில் பிறந்த குழந்தைகளை அமெரிக்க அணியில் நிறுத்துவார்கள். குழந்தைப் பருவத்திலேயே அவர்களுக்கு பொம்மைத் துப்பாக்கி கொடுத்துப் பயிற்சி செய்ய ஏற்பாடு செய்தார் கிம். முதலிரு சாதிக் குழந்தைகளும் எதிரி சாதிக் குழந்தைகளின்மீது சுட்டுப் பயிற்சி செய்வார்கள்.

விளையாட்டு வகுப்பு முடிந்த பின்பு ஆசிரியர்கள் அந்த எதிரி அணி மாணவர்களை அழைத்து நிற்க வைத்துப் பேசுவார்கள்.

இது துரோகி வம்சத்தில் பிறந்துவிட்டதால் நேரும் அவமானம். உங்கள் முன்னோர் செய்த தவறை நீங்கள்

என்றென்றும் செய்யக்கூடாது. இம்மண்ணுக்கும் மாட்சிமை பொருந்திய நமது தலைவர் கிம் இல் சுங்குக்கும் என்றென்றும் விசுவாசமாக இருங்கள்.

'டீச்சர், நாங்கள் விசுவாசமாகவே இருக்கிறோம். எங்கள் மீது பூசப்பட்ட இந்தக் கறை எப்போது போகும்?' என்று அவர்கள் பதிலுக்குக் கேட்டிருக்க மாட்டார்களா, அதற்கு என்ன பதில் கிடைத்திருக்கும் என்கிற தகவல்கள் சரித்திரத்தில் இல்லை. அமெரிக்க உளவுத் துறை தனது இணையத்தளத்தில் வெளியிட்டிருக்கும் அதிகாரபூர்வ உளவு அறிக்கைகளில்கூட இது குறித்து ஒரு வரியும் இல்லை.

ஆனால் கிம் இல் சுங் என்னும் தன்முனைப்பாளர், நிகரற்ற சர்வாதிகாரி, யாரையும் எதையும் நம்பாத இயல்புடையவர், இன்று வரையிலான வட கொரியாவின் அனைத்துக் கொள்கைகளையும் கோட்பாடுகளையும் வடிவமைத்தவர் எதனால் அப்படி இருந்தார், எந்தக் காரணி அவரை அவ்வளவு பாதுகாப்பற்ற உணர்வுடனேயே இருக்கச் செய்தது என்பது குறித்து ஏராளமாக ஆராய்ந்து எழுதி வைத்திருக்கிறார்கள்.

அடிப்படையில் கிம் தனிமை விரும்பி அல்ல. ஆனால் விதி அல்லது வாழ்க்கை அவரை நிரந்தரத் தனிமையிலேயே எப்போதும் வைத்திருந்தது. மிகச் சிறு வயதுகளில் அவர் தந்தையின் பாசத்தை அனுபவிக்கும் வாய்ப்பை இழந்திருக்கிறார். அவரது தந்தை சிறைக்குச் சென்றதில் இருந்து தாயும் துக்கத்தில் வீழ்ந்து நோயாளியாகிப் போயிருக்கிறார். உறவென்று சொல்லிக்கொள்ள இருந்த ஒவ்வொருவரும் அடுத்தடுத்து இல்லாமல் போய்க்கொண்டே இருக்க, விரக்தியில்-வெறுப்பில் அவர் தன்னைத்தானே ஒரு கட்டாயப் போராளியாக்கிக்கொண்டிருக்கிறார்.

கிம்மின் முன்னோர் கிறித்தவ மதத்தைச் சேர்ந்தவர்கள். ஜப்பானியர் ஆட்சிக்காலத்தில் மிஷனரிகள் கொரியாவுக்கு

வந்திருக்கிறார்கள். பல குடும்பங்கள் அங்கே கொத்துக் கொத்தாகக் கிறித்தவத்துக்கு மாறியிருக்கின்றன. முன்னதாக பவுத்தம் அங்கே இருந்திருக்கிறது. கன்ஃபூஷியஸ் தத்துவங்களைப் பின்பற்றுவோரும் இதர சில, பிராந்திய சிறு மதத்தவர்களும் இருந்திருக்கிறார்கள். ஆனால், காலனி ஆதிக்கக் காலத்தில் கொரியர்களின் மொழி, மதம், பண்பாடு, கலாசாரம் உள்ளிட்ட அனைத்து உரிமைகளும் பறிக்கப்பட்டு, அவர்களை இன்னொரு ஜப்பானிய ப்ரோட்டோ-டைப்பாக்கும் முயற்சி மிகத் தீவிரமாக நடந்திருக்கிறது.

சுய அடையாளம் இழந்த தலைமுறையைச் சேர்ந்த பெற்றோருக்குப் பிறந்தவரான கிம் இல் சுங், அப்பெற்றோரின் அரவணைப்பையும் முழுமையாகப் பெற இயலாது போனது, எப்போதும் தனித்திருக்க நேர்ந்தது, தனிமை வாழ்வின் அபாயங்களை எல்லா நேரமும் எதிர்பார்த்து விழித்திருந்தது, அனைத்துக்கும் மேலாகப் போராளியாகி, ஆயுதமேந்தி அதன் விளைவான அபாயங்களைச் சம்பாதித்துக்கொண்டது - அனைத்துமே அவரது சர்வாதிகார மனப்பான்மையை வடிவமைத்தன என்று சரித்திரம் சொல்கிறது.

ஆனால் ஒரு விஷயம். நவீன வட கொரியாவைக் கொரியப் போருக்குப் பிறகு மூன்று பேர்தான் ஆண்டிருக்கிறார்கள். இந்த கிம். இவரது பிள்ளை கிம். பிறகு இப்போது இருக்கும் பேரக் கிம்.

இந்த மூவர் காலத்து வட கொரியாவையும் எடுத்து வைத்துக்கொண்டு மதிப்பிட்டால் அந்நாடு 'வளர்ந்த' காலம் என்பது கிம் இல் சுங்கின் காலம்தான். ஏனெனில் அப்போது அவருக்கு உதவி செய்ய சோவியத் யூனியன் இருந்தது. சோவியத் சுவரின்மீது சாய்ந்து கொண்டிருந்தவரை கொரியாவின் சொகுசுக்குப் பெரிய குறை ஏதும் இருக்கவில்லை.

அடித்தளம் ஆடத் தொடங்கியதெல்லாம் அது இல்லாமல் போகத் தொடங்கிய பின்புதான்.

15. செயலும் வயலும்

சர்வாதிகாரிகளின் பெரும் பிரச்னை, எப்போதும் உடனிருக்கும் பாதுகாப்பற்ற மனநிலை. ஒரு பதற்றம். எந்த வினாடி யார் நம்மைக் கவிழ்ப்பார்களோ என்கிற, காட்டிக்கொள்ள இயலாத அச்சம். இந்த அச்சமே அவர்களை மேலும் மேலும் கடுமையான சட்ட திட்டங்களை உருவாக்க வைக்கிறது. இதில் கம்யூனிச சர்வாதிகாரம், முதலாளித்துவ சர்வாதிகாரம் என்கிற பேதமெல்லாம் கிடையாது. எல்லா இடங்களிலும் இப்படித்தான். எல்லா காலத்திலும் இதுதான். அந்தந்த சர்வாதிகாரியின் புத்திசாலித்தனத்துக்கு ஏற்பச் சட்டங்களின் அடர்த்தியும் தகிப்பும் சற்று மாறுபடலாம்.

கிம் இல் சுங்கின் சர்வாதிகார மனப்பான்மையின் பின்னணியில் இயங்கிய காரணிகளைச் சென்ற அத்தியாயத்தில் கண்டோம். காலம் அவருக்கு வேறொரு காரணகாரியப் பொரி உருண்டையையும் அளித்திருந்தது. இதுவும் எங்கும் இருப்பதுதான். உடனிருப்பவர்களின் இடைஞ்சல். ஒரு விடுதலைப் போராட்டத்தில் ஒன்றுக்கு மேற்பட்ட தலைவர்கள் அடையாளம் காணப்படுவது இயல்பே அல்லவா?

ஜப்பானிய ஆக்கிரமிப்புக்கு எதிராகக் கொரியப் போராளி இயக்கங்கள் மஞ்சூரியாவில் இருந்து செயல்பட்டுக்கொண்டிருந்த காலத்தில்தான் சோவியத் யூனியன் அவர்களை ஒருங்கிணைத்துப் பயிற்சியளித்துக் கொரியாவுக்கு அனுப்பின. அப்படி அன்றைக்கு சோவியத்துக்குச் சென்று நல்ல பெயர் எடுத்த போராளிக் குழுத் தலைவர்களுள் ஒருவர்தான் கிம் இல் சுங். ஆனால் சோவியத் தேர்ந்தெடுத்த 'தன் கொரியப் பிரதிநிதி' அவர் மட்டுமல்ல.

உண்மையில் தொடக்கத்தில் ஸ்டாலின் மனத்தில் கிம்முக்கு இரண்டாவது இடம்தான் இருந்தது. அவர், கொடாங் என்று அழைக்கப்பட்ட சோ மன் சிக் (Cho Man-sik) என்கிற மற்றொரு போராளித் தலைவரைத்தான் கொரியாவின் அதிகாரபீடத்தில் அமர வைக்க நினைத்திருந்தார். பயிற்சிக் காலத்தில் கிம்மும் கொடாங்கும் நல்ல நண்பர்கள். சோவியத் தலைமை தங்களுக்கு என்ன கட்டளையிட்டாலும் கேள்வியில்லாமல் நிறைவேற்ற உறுதிமொழி ஏற்றிருந்தவர்கள்.

கொரியாவிலிருந்து மஞ்சூரியாவுக்குச் சென்று, அங்கிருந்து சோவியத் யூனியனுக்குச் சென்று, கிட்டத்தட்ட இருபத்தாறு வருடங்களுக்குப் பிறகு (செப்டெம்பர் 19, 1945) கிம் கொரியாவுக்குத் திரும்பியபோது, சோவியத் தலைமை அவரைக் கொரிய கம்யூனிஸ்ட் கட்சியின் பொதுச் செயலாளராக நியமிக்கலாம் என்றுதான் எண்ணியிருந்தது. அதாவது, கட்சிக்குக் கிம். ஆட்சிக்கு கொடாங்.

ஏனென்றால், கொரியாவை ஆள்வதற்குச் சரியான நபர் யாரென்று கண்டறிந்து இறுதி அறிக்கை தரும் பொறுப்பை ஸ்டாலின் தனது முழு நம்பிக்கைக்குரிய தளபதி பெரியாவிடம்தான் அளித்திருந்தார். கிம், கொரியாவுக்கு வந்திறங்கிய பின்பு பலமுறை பெரியா

அவரை ரகசியமாகச் சந்தித்துப் பேசினார். கிம் பெரிய வீரர்தான். அனைத்துத் தகுதிகளும் உள்ளவர்தான். ஆனால் அவரிடம் அன்றைய தேதியில் ஒரு குறை இருந்ததாக சோவியத் அதிகாரிகள் நினைத்தார்கள். பெரியாவும் அதனை ஆமோதித்தார்.

கிம்முக்குக் கொரிய மொழியை அவ்வளவு நேர்த்தியாகப் பேச வரவில்லை.

இது இன்று படிக்கும்போது வினோதமாக இருக்கலாம். ஆனால் உண்மை அதுதான். கால் நூற்றாண்டுகளுக்கும் மேலாகக் கொரிய மண்ணைவிட்டு விலகி வெளியிலேயே இருந்த கிம், மிக இளம் வயதிலேயே நாட்டைவிட்டுச் சென்றுவிட்டதால், தன் தாய்மொழியில் பெரிய தேர்ச்சி அடைந்திருக்கவில்லை. அவரால் மிக எளிதாகச் சீனமொழி பேச முடிந்தது. அது நன்றாகவும் இருந்தது. ரஷ்ய மொழியைக் கற்றுக்கொண்டு அதிலும் ஓரளவு நன்றாகவே பேசினார். ஆனால் எது முக்கியமோ அது கொஞ்சம் ஆட்டம் கண்டது.

கிம்மால், வலுவான மொழியில் ஓர் அறிக்கையை எழுதி வாசிப்பது இயலாது என்கிற விமரிசனக் குறிப்பு அன்றைக்கு மிக முக்கியமானதொரு எதிர்மறைக் காரணமாக சோவியத் தலைமைக்கு முன்வைக்கப்பட்டிருக்கிறது. அவருக்கு முறையான பள்ளிக் கல்வி என்பதே வெறும் எட்டு ஆண்டுகள்தாம். மற்றதெல்லாம் அனுபவத்தில் வந்தவை. ஆனால் அப்பட்டமாக நிராகரித்து ஒதுக்க முடியாத ஆளுமை. அதனால்தான் கட்சிக்கு அவர், ஆட்சிக்கு வேறொருவர் என்று ஸ்டாலின் நினைத்தார்.

ஆனால் கிம் இல் சுங்குக்குச் சில சோவியத் உயரதிகாரிகளின் ஆதரவு இருந்தது. வேறு யாரைவிடவும் வட கொரியாவை சோவியத் மாடலில் வழி நடத்த அவரே சிறந்தவர் என்று தொடர்ச்சியாக எடுத்துச் சொல்ல சோவியத் சுப்ரீமுக்கு நெருக்கமான சிலரையே அவர் கைக்குள் வைத்திருந்தார். உதாரணமாக, தெரந்தி

ஃபோமிச் திக்காவ் (Terenty Fomich Shtykov). இவர், வட கொரியாவுக்கான சோவியத் படைகளை (ஜப்பான் வீழ்ந்த பிறகு கொரியாவை ஆக்கிரமிக்க வந்த படை) வழி நடத்திய தளபதி. ஸ்டாலினுடன் நேரடியாகத் தொடர்புகொண்டு பேசக்கூடியவர். அவரைப் போல வேறு சிலரும் கிம்மை வலுவாக ஆதரித்தார்கள். அதன் விளைவு, கிம்மே வடகொரியக் குடியரசின் ஆட்சிப் பொறுப்புக்குத் தேர்வானார்.

இனி சிக்கல் ஏதுமில்லை என்றாலும் கிம் அந்த அனுபவத்தை ஒரு பாடமாகக் கொள்ள நினைத்தார். எப்போதும் தன்னை அகற்றிவிட்டு அமர்வதற்கு யாராவது காத்திருக்கலாம். எனவே, கையெட்டும் தொலைவுக்கு யார் நெருங்கி வந்தாலும் அவர்களை அகற்றிவிடுவது அவசியம் என்று முடிவு செய்துகொண்டார். ஆனால் ஒன்றை மறந்துவிட முடியாது. வட கொரியாவின் சுதந்தரம், ஆட்சி அதிகாரம் என்பதெல்லாம் சோவியத் யூனியன் அளித்தவை. எனவே, அதன் மேலாதிக்கத்தை ஏற்றுக்கொண்டு, கம்யூனிச சித்தாந்தத்தின் அடிப்படையில் அமைந்த ஆட்சியாக இல்லாதபட்சத்தில் எந்தத் தருணத்திலும் அந்நாடு படை அனுப்பிவிடும்.

கிம் இதையும் மனத்தில் கொண்டார். வலுவான பொதுவுடைமை அடித்தளம். அதன்மீது அதனினும் வலுவான நாயக வழிபாடு. தனி மனித வழிபாடு. தன் வழிபாடு. இதனைச் சரியான விகிதத்தில், யாருக்கும் சந்தேகம் எழாதவண்ணம் பயன்படுத்துவதில்தான் வெற்றியின் வழி இருக்கிறது என்பதைப் புரிந்துகொண்டார்.

அதனால்தான் பதவிப் பொறுப்பை ஏற்று, கொரியப் போரையும் ஒருவாறாக முடித்துக்கொண்டு, நாட்டைச் சீரமைக்கத் தொடங்கியதும், வட கொரியாவெங்கும் நிலச் சீர்திருத்தம் என்ற அறிவிப்பை வெளியிட்டார். அச்சு அசல் சோவியத் பாணி சீர்திருத்தங்கள். பண்ணையார்கள், நிலச்சுவாந்தார்கள், இதர பெரும்பணக்காரர்கள்

சம்பாதித்து வைத்திருந்த விளைநிலங்கள் அனைத்தையும் நாட்டுடைமை ஆக்கினார். உழுபவனே உண்ணத் தகுதியானவன். முடிந்தது கதை.

ஏற்கெனவே போரினால் அனைத்து நிலவளமும் நாசமாகியிருந்தது. இப்போது பயிர்த்தொழில் செய்வோருக்கு மட்டுமே பலன் என்கிற அறிவிப்பு, துவண்டிருந்த மக்களை மீட்டு விவசாயத்தின் பக்கம் திரும்பச் செய்தது. அவர்களுக்கு வசதியாக, பணக்காரர்களாக இருந்த நிலச்சுவாந்தார்கள் அத்தனை பேரும் முந்தைய ஜப்பானிய ஏகாதிபத்தியத்துக்கு வால் பிடித்தவர்கள் என்று அறிவிக்கப்பட்டார்கள். எனவே துரோகி சாதி முத்திரை அவர்கள் மீது குத்தப்பட்டு லேபர் கேம்ப்களுக்கு அனுப்பப்பட்டார்கள். அவர்களது சொத்து மொத்தமும் பறிமுதல் செய்யப்பட்டு, நாட்டுடைமை ஆக்கப்பட்டது.

மறுபுறம் சோவியத் யூனியன் அளித்த நிதியுதவியைக் கொண்டு வட கொரியாவெங்கும் ஏராளமான தொழிற்சாலைகள் நிறுவப்பட்டன. கிம் இதில் இரண்டு துறைகள் சார்ந்து அதிக கவனம் செலுத்தினார். முதலாவது, சுரங்கத் தொழிலும் அது சார்ந்த உற்பத்தியும். வடகொரியாவில் ஓரளவு நல்ல கனிம வளம் உண்டு. இரும்பு, துத்தநாகம், தங்கம், தாமிரம், நிலக்கரி எடுப்பதில் நெடுங்காலமாக அந்நாடு குறிப்பிடத்தக்க சாதனைகளைப் புரிந்துவந்தது. ஜப்பானியக் காலனியாக இருந்தபோது வட கொரியாவின் கனிம வளம் மொத்தமாக அங்கிருந்து ஜப்பானுக்கு எடுத்துச் செல்லப்பட்டதை அம்மக்கள் என்றுமே மறந்ததில்லை.

கிம் அதனை நினைவுகூர்ந்து, இனி வட கொரியாவின் வளம் மொத்தமும் நமக்கே என்ற அறைகூவலுடன் சுரங்கத் தொழிலுக்கும் அது சார்ந்த தொழிற்சாலைகளுக்கும் அதிக அளவில் நிதி ஒதுக்கினார். கிம்சாக், சோன்ஜின் போன்ற நகரங்களில் பெரிய பெரிய இரும்பாலைகள் நிறுவப்பட்டன.

இதனோடுகூட ரயில் பெட்டி தயாரிப்பு, டிராக்டர் உற்பத்தி, கப்பல் கட்டுமானம் போன்ற தொழில்களிலும் அவர் அதிக ஆர்வம் காட்டினார்.

மேற்சொன்ன அனைத்தையும் ஒரு பக்கம் வைத்தால், அதற்குச் சமமான அல்லது அவற்றினும் அதிகமான அளவு கவனம் ஆயுத உற்பத்தி, பிற ராணுவ தளவாட உற்பத்தியில் குவிக்கப்பட்டது.

ஒருபுறம் கம்யூனிச சர்வாதிகாரம், மொத்த மக்களையும் அரசாங்கத்தின் பணியாளர்களாக உணர வைக்க, மறுபுறம் இருக்குமிடம், உண்ணும் உணவு, உடுக்கும் உடை முதற்கொண்டு சாதாரண மக்களின் அன்றாடம் சார்ந்த அனைத்து அம்சங்களையும் அரசே வடிவமைத்துத் தந்தது அம்மக்களுக்குப் புதிதாக இருந்தது. தவிர, முன்பே கண்டதுபோலப் பெரும்பாலான நாள்கள் கிம் மக்களோடு மக்களாக வீதிகளிலேயேதான் இருந்தார். நாடெங்கும் அவரது காலடி படாத சந்துபொந்துகளே கிடையாது. ஒவ்வொரு பிரஜையும் தன்னை நேரடியாக அறிந்திருக்க வேண்டும் என்பதில் மிகுந்த கவனம் செலுத்தினார். என்னைத் தொழு. என்னைப் பின்பற்று. நான் சொல்வதைக் கேள். உன்னை நான் வாழ வைப்பேன். இதில் சிறிது மாற்றம் இருந்தாலும் நீ உயிருடன் இருக்க வாய்ப்பில்லை.

ஆரம்பத்தில் சில சிக்கல்கள் இருந்தாலும் மிக விரைவில் வட கொரிய மக்கள் கிம்மையும் அவரது வழியையும் ஏற்றுப் பின்பற்றத் தொடங்கிவிட்டார்கள். நாடெங்கும் அவரது புகைப்படப் பதாகைகளும் உருவச் சிலைகளும் மூலைக்கு மூலை நிறுவப்பட்டன. போடு, கும்பிடு. விசுவாசம் ஒன்றே உயிர் பிழைத்திருக்கும் வழி என்பது புரிந்துவிட்டதால், கிம் என்ன சொன்னாலும் கேட்கத் தொடங்கினார்கள். பிள்ளைகளுக்குப் படிப்பு, பெற்றோருக்கு வேலை, உண்பதற்கு உணவு, தங்க ஓரிடம். போதாது?

போதும் என்று அவர்கள் அப்போது நினைத்ததன் விளைவு, வேலையில் மிகுந்த கவனமும் அக்கறையும் செலுத்தினார்கள். 1960 ஆம் ஆண்டுத் தொடக்கத்தில் வட கொரியா தனது போர்க்கால இழப்புகளில் இருந்தும் சரிவுகளில் இருந்தும் கணிசமாக மீளத் தொடங்கியது.

இவை ஒருபுறம் நடந்துகொண்டிருந்தபோது, கிம் சோவியத் யூனியன் உதவியுடன் நாட்டில் அணு உலைகளை நிறுவி, திறன் மேம்பாட்டுக்கான கட்டுமான நடவடிக்கைகளைத் தொடங்கியிருந்தார். கொரியப் போர் முடிந்து, வட கொரிய மறு சீரமைப்புப் பணிகள் தொடங்கியபோதே இது சார்ந்த பேச்சுவார்த்தைகளும் ஆரம்பித்துவிட்டிருந்தன. ஆனால் அறுபதுக்குப் பிறகுதான் அது ஒரு வடிவம் கொள்ளத் தொடங்கியது.

முதல் முதலாக யாங்பியான் அணு ஆராய்ச்சி மையம் (Yongbyon Nuclear Research Center) திறக்கப்பட்டது. அனைத்திலும் தன்னிறைவு என்றால் மின் உற்பத்தியிலும் தன்னிறைவு அவசியம் அல்லவா? அதற்காக என்று கிம் சொன்னார். சுமார் இருபது ஆண்டுகளுக்குப் பிறகு அந்த மையத்தில் ஐந்து மெகாவாட் உற்பத்தித் திறன் கொண்ட உலை ஒன்றைக் கட்ட உத்தரவிட்டார். இது நடந்துகொண்டிருந்தபோதே நாட்டின் வேறு வேறு பகுதிகளில் அணு உலைகள் அமைப்பதற்கான சாத்தியங்களை ஆராய வல்லுநர்களை முடுக்கிவிட்டார்.

ஆனால் எண்பதுகளின் தொடக்கத்திலேயே மேற்கு நாடுகள் வட கொரியாவின் அணுக் காதல் விபரீத விளைவுகளைத்தான் தரும் என்று தீர்ப்பெழுதிவிட்டன. ஆனால் கிம் உறுதியாகச் சொன்னார். ஆயுத உற்பத்தி என் நோக்கமல்ல. ஆக்கபூர்வமான பணிகளுக்கே இந்த உலைகள் பயன்படும்.

சொன்னதோடு மட்டுமல்லாமல் 1985 ஆம் ஆண்டு அணு ஆயுதத் தடுப்பு ஒப்பந்தத்தில் (Nuclear Non-Proliferation Treaty - NPT) கையெழுத்திடவும் செய்தார்.

நமது தலைவர் எவ்வளவு சிறந்த மனிதர்! எப்பேர்ப்பட்ட நல்லவர்! என்று மக்கள் அதையும் தலைமேல் தூக்கி வைத்துக் கூத்தாடினார்கள்.

யார் என்ன சொன்னால் என்ன? நான் நினைப்பதைச் செய்து முடிப்பேன் என்பதுதான் கிம் இல் சுங்கின் பாணி. அவர் இறுதிவரை அப்படித்தான் இருந்தார். அடுத்து ஆட்சிப் பொறுப்பேற்கவிருந்த தன் மகனுக்கும் (கிம் 2) சிறு வயது முதலே அதைத்தான் கற்றுத் தந்தார்.

எல்லாம் சரியாகத்தான் இருக்கிறது என்று எல்லோரும் நினைத்தார்கள். ஆனால் எதுவுமே சரியில்லாமல் போவதற்கான அறிகுறிகள் உருவாகியிருந்ததை மட்டும் யாரும் கவனிக்கவில்லை.

16. மிக நீண்ட பயணம்

வட கொரியாவின் வரலாற்றைத் தெரிந்துகொள்ளும்போது ஒரு விஷயம் எப்போதும் நினைவில் இருக்க வேண்டும். அந்த நாடு உருவாகும்வரை-கொரியப் போர் தொடங்கும்வரைதான் சோவியத் யூனியனின் தலைவராக ஸ்டாலின் இருந்தார். கொரியப் போரின் விளைவுகளில் இருந்து வட கொரியா மீள்வதற்கு முயற்சி எடுக்கத் தொடங்கியபோது அவர் உயிருடன் இல்லை. ஆனால் சோவியத் யூனியன் இருந்தது. குருஷேவ் இருந்தார். வட கொரியாவுக்கு சோவியத் அளித்து வந்த ஆதரவு அப்படியேதான் இருந்தது. பொருளாதார உதவிகளுக்கும் குறைவில்லை; ராணுவ சகாயத்துக்கும் பஞ்சமில்லை. வட கொரியாவையும் கிம் இல் சுங்கையும் நன்கறிந்தவரும் ஸ்டாலினுக்கும் அவருக்கும் ஒரு பாலம் போலச் செயல்பட்டவருமான பெரியாவும் அப்போது உயிருடன் இல்லை. முழுக்க முழுக்க குருஷேவ். முழுக்க முழுக்க டீ-ஸ்டாலினைசேஷன்.

அது சோவியத்தின் உள்நாட்டு விவகாரம் என்பதால் இந்த வரலாற்றில் அதை விரிவாகப் பார்க்க இடமில்லை. குத்துமதிப்பாகத் தெரிந்துகொண்டால் போதும்.

ஸ்டாலினின் எதேச்சாதிகாரம், தனிநபர் வழிபாட்டு விருப்பம், எங்கும் எதிலும் பூடகம் பூசிய அணுகுமுறை, எல்லோரையும் எல்லாவற்றையும் சந்தேகத்துடனேயே பார்க்கிற வழக்கம், மக்களுக்கு அடிப்படை சுதந்தரங்களைக்கூடத் தர மறுத்தது, இன்னொரு தரப்பு என்கிற பேச்சுக்கே இடமில்லாமல் மிக நேரடியாக அனைத்திலும் தீர்ப்பெழுதிவிடும் கொடூரம், கடுமையான வர்க்க முரண்பாடுகள், மோதல்கள், இறுக்கமான வெளிநாட்டுக் கொள்கைகள் எனப் பலவற்றில் குருஷேவ் கை வைத்தார். மக்களைச் சிறிது சுவாசிக்க விட்டால் நாடு இன்னும் விரைந்து வளரும் என்பது அவரது கருத்து. அதை அவர் நடைமுறைப்படுத்தப் பார்த்தபோது, உண்மையில் சில நற்பலன்களும் ஏற்படவே செய்தன. சோவியத் ரஷ்யாவின் வெளிநாட்டு உறவுகள் சிறிதளவேனும் மேம்பட ஆரம்பித்தது இதில் மிக முக்கியமான அம்சம்.

குருஷேவ், சோவியத் யூனியன் மட்டுமல்லாமல் சோவியத் ஆதரவு கம்யூனிச நாடுகளும் சிறிது இறுக்கம் தளர்த்தி இயங்கத் தொடங்கினால் நல்லது என்று கருதினார். ஆனால் கிம் இல் சுங் இந்தச் சிந்தனைப் போக்குக்கு முற்றிலும் எதிரானவராக இருந்தார்.

சோவியத் உதவியில்லாமல் வட கொரியாவால் வாழ முடியாது என்பது உண்மை. ஆனால் அதற்காகத் தனது கொள்கைகள் எதிலும் அவர் சமரசம் செய்துகொள்ள விரும்பவில்லை.

குறிப்பாகக் கிம்மின் ஜூச்சே கொள்கைகள் குருஷேவுக்குப் பிடிக்கவில்லை. அது ஸ்டாலின் பாணி சர்வாதிகாரத்தின் நீட்டல் விகாரம். ஒரு நபரை மையப்படுத்தி ஒரு தேசமே இயங்குவது நீண்ட நாள் நோக்கில் சாத்தியமேயில்லை என்று அவர் சொன்னார். தவிர, சோவியத்தின் மார்க்சிய-லெனினிய சித்தாந்தங்களில் இருந்து வட கொரியாவின் ஜூச்சே பெருமளவு விலகி நிற்பதும்

தமக்கு ஏற்புடையதில்லை என்று பகிரங்கமாகவே தெரிவித்தார்.

ஆனால் கிம் இல் சுங், இது தனது அதிகாரங்களைக் குறைப்பதற்காக வைக்கப்படும் விமரிசனம் என்று எடுத்துக்கொண்டார். ஆனால், நேரடியாக அதனைச் சொல்லாமல், குருஷேவின் டீ-ஸ்டாலினைசேஷன் நடவடிக்கைகளைத் தான் ஏற்கவில்லை என்று சொன்னார். தனி நபர் வழிபாடு இல்லாவிட்டால் வட கொரியாவில் குப்பை கொட்டுவதே சிரமம் என்பது அவரது நிலைபாடு. ஸ்டாலின் இறந்துவிட்டார். இனி சோவியத் எக்கேடோ கெட்டுப் போகட்டும். தனக்குக் கிடைத்த வாய்ப்பை, சோவியத்தின் வாலைப் பிடித்த காரணத்தினாலேயே தொலைப்பது என்பதை அவர் அடியோடு நிராகரித்தார்.

என்ன செய்யலாம் என்று தீவிரமாக யோசித்து, இறுதியில் சீனாவுடன் முன்பு எப்போதும் இல்லாத அளவுக்கு நெருக்கமும் நட்புறவும் கொள்ளத் தொடங்கினார். அவருக்கு மாவோவைப் பிடித்தது. அதே தனிநபர் வழிபாடுதான். அதே சர்வாதிகாரம்தான். மக்களைச் சுண்டுவிரல் நுனியில் முடிச்சுப் போட்டு வைத்துக்கொண்டு பொம்மலாட்டம் நடத்திக்காட்டுகிற இறுகிய இடதுசாரி வித்தைதான். ஒருவேளை சோவியத் தன் காலை வாரினால் சீனா உதவிக்கு நிற்கும் என்பது கிம்மின் கணக்காக இருந்தது.

அறுபதுகளில் சீனாவுக்கும் சோவியத் யூனியனுக்கும் முட்டிக்கொண்டது. முகம் கொடுத்துப் பேசக்கூட இரு தரப்பும் தயாரில்லாத அளவுக்குப் பிரிந்து போயின. அது அவர்களுக்குள் இருந்த இரு தரப்பு எல்லைப் பிரச்னைகளின் விளைவு. இங்கு அது முக்கியமில்லை. ஆனால் அதுநாள் வரை சோவியத் யூனியனின் நிதி உதவியையும் சீனத்தின் நட்புறவையும் ஒரு மாதிரியான மாயாஜால லாகவத்துடன் வைத்துக்கொண்டு பிழைப்பை

ஓட்டிக்கொண்டிருந்த கிம் இல் சுங்குக்கு இப்போது நெருக்கடி மிகப் பலமாக வந்தது.

ஒரு வரியில் சொல். உனக்கு சீனா முக்கியமா? சோவியத் யூனியன் முக்கியமா? இருவரில் நீ யார் பக்கம்?

யாரைக் கைகாட்டினாலும் அடுத்தவருடன் பிரச்னை. யார் பக்கம் நின்றாலும் இன்னொரு தரப்பு எதிர்த் தரப்பாகிவிடும்.

அதனாலென்ன? கிம்மின் ஜூச்சேவே தற்சார்புப் பொருளாதாரம் சார்ந்த சித்தாந்தம்தானே? இனியும் எதற்கு சோவியத் ஆதரவு? விட்டுக் கழிக்க வேண்டியதுதானே என்றால் அதற்கு வாய்ப்பே இல்லை.

ஏனெனில் கிம்முக்கு ஒரு விஷயம் புரியவில்லை. நிதி வருகிறது. வேலைகள் நடக்கின்றன. ஆனால் எதுவுமே எதிர்பார்த்த வேகத்தில், எதிர்பார்த்த அளவில் பலன் தருவதாக இல்லை. அனைத்தையும் ஒற்றைப் புள்ளி உத்தரவுக்குக் கட்டுப்பட்ட அமைப்புகளாக, மிக நேரடியாகத் தனது மேற்பார்வையில் நடைபெறும் பணிகளாகவே அவர் வைத்திருந்தார். அதனாலேயே ஒவ்வொரு விஷயத்திலும் அவர் முடிவெடுத்துக் கட்டளை இட்டுவிட்டு, அடுத்த பணியின் பக்கம் வர நேரம் எடுத்தது. எல்லோரும் அதுவரை அமைதியாகக் காத்திருக்க வேண்டியிருந்தது.

இதனைப் புரிந்துகொள்ள இப்படிச் சொல்லலாம்:

ஒரு கட்டுமானப் பொறியாளர் இருக்கிறார். ஏழெட்டு இடங்களில் ஒரே சமயத்தில் கட்டடம் கட்டிக்கொண்டிருக்கிறார் என்று வையுங்கள். ஓரிடத்தில், ஒரு நாள் ஒரு சுவர் எழுப்பப்படுகிறது. அதைப் பரிசோதித்துப் பார்த்துவிட்டு, நாளை சிமெண்ட் பூசிவிடலாம் என்று சொல்கிறார். ஆனால், கலவை விகிதம் நான் வந்து சொல்கிறேன், காத்திரு என்று கொத்தனாரிடம் சொல்லிவிட்டுப் போய்விடுகிறார்.

மறுநாள் அவர் வேறொரு இடத்தில் சிக்கிக்கொள்கிறார். இன்னொரு பணியில் மும்முரமாகிவிடுகிறார். அங்கிருந்து அப்படியே மற்றொரு இடத்துக்குச் செல்ல வேண்டியதாகிறது. அங்கிருந்து மேலும் ஓரிடம். இப்படி அவர் ஊர் உலகையெல்லாம் சுற்றி முடித்துவிட்டு முதலில் எழுந்த சுவருக்கு மீண்டும் வந்து சேரும்போது கொத்தனாரின் மச்சினிக்கு வளைகாப்பு என்று ஊருக்குப் போயிருக்கிறார். சரி, அவர் வந்ததும் சொல்லுங்கள் என்று சொல்லிவிட்டு அடுத்த வேலையைப் பார்க்கப் போய்விடுகிறார். மீண்டும் பல மாதங்கள் கழிந்த பிறகே அங்கே வர முடிகிறது.

வெறும் சிமெண்ட் கலவை அளவு! அதைக் கொத்தனாரையே பார்த்துக்கொள்ளச் சொல்லிவிட்டுப் போயிருந்தால் வேலை என்றோ முடிந்திருக்கும். அல்லது, நாளை சொல்கிறேன் என்று சொல்லிவிட்டுப் போனதை அப்போதே சொல்லி முடித்துவிட்டுச் சென்றிருந்தாலும் சிக்கல் வந்திருக்காது.

புரிகிறதா?

ஒரு சாதாரணப் பொறியாளர்-கொத்தனார் விவகாரமல்ல இது. நாலைந்து கட்டுமானப் பணிகளல்ல, அன்றைக்கு வட கொரியாவில் நடந்துகொண்டிருந்தவை. மொத்த தேசத்தையும் மறுகட்டுமானம் செய்வது என்பது எளிதல்ல. கிம் என்கிற ஒரே ஒரு நபரின் உத்தரவு இருந்தாலொழிய அங்கே எதுவுமே நடக்காது. எத்தனைக் காலமானாலும் நடக்காது.

இதுதான் சிக்கல் என்பது அவருக்குத் தெரியும். ஆனால் எதற்காகவும் தனது அதிகாரங்களைத் தாற்காலிகமாகக் கூட யாருடனும் பகிர்ந்துகொள்ளக் கூடாது என்று நினைத்தார். தனக்குக் கீழே இருப்பவர்களுக்கு வேலைகளைப் பகிர்ந்துகொடுப்பதில் அவருக்குப் பிரச்னை இல்லை. ஆனால் முடிவெடுக்கும் அதிகாரம் தன்னிடம் மட்டும்தான் இருக்க வேண்டும் என்று கருதினார்.

இக்காரணங்களால், சோவியத் பணம் எவ்வளவு வந்தாலும் செலவாகிக்கொண்டே இருந்ததே தவிர, எந்த ஒரு திட்டமும் முழுமையடையாமலேயே இருந்தது.

குருஷேவ் 1953ஆம் ஆண்டு முதல் 1964ஆம் ஆண்டுவரை சோவியத் அதிபராக இருந்தார். அந்தப் பதினொரு ஆண்டுக் காலமும் அவருக்குக் கிம் இல் சுங்கின் நடவடிக்கைகள் எது ஒன்றுமே திருப்தி தருவதாக இல்லை. வட கொரியாவுக்கு உதவி செய்வது வீண் என்கிற முடிவுக்கே அவர் கிட்டத்தட்ட வந்துவிட்டிருந்த சமயத்தில்தான் அவரை நீக்கிவிட்டு அங்கே பிரஷ்னேவ் பதவிக்கு வந்தார். மிகச் சரியாக அதே சமயத்தில்தான் சீன-சோவியத் உறவும் எல்லைப் பிரச்னைகளால் மோசமாக நைந்துபோய், அறுந்து தொங்கத் தொடங்கியிருந்தது.

சீனாவுக்கு அப்போது வட கொரியாவை ஆதரிப்பதில் பிரச்னை இல்லை. ஆனால் பெரிய அளவில் பொருளாதார ஆதரவு தரக்கூடிய நிலைமையில் அவர்கள் அப்போது இல்லை. புதிய சோவியத் அதிபர் பிரஷ்னேவ், வட கொரியாவுக்கு உதவிகளைத் தொடர்வதில் சிக்கல் இல்லை என்ற நிலைபாட்டில்தான் இருந்தார். ஆனால் எந்த உதவியும் அவ்வளவு எளிதாக வந்து சேருகிற வழியைக் காணோம்.

இந்த இரண்டையும் கூட்டிக் கழித்துக் கணக்குப் போட்டு கிம் மிக மோசமான முடிவொன்றை எடுத்தார். சுய சார்புப் பொருளாதாரம் என்பதுதானே வட கொரியாவின் தாரக மந்திரம்? பிறகு அனைத்துக்கும் சோவியத்தை எதிர்பார்த்துக்கொண்டிருப்பது எப்படிச் சரியாகும்? எனவே கேட்கிற உதவிகளின் எண்ணிக்கையைப் படிப்படியாகக் குறைத்துக்கொள்வது.

இதை பிரஷ்னேவ் எதிர்பார்க்கவில்லை. கிம் தம்மை அவமானப்படுத்துவதாக அவருக்குத் தோன்றியது. ஆனாலும் பொறுமையாகவே இருந்தார்.

கிம் இன்னொரு படி நகர்ந்து முன்னேறிச் சென்று, சோவியத் யூனியனில் படித்துக்கொண்டிருக்கும் வட

கொரிய மாணவர்கள் தாய்நாட்டுக்குத் திரும்பக் கட்டளையிட்டார்.

இங்கே ஒன்றுமில்லாதபோது அங்கே சென்று படிக்க நினைத்தது நியாயம். இப்போது வட கொரியா ஒரு சுதந்தரக் குடியரசு. சுயசார்புப் பொருளாதாரம் பழகும் தேசம். நாமார்க்கும் குடியல்லோம் நமனை அஞ்சோம். வா, வந்து சேர். இனி நீ இங்கேயே படித்துக் கிழிக்கலாம்.

கிம்மின் இந்த முடிவு, இரு நாடுகளுக்கு இடையில் அந்நாள் வரை இருந்து வந்த அசைக்க முடியாத கல்வி மற்றும் கலாசாரப் பரிமாற்ற உறவுகளைக் கணிசமாக பாதித்தது. இதை ஒரு சாக்காகக் கொண்டு சோவியத்தும் வட கொரியா மீதான தனது அக்கறையைக் கணிசமாகக் குறைத்துக்கொள்ளத் தொடங்கியது.

அன்றைய தேதியில் பிராந்தியத்தில் இந்த உறவுச் சிக்கல் உண்டாக்கிய அரசியல் கொந்தளிப்பும் பதற்றமும் கொஞ்ச நஞ்சமல்ல. சோவியத் யூனியனைப் பகைத்துக் கொண்டு ஒரு சிறிய தேசம், அதுவும் கம்யூனிஸ்ட் தேசம் கிழக்காசியாவில் தழைத்துவிட முடியுமா என்றுதான் எல்லோரும் சொன்னார்கள். ஆனால் கிம் இல் சுங்கிடம் யார் போய் நேரில் சொல்வது? அப்படிச் சொன்னாலும் கேட்கிற நபரில்லை அவர்.

ஒரு மாதிரி, குத்துமதிப்பு நட்புணர்வுடன் இரு நாட்டு உறவும் தட்டுத் தடுமாறிக்கொண்டிருந்தது. ஆனால் சோவியத் யூனியன், வட கொரியாவுக்கு வாக்களித்திருந்த அடிப்படை உதவிகள் எதையும் தராமல் இல்லை, தடை செய்யவில்லை. நாளுக்கு நாள் கிம் இல் சுங்கின் சுய ஆளுமைப் பிரகடனங்களும் தனிநபர் வழிபாட்டு நிர்ப்பந்தங்களும் அருவருக்கத்தக்க தடாலடி நடவடிக்கைகளும் அதிகரித்துக்கொண்டே சென்றதை மட்டும் அவர்கள் விமரிசித்துக்கொண்டே இருந்தார்கள். ஒரு கம்யூனிச நாடு என்று சொல்லிக்கொள்ளும் தகுதியை வட கொரியா இழந்துவிட்டது என்பதே அன்றைய

சோவியத் சுப்ரீமின் நிலைபாடு. நீ என்ன நினைத்தால் எனக்கென்ன? என் இஷ்டப்படிதான் இருப்பேன் என்பதே கிம் இல் சுங்கின் நிலைபாடு.

என்னதான் கண்ணுக்குப் புலப்படும் கடவுள் என்று வட கொரிய மக்கள் வார்த்தைக்கு வார்த்தை அவரைக் குறித்துப் புல்லரித்தாலும் கிம் ஒரு மனிதர். ஏப்ரல் 15, 1912இல் பிறந்து, தமது இளமைக்காலம் முழுதும் புரட்சி, போராட்டம், போர்ப் பயிற்சி, அரசியல் பயிற்சி என்று அலைந்து திரிந்துவிட்டு, 1948ஆம் ஆண்டு வட கொரியாவை ஆளும் பொறுப்புக்கு வந்தவர். அது முதல் 1994ஆம் ஆண்டு இறக்கும்வரை அவர்தான் அந்த நாட்டுக்கு எல்லாம். நாற்பத்தாறு ஆண்டுகள் அதிகாரத்தில் இருப்பது என்பது விளையாட்டல்ல. அதுவும் ஒரு சர்வாதிகாரியாக நீடித்திருந்தது நம்ப முடியாத அதிசயம்.

எப்படி வட கொரியாவின் சீரழிவுக்கு விதை போட்டவர் என்று இன்று அவரை சரித்திரம் சுட்டிக்காட்டுகிறதோ, அதே போலத்தான் அந்நாட்டு மக்களின் ஒரே பெரும் நம்பிக்கையாகவும் சுட்டிக்காட்டுகிறது. வட கொரியாவைச் சரியாக அறியாதவர்களுக்கு இந்த முரண் புரிய வாய்ப்பே இல்லை.

என்ன சிக்கலென்றால், வட கொரியாவைப் புரிந்து கொள்ள வேண்டுமென்றால் கிம் இல் சுங்கைப் புரிந்துகொள்ள வேண்டும். அவரது குடும்பத்தைப் புரிந்துகொள்ள வேண்டும். ஒரே ஒரு குடும்பம்தான் ஒரு நாட்டின் எழுபத்தேழு வருட நம்பிக்கையாக இருந்து வருகிறது என்றால், அவர்கள் அப்படி என்ன செய்தார்கள் என்பது தெரிய வேண்டும்.

துரதிருஷ்டவசமாக, வட கொரியாவின் கதவுகள் என்றுமே திறந்ததில்லை. எட்டிப் பார்க்கவும் ஒட்டுக் கேட்கவும் வழியே இல்லாத அமைப்பு. அங்கிருந்து தப்பிச் சென்றவர்கள் சொல்வதும், பிற நாட்டு உளவு

அமைப்புகள் கொத்தி வந்து கொடுப்பதும் மட்டும்தான் நமக்குத் தகவல் வழிகள். முன்பே கண்டபடி, புழக்கத்தில் உள்ள பேய்க்கதைகளைக் கொண்டு வட கொரியாவை மதிப்பிட இயலாது. அது உதவாது.

இருக்கட்டும். 1972ஆம் ஆண்டு வட கொரியாவுக்கான அரசியல் அமைப்புச் சட்டம் என்ற ஒன்று முதல் முதலாக உருவாக்கப்பட்டு நடைமுறைக்கு வந்தது. அதன்பிறகே அங்கே அதிபர் என்றொரு பதவி உருவானது. அதுவரை தலைவர். சேர்மன். சுப்ரீம். பெருந்தலைவர். கடவுள். முறைப்படி நாடாளுமன்றம் என்ற ஒன்று செயல்படத் தொடங்கியதும் அதன்பிறகுதான். ஆனால் ஒன்றை நினைவில் கொள்ள வேண்டும். இந்த அமைப்புகள் யாவும் உலகத்துக்காக. மற்றபடி வட கொரியாவுக்குள் அனைத்தும் கிம் மட்டும்தான்.

ஆனால் அவருக்கும் வயதாகும் அல்லவா? எதற்கும் இருக்கட்டும் என்று 1980 அக்டோபரில் தனது ஏழு வாரிசுகளில் ஒருவரான கிம் ஜாங் இல் (கிம் 2)ஐத் தனது அரசியல் வாரிசாக அறிவித்து வைத்தார்.

இந்தக் கட்டத்தில் சிறிது தடம் விலகிக் கிம்மின் குடும்பத்தாரைச் சந்தித்துவிட்டு வருவது மேற்கொண்டு நடக்கவிருக்கும் சம்பவங்களைப் புரிந்துகொள்ளச் சிறிது எளிதாக இருக்கும்.

ஏனெனில், நாற்பத்தாறு வருடங்கள் ஒரு நாட்டைக் கட்டியாண்ட சர்வாதிகாரிக்கு நாடே குடும்பம் என்றாலும் குடும்பத்தில் சில நாடுகள் இல்லாவிட்டாலும் தீவுகளாவது இருக்கக்கூடுமல்லவா?

பார்த்துவிடலாம்.

17. ரகசியச் செம்மல்

கிம் இல் சுங் பதவிக்கு வந்த நாள் முதல் சற்றும் தீவிரம் குறையாமல் கவனித்த ஒரே துறை, வட கொரியாவின் கல்வித் துறை. மற்ற எந்தத் துறையில் என்ன வேலை மிச்சம் மீதி இருந்தாலும் கவலைப்பட மாட்டார். மாணவர்கள் விஷயத்தில் அலட்சியமே கூடாது என்பது அவர் கருத்து. முன்பே சொன்ன காரணம்தான். ஒரு தலைமுறை வளரத் தொடங்கும்போதே அதன் மனத்தில் கிம் குடும்ப விசுவாசத்தையும் தேசபக்தியையும் விதைத்துவிட்டால், பிறகு தவறு நேராது. துரோகிகள் இருக்க மாட்டார்கள்.

இதனால்தான் கணிதம், வணிகம், வேதியல், இயற்பியல் வகுப்புகளில் எல்லாம்கூடத் தேவை இருந்தாலும் இல்லாவிட்டாலும் கிம் இல் சுங் ஒரு பாடமாக நுழைக்கப்பட்டார். அது ஒரு அபத்தம் என்று நினைக்கவும் சொல்லவும் அன்றைக்கு வட கொரியாவில் யாருமில்லை. கிம் அறியாத கல்வி இல்லை. அவர் இல்லாத துறையும் இல்லை. வட கொரியாவெங்கும் நீக்கமற நிறைந்திருப்பது காற்றல்ல, கிம். எனவே அவரை சுவாசியுங்கள். அவர் லீவு போடும்போது காற்றை சுவாசித்தால் போதும்.

155

ஆனால், கட்டாயங்களுக்கு அப்பாலும் வட கொரியக் குழந்தைகளுக்குக் கிம் இல் சுங்கை மிகவும் பிடிக்கும். காரணம், பள்ளியில் பாடங்களை மட்டும் அவர் வைத்துத் திணிப்பதில்லை. வகுப்பறைக் கல்விக்குச் சமமாக விளையாட்டுக் கல்விக்கு முக்கியத்துவம் தர வேண்டும் என்பதை வலியுறுத்தியவர் அவர். விளையாட்டு நேரத்தைக் கணக்கு வாத்தியார் கடன் வாங்கிக்கொள்வதெல்லாம் அங்கே நடக்காது. அப்படி ஒரு சம்பவம் நடந்ததாகத் தெரிந்தால், அந்தக் கணக்கு வாத்தியாரின் கணக்கு அன்றைக்கே முடித்து வைக்கப்பட்டுவிடும்.

இதற்கும் அப்பால் கிம் இன்னொரு வகையிலும் மாணவர்களின் மனம் கவர்ந்தவராக இருந்தார். அது அவரது சிந்தனையில் உதித்த ஜூனியர் ராணுவம் என்கிற கட்டமைப்பின் விளைவு.

Pupils' Red Army என்று கிம் அதனைக் குறிப்பிட்டார். வட கொரிய ராணுவத்தில் என்னென்ன பிரிவுகள் உண்டோ, அவை அனைத்தும் இந்தக் குழந்தைகள் ராணுவத்தில் இருக்கும். அங்கே என்னென்ன பதவிகள் உண்டோ, அனைத்தும் இங்கும் உண்டு. அங்கே தரப்படும் அனைத்துப் பயிற்சிகளும் இங்கும் தரப்படும். சாதனை செய்யும் ராணுவ வீரர்களுக்கு அங்கே மெடல் உண்டென்றால் இங்கே மாணவ ராணுவத்தினருக்கும் உண்டு. தண்டனைகள் விஷயத்தில் மட்டும் இது வேறு விதமாக இருக்கும். அதாவது, ராணுவத்தினர் தவறு செய்தால் மரணம்தான் தண்டனை. ஆனால் மாணவ ராணுவத்தில் அது கிடையாது. திருத்தி சரி செய்ய மட்டுமே கமாண்டர்களுக்கு (அதாவது, ஆசிரியர்களுக்கு) அனுமதி.

பள்ளி மாணவ-மாணவியருக்குப் பாடப் புத்தகங்கள், நோட்டுப் புத்தகங்கள், பேனா-பென்சிலுடன்கூட விளையாட்டு இயந்திரத் துப்பாக்கிகள் கட்டாயமாகத் தரப்பட்டன. பொம்மை புல்லட்டுகளும் உண்டு.

பிள்ளைகளுக்கு இது தந்த கிளர்ச்சியும் புல்லரிப்பும் சிறிதல்ல. ஒவ்வொரு குழந்தையும் தன்னை ஒரு தேசபக்தனாகவும் ராணுவ வீரனாகவும் வளரும்போதே உணரத் தொடங்கினார்கள். உலகின் நிகரற்ற ஒரே கமாண்டர் ஜெனரல் கிம் இல் சுங்தான் என்று தீர்மானமாக நம்பினார்கள். ஒரு மாபெரும் ராணுவ மேதையின் நேரடி கவனிப்பில் தாங்கள் ராணுவப் பயிற்சி பெறுகிறோம் என்கிற பெருமித உணர்வு, வட கொரியாவின் ஒவ்வொரு குழந்தைக்கும் ஊட்டப்பட்டது.

பாடங்களில் மதிப்பெண் குறைந்தாலும் ராணுவ வகுப்புகளிலும் செயல்பாடுகளிலும் தேறினால் அடுத்தடுத்த வகுப்புகளுக்குச் சென்றுவிட முடியும். இந்த ஏற்பாடு இதர அனைத்து வசதிகளைக் காட்டிலும் மாணவர்கள் மத்தியில் வரவேற்பைப் பெற்றது. அதைவிட அவர்களைப் பரவசப்பட வைத்தது, இந்த நாட்டின் அத்தனைப் பிள்ளைகளும் என் குடும்பத்தைச் சேர்ந்தவர்கள் என்கிற கிம்மின் நிரந்தரப் பிரகடனம்.

என்னதான் ஓராண்டின் பாதி நாள்களுக்கும் மேலாக மக்களோடு மக்களாக வீதியில் இறங்கிச் சுற்றித் திரிபவர் என்றாலும் கிம்மின் குடும்பம் என்ற ஒன்று உண்டல்லவா? நாட்டில் பிறக்கும் பிள்ளைகள் அனைவரையும் தன் குடும்பத்து உறுப்பினர்களாக அவர் சொன்னாலும் தனக்குப் பிறகு நாட்டை ஆள்வதற்குத் தேர்ந்தெடுத்தது அவருக்குப் பிறந்த ஏழில் ஒரு மகனைத்தான்.

அரசியலில் இதெல்லாம் சாதாரணம் என்று தோன்றலாம். வட கொரியாவைப் பொறுத்தவரை இதுவல்ல; எதுவுமே சாதாரணமில்லை. 1948ஆம் ஆண்டிலிருந்து 1994ஆம் ஆண்டுவரை ஒரு மனிதர் இடையூறே இல்லாமல் ஆண்டிருக்கிறார். அதுவும் ஒரு சர்வாதிகாரியாக.

பெரும்பாலான சர்வாதிகாரிகளின் இறுதிக் காலம் என்பது பொதுவாக வேதனை மிக்கதாக இருக்கும். மரணம்கூட மிக மோசமானதாகவே அமையும். நிறைய

பாத்திருக்கிறோம். ஆனால் கிம் இல் சுங்குக்கு அந்த அவதிகள்கூட இல்லை. இருக்கும்வரை இன்பமாகவே இருந்தார். யாருக்கும் எதற்கும் கட்டுப்படாததொரு பூரண சுதந்தரப் பிரகஸ்பதி. அப்படிப்பட்டவர், தனக்கடுத்துப் பொறுப்பேற்க யாரை எப்படி எதனால் தேர்ந்தெடுக்கிறார் என்பது முக்கியம் அல்லவா? பார்த்துவிடலாம்.

இன்றைக்கு வட கொரியாவை ஓர் இருண்ட தேசம் என்கிறோம். மூடிய கதவுகளை அந்நாடு திறப்பதேயில்லை என்கிறோம். உள்ளே என்ன நடக்கிறது என்று அவர்களே சொன்னாலொழியத் தெரிந்துகொள்ள வேறு வழியே இல்லை. செய்தித் தாள்கள், தொலைக்காட்சி, இணையம் என்று எந்த வகையிலும் அங்கே நடப்பதை உலகம் அறிய வாய்ப்பில்லை. வட கொரிய அரசாங்கமே எதை வெளியிடுகிறதோ அது மட்டும்தான் அதிகாரபூர்வம். மற்றதெல்லாம் வதந்தி வகையறா.

இந்தக் கட்டமைப்பு சோவியத் யூனியனிடம் இருந்து கற்கப்பட்டதாக மேலோட்டமான பார்வையில் தோன்றலாம். குறிப்பாக, ஸ்டாலின் காலத்து சோவியத் யூனியன். உண்மையில் அது சோவியத்திடம் கற்றதல்ல. கிம் இல் சுங்கின் ஆளுமையே அப்படிப்பட்டதுதான்.

அவர், பாரம்பரிய ப்ராடஸ்டண்ட் கிறித்தவக் குடும்பத்தில் பிறந்தவர். அவரது தந்தை ஒரு தேவாலயத்தில் சில காலம் ஊழியம் செய்திருக்கிறார். பிறகு பள்ளிக்கூட ஆசிரியராக இருந்திருக்கிறார். ஜப்பானிய காலனி ஆதிக்கக் காலத்தில், சுதந்தரப் போராட்டத்தில் ஈடுபட்டு, பலமுறை சிறை சென்றவர் அவரது தந்தை. பிறகு கொரியாவில் வாழ முடியாமல் மஞ்சூரியாவுக்குத் தப்பிச் சென்றுவிட்டார்கள்.

கிம்முக்கு இரண்டு தம்பிகள் இருந்தார்கள். எல்லோருமே கொரிய விடுதலை இயக்கத்துக்கு ஏதோ ஒரு வகையில் பங்களித்தவர்கள். அதில் சந்தேகமில்லை. கிம்

போராளி இயக்கத் தலைவராக மஞ்சூரியாவில் இருந்து பணியாற்றிக்கொண்டிருந்த நாள்களில்கூட அவரது தந்தை, சகோதரர்களைப் பற்றிய செய்திகள் கொரியாவில் இருந்தவர்களுக்குத் தெரியும். ஆனால் சோவியத் உதவியுடன் அவர் வட கொரியாவின் ஆட்சியாளராக அமர்த்தப்பட்ட பிறகு, தனி வாழ்க்கை சார்ந்த தகவல்கள் வெளியே வராமல் பார்த்துக்கொண்டார்.

உதாரணமாக, கிம்மின் முதல் மனைவியை எடுத்துக்கொள்ளலாம். அவர் பெயர் கிம் ஜாங் சுக். அவர் ஓர் எளிய, ஏழை விவசாயியின் மகளாகப் பிறந்தவர். அவருக்கு ஓர் இளைய சகோதரி இருந்தார் என்றும் அது சகோதரி அல்ல; சகோதரர் என்றும் இரு விதமான தகவல்கள் உண்டு. எது சரி என்று யாரும் உறுதிப்படுத்தியதில்லை.

எல்லா கொரியர்களையும் போலவே அவரது தந்தை ஏதோ ஒரு சந்தர்ப்பத்தில் மஞ்சூரியாவுக்குச் சென்றிருக்கிறார். ஏதாவது வேலையாகச் சென்றாரா, அல்லது தப்பித்தான் அவரும் சென்றாரா என்று தெரியாது. அப்படிச் சென்றவர் திரும்பி வரவேயில்லை என்பதால், தன் தந்தையைத் தேடி கிம் ஜாங் சுக், தனது தாயாருடன் மஞ்சூரியாவுக்குச் சென்றார். அங்கே அவரது தந்தை இறந்துவிட்டார் என்ற விவரம் தெரிய வந்தது.

இனி என்ன செய்ய முடியும்? கொரியாவுக்குத் திரும்பிச் செல்ல வழியில்லை. அப்படியே சென்றாலும் பிழைக்க முடியும் என்ற நம்பிக்கை இல்லை. எனவே மஞ் சூரியாவில் இருந்த கொரியப் போராளி இயக்கம் ஒன்றில் வேலைக்குச் சேர்ந்தார். படிப்பறிவில்லாத எளிய கிராமத்துப் பெண். போராளி இயக்கத்தில் என்ன வேலை செய்திருப்பார்? ஆயுதமேந்திய வீராங்கனையாக அவர் நிச்சயமாக இல்லை. போராளிகளுக்கு சமைத்துப் போடும் பிரிவில் ஓர் உதவியாளராக அவருக்கு வேலை கிடைத்தது. அந்தக் குறிப்பிட்ட இயக்கம் கிம் இல்

சுங்கின் தலைமையில் செயல்பட்டுக்கொண்டிருந்தது என்பதுதான் இருவருக்கும் தொடர்பு உண்டாகக் காரணம்.

கிம் இல் சுங், தனது வருங்கால மனைவியைக் காதலித்துத் திருமணம் செய்துகொண்டாரா அல்லது பேசி ஏற்பாடு செய்து நடந்த திருமணமா என்றெல்லாம் தெரியாது. கிம் ஒரு பிரம்மாண்டமான சுயசரிதை எழுதியிருக்கிறார். முழுமையடையாத சரிதை என்றாலும் அதில் தனது திருமணத்தைப் பற்றி அவர் பெரிதாகப் பேசவில்லை.

ஆனால், அவர் மஞ்சூரியாவிலிருந்து சோவியத் யூனியனுக்குச் சென்றபோது தமது வருங்கால மனைவியையும் உடன் அழைத்துச் சென்றிருக்கிறார். இதற்குப் பல ஆதாரக் குறிப்புகள் இருக்கின்றன. அவர்கள் திருமணமே சோவியத் யூனியனில்தான் நடந்திருக்கிறது.

ஆனால் வட கொரிய - கிம் குடும்ப ஆதரவு வாழ்க்கை வரலாற்றாசிரியர்கள் விவரிக்கும் கதை இதற்கு முற்றிலும் மாறுபட்டது. கிம் ஜாங் சுக் போராளிப் பாசறையில் சமையலறை உதவியாளராக இல்லை. அவரே ஒரு போராளிதான். துப்பாக்கி ஏந்திப் பல களங்கள் கண்டவர். ஒருமுறை கமாண்டர் கிம் இல் சுங்கின் உயிரையே காப்பாற்றியவர்.

இன்னொரு குழப்பம் அவர்களுக்குப் பிறந்த முதல் குழந்தையைப் பற்றியது. கிம் இல் சுங்குக்கு முதலில் பிறந்தது ஒரு பெண் குழந்தை என்று சில சரித்திர ஆசிரியர்கள் எழுதுகிறார்கள். அதுவும் 1946ஆம் ஆண்டு பிறந்ததாகக் குறிப்பிடுகிறார்கள். ஆனால் கிம் இல் சுங் தனது அரசியல் வாரிசாகத் தனது 'மூத்த' மகனை அறிவித்தார் அல்லவா? அந்த கிம் ஜாங் இல் பிறந்தது 1941 அல்லது 42 ஆக இருக்கலாம் என்கிறார்கள். ஆனால் அதே 1941 அல்லது 42இல்தான் சோவியத் யூனியனில் கிம் தம்பதியினருக்குத் திருமணமும் நடந்திருக்கிறது.

கிம் இல் சுங் எழுதிய சுய சரிதையிலும் சரி, பிறர் எழுதிய அவரது வாழ்க்கை வரலாறுகளிலும் சரி. இந்தக்

குழப்பங்கள் எதுவும் தீர்த்து வைக்கப்படவில்லை. 1946ஆம் ஆண்டு கிம் ஜாங் சுக் காலமானார். அது பிரசவ கால மரணம் என்று சொல்லப்பட்டது. பிரசவ கால மரணம் என்றுதான் கிம் இல் சுங்கின் சுய சரிதையும் சொல்கிறது. ஆனால் ஆண்டு 1949 என்று குறிப்பிடப்படுகிறது.

எளிய ஆண்டு, மாத, தேதித் தகவல்களைச் சேமிக்க முடியாமலோ, சரியாகக் குறிப்பிடத் தெரியாமலோ யாரும் இருக்க மாட்டார்கள். கிம், இவையெல்லாம் சரியாக வெளியே தெரியாதிருப்பது நல்லது என்று கருதினார். தனது இந்தக் கருத்தை அவர் தன் மகன் கிம் ஜாங் இல்லுக்குச் சரியான விதத்தில் புரிய வைத்திருக்க வேண்டும். அவரும் தனது வாழ்நாள் முழுதும் தனித் தகவல்கள் வெளியே வராதபடியே பார்த்துக்கொண்டார். அந்தப் பாரம்பரியமே இன்றைக்கு வட கொரியாவை ஆளும் கிம் ஜாங் உன் வரை தொடர்கிறது.

18. சிற்றன்னை

கிம் இல் சுங்கின் முதல் மனைவி பிரசவத்தில் இறந்தாரல்லவா? அதன் பிறகு அவர் இரண்டாவதாக ஒரு பெண்ணைத் திருமணம் செய்துகொண்டார். அப்போது கொரியப் போர் தொடங்கிவிட்டிருந்தபடியால் திருமணம் என்றைக்கு நடந்தது, எந்த மாதம், எந்த வருடம் என்பதெல்லாம் யாருக்கும் தெரியாது.

அவர் பெயர் கிம் சாங் பால் (Kim Song Pal). வட கொரிய கம்யூனிஸ்ட் அரசாங்கம் அமைக்கப்பட்டபோது பாதுகாப்புத் துறை அமைச்சகத்தில் ஒரு கடைநிலை குமாஸ்தாவாகப் பணியில் சேர்ந்தவர். சில காலம் அமைச்சகத்தில் பணியாற்றிக்கொண்டிருந்தவரை 1948 ஆம் ஆண்டு கிம் இல் சுங் தற்செயலாகச் சந்திக்க நேர்ந்தது. அது எப்போது நடந்த சந்திப்பு, என்ன பேசினார்கள் என்பதெல்லாம் தெரியாது. ஆனால் பாதுகாப்பு அமைச்சகத்தில் இருந்து அவருக்கு கிம்மின் வீட்டுக்குப் பணி மாற்ற உத்தரவு வழங்கப்பட்டது.

வீட்டில் என்ன பணி என்றால், நோயுற்றிருந்த கிம்மின் மனைவியைப் பார்த்துக்கொள்ளும் பணி. அவரது இறுதி நாள் வரை, ஒப்புக்கொண்ட பணியைச் சிறப்பாகச்

செய்துவிட்டு, பிரசவத்தில் அவர் இறந்த பின்பு கிம்மைத் திருமணம் செய்துகொண்டு, கிம் ஸியோங் யே என்று பெயர் மாற்றிக்கொண்டார். கிம் இல் சுங்கின் முதல் மனைவிக்கு நான்கு வாரிசுகள். இவருக்கு மூன்று. முறையே 1952, 54, 55ஆம் ஆண்டுகளில் அக்குழந்தைகள் பிறந்தன.

ஆனால் கிம்மின் முதல் மனைவியைப் போல இவர் வீட்டோடு இருக்கவில்லை. அறுபதுகளில் வட கொரிய அரசியலின் மிக முக்கியமான சக்தியாக விளங்கினார். ஒரு குமாஸ்தாவாக வாழ்க்கையைத் தொடங்கி, பணிப்பெண்ணாகப் பதவி உயர்வு பெற்று, நாட்டின் முதல் பெண்மணியானவர். கிம் அவரை கொரிய மகளிர் லீக் என்ற நாடு தழுவிய அமைப்பின் துணைத்தலைவராக்கிப் பிறகு தலைமைப் பொறுப்பில் அமர வைத்தார். கொரியப் பெண்களை தேசபக்தி மிக்க சேவகிகளாக்குவதே அந்த அமைப்பின் அடிப்படை நோக்கம். மேலுக்கு மகளிர் முன்னேற்றம் அது இது என்று ஒரு சில வழக்கமான அறிவிப்புகள் இருந்தாலும், அடிப்படையில் அது பெண்களைக் கண்காணிக்கும் அமைப்பு என்பதில் சந்தேகமில்லை.

ஆனால் சொந்தமாக மூன்று ஆண் பிள்ளைகளைப் பெற்ற நாட்டின் முதல் பெண்மணியின் நோக்கம், குடிமக்களைக் கவனிப்பதில் மட்டுமே இருக்கும் என்று சொல்ல முடியாது. கிம்மின் முதல் மனைவிக்குப் பிறந்த நான்கு வாரிசுகளுள் கிம் ஜாங் இல் மூத்தவர் (என்று சொல்லப்பட்டது). ஆனால் கிம் சாங் ஏவுக்குத் தனக்குப் பிறந்த மூத்த மகனை எப்படியாவது கிம் இல் சுங்கின் அரசியல் வாரிசாக அமர்த்திவிட வேண்டும் என்பது லட்சியமாக இருந்தது. (அவர்களுக்கெல்லாம் பெயர் இல்லையா, அதை ஏன் சொல்லவில்லை என்று நினைக்காதீர்கள். எல்லா பெயர்களும் ஒரே மாதிரி எவர்சில்வர் பாத்திரத்தை மாடிப்படியில் தவற விட்டாற்போலவே தொனிக்கும். எதுவும் புத்தியில் ஏறி

நிற்காது. தவிர, சரித்திரம் ஏந்திக்கொள்ளாத பெயர்களை நாம் நினைவில் வைத்துக்கொள்வதும் அவசியமற்றது.)

அதற்காக அவர் பல முயற்சிகள் எடுத்தார். அதில் முதன்மையானது, கிம்மின் நிழல் போல எப்போதும் அவருடனேயே தாம் இருந்தது. ஆயிரத்துத் தொள்ளாயிரத்து அறுபதுகளில் தொடங்கி, அடுத்தப் பத்தாண்டுகள் வட கொரியாவைக் கிம் இல் சுங் ஆள்கிறாரா, அல்லது அவரது இரண்டாவது மனைவி ஆள்கிறாரா என்கிற ஐயம் அனைவருக்கும் இருந்தது. அந்தளவுக்கு அரசின் அனைத்துத் துறைகளிலும் அவரது கரங்கள் நீண்டு நிறைந்திருந்தன. ஒருவர் மிச்சமில்லாமல் அத்தனை உயரதிகாரிகளும் கிம் சாங் ஏவின் கண்ணசைப்புக்குக் கட்டுப்பட்டவர்களாக இருந்தார்கள். தவிர, அவர்கள் மனத்தில் அடுத்த பெருந்தலைவராக அமரப் போவது தன் மகன்தான் என்பதை அவர் அழுத்தமாகப் பதியவைத்திருந்தார்.

கட்சி-ஆட்சி இரண்டு மட்டங்களிலும் அன்று அவர் கோலோச்சிக்கொண்டிருந்தார். வட கொரிய மக்களுக்கே இது வியப்புத்தான். கிம் இல் சுங் அப்படியெல்லாம் சட்டென்று ஒரு பெண்ணின் வசம் விழுந்துவிடுபவரல்லர். அவரது வாழ்வில் இரண்டு மனைவியர் தவிரவும் பல பெண்களுடன் தொடர்பில் இருந்தவர்தாம் என்றாலும் நிலை தடுமாறுமளவுக்கு எப்போதும் நடந்துகொண்டதில்லை. அல்லது அப்படி ஒரு சம்பவம் நடந்ததற்கான ஆதாரங்கள் இல்லை. ஆனால் இந்தக் கிம் சாங் யே ஏன் இவ்வளவு முன்னிலைப்படுத்தப்படுகிறார்? அவரது சொற்கள் எப்படி உடனுக்குடன் சட்டமாகின்றன?

யாருக்கும் புரியவில்லை.

எழுபதுகளின் தொடக்கம் முதலே கிம் இல் சுங் தனது மகன்களை விலகி நின்று கவனிக்கத் தொடங்கியிருந்தார். தனக்குப் பிறகு ஆளத் தகுதியான ஒருவனைத்

164

தேர்ந்தெடுத்துப் பயிற்சி கொடுத்தாக வேண்டும். சிறிது பிசகினாலும் அத்தனை ஆண்டுக்கால முயற்சிகளும் அர்த்தமற்றுப் போய்விடும்.

வட கொரியாவில் தொழிலாளர் கட்சியைத் தவிர இன்னொன்று தலையெடுக்க அவர் அனுமதித்ததில்லை. எனவே இன்னொரு கட்சி வந்துவிடும் என்கிற கவலையெல்லாம் அவருக்கு இல்லை.

ஆனால், சரியான தலைமை அமையாது போனால், மறு வினாடியே தென் கொரியாவும் அதன் ஸ்பான்சரான அமெரிக்காவும் வடக்கை எடுத்து விழுங்கிவிடும் என்று அவர் அஞ்சினார். இதையும் மனத்தில் வைத்தேதான் பள்ளி மாணவர் பயிற்சி ராணுவ வீரர்களிடம் 'நமக்கு ஒரே எதிரி. அது அமெரிக்கா' என்று சொல்லிச் சொல்லி வளர்த்துக்கொண்டிருந்தார்.

அவ்வகையில், தனது சொந்த விருப்பத்தை, ஒரு தேசிய உணர்வாக மறு கட்டுமானம் செய்து நிலை நிறுத்தியவர் கிம். இன்றும்கூட வட கொரியாவில் உறங்குகிற ஒருவரைத் தட்டியெழுப்பி, யார் உன் எதிரி என்று கேட்டால், சற்றும் சிந்திக்காமல் அமெரிக்கர்கள் என்பார்கள்.

அது இருக்கட்டும். நாம் விஷயத்துக்கு வருவோம். ஒரு பக்கம் அமெரிக்காவும் சோவியத் யூனியனும் தங்களுக்குள் யார் பெரியவன் என்று கண்டறிய என்னென்னவோ கழைக்கூத்துகள் நிகழ்த்திக்கொண்டிருந்தார்கள். அதை யெல்லாம் பொருட்படுத்தாமல் கிம் இல் சுங்குக்குப் பிறகு வட கொரியா யாருக்கு என்பதில் அவரது இரு தார வாரிசுகளுக்கும் இடையில் ஒரு பனிப்போர் ஆரம்பித்தது.

குடும்பத்தின் மூத்த ஆண் வாரிசான கிம் ஜாங் இல்தான் அடுத்த பெருந்தலைவர் என்று முழங்க ஒரு தரப்பு உருவானது. அதெல்லாம் இல்லை. மண்ணின் அன்னை கிம் சாங் யேவின் மூத்த மகனே

அதற்குத் தகுதியானவர் என்று சொல்ல ஒரு தரப்பு தயாரானது. இது ‘ராஜ’ குடும்பத்துக்குள் மட்டும் சில காலம் இருந்துவிட்டு மெல்ல மெல்ல வீட்டைவிட்டு வெளியே வந்து அரசு அலுவலகங்கள், ராணுவம், காவல் நிலையங்கள், கல்லூரிகள், பள்ளிக்கூடங்களிலும் பரவத் தொடங்கியபோது கிம் இல் சுங் கவலை கொண்டார். எப்போது அது கட்சி மட்டத்தில் மிகத் தீவிரமானதொரு பேசுபொருளானதோ, அப்போது அவர் பகிரங்கமாக அறிவித்தார்.

என் மூத்த மகன் கிம் ஜாங் இல் என் அரசியல் வாரிசாகவும் இருப்பார்.

இதற்காக கிம் ஜாங் இல் தரப்பு என்னென்ன நடவடிக்கைகள் எடுத்தன, அவற்றைச் சிதைப்பதற்கு எதிர்த்தரப்பு எப்படியெல்லாம் சூழ்ச்சி செய்தன, எப்படி முதன்மைக் கிம் தனது மூத்த மகனைத் தேர்ந்தெடுத்தார் என்பதெல்லாம் மிகக் கவனமாக ரகசியமாக வைக்கப்பட்டன. அன்றைய தேதியில் வட கொரியாவின் இண்டு இடுக்கு விடாமல் உளவு வேலை பார்த்துத் திரிந்த அமெரிக்க உளவுத் துறையினரால்கூட இந்தக் குடும்பச் சண்டையின் விசுவரூப தரிசனத்தைக் காண முடியவில்லை.

வாரிசுரிமைப் போர் நடக்கிறது என்று எழுதினார்கள். கிம்மின் இரண்டாவது மனைவிக்குக் கட்சி மற்றும் ஆட்சி மட்டத்தில் இருந்த செல்வாக்கு குறித்து எழுதினார்கள். தனது மகனை முன்னிலைப்படுத்த அவர் மேற்கொண்ட பல்வேறு முயற்சிகளைச் சொன்னார்கள். ஆனால் கிம் ஜாங் இல் போட்டியில் வெற்றி பெற்ற விதத்தை மட்டும் யாருமே விவரிக்கவில்லை.

விலகி நின்று கவனித்தால் ஒன்று புரியும். கிம் தனது இரண்டாம் தாரத்தின்மீது மாளாத காதல் கொண்டவராகத்தான் இருந்திருக்க வேண்டும். அது அவரது பலவீனம். ஆனால் ஆட்சி-அதிகாரம் என்று

வரும்போது தரம் மற்றும் தகுதியை மட்டுமே அவர் பார்த்திருக்கிறார். தன்னைப் போன்றதொரு நிகரற்ற சர்வாதிகாரி மட்டுமே வட கொரியாவை ஆள முடியும் என்பதில் அவருக்குச் சந்தேகமில்லை. அது தன் மூத்த மகன் கிம் ஜாங் இல் மட்டுமே என்பதிலும் அவருக்குச் சந்தேகம் இருக்கவில்லை.

இந்த முடிவு எவ்வளவு சரியானது என்பதைக் கிம் 2 இளவரசரானதுமே (வேறு வழி? அப்படித்தான் சொல்லியாக வேண்டியிருக்கிறது.) நிரூபித்தார். 1976ஆம் ஆண்டு அவர் தனது சிற்றன்னைக்கு அளிக்கப்பட்டிருந்த ஒவ்வொரு பொறுப்பையும் பதவியையும் மெல்ல மெல்ல உருவிப் போட்டார். தனது தந்தையை அவர் சந்திக்காமல் இருக்க / தொடர்புகொள்ள முடியாதிருக்க என்னென்ன செய்ய முடியுமோ எல்லாம் செய்தார். தன்னை ஆதரித்த அரசு அதிகாரிகள், ராணுவ அதிகாரிகள் உதவியுடன் தனது சிற்றன்னையின்மீது சில பழிகளைச் சுமத்தி அழகாக வீட்டுக் காவலில் வைத்தார்.

ஒரு விஷயம். இவை எதுவும் கிம் இல் சுங்குக்குத் தெரியவே தெரியாது என்பது ஒரு தரப்பு. தெரிந்தேதான் அனுமதித்தார் என்பது இன்னொரு தரப்பு. இரண்டில் எது உண்மை என்பது இன்றுவரை தெரியாது. தெரிந்த இருவர், அந்தத் தந்தையும் மகனும். இருவருமே இன்று உயிருடன் இல்லை.

நிற்க. அந்தச் சிற்றன்னை பிறகு என்ன ஆனார் என்று பார்க்க வேண்டுமல்லவா? இந்த வரலாற்றின் பின்வரும் அத்தியாயங்களில் அதையெல்லாம் நிறுத்தி நிதானமாகப் பார்த்து ரசிக்க நமக்கு அவகாசம் இருக்கப் போவதில்லை.

1993 அல்லது 94ஆம் ஆண்டு அவரிடம் இருந்து பறிக்கப்பட்ட அந்த மகளிர் லீக் பதவியைத் திரும்ப அவரிடமே கொடுத்தார்கள். இனிமேலாவது உன் மகனை முன்னால் நிறுத்த முயற்சி எடுக்காமல் சொன்னதைக் கேட்டுக்கொண்டு ஒழுங்காக இருந்துவிட்டுப் போ

என்று கிம் இல் சுங்கே எச்சரித்துப் பதவியைத் திருப்பிக் கொடுத்ததாக ஒரு தகவல் இருக்கிறது. அப்போது அவரை வீட்டுச் சிறையிலிருந்தும் விடுவித்தார்கள்.

ஆனால் 1994ஆம் ஆண்டு கிம் இல் சுங் காலமான பிறகு மொத்த நாடும் அனைத்து அதிகாரங்களும் கிம் ஜாங் இல் வசம் வந்துவிட்டது. அதன்பிறகு சிற்றன்னையெல்லாம் தேவையற்ற ஆணி அல்லவா?

இரண்டாயிரமாவது ஆண்டு பிறந்தபோது கிம் ஜாங் இல்லின் தாயும் மூலவர் கிம் இல் சுங்கின் முதல் தாரமுமான கிம் ஜாங் சுக், வட கொரியாவின் வீர தேவதையாக - காவல் தெய்வமாக மறு அறிமுகப்படுத்தப்பட்டார். அவருக்குச் சிலைகள் நிறுவப்பட்டன. துதிகள் வாசிக்கப்பட்டன. வட கொரிய சுதந்தரப் போராட்டத்தில் நிகரற்ற பெரும் பங்களிப்பைச் செய்த மாபெரும் தியாகியென ஊர் கூடிக் கொண்டாடினார்கள்.

கிம் ஜாங் இல் அப்படியே இந்தப் பக்கம் திரும்பித் தனது சிற்றன்னையைப் பார்த்தார். இதற்குமேல் வட கொரியாவில் தான் இருக்க முடியாது என்று அவர் தமது வாரிசுகள், வம்சத்தாரை முடிந்தவரை அழைத்துக்கொண்டு சீனத் தலைநகர் பெகிங்குக்குப் போய்விட்டார்.

அதனாலென்ன? அடுத்த வருடமே (2001) பெகிங்கில் நடந்த ஒரு சாலை விபத்தில் அவர் உயிரிழந்தார்.

இல்லவேயில்லை. 2012ஆம் ஆண்டுகூட அவரைப் பார்த்தவர்கள் இருக்கிறார்கள் என்று ஒரு தரப்பு சொன்னது. அட மூடர்களே, கிம் இல் சுங் உயிருடன் இருந்தபோதே அவரது இரண்டாம் தாரத்துக்குப் பைத்தியம் பிடித்துவிட்டது; அவரை மனநில மருத்துவர்கள் கட்டுப்பாட்டில்தான் விட்டு வைத்திருந்தார்கள் என்றொரு மாற்று சரித்திரமும் எழுதப்பட்டது.

இப்படித்தான் ஆகும் என்று எல்லோருக்கும் தெரிந்திருந்ததால் யாரும் அதை மேற்கொண்டு பொருட்படுத்தவில்லை. கடைசியில் 2014ஆம் ஆண்டை அவர் இறந்துவிட்ட ஆண்டாக அறிவிக்கத் தேர்ந்தெடுத்தார்கள். அறிவித்தார்கள்.

19. ஒரு பேரழிவு

சர்வாதிகாரிதான். அபாயகரமான நபர்தான். எதிர்த்தவர்கள் அனைவரையும் இருந்த இடம் தெரியாமல் போக வைத்தவர்தான். ஆனாலும் கிம் இல் சுங் ஆண்ட காலம் முழுதும் வட கொரியாவில் அவரைக் கடவுளாகத்தான் வழிபட்டார்கள். அது அச்சத்தின் விளைவா, அன்பின் விளைவா என்பதல்ல. இருந்தவரை உள்நாட்டில் எதிரி என்று யாரையும் தலையெடுக்க விடாமல் பார்த்துக்கொண்டது சந்தேகமின்றி அவரது சாதனை.

கூர்ந்து கவனித்தால் வட கொரிய மக்கள் கிம்மின்மீது காட்டிய மரியாதையின் வேர், அவர்களுக்குக் கிடைத்த உணவில் உள்ளது தெரிய வரும். துரோகம் செய்யாதிருக்கும்வரை பசியில்லாமல் இருக்கலாம் என்று கிம் பகிரங்கமாகவே சொன்னார். சொன்னதை இறுதிவரை காப்பாற்றவும் செய்தார். ஏனெனில், கொரியப் போரின் மிக மோசமான விளைவுகளுக்கும் ஏற்பட்ட பேரழிவுகளுக்கும் பிறகு வட கொரியா தலையெடுக்கவே இருபது முதல் இருபத்தைந்து ஆண்டுகள் ஆகலாம் என்று மேற்கு நாடுகள் மதிப்பிட்டன. அதெல்லாம் இல்லை. ஒன்றிரண்டு வருடங்களில் கிம் தமது மக்களை சகஜமாக உணரச் செய்துவிட்டார்.

அனைத்துக்கும் அடிப்படை, வட கொரியாவுக்கு சோவியத் யூனியன் நிறுத்தாமல் அளித்து வந்த நிதியுதவி. உண்மையிலேயே அதனால் மட்டும்தான் அந்நாடு தலையெடுத்தது. அவர்கள் உழைத்தார்கள், தொழில் செய்தார்கள், விவசாயம் செய்தார்கள், எல்லாம் இருந்தனதான். ஆனால் சோவியத் உதவியின்றி மிக நிச்சயமாக அந்நாடு எழுந்திருக்க வாய்ப்பே இல்லை.

கிம் இல் சுங்குக்கு இது நன்றாகத் தெரியும். அவரால் இதை மறுக்கவே முடியாது. ஆனால் அவருக்கு இது சங்கடமாக இருந்தது. ஏனெனில், ஸ்டாலினின் மறைவுக்குப் பிறகு தற்சார்புப் பொருளாதாரம் என்ற முழக்கத்தை மிகத் தீவிரமாக முன்வைத்து அவர் தமது மக்களை ஊக்கப்படுத்திக்கொண்டிருந்தார். என்ன பிரச்னை என்றால், ஒரே இடத்தில் அதிகாரம் குவிக்கப்பட்டிருந்த நிலையில், தேசம் முழுதும் எந்தப் பணியும் ஒழுங்காக நடக்கவேயில்லை. எல்லாம் அரைகுறை. அனைத்திலும் மூடி மறைத்தல்கள்.

இது வட கொரியத் தரப்புச் சிக்கல் என்றால், சோவியத் தரப்பிலும் அவர்களுக்குச் சில சங்கடங்கள் இருந்தன. சரியாகச் சொல்வதென்றால் ஸ்டாலின் மறைந்து, குருஷேவ் பதவிக்கு வந்தது முதலே அவருக்கு வட கொரிய அதிபர் ஒரு வினோத ரச மஞ்சரியாக இருப்பது நெருடலாகவே இருந்தது. ஓர் இடதுசாரித் தலைவருக்குரிய சிந்தனைப் போக்கு கிம் இல் சுங்குக்கு இல்லை என்பது அவரது எண்ணம். குறிப்பாக, கிம் அறிமுகப்படுத்திய 'ஜூச்சே' என்கிற அந்த தற்சார்புப் பொருளாதாரக் கொள்கை மார்க்சிய-லெனினியக் கோட்பாடுகளில் இருந்து பல்வேறு விதங்களில் வேறுபடக் கூடியதாக இருந்தது. கம்யூனிச தேசியம் என்பதே உலகத் தொழிலாளர்களின் ஒருங்கிணைப்பை முதன்மைப்படுத்துவதுதான். அதற்குப் பிறகுதான் உள்நாட்டின் எல்லைகள், உள்ளோடிய தொல்லைகள் எல்லாம். ஆனால் கிம்மின் சுய சார்பு என்பது, சோவியத்

யூனியனையும் சற்று நகர்த்தி வைத்துவிட்டு விளையாடிப் பார்க்கிற வேலையாக இருந்தது.

நீ பணம் தருவதாகச் சொல்லியிருக்கிறாய். அதைக் கொடுத்துக்கொண்டிரு. மற்றபடி நீ வேறு நான் வேறு.

எப்படி இருக்கிறது கதை?

இது ஒரு புறமென்றால் வட கொரியா அணு சக்தித் திட்டங்களில் ஆர்வம் காட்டத் தொடங்கியதை சோவியத் யூனியன் விரும்பவில்லை. அமெரிக்காவுடனான பனிப்போர் தீவிரமடைந்து கொண்டிருந்த காலத்தில், சோவியத் ஆதரவு தேசங்கள் அணு ஆராய்ச்சியிலும் அணு ஆயுத உற்பத்தியிலும் இறங்கினால் அது பிராந்திய நலனுக்குப் பெரும் கேடு என்று அவர்கள் கருதினார்கள். பலமுறை கிம்மிடம் இதனை எடுத்துச் சொல்லியும் அவர் எதையும் கேட்கிற நிலையில் இல்லை. இதுவும் இரு தரப்பு நல்லுறவைக் கணிசமாக பாதித்தது.

குருஷேவ் ஆட்சியில் இருந்தபோது கிம் இல் சுங்குக்கு அவர்மீது இருந்த முதன்மையான விமரிசனம், அவர் மேற்கு நாடுகளுடன் ரகசிய உறவுகளுக்கு முயற்சி செய்கிறார் என்பது. உண்மையில் குருஷேவின் நோக்கத்தை நல்லுறவு என்பதைக் காட்டிலும் பதற்றம் குறைக்கும் முயற்சி என்று சொல்வதே சரி. மிகக் கடுமையான இடதுசாரிக் கொள்கைகளைத் தொடர்ந்து செயல்படுத்திக்கொண்டிருக்கும்போது அண்டை அயலில் உள்ள எந்த நாடும் ஓர் அவசர ஆத்திரத்துக்குக் கூட உதவ வராது போகும் அபாயம் இருப்பதாகக் குருஷேவ் நினைத்தார். அன்றைய சோவியத் யூனியனின் இயற்கை வளங்களைக் கணக்கில் கொண்டு பார்த்தால், இன்னொருவர் உதவி செய்து பிழைக்க வேண்டிய அவசியம் அவர்களுக்கு இல்லைதான். ஆயினும் ஒரு குறைந்தபட்ச நல்லுறவாவது இருப்பதே சோவியத்துக்கு நல்லது என்று அவர் கருதினார்.

கிம் இதனை வேறு விதமாகப் புரிந்துகொண்டார். ஆயிரம் சொன்னாலும் சோவியத் யூனியன் மிகப்பெரிய

நாடு. அமெரிக்காவுடன் மல்லுக்கு நிற்கும் அளவுக்கு தாதா. அரசியல் தேவைகளுக்கேற்ப எப்போது வேண்டுமானாலும் எதில் வேண்டுமானாலும் தனது நிலைபாடுகளை ஒரு நாடு மாற்றிக்கொள்ளும் என்றால், அதை நம்பி வட கொரியா போன்ற ஒரு தேசம் கையேந்தி நின்றுகொண்டிருக்க முடியாது. சோவியத் யூனியனோ, அதன் உறுப்பு மாகாணங்களோ, நட்பு தேசங்களோ, வேறு யாரோ வட கொரியாவின் உள்நாட்டு விவகாரங்களில் தலையிட்டு அல்லது கருத்து சொல்லி வழிநடத்த முனைந்தால் அது பெரிய சிக்கலாகிவிடும் என்று நினைத்தார். குருஷேவ் வேண்டுமானால் சோவியத்தின் கதவைத் திறந்து வைத்துக்கொள்ளட்டும்; தன்னால் அது முடியாது என்று கிம் சொன்னார்.

இதன் தொடர்ச்சியாக அவர் சீனாவுடன் நெருக்கத்தை அதிகரித்துக்கொண்டு, சோவியத்தின் தயவுக்காகத் தான் காத்திருக்கவில்லை என்பது போன்ற தோற்றத்தை உருவாக்க ஆரம்பித்தார்.

அவர்களுக்கு என்ன போயிற்று? படிப்படியாக வட கொரியாவுக்குச் செய்துகொண்டிருந்த பொருளாதார உதவிகளையும் ராணுவ உதவிகளையும் குறைத்துக்கொள்ள ஆரம்பித்தார்கள். கிம் இல் சுங், இதனால் சொந்த நாட்டின் வளங்களைப் பயன்படுத்தி, சொந்தக் காலில் நிற்கும் முயற்சியில் தீவிரமாக ஈடுபட ஆரம்பித்தார். சரி, மகனே உன் சமத்து என்று சோவியத் தன் வேலையைப் பார்த்துக்கொள்ளத் தொடங்கியது.

உண்மையில் அன்றைக்கு சோவியத் யூனியன் சந்தித்துக்கொண்டிருந்த சிக்கல்கள் விவரிப்புக்கு அப்பாற்பட்டவை. பதினைந்து சிறிய நாடுகளை ஒருங்கிணைத்துத்தான் சோவியத் என்னும் ஒரு பெரிய தேசத்தைக் கட்டியிருந்தார்கள். ஆனால் கம்யூனிச சர்வாதிகாரம் வளங்களைச் சரி சமமாக அனைத்துப் பிராந்தியங்களுக்கும் பிரித்துத் தருவதில் தோற்றுவிட்டிருந்தது.

விளைவாக, சோவியத் யூனியனின் மூலை முடுக்குகளிலெல் லாம் புரட்சி, போராட்டங்கள் தலையெடுக்கத் தொடங்கின. எங்கெங்கும் பிரிந்து போவது பற்றிய முனகல்கள் எழ ஆரம்பித்தன. நாட்டின் வளங்கள் அனைத்தும் ஒரு பக்கமாகச் சென்று சேரத் தொடங்கி, சோவியத்துக்குள் இருந்த ‘ரஷ்யா’வைத் தவிர இதர அனைத்துப் பிராந்தியங்களும் பஞ்சப் பரதேசிகளாக ஆரம்பித்திருந்தன.

ரஷ்யாவுக்குள்ளும் மக்கள் அனைவரும் மகிழ்ச்சியாக இருந்தார்களா என்றால் அதுதான் இல்லை. எங்கும் பசி. எங்கும் பட்டினி. பஞ்சத்தில் இறப்போரின் எண்ணிக்கையை அரசு ஒருபோதும் வெளியே சொன்னதில்லை என்றாலும் பல்லாயிரக் கணக்கில் அது நடந்துகொண்டுதான் இருந்தது.

ஒரு வரியில் சொல்வதென்றால் அது அந்த சித்தாந்தத்தின் தோல்வி. ஆனால் அப்படி யாரும் சொல்லிவிடக் கூடாது என்பதற்காகவே அனைத்தையும் மூடி மறைத்து எப்படியோ சமாளித்து ஓட்டிக்கொண்டிருந்தார்கள். எதை நிறுத்த முடியும்? அணு ஆயுதப் பரிசோதனைகளையா? விண்வெளி ஆராய்ச்சிகளையா? ஆதரவு தேசங்களுக்கு உதவுவதையா? ஆப்கனிஸ்தானில் செய்துகொண்டிருந்த யுத்தத்தையா?

எதைச் செய்தாலும் அது சோவியத்தின் வீழ்ச்சியாக மட்டுமல்லாமல், கம்யூனிச சித்தாந்தத்தின் தோல்வியாக வும் பார்க்கப்படும் அபாயம் இருந்தது.

இந்த நெருக்கடி போய்க்கொண்டிருந்தபோது, வட கொரியா தனியாவர்த்தனமே தன் விருப்பம் என்று சொல்லத் தொடங்கியதால், சரி ஒழி என்று கைகழுவும் நிலைக்கு சோவியத் யூனியன் தயாரானது.

ஆனால் நடந்தது வேறு. விதி, சோவியத் யூனியன் என்ற கட்டமைப்பையே கைகழுவ அப்போது தயாராகியிருந்தது.

1985ஆம் ஆண்டு மார்ச் மாதம் மிகைல் கோர்பசேவ் சோவியத்தின் இறுதி ஆட்சியாளராகப் பொறுப்புக்கு வந்தார். இதற்கு மேலும் இழுத்துப் பிடித்துக் கட்டிவைக்கப் பார்த்தால் சோவியத் மூட்டை நசுங்கிச் சாறாகிவிடும் என்பது அவருக்குப் புரிந்தது. எங்கெங்கும் நாராசமாக ஒலித்துக்கொண்டிருந்த பிரிவினைவாதப் போராட்டக் குரல்கள் அடங்க வேண்டுமானால், குரல் வளையை நசுக்குவது இனி உதவாது. போர், போர், போர் என்று தொட்டதற்கென்றால் ராணுவத்தை அனுப்புவது இனி பயனற்றது என்று அவர் நினைத்தார்.

ஆனால் இறுதி முயற்சியாக எதையாவது செய்து பார்க்கத் தோன்றுமல்லவா? இழுத்துக் கட்டிய நெல்லிக்காய் மூட்டையை அவிழ்த்துவிட்டுவிடுவது சுலபம். ஆனால் கண்ணுக்குப் புலப்படாத ஏதோ ஓர் ஓரத்தில் ஒரு சிறிய வாய்ப்பு இருக்குமானால் அதை ஏன் தவறவிட வேண்டும்?

அதுநாள் வரை சோவியத் யூனியன் பார்த்திராத மூன்று புதிய கொள்கைகளை அவர் அறிமுகப்படுத்தினார்.

முதலாவது, அரசு நிர்வாகத்தில் வெளிப்படைத்தன்மை (Glasnost). அதுநாள் வரை அரசாங்கம் என்ன நினைக்கிறது, எதனால் ஒன்றைச் செய்கிறது, என்ன விளைவு என்று யாருக்கும் தெரியாது. மக்களுக்குக் கேள்வி கேட்கவோ, தகவல் அறியவோ எந்த உரிமையும் கிடையாது. உத்தரவு என்ற ஒன்று வருமானால், கீழ்ப்படிதல் என்பது மட்டும்தான் பதில் செயலாக இருக்கும் அல்லது இருக்க வேண்டும்.

கோர்பசேவ், இதனை மாற்றினார். வெளிப்படையான அரசியல் என்ற ஒன்றை அறிமுகம் செய்தார். இதன்மூலம் அரசு என்ன செய்தாலும் மக்களுக்குத் தெரிவிக்கப் படும். மக்கள் அதைக் குறித்து விமரிசிக்கலாம். விவாதம் புரியலாம். ஆலோசனைகள் சொல்லலாம். இப்படிப் பட்ட வெளிப்படையான அரசியல் கலாசாரத்தைக் கொண்டுவருவதன் மூலம் மக்கள் மத்தியில்

வேரோடிவிட்டிருக்கும் உள்ளார்ந்த கசப்புணர்ச்சியின் அளவைக் குறைக்க முடியும் என்று அவர் நினைத்தார்.

இரண்டாவது சீர்திருத்தம், பொருளாதாரம் சார்ந்தது. சோவியத் யூனியனின் மையம் குவிந்த கம்யூனிசக் கொள்கைகளைச் சிறிது தளர்த்தி, ஓரளவு சந்தைப் பொருளாதாரத்துக்கு இடம் தரத் தீர்மானித்தார் (Perestroika). இதனால் தனியாருக்குச் சில வாய்ப்புகள் கிடைத்தன. அவர்கள் வர்த்தகம் செய்ய வழி பிறந்தது. அதன்மூலம் நாட்டின் பொருளாதார மந்தநிலையைச் சிறிது சீர் செய்யலாம் என்று கருதினார்.

மூன்றாவதும் மிக முக்கியமானதுமான சீர்திருத்தம், மேற்கு நாடுகளுடனான உறவு நிலையை மேம்படுத்துவது சார்ந்தது. ஆயிரத்துத் தொள்ளாயிரத்து ஐம்பதாம் ஆண்டு கொரிய யுத்தத்தில் ஆரம்பித்து, ஆயிரத்துத் தொள்ளாயிரத்து எண்பதாம் ஆண்டு ஆப்கன் யுத்த காலம் வரை எந்த அமெரிக்காவை ஜென்ம எதிரியாக சோவியத் யூனியன் கருதியதோ, அதே அமெரிக்காவுடன் இப்போது நட்புறவு ஒப்பந்தங்கள் (INF Treaty - 1987) கையெழுத்தாயின. இரு நாடுகளும் அணு ஆயுத உற்பத்தியை மட்டுப்படுத்துவதற்கான இரு தரப்பு முயற்சி களை உள்ளடக்கிய மிக முக்கியமான ஒப்பந்தம் இது.

இப்போது சிந்திக்கலாம். சோவியத் யூனியனும் அமெரிக்காவும் பகுதியளவேனும் நண்பர்களாகி விடுகிறார்கள் என்று வையுங்கள். கொரியா போன்ற ஒரு சிறிய நிலப்பரப்பின் அரசியல் அதன்பிறகு என்னவாக இருக்கும்? கொரிய தீபகற்பம் என்பது ஒரு ரொட்டித் துண்டு அளவேயானது. அதில் பாதியை வடக்கும் பாதியைத் தெற்கும் பிய்த்துப் பிடுங்கி வைத்துக்கொண்டிருக்கின்றன. மேல் பாதியை சோவியத் வழி நடத்துகிறது. கீழ்ப்பாதியை அமெரிக்கா வழி நடத்துகிறது. இப்போது அவர்கள் நட்பாகிவிட்டால், இந்த இரு பாதிகளும் ஒன்று சேர்ந்துவிடுவதா?

சேர்ந்தால் நல்லதுதான் என்பது மக்கள் மட்டத்தில் சரி. ஆனால் ஆட்சியாளர்கள் எப்படி ஒப்புக்கொள்வார்கள்? கிம் எப்படி ஒப்புக்கொள்வார்? வேண்டுமானால் மொத்தக் கொரியாவையும் இணைத்து என்னிடம் கொடுத்து விடுங்கள், நான் ஆண்டுகொள்கிறேன் என்றுதான் சொல்வார். தென் கொரியப் பிரதமரும் அதையேதான் சொல்வார். நடக்கிற கதையா இதெல்லாம்?

யோசித்துப் பார்த்தால், சோவியத் யூனியனின் சரித்திரத்தில் கோர்ப்பசேவ் ஆட்சிக்கு வந்த காலம்தான் அங்கே மக்கள் மூச்சு விடுவதற்கு வசதி செய்து தந்த ஒரே காலக்கட்டம். ஆனால் கம்யூனிசத்தில் குளித்து எழுந்து, அதையே குடித்து, அதையே சுவாசித்து, அதையே உண்டு, அதிலேயே உருண்டு வாழ்ந்தவர்களுக்கு அம்மாற்றம் புரியவில்லை. கோர்ப்பசேவ் ஒரு துரோகி என்று சொல்லிவிட்டார்கள்.

அவரது சீர்திருத்தங்களை முற்றிலும் தவறாகப் புரிந்துகொண்டு பல உறுப்பு நாடுகள் பிரிந்து செல்ல ஆயத்தமாகின. லித்துவேனியா, லாட்வியா, எஸ்தோனியா போன்ற சோவியத் உறுப்புக் குடியரசுகள் தனியே பிரிந்து செல்ல பகிரங்கமாகக் கோரிக்கை வைத்தன. அதைப் பார்த்து இதர உறுப்புக் குடியரசுகளும் சுதந்தர முழக்கம் செய்யத் தொடங்கவே, நாடெங்கும் கலவரமாகிப் போனது.

வேறு வழி? ராணுவம். அடக்குமுறை. அடக்குமுறைக்கு பதில் தாக்குதல். பதிலுக்கு மீண்டும் பதில். எங்கெங்கும் புரட்சி. எங்கெங்கும் கலவரம். எங்கெங்கும் தீவைப்பு. குண்டு வெடிப்புகள். பத்து நூறு ஆயிரம் என்கிற எண்ணிக்கைகள் கடந்து, எண்ண முடியாத அளவுக்கு மக்கள் கொத்துக் கொத்தாக மடிந்துகொண்டிருந்தார்கள். ஒரு ராணுவப் புரட்சி நடத்தப் பார்த்து அது பாதியில் கெட்டது. தாங்கவே முடியாத சூழ்நிலை உருவாகி, சோவியத் என்கிற கற்பனை செய்ய முடியாத பிரம்மாண்டமான கூட்டாட்சியின் மையப் புள்ளியாக

இருந்த சோவியத் கம்யூனிஸ்ட் கட்சி உருக்குலைந்து போகும் நிலை உண்டானது.

டிசம்பர் 25, 1991. கிறித்துமஸ் தினத்தன்று மிகைல் கோர்பசேவ் தனது பதவியை ராஜிநாமா செய்தார். அத்துடன் அறுபத்தொன்பதாண்டு கால சோவியத் என்கிற அமைப்பு வெடித்துச் சிதறிச் சின்னாபின்னமானது. ரஷ்யா, உக்ரைன், பெலாரஸ் தொடங்கி சோவியத்தின் அனைத்து உறுப்பு நாடுகளும் தனித்தனியே பிரிந்து தங்களைச் சுதந்தரக் குடியரசுகளாக அறிவித்துக்கொண்டன. அடுத்தப் பத்தாண்டு காலம் அங்கு நடந்ததெல்லாம் கோரத் தாண்டவம்தான். உக்ரைன் போன்ற நாடுகளில் இன்று வரையிலுமே அவலம் ஓயவில்லை என்பதையும் எண்ணிப் பார்க்கலாம்.

இருக்கட்டும். அது வேறு கதை. சோவியத் யூனியன் உடைந்தது. நாடுகள் பிரிந்துவிட்டன. ஒரு பெரும் வல்லரசாக, அமெரிக்காவுக்குச் சவால் விடும் தேசமாக இருந்த அமைப்பு இனி இல்லை. எனவே, அது வாழவைத்துக்கொண்டிருந்த குட்டி நாடுகளுக்கும் இனி உதவிகள் சாத்தியமில்லை. யாரோ, எக்கேடோ கெட்டுத் தொலையுங்கள். நான் என் கதவை மூடுகிறேன் என்று சோவியத்தின் பெரிய நாடாக விளங்கிய ரஷ்யா தன்னை இழுத்துப் பூட்டிக்கொண்டு ஆழ்நிலை தியானத்துக்குச் சென்றது.

இங்கே தற்சார்புப் பொருளாதாரம் பேசி, சொந்த நாட்டின் வளங்களைக் கொண்டு வாழும் முயற்சியில் இறங்கியிருந்த வட கொரியாவுக்கு முதல் முதலாக அப்போதுதான் தெரிந்தது. அந்நாட்டின் அப்போதைய பொருளாதார நிலைமை அடுத்த ஒரு மாதத்துக்குக் கூட நாட்டு மக்களுக்குச் சோறு போடாது என்பது.

என்றைக்கு சோவியத் உதவி இல்லை என்று ஆனதோ, அன்றைக்கே வட கொரியா ஏழை நாடாகிப் போனது.

20. பஞ்சத்தின் பிள்ளைகள்

அடித்தட்டுக் குடும்பம் ஒன்றில் சம்பாதிக்கும் நபர் திடீரென்று இல்லாது போனால் அந்தக் குடும்பம் எப்படித் தவித்து நிற்கும் என்று சிந்தித்துப் பாருங்கள். படித்துக்கொண்டிருக்கும் பையன் வேலைக்குப் போக வேண்டி வரும். அதற்கு முன்னால் அவசர செலவுக்கு வீட்டில் இருக்கும் எதையாவது அடகு வைக்க வேண்டி வரலாம். அல்லது விற்க வேண்டி வரலாம். வீட்டையே விற்றுவிட்டு வாடகை வீட்டுக்குப் போக நேரிடலாம். கடன்காரர்கள் கழுத்தை நெறிப்பார்கள். என்ன வேண்டுமானாலும் நடக்கலாம். எல்லாம் சரியாக இருக்கும்வரை யாருக்கும் சிக்கலில்லை. ஏதாவது ஒன்று குறையும்போதுதான் குடைச்சல் எல்லாம்.

சோவியத் யூனியன் உடைந்து சிதறிவிட்டது. இனி வட கொரியாவுக்கு உதவி செய்ய யாருமில்லை. சீனா இருக்கிறது என்று சொல்லிக்கொள்ளலாம்தான். ஆனால் சொல்லிக்கொள்ளும்படியான உதவிகளை அப்போது சீனா வட கொரியாவுக்குச் செய்யத் தொடங்கியிருக்கவில்லை. ஒரு நட்பு நாடாக, அவசரத்துக்கு அஞ்சு பத்து கைமாத்து கேட்டால் கொடுக்கக்கூடிய எளிய நண்பனாகத்தான்

இருந்தது. மற்றபடி ஒரு நாட்டையே வாழவைக்கும் வல்லமையெல்லாம் அன்றைக்கு சீனாவிடம் இல்லை.

எனவே, அந்நாடு எதிர்பாராத பெரும் நெருக்கடியில் சிக்கிக்கொண்டது. மக்கள் கவலைப்படலாம், பதறலாம். ஒரு தலைவர் அதைக் காட்டிக்கொள்ள முடியாது அல்லவா? தவிர சோவியத் யூனியனெல்லாம் நமக்கு அவசியமேயில்லை; சொந்தக் காலில் நிற்கலாம், நடக்கலாம், ஓடலாம், ஆடலாம் என்று பேசிக்கொண்டிருந்த தலைவர். எனவே ஒரு மரியாதை கருதி, 'நாம் இப்போது கடுமையானதொரு பயணத்தில் இருக்கிறோம். கவனமாக உடன் வாருங்கள்' என்று மட்டும் சொல்லி வைத்தார்.

ஆனால் என்ன கவனம்? எதில் கவனம்? அதுதான் யாருக்கும் புரியவில்லை. வட கொரியாவில் அன்றைய தேதியில் அரசு கஜானா கையிருப்பு மிகச் சொற்ப அளவே இருந்தது. கிம் இல் சுங், உடனடியாக நாடெங்கும் நடைபெற்றுக்கொண்டிருந்த மறு கட்டுமானப் பணிகளை நிறுத்தி, அந்தப் பணத்தை நாட்டு மக்களுக்கு உணவளிக்கத் திருப்பிவிட எண்ணினார்.

சிக்கல் என்னவென்றால் பெரும்பாலான மறு கட்டுமானப் பணிகளுக்கு சோவியத் செய்துகொண்டிருந்த உதவி என்பது பொருள் உதவியாகத்தான் இருந்தது. உதாரணமாக ஒரு பாலத்தைச் சீரமைக்க வேண்டுமென்றால் அதற்கு இவ்வளவு கோடி அனுமதிக்கிறோம் என்று கடிதம் வரும். ஆனால் குறிப்பிட்ட தொகை பாலம் கட்டுவதற்குத் தேவையான பொருள்களாகவே வந்து இறங்கியிருக்கும்.

சாலைகள் சீரமைப்பது, நீர் நிலைகளை ஏற்படுத்துவது, வண்டி வாகனங்களைப் பழுதுபார்ப்பது, மின்சார லைன்களை ஒழுங்கு செய்வது, கண்ணி வெடிகளை அகற்றுவது, குண்டு வெடிப்பு இடிபாடுகளை அகற்றி மறு கட்டுமானம் செய்து தருவது என்று தொடங்கிப் பல்வேறு வகையான உதவிகளை அப்போது சோவியத்

செய்துகொண்டிருந்தது. அனைத்தும் நின்றுபோய், அப்படி அப்படியே கைவிடப்பட்டன.

இல்லை. நாம் சோர்வடையக்கூடாது. விவசாயத்தில் ஈடுபடுங்கள், தீவிரமாகப் பயிர்த்தொழில் செய்யுங்கள் என்று கிம் உத்தரவிட்டார். ஆனால் விளைநிலங்கள் அனைத்தும் நாசமாகியிருந்தன. எரிந்த சாம்பல் எச்சங்களை எடுத்துப் போடக்கூட வழியற்று எங்கெங்கும் குப்பைக் குவியல்களாகவே காட்சியளித்தன.

இருப்பினும் சாத்தியமுள்ள வழிகளில் எல்லாம் தானியங்களை உற்பத்தி செய்து முதலில் பசிக்கு ஏதாவது வழி செய்ய முடிகிறதா என்று பார்க்கத் தொடங்கினார். அதிலும் பங்கீட்டுப் பிரச்னை வந்தது.

ஏற்கெனவே நாட்டு மக்களை அவர் மூன்று சாதியினராகப் பிரித்து வைத்திருந்தார். தேசபக்தர்கள் முதல் தரம். சாதாரண மக்கள் இரண்டாம் தரம். துரோகிகள் மூன்றாம் தரம். எல்லாவற்றிலும் உள்ளதைப் போல, இந்தப் பஞ்ச காலத்திலும் உணவுப் பங்கீடு அதன் அடிப்படையில்தான் இருக்கும் என்று மக்கள் நினைத்தார்கள்.

ஆனால் நடந்தது வேறு.

உற்பத்தியாகும் உணவில் பெரும்பகுதியைக் கிம் ராணுவத்தினருக்கு ஒதுக்கினார். கஷ்ட காலத்தில் நாட்டைக் காப்பவர்களுக்குதான் உணவு முக்கியம் என்று சொன்னார். அவர்களுக்கு அடுத்தபடியாக முதல்தரக் குடிகள். அதற்கடுத்து இரண்டாந்தரம். பிறகு ஏதாவது மீந்தால் துரோகி வம்சத்தாருக்கு.

இதன் விளைவு, இத்திட்டம் நடைமுறைப்படுத்தப்பட்ட உடனேயே கொத்துக் கொத்தாகப் பிணங்கள் விழத் தொடங்கின. துரோகிகள் என்று குற்றம் சாட்டப்பட்டவர்களும் அவர்தம் வம்சத்தில் பிறந்த காரணத்தினாலேயே லேபர் கேம்ப்களில் கொத்தடிமைகளைப் போல வேலை செய்துகொண்டிருந்தவர்களும்

பல நாள் உணவின்றிப் பசியில் மடிந்தார்கள். இந்த எண்ணிக்கை ஆயிரங்களில் தொடங்கி மிக விரைவில் கணக்கிட இயலாத லட்சங்களுக்குச் செல்ல ஆரம்பித்தது. ஒரு கட்டத்தில் செத்து விழுவோரைப் புதைக்க இடம் போதாமல் எடுத்துக் கடலில் வீசும்படியும் ஆனது.

வேறு வழியின்றி, கிம் இல் சுங் ஐநாவிடம் உதவி கேட்டார். ஏதாவது செய்யுங்கள். எப்படியாவது காப்பாற்றுங்கள்.

ஆனால் ஒரு சர்வாதிகார தேசத்துக்கு ஐக்கிய நாடுகளின் கூட்டமைப்பு உதவி செய்யப் பல்வேறு நிபந்தனைகளை விதிக்கும். அரசு அதுநாள் வரை செய்த பிழைகளுக்கான தண்டனையாகவும் இப்படியொரு நெருக்கடி நேரும்போது மற்ற நாடுகளின் உதவி எவ்வளவு அவசியம் என்பதை உணர்த்தும்விதமாகவும் அவை இருக்கும்.

இது எப்போதும் உள்ள வழக்கம்தான். ஆனால் வட கொரியா விஷயத்தில் ஐநாவுக்கு இறுதிவரை சந்தேகம் தீரவேயில்லை. நிபந்தனைகளை ஏற்கக் கூடிய நபராகக் கிம் இல்லாததே காரணம். ஏற்பதாகச் சொன்னாலுமே, சொன்ன வாக்கைக் காப்பாற்றுவார் என்பதற்கு எந்த உத்தரவாதமும் இல்லை. எனவே ஐநாவின் உதவி என்பது இதோ அதோ என்று இழுத்தடித்துக்கொண்டுதான் இருந்தது.

இந்தச் சமயத்தில் சீனா சிறிது உதவி செய்தது. பொருள் உதவி, பண உதவிகள் தவிர, உள்நாட்டு உற்பத்தியை அதிகரிப்பதற்கு ஆக்கபூர்வமான சில யோசனைகளையும் அளித்தது. சிக்கல் என்னவென்றால், எதையாவது செய்து உயிர் வாழ நினைத்தவர்கள்கூட எதைச் செய்தாலும் அது தமக்கல்ல; ராணுவத்தினருக்கே முதலில் செல்லும் என்பதை நினைத்து எல்லாவற்றுக்கும் தயங்கினார்கள்.

உண்மையில் அன்றைக்கு வட கொரியாவில் நடந்தது அதுதான். மாதக் கணக்கில் சரியான உணவின்றி, தொற்று நோய்களுக்கு ஆட்பட்டு படுத்த படுக்கையாகிவிட்டிருந்த

மக்கள்கூட, வேறு வழியில்லாமல் எழுந்து விவசாயம் செய்யச் சென்றார்கள். ஆனால் விளைந்த பிறகு அவர்களுக்கு அதில் பங்கு கிடைப்பது மிகவும் அரிதாக இருந்தது.

விவசாயம் மட்டும்தானா என்றால் இல்லை. அனைத்து வளங்களிலுமே ராணுவத்துக்கு முதல் பங்கு எடுத்து வைத்துவிட்டுத்தான் மற்றவர்களைப் பற்றிச் சிந்திக்கவே வேண்டும் என்று கிம் சொன்னார். இது போர்க்காலங்களில் ராணுவம் தன் சொல்பேச்சு கேட்பதற்கான சரியான வழி என்று அவர் நினைத்தார்.

ஆனால் நடந்தது வேறு. விளைந்த பொருள்களும் பெரும்பாலும் கள்ளச் சந்தைகளுக்குப் போகத் தொடங்கி யிருந்தன. அதற்கு ராணுவத்தினரே உறுதுணையாக இருந்ததுதான் வினோதம். இத்தனைக்கும் மக்கள் இடைக்கால நிவாரணமாகவேனும் சிறிது மூச்சு விட்டுக் கொள்ளட்டும் என்று மனமிரங்கி, ஜாங்மடாங் என்கிற உள்ளூர் சந்தைகளுக்கு கிம் அனுமதி அளித்திருந்தார்.

புரிகிறதா?

அதுவரை மக்கள் நேரடியாக எந்த வர்த்தகத்திலும் இறங்க முடியாது. வசதி இருந்தாலுமே வழியற்ற சூழ்நிலை. உற்பத்தி அனைத்தும் அரசுக்குச் சொந்தம். அரசு பார்த்து எவ்வளவு அளந்து கொடுக்கிறதோ அதை மட்டும் அனுபவிக்கலாம். கம்யூனிச நாடுகளின் வழக்கம் அதுதான் என்பது ஒரு புறமிருக்க, அரசு பார்த்து அளந்து கொடுப்பதில்தான் கிம் ஆயிரத்தெட்டு வர்க்கத் தட்டுகளைக் குறுக்கே வைத்திருந்தார்.

இப்போது பஞ்சம் தலைவிரித்தாடத் தொடங்கி யிருந்ததாலும் பட்டினிச் சாவுகள் லட்சங்களில் சென்றுகொண்டிருந்ததாலும் சர்வதேச நெருக்கடிகளில் இருந்து தப்பிப்பதன் பொருட்டு மக்களே சில வர்த்த கங்களைச் செய்துகொள்ளலாம் என்று அனுமதித்திருந்தார். அதுதான் அபாரமான கள்ளச் சந்தையாக உருவெடுக்கத் தொடங்கியது.

மறுபுறம், சீனாவிலிருந்து போதைக் கடத்தல், கள்ள நோட்டு உற்பத்தி போன்ற சில - தேசம் அதுவரை காணாத அபாயகரமான காரியங்கள் இருளோடு இருளாக நடக்க ஆரம்பித்தன. அவற்றில் பலவற்றுக்கு வட கொரிய அரசாங்கத்துக்கே தொடர்பு உண்டென்று சில அமெரிக்க உளவுத்துறை அதிகாரிகள் குறிப்பிடுகிறார்கள். மீண்டும் அதேதான்! எதற்கும் ஆதாரங்கள் கிடையாது. ஆதாரபூர்வமானது ஒன்றுதான்.

சோவியத் யூனியனின் வீழ்ச்சியும் சோவியத் உதவி நிறுத்தப்பட்டதும் வட கொரியாவைச் சின்னாபின்னமாக்கின. அந்நாடு வரலாறு காணாத பஞ்சத்தில் விழுந்து, பல லட்சக் கணக்கானோரை பலி கொடுத்தது. பணக்காரர்கள், நடுத்தர வர்க்கம், ஏழைகள் என்ற மூன்று பிரிவினர் முற்றிலும் இல்லாமல் போய், மொத்த நாடும் ஒரே வர்க்கத்தினர் வாழும் மாநிலமானது. அனைவரும் ஏழைகள். உயிரைத் தவிர வேறெதுவும் மிச்சமில்லாதவர்கள்.

ஆனால் கிம் இல் சுங் தனது சித்தாந்தத்தையோ சர்வாதிகாரத்தையோ சற்றும் மாற்றிக்கொள்ள விரும்பவில்லை. மாறாகத் தனது மூத்த மகன் கிம் ஜாங் இல்லைத் தனது வாரிசாக அறிவித்து, தன் ஓட்டம் நிற்கவிருக்கும் இடத்திலிருந்து தொடர்ந்து ஓடப் பயிற்சியளிக்க ஆரம்பித்தார்.

பகுதி 2: கிம் 2

21. பேய்க்கதை

கதை 1

பெருந்தலைவர் கிளம்பிவிட்டார் என்று பாதுகாப்புத் துறை அமைச்சகத்தில் இருந்து தகவல் வந்தது.

'அவர் சாப்பிட்டுவிட்டாரா?'

'இல்லை ஐயா. நேரமில்லை; மதியம் சேர்த்து சாப்பிட்டுக்கொள்வதாகச் சொல்லிவிட்டார்.'

'சரி. அந்த கிராமத்துக்குப் போய்ச் சேர எவ்வளவு நேரம் பிடிக்கும்?'

'காரில்தான் போகிறார். ஒன்றரை மணி நேரமாகும்.'

'உடன் செல்வது யார்?'

'யாருமில்லை ஐயா. சில ஃபைல்கள் பார்க்க வேண்டியிருப்பதாகச் சொன்னார். அவற்றை வண்டியில் எடுத்து வைத்துவிட்டார்கள்.'

போனை வைத்துவிட்டு கிம் ஜாங் இல் வரைபடத்தை எடுத்து விரித்தார். பியாங்யாங்கிலிருந்து பெருந்தலைவர் புறப்பட்டுவிட்டார். தலைநகரின் எல்லை கடக்க ஆகும்

நேரத்தைக் கணக்கிட்டார். புறநகரப் பகுதிக்குள் கார் நுழைந்த பிறகு, குறிப்பிட்ட கிராமத்தை அடைவதற்கு உள்ள பாதையை அதில் பார்த்து மனத்தில் குறித்துக் கொண்டார்.

பேய்ப் பாய்ச்சலில் வீட்டைவிட்டு வெளியே வந்து தன் காரில் ஏறிப் புறப்பட்டார்.

'ஐயா, எங்கே செல்ல வேண்டும்?'

'அப்பா, கிஜாங் டாங்கை நோக்கிச் சென்றுகொண்டிருக்கிறார். அவர் நகர எல்லையைக் கடப்பதற்கு முன்னால் நாம் அந்த கிராமத்தின் எல்லையில் இருக்க வேண்டும்.'

'காலை நேரப் போக்குவரத்து நெரிசல் இருக்கும் ஐயா. நீங்கள் காவல் அதிகாரிகளுக்குச் சொல்லிவிட்டால் நல்லது.'

'இல்லை. மக்களை சிரமப்படுத்தக்கூடாது. நீ நகர்ந்து கொள். நானே ஓட்டுகிறேன்.'

கிம் ஜாங் இல், ஓட்டுநரைப் பின்னால் அமரச் சொல்லி விட்டு, அவர் டிரைவர் இருக்கையில் அமர்ந்து வண்டியைக் கிளப்பினார்.

அது ஒரு நம்ப முடியாத சம்பவம். யாராலும் இன்னொரு முறை நிகழ்த்தப்பட முடியாத சாதனையும்கூட. பொது மக்களுக்கு எந்த இடையூறும் தராமல், மாபெரும் தலைவரின் மகன் சாலையில் செல்கிறார் என்கிற தகவல்கூட யாருக்கும் தெரியாமல் காற்றின் வேகத்தில் அந்தக் கார் தலைநகரைக் கடந்து, கிராமத்துப் பாதையைத் தொட்டு நின்றது.

கிம் ஜாங் இல் காரை விட்டு இறங்கினார்.

'ஐயா, ஏதாவது வேண்டுமா?' என்று டிரைவர் பதறி இறங்கிக் கேட்டார்.

'அப்பா ஏதோ முக்கியமான ஃபைல்களைப் பார்த்துக் கொண்டு வருகிறார். இந்த இடத்திலிருந்து சாலை

சரியில்லாமல் இருக்கிறது. மேடு பள்ளங்கள் அதிகம். அவரால் ஒழுங்காக ஃபைல் பார்க்க முடியாது.'

'ஐயோ, இது முன்பே தெரிந்திருந்தால் நெடுஞ் சாலைத் துறையினரிடம் சொல்லி நடவடிக்கை எடுத்திருக்கலாமே.'

'பேச நேரமில்லை. நீ இரு' என்று சொல்லிவிட்டு, காரின் டிக்கியைத் திறந்து ஒரு மண்வெட்டியை எடுத்தார்.

மறுகணம் நிகழ்ந்தது இன்னொரு உலக அதிசயம்.

மிகச் சில நிமிடங்களில் ஐந்நூறு மீட்டர் நீளத்துக்கு மேடு பள்ளமாகவே இருந்த சாலையை இடித்துச் சமப்படுத்தி, ஒரு கார் சிறு குலுக்கலும் இல்லாமல் செல்லும்படி ஒண்டியாளாக அவரே அனைத்தையும் செய்து முடித்துவிட்டு வியர்வையை வழித்தெறிந்தார்.

பார்த்துத் திகைத்த டிரைவருக்கு மயக்கமே வந்துவிட்டது.

'ஐயா நீங்கள் மனிதரே அல்ல. கடவுளின் அம்சம் அல்லது நீங்களேதான் கடவுள்' என்று சொல்லி அவரது தாள் பணிந்து நின்றார். கிம் ஜாங் இல் புன்னகை செய்தார்.

இது எதையும் கவனிக்காமல் பெருந்தலைவர் கிம் இல் சுங், ஃபைல் பார்த்தபடியே அந்தச் சாலையைக் கடந்து சென்றுகொண்டிருந்தார்.

கதை 2

பெருந்தலைவர் மிகவும் கவலையாக இருந்தார்.

மக்களுக்குச் சரியான சரித்திரமே தெரியாமல் இருக்கிறது. காலமெல்லாம் அடிமைப்பட்டு, அடிமைப்பட்டு, அந்நியர்களின் சாதனைகளைத்தாம் நமது சரித்திரமென நினைத்துக்கொண்டிருக்கிறார்கள். கொரியர்களின் மிக நீண்ட பாரம்பரியமும் கலாசாரமும் பண்பாடும்

மற்றவையும் மெல்ல மெல்ல இந்தத் தலைமுறைக்குத் தெரியாமலேயே போய்விடப் போகிறது. நமது மண்ணின் சரித்திரம் அறியாத ஒருவன் சவமே அல்லவா?

அவரது கவலை அவரது அதிகாரிகளுக்குப் புரிந்தது. ஆனால் என்ன செய்வதென்று தெரியவில்லை.

'ஐயா, கொரியாவின் சரித்திரத்தை மக்களுக்கு எடுத்துச் சொல்லி நீங்கள் ஒரு நீண்ட சொற்பொழிவாற்றினால் என்ன?' என்றார் ஓர் அதிகாரி.

'முட்டாள். ஒரு சொற்பொழிவில் எவ்வளவு சொல்ல முடியும்?'

'சரி. அப்படியானால் ஒரு புத்தகம் எழுதிவிடலாம் அல்லவா?'

'நம்மை நாம் புரிந்துகொள்ள ஒரு புத்தகம் போதுமென்று நினைக்கிறாயா?'

'நியாயம். ஆனால் நம் நாட்டில் எழுத்தாளர்கள் யாருமில்லை. நூறு எழுத்தாளர்களை எங்கிருந்தாவது தேடிப் பிடித்து ஆளுக்கொரு வேலை என்று பிரித்துக் கொடுத்துச் செய்ய வைத்தால் என்ன?'

'எங்கிருந்து பிடிப்பாய்? சீனத்திலிருந்தா அல்லது ஜப்பானிலிருந்தா? அது எப்படிப் பிறகு நமது மண்ணின் சரியான வரலாறாக இருக்கும்?'

என்ன செய்வதென்று யாருக்கும் புரியவில்லை. கவலையுடன் பெருந்தலைவர் நகர்ந்து சென்றார்.

இந்தத் தகவல் மறுநாள் அவரது மகன் கிம் ஜாங் இல்லுக்குத் தெரிய வந்தது. அப்போது அவருக்குப் பதினேழு வயது நிறைந்திருந்தது. கிம் இல் சுங் பல்கலைக் கழகத்தில் மேற்படிப்புக்காகச் சேர்ந்திருந்தார்.

'உண்மையாகவா? அப்பா அவ்வளவு கவலைப்பட்டாரா?'

'ஆமாம் தம்பி. துக்கத்தில் அவர் கண் கலங்கியதை நான் பார்த்தேன்.'

'ஐயோ, அவர் அழக்கூடாது. சரி, சொல்லுங்கள் அவர் என்ன எதிர்பார்க்கிறார்?'

'கொரியர்களின் வரலாறு, பண்பாடு, கலாசாரம், நாம் அடிமைப்பட்டிருந்த காலம், அதனை எதிர்த்து தீரத்துடன் போர் புரிந்த காலம், வெற்றி வாகை சூடிய விதம், அதற்குக் காரணமான தியாகிகளின் சரித்திரங்கள். ஒன்று விடாமல் அனைத்தும் புத்தகங்களாக எழுதப்பட வேண்டும் என்று அவர் சொல்கிறார். பிரச்னை என்னவென்றால், இப்போது தொடங்கினால்கூட இப்பெரும்பணி நிறைவடைவதற்கு ஐம்பதாண்டுகள் பிடிக்கும்.'

'அப்படியா? சரி, பார்க்கலாம்' என்று சொல்லிவிட்டுக் கிம் ஜாங் இல் வகுப்புக்குச் சென்றுவிட்டார்.

அவர் மிகச் சிறந்த மாணவர். வகுப்புகளைத் தவறவிடாதவர். பாடங்களில் சந்தேகமே இருக்கக் கூடாது என்று நினைப்பவர். தேர்வுகளில் எப்போதும் முதல் மதிப்பெண் பெறுபவர். வகுப்புகளில் இருக்கும் நேரம் போக மீதமுள்ள பொழுதெல்லாம் படித்துக்கொண்டும் படிப்பைக் குறித்துச் சிந்தித்துக்கொண்டும் மட்டுமே இருப்பார்.

அப்படிப்பட்டவருக்குத் தந்தையின் கவலை மிகுந்த வருத்தமளித்தது. எழுத்தாளர்களைத் தேடிப் பிடித்து, அவர்கள் சரியான எழுத்தாளர்கள்தானா, உண்மையை ஒழுங்காகச் சொல்வார்களா என்று ஆராய்ந்து, பணியளித்துச் செய்ய வைத்து, அவர்கள் எழுதி முடிக்கும்வரை காத்திருந்து, பிறகு அதைச் சரி பார்த்து, அச்சிட்டு வெளியிட உண்மையில் அரை நூற்றாண்டாகிவிடும். அதற்குள் சில தலைமுறைகளே வாழ்ந்து முடித்துவிட்டுப் போய்விடும்.

என்ன செய்வதென்று யோசித்தார். ஒரு நாள் முழுதும் யோசித்துவிட்டு ஒரு முடிவுக்கு வந்தார்.

ஒரு நாளில் நான் ஆறு மணி நேரம் தூங்குகிறேன். இது ஓர் ஆடம்பரமல்லவா? தூங்காவிட்டால் உயிர் வாழ முடியாதா என்ன? உலக சரித்திரத்தில் பெரும் சாதனையாளர்கள் அத்தனை பேரும் உறக்கம் துறந்தவர்களாகத்தான் இருக்கிறார்கள். சரி. இனி எனக்குத் தூக்கமில்லை.

அன்று இரவு உறக்கத்தைத் தவிர்த்துவிட்டு கிம் ஜாங் இல் எழுத ஆரம்பித்தார். ஒரு நாள் இரண்டு நாளல்ல. பல்கலைக் கழகத்தில் படித்துக்கொண்டிருந்த மூன்று வருடங்களும் அவர் உறங்கவில்லை. பாடம், படிப்பு ஒரு பக்கம். எழுத்து வேலை இன்னொரு பக்கம். ஒரு நாளைக்கு ஆறு மணி நேர சரித்திர எழுத்துப் பணி.

அவரால் ஒரு மணி நேரத்தில் ஐயாயிரம் சொற்கள் வரை எழுத முடிந்தது. பிறந்தது முதல் அவரது தந்தையிடம் கொரிய சரித்திரம் கேட்டு வளர்ந்தவர் அல்லவா? எதையும் தேட வேண்டியிருக்கவில்லை. தகவல்களுக்குத் திணற வேண்டியிருக்கவில்லை. எல்லாம் விரல் நுனியில் காத்திருந்தன.

ஒவ்வோர் இரவும் பத்தாயிரம் சொற்கள் எழுதினார். ஒருநாள் விடாமல் எழுதினார். மூன்றாண்டுக் காலம் இடைவிடாமல் எழுதினார்.

இந்த உலகம் என்றென்றும் நம்ப மறுக்கப் போகிற நிகரற்ற பெருஞ்சாதனை ஒன்று யாருக்கும் தெரியாமல், மிகவும் அமைதியாக, இரவுகளில் மட்டுமே நிகழ்த்தப்பட்டது.

கிம் ஜாங் இல் அம்மூன்று வருடங்களில் எழுதி முடித்த மொத்தப் புத்தகங்களின் எண்ணிக்கை சரியாக ஆயிரத்தைந்நூறு. இன்றுவரை கொரிய மக்கள் வேதமெனப் பயின்று பரவசப்படும் அனைத்தும் அவர் அன்று எழுதியவை மட்டுமே. எந்த நூற்றாண்டிலும் வேறெந்த மொழி எழுத்தாளரும் எந்த நாட்டிலும் இன்றுவரை இச்சாதனையை முறியடித்ததில்லை. இனி அதற்கு வாய்ப்பும் இல்லை.

கதை 3

கிம் ஜாங் இல் பிறந்தபோது வட கொரியாவில் வினோதமான ஒரு சம்பவம் நடந்தது. அவர் வெளிச்சம் மிகுந்த ஒரு பகல் பொழுதில்தான் பிறந்தார். ஆனால் பிறந்த கணத்தில் வானம் சில வினாடிகளுக்கு இருண்டு, ஒரே ஒரு பெரிய நட்சத்திரம் சுடர்விட்டுப் பிரகாசித்தது. மக்களுக்கு அது புரியவில்லை. அது ஓர் அதிசயம் என்றுகூட அவர்கள் எண்ணிப் பார்க்கவில்லை. கணப் பொழுதில் வானம் இருண்டு, நட்சத்திரம் ஒளிர்ந்து மறைந்து, இயல்பு நிலை மீண்டுவிட்டது. அது ஓர் அதிசயப் பிறவியின் தோற்றத்துக்கு இயற்கை அளித்த வரவேற்பு என்பது அவர்களுக்குப் புரிய நெடுங்காலம் பிடித்தது.

வட கொரியாவில் அது பெருமழைக் காலம். எங்கெங்கும் வெள்ளம். எல்லா இடங்களிலும் வெள்ளம். பல கிராமங்கள் நீரோடு அடித்துச் செல்லப்படும் செய்திகள் தொடர்ந்து வந்துகொண்டே இருந்தன. பெருந்தலைவர் கிம் இல் சுங் உண்ணாமல், உறங்காமல், ஒரு பிசாசைப் போல அலைந்து திரிந்து மீட்புப் பணிகளை நடத்திக்கொண்டிருந்தார். மொத்த ராணுவமும் அவருடன்தான் இருந்தது. அரசு அதிகாரிகள், காவல் துறை அதிகாரிகள், இதர மக்கள் பணியாளர்கள் அத்தனை பேரையும் தனி மனிதராக வழி நடத்தி, மீட்புப் பணிகளில் சுணக்கம் நேராமல் பார்த்துக்கொண்டிருந்தார்.

அப்பா வீட்டுக்கு வந்து எட்டு நாள்களாகின்றன என்பதைக் கிம் ஜாங் இல் எண்ணிப் பார்த்தார். குளிரிலும் மழையிலும் இரவு பகல் பாராமல் அலைந்துகொண்டே இருக்கிறார். அவருக்கு ஏதாவது உடம்புக்கு முடியாமல் போய்விட்டால் என்ன செய்வது என்ற கவலை பிடித்துக்கொண்டது.

சட்டென்று முடிவு செய்து ஒரு பையில் கொஞ்சம் உணவுப் பொருள்கள், மாற்று உடைகள் எடுத்துக்கொண்டு யாருக்கும் சொல்லாமல் வீட்டை விட்டுக் கிளம்பினார்.

பாதுகாப்பு அதிகாரிகளிடம் அவர் எங்கே இருக்கிறார் என்று கேட்டபோது, பியாங்யானுக்கு வடக்கே வெகு தொலைவில் சோங்னிம் பிராந்தியத்தில் சுற்றிக்கொண்டிருப்பதாகத் தெரியவந்தது. வழியில் பல இடங்களில் சாலைகள் உடைந்திருப்பதாகவும் வெள்ளப் பெருக்கு அதிகமாக இருப்பதாகவும் அவர்கள் சொன்னார்கள்.

கிம் ஜாங் இல் அவர்களுடன் பேசிக்கொண்டிருந்தபோது ஒரு வானிலை அதிகாரியின் கார் மிக வேகமாக அங்கே வந்தது. அதிபரின் மகன் சாலையில் நிற்பதைக் கண்டு வேகம் குறைத்து நிற்க, அதிகாரி கீழே இறங்கினார். வணக்கம் சொன்னார்.

'என்ன விஷயம்?' என்று கிம் ஜாங் இல் கேட்டார்.

'ஐயா, நிலைமை மிக மோசமாகியிருக்கிறது. சோங்னிம் பகுதியில் இன்று மதியம் மழையளவு எல்லை மீறும்போலத் தெரிகிறது. ஏற்கெனவே பல கிராமங்கள் அங்கே சுற்றுவட்டாரத்தில் நீரில் மூழ்கிவிட்டன. ராணுவத் தலைமை அலுவலகத்துக்குத்தான் சென்று கொண்டிருக்கிறேன். அவர்களுக்குத் தகவல் சொல்லித் தயாராக இருக்க வைக்க வேண்டும். மக்களை மொத்தமாக அப்புறப்படுத்தியாக வேண்டும். மிகவும் அவசரம்' என்று சொன்னார்.

கிம் ஜாங் இல் பதறினார். ஐயோ, அப்பா அங்கே போயிருக்கிறாரே. அவருக்கு எதுவும் ஆகிவிடக் கூடாதே.

'நான் உடனே சோம்னிங் செல்ல வேண்டும்' என்றார்.

'வாய்ப்பே இல்லை ஐயா. தலைநகருக்கு வெளியே செல்லும் அனைத்துப் பாதைகளும் நாசமாகிவிட்டன. மழை சிறிதேனும் விட்டால்தான் ஏதாவது செய்ய முடியும்.'

பேசிக்கொண்டிருந்தபோதே வானில் மிக ஓங்கிய இடிச்சத்தம் ஒன்று கேட்டது. நிற்காமல் பல வினாடிகளுக்கு அது தொடர்ந்துகொண்டே இருந்தது. மின்னல்கள் பிளந்து அச்சுறுத்தின.

கிம் கடைசியாகக் கேட்டார், 'நான் அங்கே செல்லவோ, அப்பாவை இங்கே உடனே அழைத்து வரவோ வேறு வழியே இல்லையா?'

'இல்லை ஐயா. மன்னியுங்கள்.'

அவர் ஒரு கணம் யோசித்தார். சட்டென்று வானம் பார்த்துக் கண்மூடி நின்றார்.

மீண்டும் அவர் கண்ணைத் திறந்தபோது, முகத்தில் இருந்த கவலை மறைந்து புன்னகை மலர்ந்திருந்தது.

அந்த வானிலைத் துறை அதிகாரியிடம் கிம் ஜாங் இல் சொன்னார், 'இப்போது உங்கள் அலுவலகத்துக்குச் சென்று சோம்னிங் நிலவரம் என்னவென்று கேட்டு எனக்குச் சொல்லுங்கள்.'

'ஐயா நான் ராணுவத் தலைமை அதிகாரியைச் சந்திக்கச் சென்றுகொண்டிருக்கிறேன்.'

'சொன்னதைச் செய்யுங்கள்.'

அவ்வளவுதான். வீட்டுக்குச் சென்றுவிட்டார். சில நிமிடங்களில் வானிலை அதிகாரியிடம் இருந்து தொலைபேசி வந்தது.

'சொல்லுங்கள்.'

'ஐயா, எனக்கு எப்படிச் சொல்வதென்று தெரியவில்லை. மற்ற அனைத்து மாகாணங்களிலும் நமது கணிப்பின்படியேதான் மழை பெய்துகொண்டிருக்கிறது. ஆனால் சோம்னிங்கில் மட்டும் மழை விட்டிருப்பதாகத் தெரிகிறது. வானம் வெளிச்சம் கண்டுவிட்டதாகவும் வெள்ளநீர் வேகமாக வடிவதாகவும் செய்தி வந்திருக்கிறது.'

'அப்படியா? மிகவும் நல்லது.'

'ஐயா தயவுசெய்து சொல்லுங்கள். நீங்கள் ஒரு கணம் வானம் பார்த்துக் கண்மூடி நின்றீர்கள். அதன் பிறகுதான் இந்த அதிசயம் நடந்திருக்கிறது. எப்படி இது சாத்தியம்?'

கிம் ஜாங் இல் புன்னகை செய்தார். 'என் தந்தை இம்மண்ணுக்கும் மக்களுக்கும் எவ்வளவு முக்கியம் என்பது இயற்கைக்குத் தெரியும்' என்று சொல்லிவிட்டுத் தொலைபேசியை வைத்தார்.

22. மூத்தவர்

சென்ற அத்தியாயத்தில் கண்ட மூன்று குறுங்கதைகளும் படிக்க நன்றாக இருந்திருக்கும். ஒரு மெல்லிய புன்னகை வந்திருக்கும். ஆனால், வட கொரியாவுக்குப் போய் இறங்கி யாரிடமாவது இதைக் கதை என்று சொன்னால், கதை கந்தல். உயிரோடு திரும்ப முடியாது.

ஒரு குழந்தை பிறந்து, அது மழலை பேசி, பள்ளிக் கூடத்துக்குச் செல்லத் தொடங்கும் முதல் நாளிலிருந்து இந்தக் கதைகளும் இவற்றைப் போன்ற நூற்றுக்கணக்கான கதைகளும் அங்கே சொல்லப்படுகின்றன. கதைகளாக உள்வாங்கிய பிறகு, எதுவும் கதையல்ல; எல்லாமே உண்மை என்று அந்தந்த வகுப்பாசிரியர்கள் முத்தாய்ப்பு வைப்பார்கள்.

அதுவல்ல முக்கியம். அந்த நூற்றுக் கணக்கான கதைகளிலும் இரண்டு அம்சங்கள் தவறாமல் இடம் பெற்றிருக்கும்.

1. கிம் ஜாங் இல் தமது தந்தையின்மீது கொண்டிருந்த அளப்பறிய மரியாதை, விசுவாசம், பக்தி, பாசம். தந்தைக்காக என்ன வேண்டுமானாலும் செய்யத் துணியும் மகன் என்கிற பிம்பம்.

2. கிம் ஜாங் இல் ஒரு சராசரி மனிதரல்லர். சராசரி மனிதர்களுக்கு சாத்தியமே இல்லாத பல அபூர்வ சக்திகள் படைத்தவர். ஒரு வானவர். வட கொரியாவுக்கு இயற்கை வழங்கிய அருட்கொடை என்கிற செய்தி.

வரலாறு என்று பார்க்கும்போது நவீன கால வட கொரியாவை கிம் இல் சுங்கின் வாழ்வைத் தொட்டுத்தான் ஆரம்பிக்க வேண்டியிருக்கும் என்றாலும், இந்த விஷயத்திலும் வட கொரியர்களின் அணுகுமுறை வேறு. அவர்கள் கிம் ஜாங் இல்லின் கதையில் ஆரம்பித்து, அவர் வழியாக அவரது தந்தையின் காலத்துக்குப் பின்னால் சென்று சுற்றிப் பார்த்துவிட்டு அதன் பிறகு இப்போதுள்ள அவரது மகனுக்கு (கிம் 3) வந்து சேர்வார்கள். தன்னையும் தனது ஆளுமையையும் கல்லிலும் சொல்லிலுமாக வடித்துவைத்த மன்னர்களை நாம் அறிவோம். ஆனால் வட கொரியாவில் வீசும் காற்றில் தன் பெருமைகளை நிரப்பி வைத்தவர் கிம் ஜாங் இல்.

இத்தனைக்கும் அவரது தந்தையைப் போல பன்னெடுங் காலம் ஆண்டவரல்லர் அவர். 1994ஆம் ஆண்டு கிம் இல் சுங் காலமான பின்புதான் கிம் ஜாங் இல் பதவிக்கு வருகிறார். 2011ஆம் ஆண்டு அவரது காலம் முடிந்துவிடுகிறது. எண்ணிப் பார்த்தால் பதினேழு வருடங்கள். ஒரு சர்வாதிகாரிக்கு இது அதிகமென்றோ குறைவென்றோ சொல்ல முடியாத ஆட்சிக் காலம்தான்.

ஆனால் இந்தப் பதினேழு ஆண்டுக்கால ஆட்சியைத்தான் இன்று வரையிலான வட கொரிய எழுச்சி வீழ்ச்சிகளுக்கு அடிப்படை என்று இன்றைய தலைமுறை வட கொரியர்கள் நம்புகிறார்கள். அவர்களுக்கு வட கொரியாவின் தந்தையான கிம் இல் சுங் ஒரு வழிபடு சிலை மட்டுமே. சுதந்தரப் போராட்ட வீரர், மாபெரும் தியாகி. மிகப்பெரிய ராஜதந்திரி. வட கொரியாவை வடிவமைத்த சிற்பி. சிலையோ புகைப்படமோ கண்ணில்

படும் இடங்களில் எல்லாம் நின்று வணங்கிவிட்டுச் செல்வார்கள்.

ஆனால், கிம் ஜாங் இல் விஷயம் அப்படியல்ல. அவரும் இன்று சிலையும் போட்டோவுமாக இருப்பவர்தான். ஆனால் எந்த வினாடியும் சிலை கை அசைக்கும், புகைப்படம் புன்னகை செய்யும், ஓவியம் கட்டளையிடும், ஒளிக்காட்சிகள் உயிர்பெற்று திரையைவிட்டு வெளியே வரும் என்று தீவிரமாக நம்புகிறார்கள். இயேசுநாதர் உயிர்த்தெழுந்து மீண்டும் வருவார் என்று கிறித்தவர்கள் நம்புவதைக் காட்டிலும் அதிகமான நம்பிக்கை வட கொரியர்களுக்கு இந்த விஷயத்தில் உண்டு.

வந்து என்ன செய்வார் என்று கேட்டால் மட்டும் பதில் வராது. வராமல் இருக்கும்வரை வணங்கிவிட்டுப் போவதில் சிக்கல் இல்லை. வந்துவிட்டாலும் வணங்கித்தான் தீர வேண்டும். ஆனால் வாழ முடியுமா என்று நிச்சயமாகத் தெரியாது என்பது அனைவருக்கும் தெரியும். ஆனால் அதை நினைக்கவும் மாட்டார்கள், பேசவும் மாட்டார்கள்.

இது ஒரு வினோதம். உலகின் வேறெந்த நாட்டிலும் காண இயலாத வினோதம். அச்சம் ஒருவரை விலகி ஓடச் செய்யலாம். அதற்கு வழியில்லாமல் கதவுகள் அடைக்கப்பட்டுவிட்டால் விழுந்து வணங்குவது தவிர வேறு வழியில்லை. வட கொரியர்கள் மிக இளம் வயதிலிருந்தே வணங்கக் கட்டாயப்படுத்தப்பட்டவர்கள். அடிபணிதலின் அவசியம் வாழ்வின் ஒவ்வொரு கட்டத்திலும் அவர்களுக்கு உணர்த்தப்பட்டுக்கொண்டே இருந்தது. பசி போக வேண்டுமென்றால் பணிந்திரு. அவ்வளவுதான்.

இது ஒரு நிரந்தர இருப்பியல் நெருக்கடியாக இருந்ததால்தான் அவர்கள் அடிபணிவதையும் போற்றித் துதிப்பதையும் வாழ்க்கை முறையாக்கிக்கொண்டார்கள்.

இந்தப் புத்தகத்தின் முதல் அத்தியாயத்தில் நீங்கள் சந்தித்த சிறுமி ஒரு புகைப்படத்தைக் காப்பாற்றுவதற்காக உயிரை விட்டதைப் பார்த்தீர்கள் அல்லவா? அந்த வயதில் அது பக்தியாலும் பரவச உணர்வாலும் ஊட்டப்பட்ட உணர்ச்சிக் கதைகளாலும் உருவான மரியாதை. பிறகு அது அச்சத்தில் புடம் போடப்பட்டு தோல், எலும்பு, நரம்புகளின் வழியே ரத்தத்தில் கலந்துவிடும். விழித்திருக்கும்போதும் உறங்கும்போதும், தலைவர்களைத் துதித்துக்கொண்டே இருக்கப் பழகிவிடுவார்கள்.

ஒரு நபரல்ல. நூறு பேரல்ல. ஒரு நாட்டில் வசிக்கும் அத்தனை பேரையும் தலைமுறைதோறும் அப்படிப் பழக்கி வைப்பது எத்தனை பெரிய சாகசம் என்பதைச் சிந்தித்துப் பார்க்கலாம். கிம் ஜாங் இல் என்கிற ஆளுமை எப்படிப்பட்டவர் என்பதை அந்தப் புள்ளியில் இருந்து தெரிந்துகொள்ளத் தொடங்கலாம்.

வட கொரிய ஜனநாயக மக்கள் குடியரசின் நிகரற்ற தலைவர். வட கொரிய மக்கள் ராணுவத்தின் தலைமைத் தளபதி. வட கொரியாவின் ஒரே கட்சியான தொழிலாளர் கட்சியின் நிரந்தரப் பொதுச் செயலாளர். தனிப்பட்ட வாழ்க்கையை எடுத்துக்கொண்டால் மூன்று பெண்களுக்கு அதிகாரபூர்வக் கணவர். வேறு மூன்று (இரண்டு என்றும் சொல்வார்கள்) பெண்களுக்கு அதிகாரபூர்வத் துணைவர். கணக்கிட இயலாத பலருக்கு அதிகாரபூர்வக் காதலர். ஆறு குழந்தைகளுக்குத் தந்தை. ஒருவேளை இது ஏழு அல்லது எட்டாகவும் இருக்கலாம் என்று ஒரு சில தரப்புகள் தெரிவிக்கின்றன. அதற்கெல்லாம் சாட்சிகள் அல்லது ஆதாரங்கள் இல்லை.

இந்த கிம் என்றில்லை. கிம் வம்சத்தில் யார் ஒருவரைப் பற்றிய சொந்த விவரங்களும் முழுமையாகவோ உண்மையாகவோ வெளியே வந்ததில்லை. குறிப்பாக, அந்தக் குடும்பத்தோடு தொடர்புடைய பெண்கள் யாராவது பொது நிகழ்ச்சியில் தென்பட்டுவிட்டால் தேசமே திருவிழாக்கோலம் கொண்டுவிடும். அங்கே

அது ஓர் அபூர்வம். ஏதோ ஓர் அற்புதம் நடக்கப் போவதன் அறிகுறி.

ஆனால் கிம் ஜாங் இல்லைப் பொறுத்தவரை அற்புதங்களையும் அதிசயங்களையும் அவரே முழுவதுமாக நிகழ்த்திவிடுவார் என்பதால் அநாவசியமாக வீட்டுப் பெண்களை வெளியே அழைத்து வர மாட்டார்.

1941 அல்லது 1942ஆம் ஆண்டு பிப்ரவரி மாதம் ஏதோ ஒரு தேதியில் கிம் ஜாங் இல் பிறந்தார். அவர் பிறந்தபோது அவரது தந்தையும் தாயும் சோவியத் யூனியனில் இருந்தார்கள் என்று ஒரு தரப்பும்; இல்லை, வட கொரியாவின் வடக்கு எல்லையோர பக்டூ மலைப் பிராந்தியத்தில் ஒரு ரகசிய ராணுவ முகாமில் பிறந்தார் என்று இன்னொரு தரப்பும் எப்போதும் சொல்லும். பிற அனைத்துக் குடும்ப நடப்புகளையும் போல இதையும் கிம் குடும்பத்தினர் உறுதி செய்ததில்லை. கிம் ஜாங் இல்லும் இது ஒரு பெரிய விஷயமில்லை என்பது போலவே இறுதிவரை உறுதி செய்யாமல் இருந்துவிட்டார்.

இரண்டாம் உலகப் போரில் ஜப்பான் தோல்வியடைந்து, சோவியத் யூனியன் வட கொரியாவையும் அமெரிக்கா, தென் கொரியாவையும் ஆக்கிரமிக்கக் கிளம்பி வந்துகொண்டிருந்த சமயத்தில் கிம் ஜாங் இல்லுக்கு நான்கு வயது. அவர் சோவியத்தில் பிறந்திருந்தாலும் பக்டூ மலைப் பகுதியில் பிறந்திருந்தாலும் அந்தச் சமயத்தில் அவர் தமது தாயுடன் சோவியத் யூனியனில்தான் இருந்தார்.

தாய்நாட்டின் விடுதலை கையெட்டும் தொலைவில் இருந்தாலும் சிறிது காலம் இங்கேயே இருங்கள் என்று கிம் இல் சுங் (கிம் 1) அவர்கள் இருவரையும் தக்க பாதுகாப்புடன் சோவியத் யூனியன் ராணுவ முகாம் ஒன்றிலேயே தங்க வைத்துவிட்டுத் தான் மட்டும் படைகளுடன் வட கொரியாவுக்குக் கிளம்பி

வந்தார். பிறகு, புரட்சி, ஆட்சிப் பிடிப்பு, கட்சி அமைப்பு, ஆட்சியமைப்பு, அதிகாரக் கைப்பற்றல் அனைத்தும் நடந்தேறிய பின்பு, தனது மனைவியையும் குழந்தையையும் சோவியத் யூனியனில் இருந்து பியாங்யானுக்கு வரவழைத்தார்.

செப்டெம்பர் 1945இல் ஏதோ ஒரு தேதியில் வட கொரியாவின் சோன்பாங் துறைமுகத்தை வந்தடைந்த ஒரு சோவியத் யூனியன் கப்பலில் கிம் ஜாங் இல் வந்து சேர்ந்தார்.

நான்கு வயதில் வட கொரியாவுக்கு வந்துவிட்டாலும் ஒன்பது வயதில் இருந்துதான் முறைப்படி பள்ளிப் படிப்பு தொடங்கியிருக்கிறது. தலைநகர் பியாங்யானில் உள்ள ஒரு தொடக்கப்பள்ளியிலும் பிறகு அங்கேயே நம்சன் உயர்நிலைப் பள்ளியிலும் படித்தார். இந்தத் தகவல், கிம் ஜாங் இல்லின் அதிகாரபூர்வ வாழ்க்கை வரலாற்றுக் குறிப்புகளில் உள்ளது. ஆனால் வட கொரியாவை அக்குவேறு ஆணிவேறாக அலசி ஆராய்வதையே வாழ்வின் முழுநேரப் பணியாக வைத்திருந்த சில ஆய்வாளர்கள், இதற்குச் சாத்தியமே இல்லை; அவரது தொடக்கக் கல்வி மிக நிச்சயமாக சீனாவில்தான் இருந்திருக்கும் என்கிறார்கள்.

இதற்குக் காரணமாக அவர்கள் சுட்டிக்காட்டுவது 1950 முதலே தொடங்கிவிட்ட கொரிய யுத்தம். யுத்த காலத்தில் வட கொரியத் தந்தை கிம் இல் சுங்கின் குடும்பத்தைச் சேர்ந்த யாருமே தலைநகரம் பியாங்யானில் இல்லை; அவர்கள் எங்கே சென்றார்கள் என்பதும் தெரியவில்லை என்று அந்நாளைய அமெரிக்க உளவுத்துறை ஊழியர்கள் சிலர் குறிப்பிட்டிருக்கிறார்கள்.

அதன் அடிப்படையில் கிம் ஜாங் இல்லின் தொடக்கப் பள்ளி நாள்கள் சீனாவில்தான் இருந்திருக்க முடியும் என்பது ஒரு தரப்பு. ஆனால் அவர் படித்தார் என்பதை யாரும் மறுக்கவில்லை. பள்ளிப் படிப்பை முடித்துவிட்டு,

பியாங்யானில் அவரது தந்தையின் பெயரில் அமைந்த பல்கலைக் கழகத்தில் மேற்படிப்புக்குச் சேர்ந்தார்.

ஆனால் உயர்நிலைப் பள்ளிக் காலத்திலிருந்தே கிம் ஜாங் இல்லுக்கு அரசியல் பாடம் தனியே நடத்தப்பட்டதாகப் பல்வேறு வரலாற்றாசிரியர்கள் குறிப்பிடுகிறார்கள். அது அவரது தந்தையே போதித்த அரசியலா, அல்லது ஆசிரியர் வைத்து சொல்லித்தரப்பட்டதா என்று சரியாகத் தெரியவில்லை. அவரது பள்ளிக் காலத்தில் அவருக்காகவே கொரிய குழந்தைகள் சங்கம் என்ற அமைப்பும் பிறகு கல்லூரிக் காலத்தில் கொரிய ஜனநாயக வாலிபர் சங்கம் என்ற அமைப்பும் நிறுவப்பட்டிருக்கின்றன. கிம் ஜாங் இல் இந்த அமைப்புகளில் தீவிரமாக இயங்கியிருக்கிறார். இரண்டிலுமே ஒரு பயிற்சி நிலை மாணவராகச் சேர்ந்து விரைவில் கமாண்டர் நிலையைத் தொட்டிருக்கிறார்.

ஆனால் அவரது ஆங்கில மொழிப் புலமை தடுமாற்றம் நிறைந்ததாக இருந்தது. எனவே இந்தப் பள்ளி-கல்லூரிக் காலங்களில் ஏதோ ஒரு கட்டத்தில் கிம் ஜாங் இல்லை அவரது தந்தை மால்டாவுக்கு அனுப்பி (தெற்கு ஐரோப்பாவில் மத்திய தரைக் கடலோரத்தில் உள்ள ஒரு தீவு நாடு.) ஆங்கிலக் கல்வி கற்க ஏற்பாடு செய்தார். இது படிக்கும் காலத்தில் நடந்ததல்ல; கல்லூரிப் படிப்பு முடிந்த பின்புதான் அவர் மால்டாவுக்குச் சென்றார் என்று கூறுவோர் உண்டு.

ஆனால் அங்கே அவர் நெடுநாள் இருக்கவில்லை. காரணம், ஒரு குடும்ப நெருக்கடி. பெருந்தலைவர் கிம் இல் சுங், அந்தப் பக்கம் மகனை ஆங்கிலம் கற்க அனுப்பிவிட்டு, இந்தப் பக்கம் தன் வாழ்வில் இன்னொரு புதிய ஏற்பாட்டுக்கு ஆயத்தம் செய்துகொண்டிருந்தார். கிம் வம்சத்தில் நடக்கும் ஒன்றுக்கு மேற்பட்ட திருமண உறவுகள் இன்று ஒன்றுமில்லாத செய்தியாகிவிட்டன. வட கொரியாவில் மட்டுமல்ல. கிம் குடும்பத்திலேயே யாரும் அதைப் பெரிதாகப் பொருட்படுத்துவதில்லை.

ஆனால் ஐம்பதுகளிலும் அறுபதுகளிலும் அது அவ்வளவு எளிய விவகாரம் அல்ல. தவிர, ஒரு கம்யூனிஸ்ட் தலைவரின் தனி வாழ்க்கை என்பது எப்போதும் அமெரிக்கா மற்றும் அதன் தோழமை நாடுகளுக்கு ஆர்வமூட்டும் விஷயம். அதுநாள் வரை சோவியத் யூனியனின் இரண்டாவது தலைவர் ஸ்டாலினின் தனி வாழ்க்கையைத்தான் நொறுக்குத் தீனியாக வைத்திருந்தார்கள். ஆனால் கிம் இல் சுங் வட கொரியத் தலைவராக அமர்ந்த பின்பு இந்தக் குறிப்பிட்ட விஷயத்தில் அனைவரையும் பின்னுக்குத் தள்ளும் வல்லமை கொண்டவராக இருந்தார். எழுத்துபூர்வ ஆதாரங்கள் இதற்கெல்லாம் கிடையாதென்பதால் அதிகம் விவரிக்க முடியாது.

ஆனால் தந்தையின் புதிய ஏற்பாடு மகனின் ஆங்கிலக் கல்வியைச் சற்று பாதித்தது. நீ உடனே கிளம்பி ஊருக்கு வந்து சேர் என்று அவரது தாயார் எப்படியோ அவருக்குத் தகவல் அனுப்பிவிட்டார்.

மகனைத் திரும்ப வரவழைக்க வேண்டும் என்ற எண்ணம் அவருக்கு இருந்ததே தவிர, கணவரைக் கட்டுப்படுத்த முடியவில்லை. முன்பே பார்த்தோமல்லவா? அந்தப் பாதுகாப்புத் துறை குமாஸ்தா பெண்மணி. அவர்தான். அந்தக் கதைதான். அவருக்குப் பெருந்தலைவரின் வீட்டிலேயே வேலை என்று டிரான்ஸ்பர் ஆர்டரில் குறிப்பிடப்பட்டது. மாபெரும் தலைவரின் வீட்டுடன் பாதுகாப்புத் துறை சம்பந்தப்படாதிருக்க வாய்ப்பில்லை.

எனவே அவர் வீட்டுக்கு வந்தார். உடல் நலம் குன்றியிருந்த கிம் இல் சுங்கின் மனைவியை அக்கறையுடன் பார்த்துக்கொண்டார். அவர் காலமானதும் பெருந்தலைவரின் வாழ்க்கைத் துணையாகப் பதவி உயர்வு பெற்று, ஒரு பிள்ளையும் பெற்றார். பிறந்த குழந்தைக்குக் கிம் ப்யாங் இல் என்று பெயர் வைத்தார்கள்.

இந்த இடத்தில் நமக்கு இந்தக் கதையின் நாயகனான கிம் ஜாங் இல்லின் பிறந்த காலம், அவர் மால்டாவுக்கு

204

ஆங்கிலம் கற்கச் சென்ற காலம் குறித்த சில தெளிவுகள் அகப்படுகின்றன. கிம் ஜாங் இல்லின் வாழ்வில் நடந்த முக்கிய சம்பவங்களுக்குச் சரியான தேதி, வருட விவரங்கள் இல்லை என்று பார்த்தோம். ஆனால் இந்தக் கிம் ப்யாங் இல் என்கிற அவரது சிற்றன்னை மகனுக்கு அது இருக்கக் கூடுமல்லவா?

கிம் ப்யாங் இல் பிறந்தது **1954**ஆம் ஆண்டு, ஆகஸ்ட் மாதம் பத்தாம் தேதி என்று அவரது அதிகாரபூர்வ வாழ்க்கைக் குறிப்பு தெரிவிக்கிறது. இதனைத் தொட்டு கிம் ஜாங் இல்லின் வயதைக் கணிப்போமானால் இந்த ப்யாங் இல் பிறந்தபோது கிம் ஜாங் இல்லுக்குப் பதிமூன்று அல்லது பதிநான்கு வயது என்று கொள்ளலாம். எனவே மிக நிச்சயமாக அவர் பள்ளியிறுதி வகுப்புக் காலத்தில்தான் மால்டாவுக்குச் சென்றிருக்க வேண்டும். பல சரித்திர ஆசிரியர்கள் எழுதுவது போல, கல்லூரிப் படிப்பை முடித்துவிட்டல்ல.

சரி, அதனாலென்ன என்று நினைத்துவிட முடியாது. கிம் ஜாங் இல்லின் அரசியல் வாழ்க்கைக்கு இந்தச் சிற்றன்னை மகன் கிம் ப்யாங் இல் ஒரு சிறந்த முட்டுக்கட்டையாக மிக விரைவில் எழுந்து நின்றார்.

அதாவது, அவரது தாய் அவரை அப்படித்தான் வளர்த்தார். மகனே, உன் தந்தைக்குப் பிறகு நீதான் இந்நாட்டை ஆள வேண்டும். நான் இரண்டாம் தாரமாக இருக்கலாம். நீ இரண்டாந்தரமாக ஆகிவிடக் கூடாது.

அதிகாரப் போட்டி என்பது அந்தக் கணம் முதல் ஆரம்பித்தது.

23. மூன்று பாடங்கள்

சாதாரண அரசியல்வாதி குடும்பங்களில் வாரிசுரிமைச் சிக்கல் வந்தாலே புவி நடுங்கும், ஆயிரம் தலை உருளும். கண்ணுக்குத் தெரிந்து கொஞ்சமும் தெரியாமல் ஏகப்பட்டதுமாக எவ்வளவோ பேரம் நடக்கும். ஒன்று, செட்டில்மென்ட். அல்லது நிரந்தர செட்டில்மென்ட். யாருக்கு நல்லூழ் இருக்கிறதோ அவருக்கு அடுத்த வாய்ப்பு அமையும். இது இங்கே அங்கே என்றில்லை. உலகம் முழுவதும் ஆதி மன்னர்கள் காலம் தொட்டு இருந்து வருவதுதான்.

நவீன காலத்தில் அதுவும் ஜனநாயகத்தைப் பெயரில் மட்டுமே வைத்துக்கொண்டு நூற்றுக்கு நாநூறு சதவீதம் சர்வாதிகார ஆட்சி நடக்கும் ஒரு நாட்டில், மூலவரின் இருவேறு தாரத்துப் பிள்ளைகளுக்கிடையில் அப்படியொரு சிக்கல் வந்தால் என்ன நடக்கும் என்று நம்மால் கற்பனைகூடச் செய்ய முடியாது. மிஞ்சிப் போனால் வெற்றி பெற்றவர், தோற்றவரைக் கொன்றிருப்பார் என்று சொல்லி முடித்துவிடுவோம்.

ஆனால், வட கொரியாவில் நடந்தது வேறு. ஒரு விதத்தில் கிம் இல் சுங்கின் மூத்த வாரிசான கிம் ஜாங் இல் எத்தனை சிறந்த அரசியல் விற்பன்னர் என்பதை அந்நாட்டு

மக்களுக்கும் உலகுக்கும் உணர்த்திய சந்தர்ப்பம் அது. இன்றுவரை வட கொரியாவில் ஒரு சூப்பர் ஸ்டார் தலைவராக அவரே கொண்டாடப்படுவதன் அடித்தளம் அந்தப் புள்ளியில்தான் கட்டியெழுப்பப்பட்டது.

பள்ளி-கல்லூரிக்குச் சென்றுகொண்டிருந்த காலத்தில் கிம் ஜாங் இல்லுக்குத் தனது தந்தையைக் குறித்த பிரமிப்பு இருந்தது உண்மை. உடன் படிக்கும் மாணவர்களானாலும் சரி; பாடம் கற்பித்த ஆசிரியர்கள் ஆனாலும் சரி; கண்ணில் தென்படும் ஒவ்வொருவரும் அவரது தந்தையைக் குறித்து என்ன பேசினாலும் பயபக்தியுடன் பேசியதைக் கண்டார். முதலில், அது ஒரு நாட்டின் தலைவருக்கு வழங்கப்படும் நியாயமான மரியாதை என்று அவர் நினைத்தது உண்மை. ஆனால், சற்றே விவரம் தெரிந்த பின்பு பிற நாடுகளில் மக்களும் அரசியல்வாதிகளும் நாட்டின் தலைவரைக் கேள்வி கேட்பது, பிடிக்கவில்லையென்றால் பதவியில் இருந்து தூக்கியெறிவது, மிகவும் தேவைப்பட்டால் சிறைக்கே அனுப்புவது போன்ற காட்சிகளைக் கண்டும் கேட்டும் ஆன பிறகு, அவருக்குத் தன் தந்தையின் மீதிருந்த பிரமிப்புணர்வு அகன்று, அவரையே ஒரு பாடமாக எடுத்துக்கொண்டு படிக்கத் தொடங்கினார்.

கிம் இல் சுங் ஒன்றை நினைத்தால் அது உடனடியாக நடந்துவிட வேண்டும். சரியா தவறா என்ற ஆராய்ச்சிகளுக்கு இடமில்லை. சொன்னதை உடனே செய்யாதவர்களை அவர் மன்னித்து இன்னொரு வாய்ப்புக் கொடுத்துப் பார்ப்பதில்லை. அவ்வப்போதைய மனநிலைக்கேற்பத் தூக்கி அடிப்பதோ, துரத்தியடிப்பதோ, இல்லாமல் செய்வதோ இருக்கும்.

'நாம்தான் சிந்திக்க வேண்டும். மற்றவர்களல்ல. மக்களல்ல' என்று அவர் ஒருமுறை கிம் ஜாங் இல்லிடம் சொன்னார். அது தனக்கு அளிக்கப்பட்ட முதல் பெரிய பாடம் என்று கிம் 2 எடுத்துக்கொண்டார்.

எது ஒன்றைக் குறித்தும் தாம் என்ன நினைக்கிறோம், எதனால் அம்முடிவுக்கு வந்தோம் என்பதைக் கிம் இல் சுங் வெளிப்படையாக என்றுமே சொன்னதில்லை.

'செய் என்பதற்கு அப்பால் ஒரு தலைவன் வேறெதுவும் பேசத் தேவையில்லை' என்பது அவர் தம் மகனுக்கு அளித்த இரண்டாவது பாடம்.

மூன்றாவது பாடம்தான் மிகவும் முக்கியமானது. அவரது காலத்துக்குப் பிறகு கிம் ஜாங் இல் ஆட்சிக்கும் அதிகாரத்துக்கும் வருவதற்கும் அதன் பிறகு பதினேழு ஆண்டுகள், தமது இறப்புவரை ஒரு நாள்-ஒரு வினாடிகூடச் செல்வாக்குக் குறையாமல் வாழ்ந்துவிட்டுப் போனதற்கும் அடிப்படைக் காரணம் அதுதான்.

உன் திட்டங்களை நீயே உருவாக்கு. கலந்து பேசி நேர விரயம் செய்யாதே. சிறந்த திட்டமானால் நாடே கொண்டாடும். மோசமான திட்டமெனத் தெரிந்துவிட்டால் மட்டும் சிறிது கூடுதலாக உழைக்க வேண்டியிருக்கும். நாடே கொண்டாடும்படி கட்டாயப் படுத்திச் சாதிக்க வேண்டும். ஆனால் ஒருபோதும் உன்னை நீயே நிராகரித்துவிடாதே.

தந்தையின் இரண்டாவது திருமணம், அதன் மூலம் பிறந்திருக்கும் ஒரு புதிய சிக்கல் சிங்காரவேலன், அவனை எப்படியாவது அரசியலில் முதலிடத்துக்குக் கொண்டுவந்துவிட வேண்டும் என்று அவனது தாயும் முன்னாள் பாதுகாப்புத் துறை குமாஸ்தாவுமான தனது வேண்டாத சிற்றன்னை தீட்டிய திட்டம் - இவையெல்லாம் கிம் ஜாங் இல்லுக்குத் தெரியவந்தபோது அவர் பதற்றமடையவில்லை. கோபப்படவுமில்லை. தந்தை தனக்குக் கற்றுத் தந்த மூன்று பாடங்களைத்தான் நினைத்துக்கொண்டார்.

அவரிடம் போய், நீ ஏன் இன்னொருத்தியை விரும்பினாய், திருமணம் செய்துகொண்டாய் என்றா கேட்டுக்கொண்டிருக்க முடியும்? தந்தை என்றாலும்

பெருந்தலைவர். அரசியல்வாதி என்றாலும் சர்வாதிகாரி. தவிர, கிம் ஜாங் இல்லும் பெண்கள் விஷயத்தில் சளைத்தவரல்லர். புரட்சியெல்லாம் செய்து ஆட்சியைப் பிடித்து, ஒரு பெரும் போரையும் நடத்தி முடித்த பிறகுதான் அவர் இன்னொரு ஏற்பாடு குறித்துச் சிந்தித்திருக்கிறார். ஆனால் அவரது மகனுக்கு மிக இளம் வயதிலேயே பல பெண்களுடன் தொடர்பு இருந்தது.

1966 ஆம் ஆண்டு கிம் ஜாங் இல்லுக்கு அதிகாரபூர்வமான முதல் திருமணம் நடந்தது. அது அவரது தந்தையே பார்த்து நடத்திவைத்த திருமணம். கொரியப் போரில் கிம் இல் சுங்குக்கு வலக்கரமாகத் திகழ்ந்து, உயிர் நீத்த ஒரு தியாகியின் மகளைத் தன் மகனுக்கு கிம் இல் சுங் திருமணம் செய்து வைத்தார். அந்தப் பெண்ணின் பெயர் ஹாங் இல் ஸோன்.

கிம் ஜாங் இல்லுக்கு அந்தத் திருமணத்தில் விருப்பம் இருந்ததா, அந்தப் பெண்ணை மனமாரத்தான் மணந்தாரா என்பது குறித்த விவரங்கள் ஏதுமில்லை. திருமணம் முடிந்த இரண்டு வருடங்களில் அவர்களுக்கு ஒரு பெண் குழந்தை பிறந்தது. ஆனால் குழந்தை பிறந்த மறு ஆண்டே கிம் 2, தனது மனைவியை விவாகரத்து செய்துவிட்டார். கிம் குடும்ப வழக்கப்படி அந்த விவாகரத்துச் செய்தியும் அதன் காரணமும் வெளியுலகத்துக்கு மறைக்கப்பட்டது.

அது பரவாயில்லை. தனது இரண்டாவது திருமணத்தைத் தன் தந்தைக்கே தெரியாமல் மறைத்துச் செய்ததுதான் கிம் ஜாங் இல் தனது வாழ்வில் செய்த முதல் சாதனை. அது ஒரு சாகசக் காதல் கதை.

வட கொரியாவில் ஐம்பது-அறுபதுகளில் திரைப்படத் துறை இருந்தது. வானொலி நன்கு இயங்கிக் கொண்டிருந்தது. யாருக்கும் சுதந்தரம் என்ற ஒன்று இல்லையென்றாலும் அரசு சொல்வதைத்தான் ஒளி/ஒலிபரப்ப வேண்டுமென்றாலும், இசை, நடனம்,

நாடகம், சினிமா போன்ற நுண்கலைகள் அப்போது சிறிது உயிர் வாழ்ந்துகொண்டிருந்தன.

அந்நாளில் கொரிய திரைப்படத் துறையில் சாங் ஹை ரிம் (Song Hye Rim) என்றொரு நடிகை ஓரளவு புகழ் பெற்றவராக இருந்தார். அவர் இருந்தால் படம் ஓடும் என்ற சூழ்நிலை இருந்தது. நல்ல அழகி. சுமாரான நடிப்புத் திறமையும் இருந்தது.

நமது கதாநாயகனான கிம் ஜாங் இல்லுக்கு மேற்கத்திய சினிமா, மேற்கத்திய இசை, மேற்கத்திய நடனம் போன்றவற்றில் கட்டுக்கடங்காத ஆர்வம் உண்டு. மால்டாவில் இருந்த நாள்களில் அவரது இந்த ஆர்வம் உண்டாகியிருக்க வேண்டும். எப்படியாவது வட கொரிய திரைப்படத் துறையை ஹாலிவுட் தரத்துக்கு மேம்படுத்த வேண்டும் என்று அந்நாள்களில் அவர் சொல்லிக்கொண்டிருந்தார். சினிமாவெல்லாம் நம் நாட்டுக்குச் சரிப்பட்டு வராது என்று அவரது தந்தை அதற்கு மறுப்புத் தெரிவித்தபோதெல்லாம், 'அப்பா, சினிமாவைக் கலை என்றெல்லாம் பார்க்காதீர்கள். அது ஒரு பணம் தரும் தொழில். நமக்கும் நல்லது; நாட்டுக்கும் நல்லது' என்பதே அவரது பதிலாக இருந்திருக்கிறது.

அது ஒரு புறம் இருக்க, வட கொரியத் திரைப்படத் துறையை உலகத் தரத்துக்கு உயர்த்திவிடும் உத்தேசத்துடன் அதில் தீவிரம் காட்டத் தொடங்கிய கிம் ஜாங் இல், 1966-69 ஆம் ஆண்டுகளுக்கிடையே ஏதோ ஒரு நாள், ஏதோ ஓர் ஆண்டு மேற்படி நட்சத்திரமான சாங் ஹை ரீமைச் சந்தித்தார். (கடத்தி வரச் செய்து சந்தித்ததாக ஒரு தகவல் உண்டு.)

சந்தித்த கணத்தில் அவர்மீது காதல் வந்தது. என்ன சிக்கலென்றால் சாங் ஹை ரீமுக்குப் படிக்கிற காலத்திலேயே திருமணமாகி ஒரு சிறிய குழந்தையும் இருந்தது. இதை அவர் மறைக்கவில்லை. கிம் 2விடம் வெளிப்படையாகவே சொன்னார்.

'அதனாலென்ன. திருமணம்தானே? விலக்கி விட்டால் போகிறது' என்றார் கிம் 2.

நாட்டின் நிகரற்ற பெருந்தலைவரின் மகன் தன்னைக் காதலிப்பதாகச் சொல்கிறார். திருமணம் செய்துகொள்ள விரும்புவதாகப் பேசுகிறார். மாட்டேன் என்றோ, முடியாது என்றோ எப்படிச் சொல்ல முடியும்? ஆனால் ஒரு கணவன் இருக்கிறான். ஒரு குழந்தை இருக்கிறது.

அவ்வளவுதானே என்றார் கிம் ஜாங் இல். அடுத்த சில நாள்களில் மேற்படி நடிகையின் கணவர், அவரது குடும்பத்தார், நடிகையின் குடும்பத்தார் அனைவரும் காற்றில் கரைந்து காணாமல் போனார்கள். யாருக்கும் எதுவும் தெரியாமல் எல்லாம் சுமூகமாக நிறைவேறியது.

1970 ஆண்டு பிறப்பதற்கு ஒரு சில நாள்கள் முன்னதாக கிம் ஜாங் இல்-சாங் ஹை ரிம் இருவரது மண அல்லது மணமற்ற வாழ்க்கை தொடங்கியது. கிம் 2 தனது புதிய மனைவியை எங்கே குடி வைத்திருக்கிறார் என்பதே யாருக்கும் தெரியாது. அவரது முன்னாள் கணவர் மட்டுமல்ல. அந்தப் பழைய திருமணத்தைப் பற்றி அறிந்த யாருமே அடுத்த சில மாதங்களில் பியாங்யாங்கில் இல்லாமல் போனார்கள்.

1971ஆம் ஆண்டு அவர்களுக்கு ஓர் ஆண் குழந்தை பிறந்தது. அதற்குக் கிம் ஜாங் நாம் என்று பெயர் வைத்தார்கள். இந்தப் பெயரை மட்டும் நினைவில் வைத்துக்கொள்ளுங்கள். பிறகு அவசியம் தேவைப்படும்.

இந்த ரகசிய மண வாழ்க்கை, அதன் விளைவாகப் பிறந்த குழந்தை உள்பட கிம் ஜாங் இல் எது குறித்தும் தன் குடும்பத்தாரிடம் சொல்லவில்லை. வட கொரியாவின் எந்த மூலையில் யார் என்ன ரகசியம் பேசினாலும் தலைவரின் காதில் விழுந்துவிடும் என்று பொதுவாகச் சொல்வார்கள். கிம் இல் சுங்கின் உளவாளிகளின் திறமை அப்படிப்பட்டது. ஆனால் அவர்களாலும் தலைவர் மகனின் ரகசிய வாழ்க்கையைக் கண்டறிய முடியவில்லை.

ஒரே காரணம்தான். கிம் இல் சுங் கற்றுத் தந்த மூன்று பாடங்களைத் தமது வாழ்வின் அனைத்துப் பக்கங்களுக்கும் பொருந்தும்படியாகக் கிம் ஜாங் இல் மாற்றி அமைத்துக்கொண்டிருந்தார். இருக்கட்டும். இதர விவகாரங்களுக்குப் பிறகு வருவோம். இப்போது கிம் ஜாங் இல்லுக்கும் அவரது சிற்றன்னை மகனுக்கும் இடையில் இருந்த அனல் மேவிய பனிப்போரைச் சிறிது பார்த்துவிடுவோம்.

பெருந்தலைவர் கிம் இல் சுங்கின் இரண்டாவது மனைவியாக வந்து சேர்ந்தவர், கிம் சாங் யே. அவருக்குப் பிறந்த இரண்டு அல்லது மூன்று குழந்தைகளுள் ஒருவர், கிம் ப்யாங் இல்.

பெருந்தலைவர், தனது இளையதாரத்தின் மகனையும் முத்த மகன் படித்த அதே கிம் இல் சுங் பல்கலைக் கழகத்தில்தான் படிக்க அனுப்பினார். பிறகு அதே பெயரில் அமைந்த ராணுவக் கல்லூரிக்கு அனுப்பினார். முதலில் பொருளாதாரம், பிறகு ராணுவப் பயிற்சி பெற்ற கிம் ப்யாங் இல்லின்மீது பெருந்தலைவருக்குச் சிறிது பாசம் அதிகம். எனவே, அவரது படிப்பு முடிந்ததுமே வட கொரிய ராணுவத்தின் ஒரு குறிப்பிட்ட பட்டாலியனுக்கு அவரைத் தளபதியாக நியமித்தார்.

பெரிய வீட்டுப் பிள்ளைகள் என்றால் சிறிது முன்னப்பின்னதான் இருப்பார்கள் என்கிற மரபை கிம் ப்யாங் இல்லும் மாற்ற முனையவில்லை. அவருக்கும் கிம் ஜாங் இல்லுக்கும் என்ன வித்தியாசம் என்றால், கிம் ஜாங் இல் எத்தனைப் பெண்களுடன் தொடர்பில் இருந்தாலும் அது அந்தந்தப் பெண்ணைத் தவிர யாருக்கும் தெரியாது. தவறி யாருக்காவது தெரிந்துவிட்டால் உடனே அவரைப் பார்வையிலிருந்தும் கவனத்திலிருந்தும் அகற்றிவிடுவார். ஆனால் கிம் ப்யாங் இல்லுக்கு இந்த சாமர்த்தியங்கள் இல்லை. அன்றைய தேதியில் வட கொரியா முழுவதும் அவரது லீலைகள் தெரியாதவர்கள் கிடையாது. முன்னொரு காலத்தில் இங்கே மன்னர்கள்

வீதி உலா வரும்போது பெண்களை வீட்டின் நாலாம் கட்டில் போய் பதுங்கியிருக்கச் சொல்வார்கள் என்று கேள்விப்பட்டிருக்கிறோம் அல்லவா? அப்படித்தான் கிம் ப்யாங் இல் எங்காவது சென்றால், பிராந்தியத்தில் எந்தப் பெண்ணும் வெளியே தலை காட்ட மாட்டாள். அவ்வளவு நல்ல பெயர் அவருக்கு இருந்தது.

அது மட்டும் இருந்தால் பரவாயில்லை. அவரது தாய், சிறு வயதிலிருந்தே உன் அப்பாவுக்குப் பிறகு நீதான் என்று சொல்லிச் சொல்லி வளர்த்ததால், எப்போதுமே அவர் தன்னை அடுத்த அதிபராகவே நினைத்துக் கொண்டிருப்பார். வாரம் ஒருமுறை நண்பர்களுடன் உல்லாசச் சுற்றுலா, இரு வாரங்களுக்கொரு பார்ட்டி, மாதமொரு திருவிழா என்று ஏதாவது காரணத்தை உற்பத்தி செய்து ஒரு கூட்டத்தைக் கூட்டிவிடுவார். செலவெல்லாம் அவருடையதுதான். ஆனால் பார்ட்டிக்கு வருபவர்கள் அத்தனை பேரும் 'கிம் ப்யாங் இல் வாழ்க!' என்று நொடிக்கொரு முறை கத்த வேண்டும். இது உத்தரவு.

ஏனெனில் கிம் இல் சுங் வட கொரியாவில் எந்த மூலைக்குச் சென்றாலும் மக்கள் அப்படித்தான் ஆரவாரம் செய்து அவரை வரவேற்பார்கள் அல்லது வரவேற்றாக வேண்டும். எனவே, அப்பாவுக்குக் கிடைக்கும் அனைத்தும் தனக்கும் கிடைக்க வேண்டும் என்ற எண்ணம் கொண்ட கிம் ப்யாங் இல், தன்னைப் போற்றித் துதிபாட கஷ்டப்பட்டு ஒரு கூட்டத்தை உருவாக்கிக்கொண்டிருந்தார்.

மறுபுறம் இவை அனைத்தையும் அமைதியாகக் கவனித்துக்கொண்டிருந்த கிம் ஜாங் இல், எப்படி இவனது கொட்டத்தை அடக்குவது என்று யோசித்து ஒரு வழியைக் கண்டுபிடித்தார். அது அவரது தந்தை சொல்லிக் கொடுத்த வழியேதான். தன் மனத்தில் என்ன திட்டம் இருக்கிறது என்பதை வெளிக்காட்டாமல், நினைத்ததை நிறைவேற்றிக்கொள்ளும் உத்தி.

ஒரு நாள் கிம் இல் சுங் இரவு உணவுக்குப் பிறகு வீட்டிலேயே தனது அறையில் அமர்ந்து அலுவலகக் கோப்புகளைப் பார்த்துக்கொண்டிருந்தார். அப்போது கதவைத் தட்டிவிட்டுக் கிம் ஜாங் இல் உள்ளே வந்தார்.

'மன்னியுங்கள். உங்கள் வேலையைக் கெடுக்கிறேன்.'

'பரவாயில்லையப்பா. என்ன விஷயம் சொல்.'

'ஏன் என்று கேட்காதீர்கள் அப்பா. யூகோஸ்லாவியாவில் நமது தூதரகம், தலைமை இல்லாமல் உள்ளது. நீங்கள் என்னை அந்தப் பொறுப்பில் அமர்த்தி அனுப்பினால் நான் நிம்மதியாகப் போய்விடுவேன்.'

கிம் இல் சுங் அதிர்ச்சியடைந்தார்.

'முட்டாளா நீ? நீ ஏன் இன்னொரு நாட்டுக்கு தூதராகப் போக வேண்டும்? இங்கே உனக்கு என்ன குறை?'

'இல்லை அப்பா. பிறந்தது முதல் இந்நாடும் மக்களும் உங்களை மட்டும் வணங்கி, உங்களை மட்டுமே பின்பற்றிப் பார்த்தும் பழகியும் வந்துவிட்டேன். சட்டென்று உங்கள் இடத்தில் இன்னொருவரை என்னால் நினைத்துப் பார்க்க முடியவில்லை. நான் போய்விடுகிறேன்.'

கிம் இல் சுங் மேலும் அதிர்ச்சியடைந்தார்.

'நீ சொல்வது புரியவில்லை. எனக்கு பதிலாக மக்கள் வேறு யாரை வணங்குகிறார்கள்?'

'பதிலாக இல்லை அப்பா. இணையாக.'

'அதைத்தான் சொல்லித் தொலை. யார் அந்த துரோகி?'

இப்போது கிம் ஜாங் இல், தனது சிற்றன்னையின் மகன் கிம் ப்யாங் இல்லின் புரட்சிகர பார்ட்டிகளைப் பற்றி விரிவாக எடுத்துச் சொல்லத் தொடங்கினார். அவரைத் துதிபாடவும் போற்றிப் புகழவும் ஆயிரமாயிரம் பேர் திரண்டு வந்துகொண்டே இருக்கிறார்கள் என்று சொன்னபோது கிம் இல் சுங் ஆத்திரமடைந்தார்.

'ப்யாங்கா? உண்மையாகவா?'

'அப்பா, தம்பி நல்லவன்தான். ஆனால் சேர்மானம் சரியில்லை. நாடெங்கும் நிறைய அவப்பெயரைத் தேடிக்கொண்டிருக்கிறான். சரி, அது அவனது தனிப்பட்ட விவகாரம். நான் தலையிட விரும்பவில்லை. ஆனால் உங்கள் இடத்தில் இன்னொருவரை - அது என் தம்பியாகவே இருந்தாலும் - என்னால் நினைத்துப் பார்க்க முடியவில்லை. தயவுசெய்து என்னை யூகோஸ்லாவியாவுக்கு அனுப்பிவிடுங்கள்.'

கிம் இல் சுங் தீவிரமாக யோசித்தார். உளவாளிகளை நியமித்துத் தனது இரண்டாம் தாரத்தின் மகனின் நடவடிக்கைகளைக் கண்காணிக்கத் தொடங்கினார். எதுவும் சரியில்லை என்று தெரிந்தது. எச்சரித்துப் பார்த்தார். அவர் கேட்கவில்லை. எனவே ஒரு முடிவுக்கு வந்தார்.

1979ஆம் ஆண்டு கிம் ப்யாங் இல்லை யூகோஸ்லாவியாவின் தூதராக நியமித்து நாட்டை விட்டு அனுப்பி வைத்தார்.

கிம் ஜாங் இல் தனது எதிரிகளை அகற்றும் உத்தியாக இதனைத்தான் இறுதிவரை கடைப்பிடித்தார்.

24. அடுத்த வாரிசு

கிம் ஜாங் இல், வட கொரியாவின் அரசியலுக்குள் எப்போது நுழைந்தார் என்பதற்கு இன்றைய தேதியில் நமக்குக் கிடைக்கக்கூடிய அனைத்து ஆவணங்களும் சொல்லும் ஒரே பதில், அவர் தமது உயர்நிலைப் பள்ளிக் காலத்திலேயே அரசியலைப் படிக்கவும் பயிற்சி செய்யவும் ஆரம்பித்துவிட்டார் என்பதுதான். அதை அப்படியே கணக்கில் எடுத்துக்கொள்ள அவசியமில்லை என்றபோதும், முறைப்படி அவர் அரசியலுக்குள் நுழைந்து தமக்கென ஓரிடத்தை நிறுவிக்கொண்டு செயலாற்றத் தொடங்கிய புள்ளி முக்கியமானது. அதைத் தெரிந்துகொள்ள வேண்டியது அவசியம்.

தனது படிப்பை முடித்துக்கொண்டு, முழு நேர அரசியல் என்ற முடிவுடன் அவர் களத்துக்கு வந்தது **1961** ஆம் ஆண்டு. அதாவது, அந்த ஆண்டுதான் அவர் கொரியத் தொழிலாளர் கட்சியில் அடிப்படை உறுப்பினராகச் சேர்ந்தார். அடுத்தப் பத்தாண்டுகளில் அவரது வளர்ச்சி சீராகவும் சிக்கலற்றும் இருந்ததை அவரது தந்தை கிம் இல் சுங் கவனித்தார். அவருக்கு அது நிறைவு தரும் விதமாக இருந்தது.

ஏனெனில், வட கொரியாவைத் தனக்கடுத்து ஆளக்கூடிய தகுதி படைத்த ஒரு ரத்த சொந்தத்தை

அவர் அந்தக் காலக்கட்டத்தில்தான் தீவிரமாகத் தேடிக்கொண்டிருந்தார். மூன்று பேரை அவர் அதற்காக நினைத்துக்கொண்டிருந்தார்.

முதல் நபர், அவரது தம்பி. அவர் பெயர் கிம் யாங் ஜூ (Kim Yong Ju). சோவியத் யூனியனுக்குச் சென்று பொருளாதாரம் படித்தவர். அண்ணனுக்குத் தீவிர விசுவாசி. கொரிய கம்யூனிஸ்ட் கட்சியின் தொடக்க காலம் முதல் அதில் தீவிரமாகப் பங்காற்றி வந்தவர். தனக்குப் பிறகு என்று கிம் இல் சுங் முதல் முதலில் சிந்திக்கத் தொடங்கியபோது சிறிது பதற்றமாகி, 'வட கொரியாவை வழிநடத்தப் புரட்சிகரமான பத்து சித்தாந்தங்கள்' என்றொரு திட்டத்தை முன்வைத்தார். அந்தப் புரட்சியின் முதல் செயல்திட்டம்: 'மாபெரும் தலைவர் கிம் இல் சுங்கின் சித்தாந்தங்களுடன் மொத்த நாட்டையும் ஒன்றிணைக்க வேண்டும். அது ஒரு போராட்டமாக மாறுமானால் அதற்கு கம்யூனிஸ்ட் கட்சி தன் உடல் பொருள் ஆவியை அப்படியே அள்ளித் தர வேண்டும்.'

இந்த முதல் 'சித்தாந்தம்' மட்டும் போதும் அல்லவா? மற்ற ஒன்பதும் சொல்லாமலேயே புரிந்துவிடும். அண்ணனுக்கு அடிபணிந்து, அவரை மகிழ வைத்துக்கொண்டே இருப்பதன் மூலம் அவருக்கு அடுத்து அதிகாரத்தைப் பிடித்துவிடலாம் என்பது அவர் கணக்கு.

கிம் இல் சுங்கின் மனத்தில் எழுந்த, தனக்கடுத்துத் தலைமைப் பொறுப்புக்கு யார் என்ற வினாவுக்கு விடையாக இருந்த இரண்டாவது நபர், நாம் முன்பே பார்த்த அவரது இரண்டாவது மனைவியின் மூத்த மகன் கிம் ப்யாங் இல். படித்தவன், விவரமானவன், துடிப்பானவன், சரியாக இருப்பான் என்று கிம் நினைத்தார். அது அவராக நினைத்ததா, அல்லது அவரது பிரியத்துக்குரிய பாதுகாப்புத் துறை குமாஸ்தா அப்படி நினைக்க வைத்தாரா என்று தெரியாது. ஆனால் நினைத்தார். அவ்வளவுதான். வெளியே சொல்லவில்லை

என்றாலும் அதன்பொருட்டே கிம் ப்யாங் இல்லை அவர் தீவிரமாகக் கவனித்துக்கொண்டிருந்தார்.

ஆனால் அவன் உருப்பட மாட்டான் என்று ஒரே வரியில் கதையை முடிக்கும் விதமாகக் கிம் ஜாங் இல் தனது சிற்றன்னை மகனின் வண்டவாளங்களைப் போட்டுடைத்த பின்பு பெருந்தலைவரின் மனத்தில் அந்த எண்ணம் இல்லாமல் போனது. வருத்தம், ஏமாற்றம் போன்றவற்றைவிட, அதெப்படி இந்த அயோக்கியனின் இன்னொரு முகத்தைத் தெரிந்துகொள்ளாமலேயே இருந்திருக்கிறோம் என்கிற அவமான உணர்ச்சி அவருக்கு அதிகம் இருந்தது.

மூன்றாவதாகத்தான் அவர் கிம் ஜாங் இல்லை நினைத்திருந்தார். இது கிம் ஜாங் இல்லுக்கு நன்றாகத் தெரியும். நாமறிந்த முகலாய வாரிசுகளைப் போலவோ, உலகறிந்த இதர சர்வாதிகார நாட்டு நிலவரங்களைப் போலவோ ஒரு புரட்சி செய்து ஆட்சி அதிகாரத்தைக் கைப்பற்றுவதெல்லாம் வட கொரியாவில் சாத்தியமில்லை. கிம் இல் சுங் உருவாக்கி வைத்திருந்த கட்டமைப்பு அப்படிப்பட்டது.

தனக்கெதிராக யாராவது செயல்பட அல்ல, நினைக்கத் தொடங்கினால்கூட அவருக்குத் தகவல் தெரிந்துவிடும். உளவுத் துறை என்று ஒன்று இருந்ததைத் தவிர, நாட்டின் மொத்த மக்கள் தொகையில் தனக்கு விசுவாசிகளாக இருந்த அத்தனை பேரையும் அவர் தமது பகுதிநேர உளவாளிகளாக ஆக்கி வைத்திருந்தார். தொடக்க காலத்தில் ஆண்டுக்குப் பாதி நாள்களுக்கு மேலே அவர் மக்களோடு மக்களாக வட கொரிய வீதிகளிலேயே கிடந்ததன் நிகரற்ற பலன் அது.

ஒரே ஒரு சம்பவத்தை இதற்கு உதாரணமாகச் சொல்லி விட்டு மேலே சென்றால் புரிவதற்கு எளிதாக இருக்கும்.

ஒரு சாதாரண கீழ் மத்தியதரக் குடும்பம். வட கொரியாவின் தெற்கு எல்லை நகரமொன்றில் வசித்து

வந்தார்கள். எத்தனையோ லட்சம் பேரில் மூன்று பேர். அவ்வளவுதான். ஒரு கணவர். ஒரு மனைவி. ஒரு மகன்.

அந்தப் பெண்மணியின் உறவினர் ஒருவர் சீனாவில் வசித்துவந்தார். அங்கிருந்து அவ்வப்போது சில பொருள்களைக் கொண்டு வருவார். டிரான்சிஸ்டர், பேட்டரிகள், சென்ட் பாட்டில், சிகரெட்டுகள், ரெடிமேட் ஆடைகள் இந்த மாதிரி. இந்தக் குடும்பம் அதை உள்ளூரில் விற்றுக் காசாக்கும். லாபத்தில் இரு தரப்புக்கும் பங்கு. இது அவர்கள் வாழ்க்கையை ஓட்டுவதற்குச் செய்து வந்த தொழில்.

ஒருமுறை அந்த சீனாக்கார உறவினர் சரக்கு மூட்டைகளுடன் அவர்கள் வீட்டுக்கு வந்தபோது பேச்சுவாக்கில் 'என்ன உங்கள் தலைவர் ஒரேயடியாக ஆட்டம் போடுகிறார்? அரசியலில் ரொம்ப ஆடியவர்கள் யாரும் நீண்ட நாள் பதவியில் தொடர்ந்ததில்லை' என்று சும்மா சொல்லி வைத்தார்.

இது நடந்தது அந்தப் பெண்மணியின் வீட்டுக்குள். அப்போது அவர்கள் இரவு உணவு அருந்திக் கொண்டிருந்தார்கள். சாப்பிடும்போது அவர் அப்படிச் சொன்னதும் உடனே அந்தக் கணவனும் மனைவியும் பதறியடித்துக்கொண்டு எழுந்துவிட்டார்கள். 'தயவுசெய்து மாட்சிமை பொருந்திய தலைவரைப் பற்றித் தவறாகப் பேசாதீர்கள். அப்படிப் பேசுவதென்றால் இனி நமக்குள் உறவே வேண்டாம். நீங்கள் போய்விடலாம்' என்று சொன்னார்கள்.

அவர் பதிலுக்கு என்ன சொன்னார், எப்போது கிளம்பிச் சென்றார் என்பது தெரியவில்லை. ஆனால் மறுநாள் காலை பத்து மணி அளவில் சில காவலர்கள் அந்த வீட்டு வாசலுக்கு வந்து நின்றார்கள். விசாரணை என்று சொல்லி அந்தப் பெண்ணை அழைத்துச் சென்றார்கள். என்ன விசாரித்தார்கள், அவர் என்ன பதில் சொன்னார் என்பதும் தெரியாது. ஆனால், இன்னொரு முறை அந்த சீனாக்கார உறவினர் அங்கே வந்தால் அந்தக் குடும்பம்

இருக்காது என்று எச்சரித்து அனுப்பியிருந்தார்கள். காரணமாகச் சொல்லப்பட்டது, அவரது அந்த ஒரு வரி விமரிசனம்.

ஒரு மூடிய வீட்டுக்குள் மூன்று பேர் சாதாரணமாகப் பேசிக்கொண்டிருந்த விஷயம் ஒரே இரவில் எப்படிக் காவல் துறைவரை சென்றிருக்கும்?

என்றால், வட கொரியாவில் அது நடக்கும். அவ்வளவுதான்.

இருக்கட்டும். நாம் இந்த வாரிசு விஷயத்தை முதலில் முடிப்போம்.

கிம் ஜாங் இல்லுக்குத் தனது தந்தையின் மனநிலை தெரியும். அவரது தம்பிக்கு அவர் மனத்தில் இருந்த உயர்ந்த இடம் தெரியும். அடுத்தபடியாகத் தனது சிற்றன்னையின் மகனும் தனது எதிர்காலத் தலைவலியுமான கிம் ப்யாங் இல்லின்மீது அவருக்கு இருந்த பிரியமும் தெரியும். எனவே, பதறாமல் ஒவ்வொரு தடைகளையும் தகர்த்தாக வேண்டும். ஆனால் இதனை இழுத்தடித்துக்கொண்டிருக்காமல், ஒரே முயற்சியில் இருவரையும் நகர்த்தி வைக்க முடிந்தால் நல்லது என்று நினைத்தார்.

என்ன செய்யலாம் என்று அவர் யோசிக்கத் தொடங்கிய போது வட கொரிய சரித்திரத்தில் முதலும் முடிவுமாக நடைபெற்ற ஒரு குட்டிக் கிளர்ச்சிக்கான ஆரம்ப அறிகுறிகள் தென்படத் தொடங்கின. சரித்திரம் அதனைக் *கப்ஸான் கசமுசா* என்று சொல்லும்.

சுருக்கமாகப் பார்த்துவிடலாம்.

Kapsan faction என்று கொரிய கம்யூனிஸ்ட் கட்சிக்குள் ஒரு தனிக்குழு இருந்தது. அதாவது, கட்சிக்குள் இருந்த 'பெரியவர்கள்'. இந்தக் குழுவில் இருந்த அத்தனை பேரும் கிம் இல் சுங்குடன் நெருக்கமாகப் பழகியவர்கள். சீனாவில்-மஞ்சூரியாவில் இருந்துகொண்டு ஜப்பானை விரட்டியடிக்கத் திட்டம் தீட்டிய காலம் முதல் அவர்கள்

நண்பர்கள். அத்தனை பேரும் தீவிரமான கம்யூனிச விசுவாசிகள். நவீனத்துவத்துக்கு இடம் தரக்கூடாது என்று நினைப்பவர்கள். கொரியப் போரிலும் சரி, அதன் பிறகு கிம் இல் சுங் வட கொரியாவை ஆளத் தொடங்கியபின்பும் சரி. அவருக்குப் பக்க பலமாக இருந்து உதவி செய்தவர்கள்.

அந்தப் பெரியவர்கள் குழுவில் சிலருக்கு அப்போது கிம் இல் சுங்கின் நடவடிக்கைகளின்மீது இலேசான அதிருப்தி உண்டாகிக்கொண்டிருந்தது. அவர்களால் தனி நபர் வழிபாடு / துதி எல்லை மீறிச் சென்றுகொண்டிருந்ததைப் பொறுக்க முடியவில்லை. தவிர, கிம்மின் பொருளாதாரம் சார்ந்த நடவடிக்கைகள் அனைத்தும் நாட்டை நாசமாக்கிவிடும் என்று அவர்கள் நினைத்தார்கள்.

அதாவது, கிம் இல் சுங்கின் பொருளாதாரக் கொள்கை என்பது இரண்டு அடுக்குகள் கொண்டது. முதலாவது, வருமானம் என்பது உள்நாட்டு உற்பத்தி மட்டும். இதர உதவிகள் எதையும் நம்ப வேண்டாம். இரண்டாவது, அப்படி உள்நாட்டு உற்பத்தியின் மூலம் வருகிற வருமானத்தில் பெரும்பங்கு ராணுவத்துக்கும் ராணுவ விரிவாக்கத்துக்குமே செல்லும். மீதமுள்ள பணத்தைப் பங்குபோட்டு மக்கள் நலப் பணிகளுக்கு அளிக்கலாம். அதிலும் மூன்று அடுக்குகள். ஏற்கெனவே பார்த்ததுதான். அவரவர் தராதரத்துக்கேற்ப வாழ்க்கை முறை.

என்ன சிக்கல் என்றால், உள்நாட்டு உற்பத்தி என்பது அப்படியொன்றும் அள்ளிக் கொடுக்கக்கூடியதாக இல்லை. போருக்குப் பிந்தைய வட கொரிய வளர்ச்சி, மிகவும் மெதுவாகத்தான் இருந்தது. உழைப்பவனுக்கும் சோம்பேறிக்கும் அவன் இருக்கும் சமூக அடுக்கில் ஒரே மரியாதைதான் என்பதால் மக்கள் பெரும்பாலும் உழைக்காமல் இருக்கவே விரும்பினார்கள். போதாக்குறைக்கு நிலம் இழந்த ஜமீந்தார்களும் இதர பெரும்பணக்காரர்களும் தம்மால் முடிந்த விதங்களில் எல்லாம் மக்களை அவநம்பிக்கைக்கு உள்ளாக்கி,

எப்போதும் மனச்சோர்விலேயே வைத்திருக்கப் பார்த்தார்கள்.

மற்றொரு சிக்கல், தொழிலாளர்கள் சார்ந்தது. அரசாங்கமே தொழிலாளர்களுக்காகத்தான் இருக்கிறது என்று கிம் இல் சுங் சொன்னார். ஆனால் நாட்டில் பெரும்பாலான தொழிலாளர்களுக்கு வேலையே இல்லை. கொரியப் போரின் விளைவாக இல்லாமல் போன பல தொழிற்சாலைகளும் கனரக உற்பத்தி மையங்களும் தாதுச் சுரங்கங்களும் எப்போது திறக்கும் என்றே தெரியாத நிலைமைதான் இருந்தது.

ஆனால் அணு உலைகள் உருவாகத் தொடங்கின. ராணுவ தளவாடத் தொழிற்சாலைகள் புதிதாக முளைத்தன. அதிலெல்லாம் வேலை இருந்தது. ஆனால் அந்தத் துறைகளையே அதற்கு முன்னால் கேள்விப்பட்டிராத தொழிலாளர்கள் அனுபவத்துக்கு எங்கே போவார்கள்?

எனவே, கற்றுக்கொண்டு பணியாற்றுங்கள் என்று சொல்லப்பட்டது. ஆனால் கற்றுக்கொள்வதற்கெல்லாம் சம்பளம் கிடையாது. பணியாற்றும்போதுதான் சம்பளம். இதற்கெல்லாம் யார் ஒப்புக்கொள்வார்கள்?

இன்னொரு புறம், இந்த அமைப்பின் அடிப்படையே அபத்தமாக இருந்ததால் தனி நபர் வருமானம் நாளுக்கு நாள் பாதாளத்துக்குச் சென்றுகொண்டிருந்தது. விளைவு, நாடெங்கும் சாமானிய மக்கள் கடத்தல் தொழிலை சாதாரணமானதொன்றாக்கிக் கொண்டிருந்தார்கள். கடத்தல். கள்ள மார்க்கெட். பதுக்கல். எனவே பஞ்சம்.

கப்ஸான் குழுவில் இருந்த மூத்த கம்யூனிஸ்ட் தலைவர்கள் இதனை ஓர் அபாய எச்சரிக்கையாகச் சொன்னார்கள். நிலைமை இப்படியே தொடர்ந்தால் அடுத்தப் பத்து வருடங்களில் நாடு சின்னாபின்னமாகிவிடும்.

ஆனால் கிம் இல் சுங் அதனைப் பொருட்படுத்தவில்லை. அப்போது சோவியத் ஆதரவு இருந்தபடியால், என்ன சிக்கல் வந்தாலும் அவர்கள் பார்த்துக்கொள்வார்கள் என்று நினைத்தார். ஒருவேளை சோவியத் முறுக்கிக்

கொள்ளுமானால் இருக்கவே இருக்கிறது சீனா. அப்படியொன்றும் கைவிட்டுவிடமாட்டார்கள் என்று சொன்னார்.

இந்த முரண், அவரது பழைய நண்பர்களுக்கு எரிச்சல் அளித்தது. ஒருபுறம் உள்நாட்டு உற்பத்தி, தற்சார்புப் பொருளாதாரம் என்று பேசிக்கொண்டு, மொத்த வாழ்க்கையையும் அடுத்தவரை எதிர்பார்த்தே வாழ்ந்துவிட முடியுமா? எனவே அவர்கள் கிம்மின் பொருளாதாரக் கொள்கைகளை முற்றிலுமாக நிராகரித்தார்கள். நாடு உருப்பட வேறு திட்டங்கள் தேவை, அதிகாரம் மொத்தமும் கிம்மிடமே குவிந்திருப்பது ஆபத்து, சிறிது அதிகாரப் பரவல் அவசியம் என்று நினைத்தார்கள்.

நாட்டுக்கு நல்லதென்று அவர்கள் நினைத்ததைத் தனக்குக் கெடுதல் என்று கிம் இல் சுங் எடுத்துக்கொண்டார். இது புரிந்ததும் உடனடியாக அவரது தம்பி முன்னர் கண்ட பத்து அம்சப் பிரகடனத்தை வெளியிட்டு, 'கிம்மின் கரங்களை வலுப்படுத்துவோம்' என்று வத்திப் பெட்டிக்குள் கட்டம் கட்டி விளையாட ஆரம்பித்தார்.

இந்த நெருக்கடி நேரத்தில்தான் கிம் ஜாங் இல் ஒரு முடிவுக்கு வந்தார். இதைவிட ஒரு சிறந்த தருணம் தனக்கு அமையாது என்று நினைத்தார். நேரே தன் தந்தையிடம் சென்று, 'அப்பா என்னைக் கட்சிப் பணியில் சற்றுத் தீவிரமாகச் செயல்பட அனுமதியுங்கள்' என்று கேட்டார்.

'என்ன செய்யப் போகிறாய்?'

'கொஞ்சம் குப்பை சேர்ந்துவிட்டது. பெருக்கித் தள்ளப் போகிறேன்.'

அது யாருமே எதிர்பாராதது. கொரிய கம்யூனிஸ்ட் கட்சியில் மட்டுமல்ல. மொத்த தேசத்து மக்களுமே நினைத்துப் பார்த்திராதது.

அதுவரை கட்சியின் தொண்டர்களுள் ஒருவராக, தலைவரின் மகன் என்பதால் அனைவருக்கும் தெரிந்தவராக

இருந்த கிம் ஜாங் இல் அப்போது முதல் முதலாக ஓர் எதிர்கால சர்வாதிகாரி எப்படி இருப்பார் என்று வெளிக்காட்டத் தொடங்கினார்.

கிம் இல் சுங்கை விமரிசித்துப் பேசிய மூத்த கட்சித் தலைவர்கள் அனைவரையும் மட்டம் தட்டி அமர வைக்க கட்சிக்குள் தனக்கு ஆதரவான ஒரு கூட்டத்தைத் தயார் செய்தார். அவர்களைக் கொண்டே அந்தத் தலைவர்களுக்கு எதிராக ஆங்காங்கே சிறு சிறு வழக்குகள் தொடரப்பட ஏற்பாடு செய்தார். அவர்களது சொந்த வாழ்க்கையைப் பொதுவில் விமரிசிக்க ஆள்களை அமர்த்தினார். இதன் மூலம் அப்பெரியவர்கள் எதிர்கொண்ட நெருக்கடி அவர்கள் எண்ணிப் பார்க்க முடியாததாக இருந்தது.

ஆயிரம் இருந்தாலும் கிம் இல் சுங்கின் இளவயது நண்பர்கள், கஷ்ட நேரங்களில் உடன் இருந்தவர்கள் என்றபோதும், ஆட்சி-அதிகாரம்-கொள்கைகள் சார்ந்த விமரிசனம் வைத்தால் இனி இந்த நாட்டில் என்ன நடக்கும் என்பதைச் சொல்லாமல் சொல்லிப் புரிய வைக்கும் முயற்சியில் முழு மூச்சாக ஈடுபட ஆரம்பித்தார்.

விளைவு, பலபேர் எங்கே போனார்கள் என்றே தெரியாமல் காணாமல் போனார்கள். சிலர் வேறு ஏதேதோ சில்லறைக் குற்றச்சாட்டுகள் சுமத்தப்பட்டுக் கைதாகி, எந்தச் சிறையில் இருக்கிறார்கள் என்று யாருக்கும் தெரியாத இடங்களுக்கு அனுப்பப்பட்டார்கள். இனி தேறவே தேறாது என்று கிம் ஜாங் இல் முடிவு செய்த மிகச் சிலர், கொலையானார்கள். அல்லது எதிர்பாராத விபத்தில் இறைவனடி சேர்ந்தார்கள்.

கொரிய கம்யூனிஸ்ட் கட்சி அதிர்ந்துவிட்டது. மிக மூத்த - கிம் இல் சுங்கின் மிக நெருங்கிய நண்பர்களுக்கே இந்த கதி என்றால் தங்கள் நிலைமை என்ன ஆகும் என்ற கவலை அவர்களுக்கு வந்துவிட்டது.

சரியாக அந்த நேரம் பார்த்துத்தான் கிம்மின் இளைய சகோதரர் முன்சொன்ன அந்தப் பத்து அம்ச

வாக்குறுதியை வெளியிட்டார். பெருந்தலைவரின் கரங்களை வலுப்படுத்துவோம். அவர் நிழலில் நிற்போம். அவர் சொல்வதை மட்டும் கேட்போம். நமக்காக அவர் மட்டும் சிந்தித்தால் போதும். நாமும் சிந்தித்து மூளையைச் சேதப்படுத்திக்கொள்ள வேண்டாம்.

இன்றைக்குப் போல அப்போது இன்னொரு கட்சி என்பதே இல்லை என்ற நிலைமை வட கொரியாவில் இல்லை. முதல் தலைமுறை ஆட்சியாளர் காலம் அல்லவா? தொழிலாளர் கட்சி தவிர வேறு ஒன்றிரண்ட சிறிய கட்சிகளும் இருந்தன. கிம் ஜாங் இல், தந்தையிடம் சொல்லிவிட்டு அந்தக் கட்சிகளை ஏறக்கட்டச் சொல்லி தகவல் அனுப்பினார். ஒழுங்கு மரியாதையாக வந்து தொழிலாளர் கட்சியில் சேருங்கள். இல்லாவிட்டால் எல்லோரும் துரோகிப் பட்டியலுக்குப் போய்விடுவீர்கள்.

துரோகிப் பட்டியலுக்குச் சென்றுவிட்டால் அடுத்த வேளை உணவு கிடைப்பது சிரமம் என்பதை நாடே அறியும். எனவே வேறு வழியே இல்லாமல் போய்விட்டது. 1970ஆம் ஆண்டின் தொடக்கத்தில் வட கொரியாவில் கிம் இல் சுங்குக்கு எதிராகப் பேச அல்ல; எதையும் நினைக்கக் கூட ஒரு புழு பூச்சி இல்லை என்ற நிலைமை உருவாகிவிட்டது.

தன் மகன் கிம் ஜாங் இல்லினால் மட்டுமே இது சாத்தியமானது என்பது கிம் இல் சுங்குக்கு மிகுந்த மகிழ்ச்சியளித்தது.

'மகனே உனக்கு என்ன வேண்டும் கேள்' என்றார் பாசத்துடன்.

'எனக்கு எதுவும் வேண்டாம் அப்பா. ஆனால் உங்களுக்கு எக்காலத்திலும் இடைஞ்சல் வராதிருக்க, உங்கள் இரண்டாவது மனைவியையும் அவருக்குப் பிறந்த மகனையும் சிறிது கவனித்துக்கொள்ளுங்கள். கட்சியில் இருந்து இனி சிக்கல் வராது. அதை நான் பார்த்துக்கொள்கிறேன். வந்தால் அது இந்த இரண்டு பேரிடம் இருந்துதான் வரும்' என்றார் கிம் ஜாங் இல்.

கிம் இல் சுங் உடனே நடவடிக்கை எடுத்தார். தனது இளைய மனைவி கிம் சாங் யேவுக்கு அளிக்கப்பட்டிருந்த பெண்கள் லீக் ப்ரீமியர் என்ற பதவியில் இருந்து அவரை நீக்கினார். அவருக்குப் பிறந்த கிம் ப்யாங் இல்லை யூகோஸ்லாவியாவுக்கு வட கொரியாவின் தூதராக நியமித்து அனுப்பினார்.

இது போதாதா? கிம் ஜாங் இல் இன்னொரு வலுவான காய் நகர்த்தி, தனது மாமாவின் அதிகாரங்களையும் கணிசமாகக் குறைக்கச் செய்து கட்சியிலும் ஆட்சியிலும் அவர் உருப்படியாக இனி ஒன்றும் செய்ய இயலாதவாறு முட்டைக் கோஸ் ஆக்கினார்.

1974ஆம் ஆண்டு, கொரிய கம்யூனிஸ்ட் கட்சி, கிம் ஜாங் இல்தான் பெருந்தலைவரின் ஒரே வாரிசு என்று ஒப்புக்கொண்டு அவருக்கு முழுமையாகத் தலை வணங்கியது. அதற்குச் சுமார் மூன்றாண்டுகளுக்குப் பிறகு அத்தகவல் பகிரங்கமாக நாடெங்கும் அறிவிக்கப்பட்டது.

'மகனே, மகிழ்ச்சியா?' என்றார் கிம் இல் சுங்.

'இதில் நான் மகிழ என்ன இருக்கிறது? உங்கள் உத்தரவு என்னவோ அதுதான் என் வாழ்க்கை' என்றார் அந்த ராஜதந்திரியான மகன்.

கிம் ஜாங் இல் கட்சியிலும் ஆட்சியிலும் தனது ஒரே வாரிசு என்று கிம் இல் சுங் அறிவித்ததைப் பிறகு ஓர் அரசுப் பிரசுரமாக, சிறு புத்தகமாகவும் வெளியிட ஏற்பாடு செய்தார்கள்.

1980ஆம் ஆண்டு அக்டோபரில் கொரிய கம்யூனிஸ்ட் கட்சியின் ஆறாவது தேசிய மாநாடு கூட்டப்பட்டது. அது, கிம் ஜாங் இல்லுக்கு அதிகாரபூர்வமாகச் செய்யப்பட்ட பட்டாபிஷேகம் போல நடந்து முடிந்தது.

25. அன்புள்ள தலைவர்

அக்டோபர் 1980இல் நடைபெற்ற வட கொரிய கம்யூனிஸ்ட் கட்சியின் ஆறாவது காங்கிரஸை பொலிட் பீரோதான் வடிவமைத்தது என்று ஆவணங்கள் சொன்னாலும் உண்மையில் அதனைத் திட்டமிட்டது முதல் வெற்றிகரமாக நடத்தி முடித்தது வரை எல்லாமே கிம் ஜாங் இல்தான். அவர் சொன்னதை மற்றவர்கள் செய்தார்கள். அவரும் என்ன சொன்னாலும் கவனமாகத் தனது 'தந்தையின் பெயரால்' மட்டுமே சொன்னார் என்பதால், கிம் இல் சுங் ஒரு சுல்தானைப் போல திண்டில் சாய்ந்து அமர்ந்து மகிழ்ச்சியுடன் மகனின் வேக விவேக மதியூக நடவடிக்கைகளைக் கண்டு ரசித்துக்கொண்டிருந்தார்.

அந்த மாநாட்டு சமயத்தில் கிம் ஜாங் இல்லுக்குக் கட்சியின் மத்திய நிலைக்குழு உறுப்பினர் தகுதி வழங்கப்பட்டது. (Presidium Member என்பது வட கொரிய கம்யூனிஸ்ட் கட்சியில் உச்சபட்ச மரியாதைக்குரிய பதவி.) தவிர, கட்சியின் செயற்குழு உறுப்பினராகவும் ராணுவ கமிட்டியின் உறுப்பினராகவும் நியமிக்கப்பட்டார். 1982ஆம் ஆண்டு அமைக்கப்பட்ட புதிய ஆட்சிக்குழுவில் மக்களவை உறுப்பினராக (அதெல்லாம் அவ்வப்போது

நடக்கும். நாட்டின் பெயரில் ஜனநாயகம்-குடியரசு என்றெல்லாம் இருக்கிறதல்லவா?) அவருக்கு ஓரிடம் வழங்கப்பட்டபோது, விஷயம் வட கொரியாவுக்கு வெளியே முதல் முதலில் தெரிய வந்தது. சரி. கிம் இல் சுங்குக்குப் பிறகு இவர்தான்.

எல்லாம் மகிழ்ச்சிக்குரியதுதான். போராடிப் பெற்ற வெற்றிதான். ஆனால் இது நிலைத்திருக்க வேண்டு மென்பது அனைத்திலும் முக்கியம் என்று கிம் ஜாங் இல் நினைத்தார். அதற்குப் பல காரணங்கள் இருந்தன. பெரும்பாலும் அனைத்துமே நியாயமான காரணங்கள்.

முதலாவது கிம் இல் சுங்குக்கு வயதாகிக்கொண்டிருந்தாலும் அவர் துடிப்பாகவே இருந்தார். கட்சியிலும் ஆட்சியிலும் அவர் வைத்ததே சட்டமாக இருந்தது.

அதைவிடப் பெருங்கவலை, மக்களுக்கு அவர்மீது இருந்த விசுவாசம். அது அச்சத்தால் வந்ததா, அன்பால் வந்ததா என்பதெல்லாம் அர்த்தமே இல்லாத வினாக்கள். ஆனால் இருந்தது. அவருக்காக உயிரையும் தரத் தயாராக இருந்தார்கள். என்னதான் அவரே பலரது உயிரைப் பல்வேறு நியாயமற்ற காரணங்களுக்காக எடுத்தவர் என்றாலும் உயிரோடு இருப்பவர்களுக்கு அவர்தான் தேசப் பிதா. அவரால்தான் ஜப்பானியரிடமிருந்து சுதந்தரமடைய முடிந்தது.

பிரச்னை அதுவல்ல. அவர் உயிருடன் இருக்கும் காலம் வரை அவரது அன்புக்கும் நம்பிக்கைக்கும் நூறு சதவீதம் பாத்திரமாக இருக்க வேண்டும். நடுவே யாராவது புகுந்து எதையாவது சொல்லித் தொலைத்தால் கிம் ப்யாங் இல்லுக்கு நேர்ந்த கதி தனக்கும் நேர்ந்துவிடும் என்பதில் சந்தேகமில்லை. கிம் இல் சுங்கைப் பொறுத்தவரை குடும்பம், பிள்ளைகள், மனைவிகள், பாசம், புண்ணாக்கு எல்லாம் நிறையவே உண்டு. ஆனால் தன் பதவிக்கு ஒரு ஆபத்து என்று வருமானால் எதை வேண்டுமானாலும் யாரை வேண்டுமானாலும் அழித்துவிடக் கூடியவர்.

இதை வெளியே தெரியாமல் கட்டிக் காப்பாற்றி வந்ததுதான் அவரது சாமர்த்தியம். அதுவும் ஒரு நாள், ஒரு வருடம், ஐந்து பத்து வருடங்களல்ல. 1945 முதல் 1980 வரை அதே குணத்தைத்தான் அவர் வெளிக்காட்டி வந்திருக்கிறார். கிம் இல் சுங்குக்கு மிக நெருக்கமாக இருந்து அவரையே வாழ்க்கைப் பாடமாகப் படித்த காரணத்தால் கிம் ஜாங் இல்லுக்கு இது நன்றாகவே தெரியும்.

மூன்றாவது காரணம், கிம் ஜாங் இல்லுக்குக் கட்சியிலும் அரசிலும் பொறுப்புகள் வழங்கப்பட்ட நேரம், வட கொரியாவுக்கு ஏழரை சனி, அஷ்டமத்துச் சனி, ஜென்ம சனி எல்லாம் மொத்தமாகச் சேர்ந்து பிடித்திருந்தது. வட கொரிய அரசின் ஜூச்சே கொள்கையின் காரணத்தால், நாடு நாளுக்கு நாள் பொருளாதார வலுவினை இழந்துகொண்டே சென்றது. சுய சார்பு என்கிற சித்தாந்தம் கேட்பதற்கு நன்றாக இருப்பதுதான். ஆனால் அதற்குச் சுயம் முதலில் சரியாக இருக்க வேண்டும்.

வட கொரியாவைப் பொறுத்தவரை ஒவ்வொரு நாளும் மக்கள் உயிரோடிருப்பது எப்படி என்பதை மட்டுமே சிந்தித்துக்கொண்டிருந்தார்கள். உணவுக்காகக் கொலை செய்யவும் தயங்காதவர்களாக மாறிக்கொண்டிருந்தார்கள். பஞ்சம் தலைவிரித்தாடிக்கொண்டிருந்தது. விளைச்சல் இல்லை. உற்பத்தி இல்லை. எனவே ஏற்றுமதி இறக்குமதி என்பது அறவே இல்லை. அந்நியச் செலாவணி என்றால் என்னவென்றே தெரியாத தேசமாக அது உருமாறிக்கொண்டிருந்தது.

உன் சுய சார்புப் பொருளாதாரக் கொள்கைகளை மூட்டை கட்டிக் கடலில் போட்டுவிட்டு வா. என்னால் முடிந்ததைச் செய்கிறேன் என்று சோவியத் யூனியனும் சீனாவும் சொல்லிவிட்டபடியால், உதவிக்கு இருந்த இரண்டு கரங்களும் அதன்பிறகு இல்லாமல் போய்விட்டன.

கிம் இல் சுங்குக்குக் கம்யூனிசம் பிடிக்கும்தான். வட கொரியாவை ஒரு கம்யூனிச தேசமாகச் சொல்லிக் கொள்ளத்தான் அவருக்கு விருப்பம். ஆனால் தனக்கு மிஞ்சி வேறெந்த சித்தாந்தமும் அவருக்குப் பொருட்டல்ல. வட கொரியக் கம்யூனிசம் என்பது கிம் இல் சுங்கை வணங்கித் தொடங்க வேண்டியது. அவர் சொல்வதை மட்டும் கேட்க வேண்டியது. மற்றபடி மார்க்ஸ், லெனின், ஸ்டாலின் போன்றோரெல்லாம் போட்டோவில் பார்த்தால் சல்யூட் வைப்பதற்கான உருவங்கள் மட்டுமே.

இதை சோவியத் யூனியன் போன்ற ஒரு கம்யூனிச தேசம் எப்படி ஏற்கும்? அதனால்தான் உதவிகளை நிறுத்தினார்கள். ஏற்கெனவே வட கொரியாவுக்கு வேறெந்த வெளிநாட்டுடனும் வர்த்தகத் தொடர்பு கிடையாது. வர்த்தகம் செய்ய எதுவுமில்லாத நாட்டுக்கு வெளி உலகத் தொடர்பு இருந்தென்ன, இல்லாதிருந்தென்ன. ஆனால் அனைத்துக்கும் விலை தரவேண்டியிருக்கும் அல்லவா? நாடு முழுவதும் பஞ்சத்தில் மக்கள் கொத்துக் கொத்தாக செத்துக்கொண்டிருந்தார்கள். அதை எப்படி உலகத்துக்குத் தெரியாமல் மூடி மறைப்பது என்றுதான் அரசு கவலைப்பட்டதே தவிர, சிக்கலைத் தீர்க்க எதையும் செய்யத் தயாராக இல்லை. அல்லது எப்படிச் சிக்கலைத் தீர்ப்பது என்று யாருக்கும் தெரியவில்லை.

மாபெரும் தலைவரின் மகன் புதிய உத்வேகத்துடன் புறப்பட்டு வந்திருக்கிறார். ஒருவேளை நம்மைக் காப்பாற்றவிருக்கும் தேவதூதர் அவராக இருப்பாரோ என்று மக்கள் பேசத் தொடங்கினார்கள். அதுவரை வீரத் தலைவர், வேங்கைத் தலைவர், சிறந்த தலைவர், உன்னதத் தலைவர் என்றெல்லாம் அவரை வருணித்துப் பேச மக்களுக்குக் கட்சியும் ராணுவமும் பயிற்சியளித்துக்கொண்டிருந்தது. ஆனால் மக்கள் அவை அனைத்தையும் விடுத்து ஏக மனதாக, 'அன்புள்ள தலைவர்' (Dear Leader) என்று அழைக்க ஆரம்பித்தார்கள்.

இதுவும் சொல்லித்தரப்பட்டு, சொல்லப்பட்டதுதான். ஆனாலும் மக்கள் தம் எதிர்பார்ப்பை அந்த விளிப்பில் புதைத்து அனுப்பத் தொடங்கினார்கள்.

கிம் ஜாங் இல்லுக்கு அது பிடித்திருந்தது. ஆனால் தன்னால் மட்டும் என்ன செய்துவிட முடியும்?

அது அமெரிக்க-சோவியத் பனிப்போர் தனது உச்சத்தை நோக்கி நகரத் தொடங்கியிருந்த சமயம். சோவியத் யூனியன் ஆப்கனிஸ்தானை ஆக்கிரமித்து, அங்கே ஒரு கம்யூனிச அரசை நிறுவி அழிச்சாட்டியம் செய்துகொண்டிருந்தது. பதிலுக்கு அமெரிக்கா, ஆப்கன் போராளிக் குழுக்களுக்குப் பயிற்சியும் இதர உதவிகளும் செய்து சோவியத்துக்கு எதிராகக் கொம்பு சீவி விட்டுக்கொண்டிருந்தது. அறுபதுகளில் அமெரிக்கா வியட்நாம் போரில் ஈடுபட்டபோது சோவியத் யூனியன் எப்படி வடக்கு வியட்நாமுக்கு ஆதரவாகப் பின்னணியில் இருந்து உதவிகள் மட்டும் செய்ததோ, அதே உத்தி.

அது எக்கேடோ கெட்டு எப்படியோ போகட்டும், அந்த இரண்டு தேசங்களுக்கு இடையிலான விவகாரம் என்று விட்டுவிட முடியாது. எண்பதுகளின் தொடக்கத்தில் சோவியத் யூனியனின் மொத்தக் கவனமும் ஆப்கனிஸ்தானில் இருந்ததால், வட கொரியா போன்ற ரவுடி தேசங்களைத் தடவிக் கொடுத்து, நல்ல புத்தி சொல்லி, ஆதரித்து அரவணைக்க அவர்களுக்கு நேரமோ விருப்பமோ இருக்கவில்லை.

எனவே கைவிடப்பட்ட தமிழ் சினிமாக் கதாநாயகி போல ஆகிவிட்டிருந்தது வட கொரியா. அந்தச் சமயத்தில்தான் கிம் ஜாங் இல் ஒரு தெளிவான அரசியல் முகத்தைப் பெற்று, அடுத்த வாரிசு என்ற அறிவிப்புடன் களத்துக்கு வருகிறார். எனவே, நாடும் மக்களும் அவர் என்ன செய்யப் போகிறார் என்று எதிர்பார்த்தார்கள். அதைவிடத் தன் மகன் இந்த சிக்கல் மிக்க காலத்தை எப்படி வெற்றிகரமாகக் கடப்பதற்கு வழி வகுப்பான் என்று பார்க்கக் கிம் இல் சுங்கும் ஆர்வமாக இருந்தார்.

கிம் ஜாங் இல்லுக்கு நன்றாகத் தெரியும். அவரால் ஒன்றும் செய்ய முடியாது. அவரால் மட்டுமல்ல. வேறு யாராலும்கூட எதுவும் செய்ய முடியாது. ஆனால் எதையாவது செய்யத்தான் வேண்டும். அல்லது எதையாவது செய்வது போலக் காட்டிக்கொண்டாவது தீர வேண்டும்.

அவர் இது குறித்துத் தீவிரமாக யோசித்துக்கொண்டிருந்த போது, அவரது தந்தை வேறொன்றைக் குறித்து அதே தீவிரத்துடன் யோசித்தார். கிம் ஜாங் இல்லுக்கு அவர் பெண் பார்த்துக் கட்டிவைத்த முதல் திருமணம் தோல்வியடைந்துவிட்டது. அதனாலென்ன? மகனுக்கு இன்னொரு திருமணம் அவசியம். வாரிசுகள் மிகவும் அவசியம். குடும்ப வாழ்க்கை நன்றாக இருந்தால்தான் அவனால் நாட்டு நலப் பணிகளில் ஆர்வமும் அக்கறையும் செலுத்த முடியும்.

இவ்வாறு எண்ணியவர், கையோடு கோ யாங் ஹுய் (Ko Yong Hui) என்ற பெண்ணைப் பார்த்து நிச்சயம் செய்தார். கொரியப் பெண்தான். ஆனால் ஜப்பானில் பிறந்து வளர்ந்தவர். *1962 ஆம் ஆண்டு அவரது குடும்பம் வட கொரியாவுக்கு மீண்டும் வந்து சேர்ந்திருந்தது.*

முதல் மணமுறிவுக்குப் பிறகு கிம் ஜாங் இல் ஒரு கொரிய நடிகையைக் காதலித்து மணந்து, அவரோடு நடத்திக்கொண்டிருந்த ரகசிய வாழ்க்கையைக் குறித்து அப்போதும் கிம் இல் சுங்குக்குத் தெரியாது. (அப்படித்தான் அனைத்து சரித்திர ஆசிரியர்களும் எழுதுகிறார்கள். வேறு வழியின்றி அதை நம்ப வேண்டியுள்ளது.) கிம் ஜாங் இல்லும் அதைத் தன் தந்தையிடம் சொல்வதாக இல்லை. சொன்னால் அவர் ஒப்புக்கொள்ளப் போவதில்லை என்பது ஒரு காரணம். ஏற்கெனவே முதல் மனைவிக்கு ஒன்று, இரண்டாவது மனைவிக்கு இரண்டு என மூன்று வாரிசுகளுக்குத் தந்தையாகிவிட்டிருந்த பின்பு இரண்டாவது திருமணம் செல்லாது என்ற சான்றிதழைத் தந்தையிடம் இருந்து பெற்று மட்டும் என்ன பயன்?

ஆம். அது செல்லாதுதான். ரகசிய உறவுதான். அவர் அந்த நடிகை மனைவியிடம் அதைத் தெளிவாக எடுத்துச் சொல்லிப் புரியவைத்திருந்தார். அப்பாவின் காலத்துக்குப் பிறகு நீ அதிகாரபூர்வ மனைவி ஆவாய் என்பது அவர் அளித்திருந்த வாக்குறுதி.

இதெல்லாம் தெரியாத கிம் இல் சுங், தன் திட்டப்படி மேற்படி கோ யாங் ஹுய்யைத் தன் மகனுக்குத் திருமணம் செய்து வைத்தார். அடுத்த வருடமே முதல் குழந்தையும் பிறந்துவிட்டது. ஆக மனைவியர் மூன்று பேர். வாரிசுகள் நான்கு பேர். இதில் கவனித்து நினைவில் வைத்திருக்க வேண்டிய முக்கியச் செய்தி, இன்றைய கிம்3 இன்னும் பிறக்கவில்லை என்பது. அவர் இனிதான் பிறப்பார். இந்த மூன்றாவது மனைவியின் இரண்டாவது மகனாக.

இதெல்லாம் ஒரு பக்கம் மங்களகரமாக நடந்து கொண்டிருந்தபோது கிம் ஜாங் இல்லுக்கு அடி மனத்தில் ஒரு பதற்றம் தீராமல் இருந்தது. அப்பா என்னென்னவோ செய்கிறார். மிகவும் நம்புகிறார். அந்த நம்பிக்கையை மேலும் வலுவாக்கும் விதமாக எதையாவது செய்ய முடிந்தால் நல்லது. நாட்டுக்கு நல்லதாக எதையும் செய்ய வழியில்லை. அப்படி எதையாவது செய்ய வேண்டுமென்றால் பணம் வேண்டும். அதற்கு அடிப்படையே இல்லை. கஜானா வழித்துத் துடைத்திருக்கிறது. எனவே வேறு ஏதாவது. ஒரு சாகசம் போல.

தீவிரமாக யோசித்து ஒரு முடிவுக்கு வந்தார். வட கொரியாவின் வாழ்நாள் எதிரியான தென் கொரியாவின் அதிபரை ஏன் கொன்றுவிடக் கூடாது?

தனது ஒட்டுமொத்த அரசியல் எதிர்காலத்துக்கும் உதவும் விதமான பெரும் சாதனையாக அது விளங்கும் என்று நினைத்தார். அக்டோபர் 9, 1983 அன்று அந்தச் சம்பவம் நடக்கத் திட்டமிடப்பட்டது.

26. ஒரு படுகொலை முயற்சி

அக்டோபர் 9, 1983.

அன்றைக்கு ஞாயிற்றுக்கிழமை. மியான்மர் என்று இன்று அழைக்கப்படும் அன்றைய பர்மாவின் தலைநகரம் ரங்கூன் (இன்று யாங்கோன்) விழாக்கோலம் பூண்டிருந்தது. சீரற்றிருந்த பல சாலைகளை அவசர அவசரமாகச் செப்பனிட்டுத் தார் போட்டு, நகரக் குப்பைகளை கவனமாக அப்புறப்படுத்தி, வரவிருக்கும் விருந்தினர் முகம் சுளிக்காதிருக்க என்னென்ன செய்ய வேண்டுமோ எல்லாவற்றையும் செய்து வைத்திருந்தார்கள். ரங்கூன் மக்களுக்கே அதெல்லாம் வியப்பாகத்தான் இருந்தது.

ஏனெனில், பர்மாவில் அப்போது ராணுவ ஆட்சி நடந்துகொண்டிருந்தது. 1962ஆம் ஆண்டு ஒரு ராணுவப் புரட்சியின் மூலம் ஆட்சி அதிகாரத்தைப் பிடித்திருந்த ஜெனரல் சான் யு, யாருக்கும் கட்டுப்படாத உக்கிரப்பெருவழுதியாக மட்டுமே மக்கள் மத்தியில் அறியப்பட்டிருந்தார். யாரையும் மதிக்க மாட்டார். எந்த நாட்டுக்கும் போக மாட்டார். எந்த நாட்டுத் தலைவர்களையும் பர்மாவுக்கு அழைக்க மாட்டார். ஐநாவின் நிரந்தரக் கண்டனத் திருவிழாவின் முதல் வரிசை உறுப்பினர். அந்த வகையில் வட கொரியாவின் கிம் இல் சுங்குக்கு அவர் ஒரு சரியான போட்டியாளர்.

வேறென்ன? அதே இடதுசாரிச் சட்னியும் எதேச்சாதிகார இட்லியும்தான். எப்படி வட கொரியாவை சீனா ஆதரித்துக்கொண்டிருந்ததோ, அதே போல அன்றைய பர்மாவின் சர்வாதிகார அரசையும் ஆதரித்தது. வட கொரியாவுக்காவது சோவியத் ஆதரவு முதன்மையாக இருந்தது. பர்மாவுக்கு சீனா மட்டும்தான்.

அப்படிப்பட்ட சூழ்நிலையில் வரலாறு காணாத சம்பவமாக அன்றைக்குத் தென் கொரிய அதிபர் ச்சுன் தூ ஹுவான் (Chun Doo-hwan) ரங்கூனுக்கு அரசு முறைப் பயணமாக வரவிருந்தார். இடதுசாரி சர்வாதிகார ஆட்சி நடக்கும் பர்மாவுக்கு அமெரிக்க ஆதரவுத் தென் கொரியாவின் அதிபர் வருவது என்பது பெரிய விஷயமல்லவா? மொத்த உலகமும் அன்றைக்கு நடக்கவிருக்கும் சம்பவங்களை ஆர்வமுடன் கவனித்துக்கொண்டிருந்தது. முக்கியமாக ஐ.நா. குறிப்பாக சோவியத் யூனியன். இன்னும் குறிப்பாக வட கொரியா.

ஜென்ரல் சான் யு எந்த விதத்திலாவது அமெரிக்க ஆதரவு தென் கொரியாவுடன் நல்லுறவு கொண்டுவிட்டால் அது வட கொரியாவுக்கு நல்லதல்ல என்பது கிம் இல் சுங்கின் எண்ணம். ஆனால், எல்லா சர்வாதிகார நாடுகளையும் போலவே அன்று பர்மாவுக்கும் பல பொருளாதார நெருக்கடிகள் இருந்தன. அதுவும் ஒரு தனிமைப்படுத்தப்பட்ட (அல்லது தனிமைப் படுத்திக்கொண்ட) நாடாகத்தான் இருந்தது. சிறிய அளவிலேனும் தென் கொரிய சகாயம் அமைந்து விடுமானால், அதைத் தொட்டு அமெரிக்கா, பர்மாவின் அடுப்பங்கரை வரை நுழைந்துவிடும். அதற்கு வாய்ப்பு அமைவது தகாது என்று வட கொரியா நினைத்தது.

சரி, அப்பா இப்படி நினைக்கிறார் என்றால் மகன் எப்படி நினைப்பார்?

பர்மாவுக்குச் செல்லும் தென் கொரிய அதிபர் ச்சுன் தூ ஹுவானை பர்மிய மண்ணிலேயே தீர்த்துவிடலாம்.

இரண்டு லாபங்கள். முதலாவது, வட கொரியாவுக்குள் இது ஒரு நிகரற்ற சாகசமாகக் கருதப்படும். அல்லது கருத வைத்துவிடலாம். அதனினும் முக்கியம், தென் கொரியாவின் மீதான மாபெரும் வெற்றியாக இது காலமெல்லாம் நிலைத்து நிற்கும்.

உடனடியாக ஒரு ராணுவ அதிகாரியின் தலைமையில் சதிக் குழு உருவாக்கப்பட்டது. குழுவில் மொத்தம் எத்தனை பேர் இருந்தார்கள் என்பது யாருக்கும் தெரியாது. ஒரே உத்தரவுதான். ச்சுன் தூ ஹுவான், ரங்கூனிலிருந்து சியோலுக்குத் திரும்பக் கூடாது.

திட்டம் மிகவும் ரகசியமாக வைக்கப்பட்டது. சம்பந்தப் பட்ட கொலையாளிகளுக்கே ரங்கூனில் அன்றைய பொழுது விடியும்வரை என்ன செய்யப் போகிறோம் என்பது தெரியாமல் பார்த்துக்கொண்டார்கள். திட்டமிட்ட குழு தனி. செயல்படுத்திய குழு தனி.

அக்டோபர் 9ஆம் தேதி ரங்கூனில் தென் கொரிய அதிபரின் நிகழ்ச்சிகள் என்னென்ன என்று எடுத்து வைத்துக்கொண்டு ஆராய்ந்தார்கள். அதில் வசதியாக அமைந்தது ஒரே ஒரு நிகழ்ச்சி. அன்றைக்கு மதியம் மூன்று இருபதுக்கு (உள்ளூர் நேரம்) அவர் பர்மா சுதந்தரப் போராட்டத் தியாகிகள் நினைவிடத்தில் மலர் வளையம் வைத்து அஞ்சலி செலுத்துவதாக இருந்தது. அது ஒன்றுதான் பரந்த வெளியில் நடக்கவிருந்த நிகழ்ச்சி.

தென் கொரிய அதிபர் மலர் வளையம் வைத்து அஞ்சலி செலுத்தும்போது பர்மிய ராணுவத்தினர் மட்டும் அருகே இருப்பார்கள். ஒரு சில அதிகாரிகள் இருப்பார்கள். தூதரக உயரதிகாரிகள் இருப்பார்கள். சுமாராக முப்பதிலிருந்து நாற்பது பேர் அவரைச் சுற்றி இருக்கலாம். இதர அணிவகுப்பு ராணுவத்தினரும் உயரதிகாரிகளும் சற்றுத் தள்ளி நிற்பார்கள்.

எனவே அந்தச் சந்தர்ப்பத்தைப் பயன்படுத்தி அதிபரை முடித்துவிட முடிவு செய்தார்கள்.

வட கொரிய உளவுத் துறையும் ராணுவமும் இணைந்து இதற்குத் திட்டமிட்டது. பர்மிய ராணுவத்தில் சிலர், அதிகார வர்க்கத்தினர் சிலரை விலைக்கு வாங்கினார்கள். வளாகத்தின் மேற்கூரையில் மூன்று குண்டுகள் பொருத்தப்பட்டன. தென் கொரிய அதிபர் மலர் வளையம் வைத்து, வணங்கிவிட்டு நிமிரும்போது அவை வெடிக்க வேண்டும்.

இது திட்டம்.

சக்தி மிக்க குண்டுகள் என்பதால் மிக நிச்சயமாக சுற்றியிருக்கும் அத்தனை பேரும் இறப்பார்கள். சிக்கலாகும். விவகாரமாகும். ஒரு நாட்டு அதிபரை இன்னொரு நாட்டு மண்ணில் வேறொரு நாட்டுக் கொலையாளிகள் தீர்த்துக்கட்டுவதென்றால் விளையாட்டல்ல. சரித்திரத்தில் இதற்கு முன்பு இப்படியொரு சம்பவம் நடந்ததில்லை. ஆனால் இப்போது நடக்கும். விளைவு என்னவானாலும் சரி. இந்த வாய்ப்பைத் தவறவிடக்கூடாது என்று நினைத்தார்கள்.

எதற்கும் முன்னேற்பாடாகக் கொலையில் நேரடியாகச் சம்பந்தப்பட்டவர்களின் அடையாளங்களைக் கவனமாக மறைத்தார்கள். ஒருவேளை அடையாளம் தெரிந்தாலும் அது தனிப்பட்ட யாரோ சிலரின் செயல்பாடாக மட்டுமே வெளிப்படும்படியாகவும் வட கொரிய அரசு அல்லது உளவுத் துறை / ராணுவத்தின் பெயர் அடிபடாதபடியும் பார்த்துக்கொண்டார்கள்.

எல்லாம் தயார். எல்லோரும் தயார். ஓர் அயல் நாட்டு அதிபர் மலர் வளையம் வைக்க வரும்போது அருகே எவ்வளவு பேர் இருக்கலாமோ அவ்வளவு பேர் அந்த இடத்தில் இருந்தார்கள். அனைவரும் அமைச்சர்கள். அதிகாரிகள். தொலைதூரத்தில் சில வாகனங்கள் நெருங்கி வரும் சத்தம் கேட்டது. அக்கணமே மேற்கூரையில் பதுக்கப்பட்டிருந்த குண்டுகள் ஒரே சமயத்தில் வெடித்தன.

கணப் பொழுதுக்கும் குறைவான நேரம். அந்தப் பகுதியே இருண்டு புகைமயமானது. வெடித்த சத்தம் அடங்கும் முன்னர் அங்கே நின்றிருந்தவர்களுள் இருபத்தொரு பேர் சுக்குநூறாகக் கிழிந்து சிதறி விழுந்தார்கள். தென்கொரிய அமைச்சர்கள் நான்கு பேர். அதிபரின் ஆலோசகர்கள் பதிநான்கு பேர். சில பத்திரிகையாளர்கள். பாதுகாப்பு அதிகாரிகள். சுமார் ஐம்பது பேர் உடனடியாக மருத்துவமனைக்கு எடுத்துச் செல்லப்பட்டார்கள். அங்கே பிழைத்தவர்கள் எத்தனை பேர் என்று தெரியவில்லை. ஆனால் மிகக் கொடூரமான தாக்குதல். இறந்தவர்களைக்கூடக் குத்துமதிப்பாகவே அடையாளம் காண முடிந்த அளவுக்குக் கொடூரம்.

ஒரே ஒரு சிறிய அதிசயம் நடந்திருந்தது. ரங்கூன் நகர டிராஃபிக்கில் சிக்கித் தென் கொரிய அதிபர் வந்துகொண்டிருந்த கார் இரண்டு நிமிடங்கள் தாமதமாக அந்த இடத்துக்கு வந்து சேர்ந்தது. எனவே, காரை விட்டு இறங்கும்போது அவர் குண்டு வெடிப்பதைப் பார்த்தாரே தவிர, சிக்கிக்கொள்ளவில்லை. அவருக்காகக் காத்திருந்தவர்களின் கதைதான் முடிந்தது.

பிறகு விசாரணையின்போது சொல்லப்பட்ட விவரம் இது:

தென் கொரிய அதிபரின் வருகையை அறிவிக்கும் சைரன் சத்தம் ஒலித்ததும் குண்டுகளை வெடிக்கச் செய்வது சதிகாரர்களின் திட்டமாக இருந்திருக்கிறது. அதிஷ்டவசமாக அன்றைக்கு நேரத்தையும் வருகையையும் சில வினாடி இடைவெளியில் சரியாகக் கவனிக்காமல் விட்டிருந்த ஊழியர், பதறத்தில் வேறொரு வாகனத்தின் வருகையைத் தவறாகப் புரிந்துகொண்டு அதிபர் வருவதற்கு முன்பே சைரனை ஒலிக்கச் செய்ததால், கொலைகாரர்கள் குண்டுகளை இயக்கிவிட்டார்கள்.

விவரமறிந்த பர்மாவின் ராணுவ ஆட்சியாளர் ஜெனரல் சான் யு பதறிப் போனார். உடனடியாக ரங்கூனின்

அனைத்துச் சாலைகளும் அடைக்கப்பட்டன. சாலை, விமானம், கப்பல் போக்குவரத்துகள் அப்படி அப்படியே நிறுத்தப்பட்டன. கொலையாளிகள் எங்கும் தப்பிச் சென்றுவிடாதபடி ராணுவமும் காவல் துறையும் நகரம் மொத்தத்தையும் சல்லடை போடத் தொடங்கியது.

இறுதியில் ரங்கூன் துறைமுகத்தில் பர்மிய போலிசார் மூன்று பேரைக் கைது செய்தார்கள். மாட்டியதும் அவர்கள் தண்ணீரில் விழுந்து தற்கொலை செய்து கொள்ளப் பார்த்தார்கள். ஆனால் பிடித்து இழுத்துச் சென்றுவிட்டார்கள். அன்றே வேறு மூன்று பேர் வேறு வேறு இடங்களில் சுற்றி வளைக்கப்பட்டுக் கைது செய்யப்பட்டார்கள். சொல்லி வைத்தாற்போல அனைவருமே பிடிபட்டதும் தற்கொலைக்கு முயற்சி செய்தார்கள். ஒரே ஒருவர் மட்டும் சிக்காமல் தப்பியிருந்தார். ஆயினும் விடாமல் தேடி அவரையும் சுற்றி வளைத்துச் சுட்டிக்கொன்றார்கள். என்ன ஒன்று, தன் சாவுக்கு முன்பு அவர் மூன்று பர்மிய போலிசாரைச் சுட்டுக் கொன்றிருந்தார்.

மாட்டிக்கொண்ட அத்தனை பேருமே வட கொரியர்கள். அதிர்ச்சியடைந்த பர்மா போலிசார், மேலிடத்துக்குத் தகவல் சொல்லி ரங்கூனில் உள்ள வட கொரிய தூதரகத்தில் சோதனை மேற்கொண்டபோது அங்கிருந்து சில வெடி பொருள்கள் கைப்பற்றப்பட்டன.

ஆனால் தனக்கும் நடந்த சம்பவத்துக்கும் தொடர்பே இல்லை என்று வட கொரிய அரசு சூடம் அணைத்து சத்தியம் செய்தது. வேண்டுமென்றே தங்கள் பெயரைக் கெடுக்கத் தென் கொரிய அரசே திட்டமிட்டு இப்படி ஒரு காரியத்தைச் செய்திருக்க வேண்டும் என்பது அவர்கள் குற்றச்சாட்டு.

இது போதாமல் இன்னொரு குற்றச்சாட்டையும் வைத்தார்கள். தென் கொரிய அதிபரின் அரசியல் எதிரிகள் அவரைத் தீர்த்துக்கட்ட நினைத்திருக்கலாம்.

அது குறித்து எங்களுக்கு எதுவும் தெரியாது. பர்மாவில் அவர்கள் 'வாடகை'க்கு ஆள் எடுத்தபோது தற்செயலாகவோ, திட்டமிட்டோ வட கொரியர்களைத் தேர்ந்தெடுத்திருக்கிறார்கள்.

வட கொரியாவின் இந்த மறுப்புகளை பர்மாவின் ராணுவ ஆட்சியாளர் நம்பவில்லை. அவர் மட்டுமல்ல; உலகமே நம்ப மறுத்தது. தவிர, ரங்கூனில் கைதான கொலையாளிகளுள் ஒரு ராணுவ வீரர் மட்டும் உண்மையை ஒப்புக்கொண்டு ஆயுள் தண்டனை பெற்றார். ஆம். நாங்கள் வட கொரிய அரசின் பிரதிநிதிகள்தாம். அனுப்பியது வட கொரியாதான்.

உண்மையைச் சொன்னதால் அவருக்கு ஆயுள் தண்டனை. மாட்டிக்கொண்ட மற்ற அத்தனை பேரும் தூக்கிலிடப்பட்டார்கள்.

ஆனால் அவர் சொன்னது உண்மை இல்லை; வேண்டுமென்றே அவரை அப்படிப் பேச வைக்கிறார்கள் என்று கிம் இல் சுங் சொன்னார். வட கொரியா எந்நாளும் இப்படிப்பட்ட செயல்களில் இறங்காது என்று கிம் ஜாங் இல் நாட்டு மக்களுக்குத் தனது நற்செய்தியை அறிவித்தார்.

இந்தச் சம்பவத்தின் விளைவுகள் முக்கியமானவை. வட கொரியாவின் இரண்டு நட்பு நாடுகளுள் ஒன்றான சீனா, இனி உன் சங்காத்தமே வேண்டாம் என்று தலைக்கு மேலே கும்பிடு போட்டது. பர்மா, வட கொரியாவுடனான தனது தூதரக உறவுகளை முடித்துக்கொள்வதாகச் சொல்லி, அங்கிருந்த வட கொரிய தூதரக அலுவலகத்தையே இழுத்துப் பூட்டச் சொல்லிவிட்டது. அனைத்துக்கும் உச்சம், ஐக்கிய நாடுகள் சபையின் பாதுகாப்பு கவுன்சில், வட கொரியாவை ஒரு பயங்கரவாத நாடாக அறிவித்தது.

அடப் போங்கடா விளக்கெண்ணெய்களா என்று வட கொரிய அரசு இது எதையுமே பொருட்படுத்தாமல்,

ரங்கூனில் கைதாகி தண்டனை பெற்ற அத்தனை பேரையும் தனக்கு அறவே தெரியாது என்று சொல்லிவிட்டது. தூக்கிலிடப்பட்ட குற்றவாளிகள் தவிர, அவர்களுக்கு உதவி செய்து சிறையில் இருந்த சிலரும் இருந்தார்கள். அவர்களெல்லாம் விடுதலையானபோது எந்த நாட்டுக் குடியுரிமையும் இல்லாமல் புவி அநாதைகளாகிப் போனார்கள்.

27. கட்டாயக் கண்ணீர்

ரங்கூன் சம்பவம் திட்டமிடப்பட்டு, அது சொதப்பலாகி, வட கொரியாவின் சதிச் செயல் வெளியே தெரிந்து, உலகெங்கும் மிச்ச சொச்சமிருந்த மரியாதை கெட்டு, அனைத்து நாடுகளாலும் ஒதுக்கி வைக்கப்பட்டு, வட கொரியா இன்னும் தீவிரமான தனிமைத் தவத்துக்குள் சென்றபோது கிம் இல் சுங்குக்கு எழுபத்திரண்டு வயது நிறைந்திருந்தது. நாற்பத்திரண்டு வயது நிறைந்திருந்த அவரது மகன் கிம் ஜாங் இல் கிட்டத்தட்ட அனைத்துப் பொறுப்புகளையும் ஏற்றுக்கொண்டிருந்தார். பெருந்தலைவர் உயிரோடிருந்ததால், எதுவானாலும் அவர் பெயரில் வெளியாகும். மற்றபடி வட கொரியாவின் 'நடத்துந' ராகக் கிம் ஜாங் இல்தான் இருந்தார்.

ஆனால் எவ்வளவோ முயற்சி செய்து பார்த்தும் அவராலும் யாராலும் உணவுப் பஞ்சத்தைத் தீர்க்கவே முடியவில்லை. அது ஒரு தேசிய அவமானமாக இருந்தது. ஆண்டுதோறும் பசியால் இறப்போரின் எண்ணிக்கை பல்லாயிரக் கணக்கில் அதிகரித்துக்கொண்டே சென்றது. இது மக்கள் மத்தியில் ஆளும் தலைவரின் மீதான அவநம்பிக்கையை விதைத்து, விபரீதங்களுக்கு வித்திடக்கூடும் என்று வட கொரிய கம்யூனிஸ்ட்

கட்சியும் ஆட்சி அதிகாரத்தில் இருந்த கிம் குடும்ப விசுவாசிகளும் அஞ்சினார்கள். பலமுறை கிம் இல் சுங்கிடமும் கிம் ஜாங் இல்லிடமும் இதனை அவர்கள் வெளிப்படையாகவே தெரிவித்திருக்கிறார்கள். ஆனால் என்ன செய்வதென்று யாருக்கும் தெரியவில்லை.

ஏதாவது ஓர் அற்புதம் நிகழ்ந்தாலொழிய வட கொரியாவின் பட்டினிப் போர் ஒரு முடிவுக்கு வர வாய்ப்பில்லை என்பது கிம் இல் சுங்குக்கு நன்றாகவே தெரிந்தது. ஆனால் அப்படிப்பட்ட அற்புதம் எதுவும் நடப்பதற்கான சாத்தியங்கள் கண்ணுக்கெட்டும் தொலைவு வரை இல்லை. அதைக் காட்டிலும் அவருக்குக் கவலையளித்த விஷயம் ஒன்றுண்டு. மக்களின் விரக்தி, எந்தக் கணம் கோபமாக உருவெடுக்கும் என்பது அது.

இந்த அச்சமே அவரை எப்போதும் கரடுமுரடான மனிதராக வைத்திருந்தது. மொத்த மக்கள் தொகையையும் தனது கட்டுப்பாட்டில் இயங்கும் ரோபோக்களாக மாற்றி வைக்கச் செய்தது. எல்லோரிடமும் அவருக்கு சந்தேகம் இருந்தது. யாரையுமே நம்பாத மனிதராக நாற்பதாண்டுகளுக்கு மேலே வாழ்ந்துவிட்டதில் மிகவும் தளர்ந்து போயிருந்தார். அவரது கவலைகளும் அச்சங்களும் மெல்ல மெல்ல மனநோயாக மாறிக்கொண்டிருந்தன.

அதே சமயம் உடல் ரீதியாகவும் அவர் தளர்ந்து கொண்டிருந்தார். கிம் ஜாங் இல்லுக்கு முதுகுத் தண்டு வடத்தில் ஒரு சிக்கல் இருந்திருக்கிறது. அதை அவர் பொருட்படுத்தாமல் விட்டதில், பின் கழுத்திலிருந்து மூளைக்குச் செல்லும் நரம்புகள் கடுமையாக பாதிக்கப் பட்டு, தலையைத் திருப்பக்கூட முடியாததொரு அவஸ்தை அவருக்கு எப்போதும் இருந்தது.

இதன் உச்சம், பின் கழுத்துப் பகுதி மெல்ல மெல்ல வீக்கம் காணத் தொடங்கி, ஒரு கட்டத்தில் திருப்பதி லட்டு கனத்துக்குத் திரண்டு நின்றது. இதனால் எண்பதுகளின்

தொடக்கம் முதல் அவர் வெளியே வருவதையே அறவே தவிர்க்கத் தொடங்கினார். தனது உடல்நலக் குறைபாடு புகைப்படங்களின் வழி வெளி உலகுக்குத் தெரிந்துவிடக் கூடாது என்று கவலைப்பட்டார்.

அது ஒரு பெரிய விஷயமில்லை, ஓர் அறுவைச் சிகிச்சையில் சரி செய்துவிடலாம் என்று மருத்துவர்கள் சொன்னார்கள். ஆனால் கிம் அதற்கு ஒப்புக்கொள்ளவில்லை. முன்சொன்ன மனநோய் அவரை வாட்டி வதைத்துக்கொண்டிருந்ததால், அறுவைச் சிகிச்சையில் தாம் நிச்சயமாக இறந்துவிடுவோம் என்று நினைத்தார்.

ஆனால் இந்த விஷயங்களில்தான் இப்படி இருந்தாரே தவிர, வட கொரியாவைப் பஞ்சத்திலிருந்து மீட்பதற்குத் தனது வழக்கமான தடாலடி யோசனையையே மகனுக்குச் சொன்னார்.

'நாம் அணு சக்தியில் கைவைத்தே தீர வேண்டும். வல்லரசாவதற்கு மட்டுமல்ல; வளமான வாழ்க்கைக்கும் அது ஒன்றே வழி.'

'ஆனால் அப்பா, அமெரிக்கா சும்மா பார்த்துக் கொண்டிருக்காது அல்லவா? சோவியத் யூனியனே நல்ல பிள்ளை போல அணு ஆராய்ச்சிகளை நிறுத்தச் சொல்லிக்கொண்டிருக்கிறதே.'

'யோசித்துப் பார். அவர்கள் நம்மைத்தான் நிறுத்தச் சொல்கிறார்கள். ஆனால் அவர்கள் நிறுத்துகிறார்களா? கைவசம் போதுமான அளவுக்கு அணு ஆயுதங்களை வைத்துக்கொண்டுதான் அவர்கள் நமக்கு நீதிபோதனை செய்கிறார்கள்.'

இதற்குமேல் விவாதிக்க ஏதுமில்லை என்று கிம் ஜாங் இல்லுக்குத் தோன்றியது. சரிந்து தரைமட்டமாகி விட்டிருந்த வட கொரியப் பொருளாதாரத்தை மீட்பதற்கு, மிச்சம் மீதி இருக்கும் வளங்களைத் திரட்டி

அணு ஆராய்ச்சியில் கொட்டுவது என்று முடிவு செய்தார்.

சந்தேகமில்லாமல் அது தந்தையும் மகனும் சேர்ந்து எடுத்த முடிவு. பின்னாளில்-இன்றுவரை வட கொரியாவின் அணு ஆயுத அட்டகாசங்கள் அனைத்துக்குமான பிள்ளையார் சுழி அப்போது போடப்பட்டது. உலக நடப்பு, உள்ளூர் நிலைமை எது குறித்தும் அவர்கள் சிந்திக்கவேயில்லை. யாரிடமும் கருத்துக் கேட்கவும் இல்லை. வட கொரிய அணு ஆராய்ச்சி விஞ்ஞானிகளிடம் பேசியிருந்தால்கூட அதன் சாதக பாதகங்களைக் குறித்து ஓரளவேனும் விளக்கியிருப்பார்கள். செய்யவில்லை.

ஒரு பக்கம், சோவியத் யூனியனின் ஆப்கன் ஆக்கிரமிப்பும் அதன் தொடர்ச்சியான நீடித்த போரும் சகிக்க முடியாத உச்சத்தை நோக்கி நகர்ந்துகொண்டிருந்தது. மறுபுறம், 1989ஆம் ஆண்டு பெர்லின் சுவர் தகர்க்கப்பட்டு, ஜெர்மனிகள் ஒன்றாகின. ஐரோப்பாவில் கம்யூனிசம் இனி செல்லாக்காசு என்று உலகுக்கு அறிவித்த சம்பவம் அது. அதன் தொடர்ச்சியாக, சோவியத்தின் உறுப்பு நாடுகள் ஒவ்வொன்றும் பிரிந்து செல்வதற்கு ஆயத்தமாகிக்கொண்டிருக்க, 1991ஆம் ஆண்டு டிசம்பரில் (பெலோவெஷா ஒப்பந்தத்தில்) ரஷ்யா-பெலாரஸ்-உக்ரைன் தலைவர்கள் ஒருங்கிணைந்து, சோவியத் யூனியனைக் கலைப்பதாக அறிவித்தார்கள். கோர்பசேவ் அதே டிசம்பரில் 25ஆம் தேதி பதவி விலகினார்.

அறுபத்தொன்பது ஆண்டுக் கால சோவியத் யூனியன் என்ற கட்டமைப்பு உடைந்து சிதறிப் போனதன் உடனடி விளைவாக வட கொரியாவுக்கான சோவியத் உதவிகள் அனைத்தும் நின்றுபோயின.

ஆனாலும் அணு ஆராய்ச்சி. அணு ஆயுதக் கனவுகள்.

இதில் கவனிக்க வேண்டிய இன்னொரு மிக முக்கியமான சம்பவம் ஒன்றுண்டு. அந்தப் பக்கம், மறுநாள் காலை

சோவியத் யூனியன் கலைகிறது என்று தெரிந்துவிட்ட பின்பு, இங்கே டிசம்பர் 24ஆம் தேதி அன்று கிம் இல் சுங் அவசர அவசரமாகத் தம் மகன் கிம் ஜாங் இல்லுக்கு மிச்சம் மீதி இருந்த நாட்டின் அனைத்து உயர் பதவிகளையும் அதிகாரபூர்வமாக வழங்கினார். அதில் முக்கியமானது, வட கொரிய ராணுவத்தின் தலைமை தளபதி என்கிற பதவி. இனி தேசம் என்ன மாதிரியான நெருக்கடிக்கு ஆளாக நேர்ந்தாலும் நீதான் பொறுப்பு என்பது அதற்குப் பொருள்.

கிட்டத்தட்டத் தன் காலம் முடியவிருப்பதை அவர் அப்போதே உணர்ந்திருக்க வேண்டும். சுதந்தர வட கொரியாவின் முதல் தலைவராக, நிரந்தர அதிபராக, வட கொரிய கம்யூனிஸ்ட் இயக்கத்தின் அடித்தளமாக, வட கொரிய தொழிலாளர் கட்சியின் வடிவமைப்பாளராக, வழி நடத்துநராக - வாழ்நாளில் அவர் ஏற்ற பொறுப்புகளுக்கோ, உழைத்த உழைப்புக்கோ குறைவே இல்லை. ஆனால் தன்னை மையப்படுத்தி மட்டுமே எதையும் சிந்தித்தவராக இருந்ததால் ஒரு நாடு நாசமானதன் காரண கர்த்தாவாகிப் போனார்.

ஆனால் ஒன்று. வெளியிலிருந்து - அவரது மரணத்துக்கு வெகு காலத்துக்குப் பிறகு இதனை நாம் சொல்கிறோம். வட கொரியாவுக்குள் ஒரு கொசு கூட இப்படிச் சிந்திக்காது; பேசாது. பேச்சுரிமையை யார் வேண்டுமானாலும் தடை செய்ய முடியும். எல்லா சர்வாதிகாரிகளும் செய்வதுதான். ஆனால் மக்கள் சிந்திக்கும் சக்தியையே இழக்கப் பழக்கி வைத்த சாதனையைக் கிம்மால் மட்டும்தான் செய்ய முடியும். சோவியத் யூனியன், சீனா போன்ற இடதுசாரி சர்வாதிகாரத்தில் தோய்ந்த தேசங்களின் தலைவர்களே வட கொரியாவை ஓரடி நகர்த்தி வைத்துப் பார்க்கவும் பழகவும் விரும்பியதன் அடிப்படைக் காரணம் அதுதான். கிம் இல் சுங் ஒரு நடமாடும் அணுகுண்டு. அவரது அணு உலை-அணு ஆயுதம் சார்ந்த முயற்சிகளெல்லாம் அவரது சொந்த ஆளுமைக்கு முன்னால் ஒன்றுமேயில்லை.

ஜூலை 7, 1994 அன்று நண்பகல் நேரத்தில் அவருக்கு நெஞ்சு வலி ஏற்பட்டது. உடனே மகனை அழைத்து விஷயத்தைச் சொன்னார். கிம் ஜாங் இல், நாடெங்கும் உள்ள மருத்துவர்களை உடனே தலைநகர் பியாங்யானுக்கு வரச் சொல்லி உத்தரவிட்டார். பெரிய காரியம் நடந்துவிடும் என்று அவருக்கு அப்போதே தெரிந்திருக்க வேண்டும். அல்லது அது நடந்து முடிந்திருக்க வேண்டும். ஊருக்கும் உலகுக்கும் தெரிவிப்பதற்குச் சில ஒழுக்கங்கள் காக்கப்பட வேண்டியிருக்கும் அல்லவா?

தவிர அவர் தமது தந்தையின் 'மற்றொரு' குடும்ப உறுப்பினர்களையும் அப்போது சமாளித்தாக வேண்டும். வட கொரியா வேண்டுமானால் ஏழை நாடாக, பஞ்சத்தில் விழுந்த பூமியாக இருக்கலாம். கிம் இல் சுங் என்கிற மனிதர் அப்படி அல்ல. அவரது குடும்பம் அப்படிப்பட்டதல்ல. மக்களுக்குச் சொந்தமாக நிலபுலன்கள், வீடு போன்றவை இல்லாதிருந்தாலும் கிம் குடும்பத்துக்கு வட கொரியாவே சொந்தமல்லவா? எங்கும் உள்ளதுதான். எல்லா காலத்துக்கும் பொதுவானதுதான்.

ஜூலை 8 ஆம் தேதி அதிகாலை இரண்டு மணிக்கு கிம் இல் சுங் விடைபெற்றுக்கொண்டதாக வட கொரிய அரசாங்கம் அதிகாரபூர்வமாக அறிவித்தது.

பிறகு நடந்தது சரித்திரம். ஒரு பேச்சுக்கு மொத்த நாடும் அழுதது என்று சொன்னால் மற்ற நாடுகளின் விஷயத்தில் அது ஓர் ஆகுபெயராக அடையாளம் பெறும். வட கொரியாவில் அது நூற்றுக்கு நூறு சதம் உண்மையில் நடந்தது. கிம் இல் சுங்கின் இறுதி ஊர்வலம், நல்லடக்கத்துக்கு நாடு முழுவதிலுமிருந்து மக்கள் தத்தமது குழந்தை குட்டிகளுடன் தலைநகரத்தை நோக்கி வந்துகொண்டே இருந்தார்கள். அப்படி வந்தவர்கள் ஒவ்வொருவரும் ஓய்வில்லாமல் கதறி அழுதுகொண்டே இருந்தார்கள். யாருக்கும் யாரும் ஆறுதலோ தேறுதலோ சொல்ல முடியாது. ஏனெனில்

எல்லோருமே அழுதுகொண்டிருந்தார்கள். கூட்டத்தைக் கட்டுப்படுத்தும் பொறுப்பில் இருந்த ராணுவ வீரர்களும் போலிசாரும்கூட அழுதார்கள். அவர்களை வழி நடத்திய அதிகாரிகள் அழுதார்கள். அமைச்சர்கள் அழுதார்கள். குழந்தைகள், பெண்கள், ஆண்கள், முதியவர்கள் ஒருவர் மிச்சமில்லாமல் அத்தனை பேரும் கதறினார்கள்.

இன்றைக்கு அந்தக் காட்சியை உலகமே பார்க்கும் வசதி இருக்கிறது. யூட்யூபில் kim il sung's death என்று அடித்துத் தேடினால் வந்து நிற்கும். பார்ப்போர் நெஞ்சு கலங்கும் விதமான கதறல் காட்சிகள் நிறைந்த விடியோ துணுக்கு. என்ன சிக்கலென்றால், வட கொரிய மக்களின் அந்தக் கதறல் கிம் இல் சுங் இறந்ததற்கா, அல்லது தன்னையும் தன் குணத்தையும் அப்படியே அச்செடுத்தாற்போன்றதொரு வாரிசை விட்டுச் செல்கிறாரே என்கிற தம் விதியை நினைத்த துயரத்தின் விளைவா என்று கண்டறிவது சிரமம்.

இது போக இன்னொரு காரணமும் உண்டு. முன்பே சொன்னதுதான். யார் வந்திருக்கிறார்கள், யார் உண்மையிலேயே கதறி அழுகிறார்கள் என்று ராணுவம் கணக்கெடுத்துக்கொண்டிருந்தது. கண்ணீரைக்கூடக் கட்டாயப்படுத்தி வாங்கும் தேசமாகத்தான் அன்று வட கொரியா இருந்தது. இன்றுவரை அதில் மாற்றமில்லை என்பது அம்மக்களின் தலைவிதி.

28. என்னைப் பார், தொழு!

அப்போதுதான் விடிய ஆரம்பித்திருந்தது. நல்ல குளிர்காலம். பியாங்யாங்கில் பொதுவாகக் காலை ஏழரைக்கெல்லாம் கண் விழித்தெழுந்து யாரும் வீதிக்கு வரும் வழக்கமில்லை. அந்நேரத்தில் பரபரப்பாக இயங்கக் கூடிய பணியாளர்களும் யாருமில்லை. மறைந்த பெருந்தலைவர் கிம் இல் சுங்கின் தம்பி கிம் யாங் ஜூ வயதாகிவிட்டதன் காரணத்தினாலும், அண்ணனின் மரணத்துக்குப் பிறகு தாம் இனி என்ன ஆவோம் என்கிற கவலையின் காரணத்தினாலும் சில நாள்களாகத் தூக்கம் வராமல் அவதிப்பட்டுக்கொண்டிருந்தார். அவர் தலை நகரத்தைவிட்டு இடம் பெயர்ந்து சென்றே பல காலமாகிவிட்டிருந்தது. எங்கே இருக்கிறார், என்ன செய்கிறார் என்று யாருக்கும் தெரியாது. முன்னைப் போலப் பரபரப்பு அரசியலெல்லாம் இனி தனக்கில்லை என்பது அவருக்குத் தெரிந்திருந்தது. கிம் ஜாங் இல் பொறுப்புக்கு வந்ததிலிருந்தே அவர் கவனமாக அப்புறப்படுத்தப்பட்டிருந்தார். சரி போ, இனி உயிருடன் இருந்தால் போதும் என்ற முடிவுக்கு வரும் வந்துவிட்டிருந்ததால் ஒதுங்கி வாழ்ந்துகொண்டிருந்தார்.

அண்ணன் காலமானதை ஒட்டி, இறுதிச் சடங்குகளுக்காகத் தலைநகரத்துக்கு வந்திருந்தவர், அப்படியே சில நாள்கள் அங்கே தங்கியிருந்துவிட்டுப் போக இருந்த இடைவெளியில்தான் அது நடந்தது.

அன்றைக்குக் காலை ஏழரை மணி அளவில் அவர் தனது பண்ணை வீட்டிலிருந்து வெளியே வந்தபோது, வீட்டுக்கு எதிர் வரிசையில் சுமார் ஐம்பதடி தொலைவில் இருந்த ஒரு வங்கியின் முன்புறச் சுவரின்மீது யாரோ ஏணி வைத்து ஏறிக்கொண்டிருந்தார்கள். அவர் நின்று பார்த்தார். ஒன்றும் புரியவில்லை. மேலே ஏறிய பணியாள், வங்கிக் கட்டடத்தின் முகப்பில் மாட்டப்பட்டிருந்த கிம் இல் சுங் மற்றும் கிம் ஜாங் இல்லின் புகைப்படங்கள் இரண்டையும் ஒரு துணி வைத்துத் துடைத்தார். பிறகு கிம் ஜாங் இல்லின் புகைப்படத்தை மட்டும் ஆணியில் இருந்து கழட்டி எடுத்துக் கீழே நின்றிருந்த இன்னொரு பணியாளரிடம் கொடுத்தார். அவர் அதை பத்திரமாக வாங்கி ஒரு பையில் வைத்தார். பிறகு மேலே ஏறியவர் கீழே இறங்கி வர, இருவரும் கிளம்பிச் சென்றார்கள்.

பத்தடி தொலைவில் இன்னொரு கட்டடம். இது ஒரு கூட்டுறவு சங்கக் கட்டடம். மீண்டும் அதே பணி. முகப்பின் மீதேறி கிம் ஜாங் இல்லின் புகைப்படத்தை மட்டும் அவர் கழட்டினார். கீழே உள்ளவரிடம் கொடுத்தார். அவர் அதை வாங்கிப் பையில் போட்டுக்கொண்டார். இருவரும் கிளம்பிச் சென்றார்கள்.

பார்த்துக்கொண்டிருந்த கிம் யாங் ஜூவுக்குக் குழப்பமாகிவிட்டது. என்ன நடக்கிறது இந்த நாட்டில்? பெருந்தலைவரின் புகைப்படம் வைக்கப்பட்ட அனைத்து இடங்களிலும் கிம் ஜாங் இல்லின் படம் அதனருகே வைக்கப்பட ஆரம்பித்து வெகு காலமாகி விட்டது. திடீரென்று இப்போது தலைவரின் மரணத்துக்குப் பிறகு, முழுப் பொறுப்பேற்று ஆளத் தொடங்கியிருக்கும் கிம் ஜாங் இல்லின் புகைப் படங்கள் வரிசையாக நீக்கப்படுகிறதென்றால், அது

மேலிடத்து உத்தரவின்றி சாத்தியமேயில்லை. தன்னை முன்னிலைப்படுத்திக்கொள்வதிலும் ஆளுமை வழிபாடு ஆரவாரமாக நடந்தேற வேண்டுமென்பதிலும் மிகுந்த அக்கறை கொண்டவரான கிம் ஜாங் இல், தனது புகைப்படங்களை அகற்றச் சொல்லி உத்தரவிட்டிருப்பார் என்று அவரால் நம்ப முடியவில்லை.

ஆனால் இதை யாரிடம் போய்க் கேட்பது? அந்தப் பணியாளர்களை நெருங்கி விசாரிக்கலாம். ஆனால் மறுகணமே விஷயம் கிம் ஜாங் இல்லுக்குப் போய்விடும். 'அன்புள்ள சித்தப்பா! அப்பாவின் காரியங்கள் முடிந்து ஒரு வாரத்துக்குமேலே ஆகிவிட்டது. இன்னும் உங்களுக்குத் தலைநகரில் என்ன வேலை?' என்று கேட்கலாம். இவ்வளவு நாள் தங்க விட்டதே பெரிய விஷயம். அதைக் கெடுத்துக்கொள்ள முடியாது.

எனவே அவர் அமைதியாக வீட்டுக்குள் சென்றார்.

ஆனால் அன்று மாலைக்குள் பல இடங்களில், பல்வேறு கட்டடங்களின் முகப்பில் இருந்த கிம் ஜாங் இல்லின் புகைப்படங்கள் நீக்கப்பட்டிருந்ததைக் கண்டார். இதற்குள் நாடு முழுவதிலும் இருந்து பல்வேறு தரப்பினர் இதே விஷயத்தைப் பற்றி அதிர்ச்சியும் வியப்புமாகப் பேச ஆரம்பித்துவிட்டிருந்தது அவரது கவனத்துக்கு வந்தது.

ஏதோ நடக்கிறது. ஒருவேளை அது ஒரு பேரதிசயமாக இருக்கலாம். கிம் ஜாங் இல் தம் புகைப்படங்களைப் பொது இடங்களில் இருந்து நீக்க உத்தரவிட்டிருக்கிறார் என்றால், தன்னைப் பின்னால் இருத்திக்கொண்டு தேச நலனை மட்டும் முன்னிறுத்திப் பணியாற்றப் போகிறார் என்று பொருள். எவ்வளவு சிறந்த தலைவர்! அன்பான தலைவர். ஆற்றல் மிகு தலைவர். தன் துக்கத்தைத் தள்ளி வைத்துவிட்டு மக்களுக்காக உழைக்க வந்துவிட்ட மாபெரும் தியாகி. எப்படியாவது இந்த நாட்டின் பஞ்சத்தை அவர் போக்கிவிடுவார். மக்கள் வாழ்வில்

மறுமலர்ச்சியை ஏற்படுத்திவிடுவார். இன்றைக்கு கேலியும் கிண்டலும் செய்துகொண்டிருக்கும் உலக நாடுகள் அனைத்தும் திகைத்துப் போய் முக்காடு போட்டுக்கொண்டு திரும்பி நிற்கும் நாள் இனி மிக விரைவில் வந்தே தீரும்.

மக்கள் வியந்து வியந்து பேச ஆரம்பித்தார்கள். எதிர்காலம் குறித்த சிறியதொரு நம்பிக்கையை வளர்த்துக் கொண்டால் தவறில்லை என்று ஒவ்வொருவரும் நினைக்கத் தொடங்கினார்கள். கிம் ஜாங் இல்லின் சித்தப்பா மட்டும் ஏதோ நல்லது நடந்தால் சரி என்று நினைத்துக்கொண்டு, வந்து இருந்த சுவடு தெரியாமல் வீட்டைப் பூட்டிக்கொண்டு கிளம்பிப் போனார். எங்கிருந்து வந்தார் என்பது எப்படி யாருக்கும் தெரியாதோ, அதே போலத்தான் எங்கே புறப்பட்டுச் சென்றார் என்பதும் தெரியாது.

இது நிற்க. மேற்படி புகைப்படம் அகற்றும் திருப்பணி பிறகு 2004 ஆம் ஆண்டும் நாடு முழுதும் நடைபெற்றது. என்ன வினோதம் என்றால் அம்முறையும் வட கொரிய மக்களும் சரி, அரசியல் நோக்கர்கள்-ஆய்வாளர்களும் சரி, வரலாற்று ஆசிரியர்களும் சரி. அந்தச் செயலுக்கு இரண்டே அர்த்தங்களைத்தான் கண்டார்கள். ஒன்று, ஆளுமை வழிபாடு குறைக்கப்படுகிறது. அல்லது, வெளியே தெரியாத அதிகாரப் போராட்டம் ஏதோ நடக்க ஆரம்பித்திருக்கிறது.

வட கொரியா எப்படி எல்லோரையும் பழக்கி வைத்திருக்கிறது என்பதைச் சரியாகப் புரிந்துகொள்ள அது ஒரு சிறந்த உதாரணத் தருணம். உண்மையில் அங்கே நடந்தது அதிகாரப் போட்டியுமல்ல; ஆளுமை வழிபாட்டுக் குறைப்பு நடவடிக்கையும் அல்ல. கிம் ஜாங் இல், நாடெங்கும் மாட்டப்பட்டிருக்கும் தன்னுடைய புகைப்படங்களை சுத்தம் செய்து, செப்பனிட்டு, சீராக்கி வைக்க மட்டுமே உத்தரவிட்டிருந்தார். வெயிலிலும் மழையிலும் பனியிலும் தூசு படிந்து, துருப்பிடித்து,

சேதமடைந்த புகைப்படங்கள் எங்குமே இருக்கக் கூடாது. எல்லா படங்களும் அப்போது எடுத்து மாட்டப்பட்டவை போலவே எப்போதும் இருக்க வேண்டும். அவ்வளவுதான்.

தனது தந்தையின் தொண்டராகச் சுமார் இருபத்திரண்டு ஆண்டுகள் அவர் பணியாற்றியிருக்கிறார். அடுத்த வாரிசு என்று அறிவிக்கப்பட்ட பின்பும் அடிமை செய்து வாழும் அரிய வாழ்வைக் கைவிட விரும்பாத விசுவாசத்தைத் தனது ஒவ்வொரு செயலிலும் அவர் வெளிப்படுத்திக்கொண்டேதான் இருந்தார். எல்லாமே, முழு அதிகாரம் கைக்கு வந்த பின்பு தன்னை எங்கே பொருத்திக்கொள்ள வேண்டும் என்கிற தெளிவு அவருக்கு இருந்ததால் செய்ததுதான். தனது அரசியல் எதிரிகள் என்று கருதிய அத்தனை பேரையும் - அது குடும்ப உறுப்பினராக இருந்தாலும் சரி, கட்சி உறுப்பினராக இருந்தாலும் சரி; வேறு யாரானாலும் சரி. கவனமாக, யாருக்குமே சந்தேகம் எழாதபடி அப்புறப்படுத்தும் கலை அவருக்குக் கைவந்ததாக இருந்தது. தவிர, ரகசியங்களை அவர் மிகவும் சுலபமாக மறைத்தார்.

ஒரே ஓர் உதாரணம் போதும். கிம் ஜாங் இல்லுக்கு அவரது தந்தை இரண்டு திருமணங்கள் செய்து வைத்தார். இரண்டாவதாக அவர் நடத்தி வைத்த திருமணத்தின் போது வந்தவர்தான் 'பட்டத்து ராணி'யாகவும் சொல்லப்பட்டார். அந்த இரண்டு திருமணங்களுக்கு இடையில் கிம் ஜாங் இல் தன் விருப்பத்துக்குத் தானே ஒரு திருமணம் செய்துகொண்டு, அதன் மூலம் ஒரு வம்சவிருத்தி வழியையும் உண்டாக்கிச் சில வாரிசுகளைப் பெற்று அவர்களும் வளர்ந்து படித்து வாழ்ந்துகொண்டுதான் இருந்தார்கள். அதுவும், பியாங்யாங்கிலேயே.

ஆனால் இறுதிக்காலம் வரை கிம் இல் சுங்குக்கு அந்த விவகாரமே தெரியாது. பர்மாவுக்கு ஆள் அனுப்பி, தென் கொரிய அதிபரைக் கொலை செய்யவெல்லாம்

ஏற்பாடு செய்ய முடியும். பக்கத்திலேயே உள்ள மகனின் ரகசிய வாழ்க்கை தெரியாது. இது எப்படி சாத்தியம் என்றால், முடியும். கிம் ஜாங் இல் அப்படிப்பட்ட மனிதர். அவரால் முடியாத ஒன்று என்றுமே கிடையாது.

ஆனால் எண்ணிப் பார்த்தால் சிறிது வியப்பாக இருக்கும். இந்த உலகில் வட கொரியாவின் இரண்டாவது சர்வாதிகாரியான கிம் ஜாங் இல் அளவுக்கு உலகம் வெறுத்த இன்னொரு நபர் சரித்திரத்திலேயே கிடையாது. அவரது செயல்கள் அப்படி. அவரளவுக்குக் கிண்டல் செய்யப்பட்டவர்களோ, மேற்கு ஊடகங்களால் கார்ட்டூன் போட்டுப் பழி வாங்கப்பட்டவர்களோ வேறு யாருமில்லை. அவரது நடவடிக்கைகள் அப்படி. அமெரிக்கா தொடங்கி அத்தனை நாட்டுத் தலைவர்களாலும் விமரிசிக்கப்பட்ட, கண்டிக்கப்பட்ட ஆளுமை அக்காலத்தில் இன்னொருவர் இல்லை. அவரது அணு ஆயுதத் திட்டங்கள் சார்ந்த முயற்சிகள் அப்படி.

ஆனால் அனைவரும் கவனிக்கத் தவறியது ஒன்றுண்டு. கிம் ஜாங் இல் என்ற மனிதர் வெளித்தோற்றத்துக்கு ஒரே ஆள் மாதிரிதான் இருப்பார். உண்மையில் அவர் பிறவியிலேயே இரட்டை மனிதர். எதையும் இரண்டிரண்டாகச் சிந்தித்து, செயல்படுத்தி, ஒன்றை மட்டுமே உலகறியச் செய்தவர். அந்த இன்னொன்று என்பது அவர் மட்டுமே அறிந்த ரகசியம். அவ்வகையில் அவர் ரகசியங்களின் பரமபிதா.

ஒவ்வொரு நாட்டுக்கும் தனித்துவமாகச் சில அம்சங்கள் இருக்கும். அது ஆட்சியாளர்களும் மக்களும் சேர்ந்து நாள்பட உருவாக்கி வைக்கும் தோற்றத்தின் ஒரு பகுதி. வட கொரியாவின் தந்தை கிம் இல் சுங் அப்படி உருவாக்கிய வட கொரியாவின் தனித்துவம், தனி நபர் வழிபாடு. அன்பு பூசிய அச்சம். மூடிய தன்மை. எவனுக்கும் அல்லது எதற்கும் அஞ்சாத அதிரடிச் செயல்பாடுகள். கிம் ஜாங் இல் பதவிக்கு வந்தபின்பும் அதைத்தான் தொடர்ந்தார் என்றாலும் தனது தந்தை

உருவாக்கி வைத்திருந்த கட்டமைப்பை அவர் மேலும் வலுப்படுத்தி, இன்னும் தீவிரமாக மையப்படுத்தப்பட்ட ஒரு தனியார் அமைப்பாக நாட்டை உருமாற்றினார்.

அதாவது, வட கொரியா அவருடையது. தனி நபர் சொத்து. அதன் பங்குதாரரர்கள் யார் யார் என்பதை அவர் முடிவு செய்வார். எப்போது செய்வார் என்று தெரியாது. யாரைச் சேர்ப்பார் என்றும் தெரியாது. சேர்த்தவர்களை எவ்வளவு காலத்துக்கு வைத்திருப்பார், எப்போது தூக்குவார் என்று தெரியாது. இதற்கெல்லாம் ஒப்புக்கொண்டு இருப்பதென்றால் நாட்டில் இருக்கலாம். முரண்டு பிடித்தால் சமாதியில் இருக்கலாம்.

இதனை சாத்தியமாக்குவதற்குத்தான் ராணுவத்தின் உதவி அவர்களுக்குத் தேவையாக இருந்தது. உள்நாட்டு உற்பத்தியில் சரி பாதிக்கும் மேலே ராணுவத்துக்கே செல்லும் என்று சொல்ல வைத்த காரணமும் இதுதான். ஒரு பண்ணையார் பத்து அடியாள்களை வைத்துக்கொண்டு ஊரை அச்சுறுத்தும் திரைப் படங்களைப் பார்த்திருக்கிறோம் அல்லவா? அதைப் போன்றதுதான். ராணுவத்தை அடியாள் போல வைத்துக் கொண்டு நாட்டு மக்களை அச்சத்திலேயே ஊறப் போடுவது.

ஒரு வினோதம். கிம் இல் சுங் காலமானபோது பல சர்வதேச அரசியல் வல்லுநர்கள், வட கொரியாவில் இனி சர்வாதிகார ஆட்சி நெடுங்காலத்துக்கு இருக்காது என்று கணித்தார்கள். பெருந்தலைவரின் மரணத்துக்குப் பிறகு மக்கள் சிறிது விடுதலை பெற்ற உணர்வை அடைவார்கள்; மீண்டும் சர்வாதிகாரம் தலைதூக்குமானால் புரட்சி செய்து அதனை ஒடுக்கிவிடுவார்கள் என்பது கணக்கு.

அவர்கள் கணிக்க மறந்தது ஒன்று இருந்தது. அன்றாட சோற்றுக்கு வழியில்லாமல் திண்டாடிக் கொண்டிருந்தவர்களுக்குப் புரட்சி செய்யத் தெம்பு ஏது? மக்களின் ஊட்டச்சத்தை அப்படியே அள்ளி எடுத்து

ராணுவத்துக்கு வழங்கிக்கொண்டிருந்ததால் அவர்கள் பீம புஷ்டியுடன் இருந்தார்கள். ராணுவத்தினருக்கு வழங்கப்பட்ட சலுகைகள் நம்பமுடியாதவையாக இருந்தன. வட கொரியாவின் வாழ்க்கைத் தரத்தை முன்வைத்து ஆராய்ந்தால் அங்கே ஒரு சராசரி சிப்பாய் பெரும் பணக்காரரர். என்றால், அதிகாரிகள் எப்படி இருந்திருப்பார்கள் என்று ஊகித்துக்கொள்ளலாம்.

கிம் ஜாங் இல் இதையெல்லாம் திட்டமிட்டுச் செய்தார். அவருக்கும் ஒரு கணக்கு இருந்தது. சோவியத் யூனியனில் ஸ்டாலின் இருந்தவரை நிலவிய சூழ்நிலை வேறு. குருஷேவ் வந்த பின்பு ஏற்பட்ட மாற்றங்கள் வேறு. கோர்பசேவ் வந்து அனைத்தையும் அழித்துவிட்டு முதல் பரோட்டாவில் இருந்து மீண்டும் தொடங்கச் சொன்ன காலக்கட்டம் வேறு. ஆனால் எல்லா ஆட்சியாளர்களுடைய காலத்திலும் மக்களுக்கு மிகச் சிறிய அளவிலாவது மூச்சுவிட்டுக்கொள்ள அனுமதி கிடைத்தது. சில குறைந்தபட்ச உரிமைகளாவது கிடைக்கக்கூடிய சூழல் இருந்தது.

கிம் ஜாங் இல், அந்த விஷயத்தில் மிகத் தெளிவாக இருந்தார். அப்பா இருந்தால் என்ன? நான் இருந்தால் என்ன? எனக்குப் பிறகு என் மகன் வந்தால் என்ன? நபர்கள் மாறலாமே தவிர நிலவரம் மாறாது, மாற விடமாட்டேன். தவறு செய்யாதிருக்கும்வரை உயிரோடிருக்கலாம் என்பது தவிர மக்களுக்கு அவர் வேறெந்த உரிமையையும் தர விரும்பவில்லை; தரவில்லை.

உண்மையில் 1995ஆம் ஆண்டுக்குப் பிறகு கிம் ஜாங் இல்லின் செல்வாக்கு வட கொரியாவில் குறைந்துகொண்டே வருகிறது என்று உலக நாடுகள் தீவிரமாகப் பேசின. மக்களின் அதிருப்தி அளவு ஏறிக்கொண்டே செல்வதால், எந்தக் கணமும் அவரது ஆட்சி கவிழலாம் என்று சொன்னார்கள். ஆனால் அது உண்மையல்ல. அவரது செல்வாக்கில் எந்தக் குறையும் ஏற்படவில்லை. தன் மனத்துக்குத் தோன்றியபடி அவர்

எல்லாவற்றையும் செய்துகொண்டிருந்தார். எதற்கும், யாரிடமும் கருத்துக் கேட்டதாக சரித்திரமே கிடையாது.

இதற்கு ஓர் உதாரணம் சொல்லலாம்.

கிம் ஜாங் இல் ஆட்சிப் பொறுப்புக்கு வந்ததிலிருந்து மிகத் தீவிரமாகக் கவனம் செலுத்திய துறைகள் இரண்டு. முதலாவது, ஏற்கெனவே சொன்ன அணு ஆராய்ச்சி. இரண்டாவது, ஏவுகணைப் பரிசோதனைகள். வட கொரியாவைக் கண்டு ஆசிய நாடுகள் கவலை கொள்ளத் தொடங்கிய காலம் அதுதான். ஏனெனில், கிம் இல் சுங் உயிருடன் இருந்தபோதே ஒருமுறை அணு ஆராய்ச்சி சார்ந்த நடவடிக்கைகளை நிறுத்திக்கொள்வதாக ஐநாவுக்கு ஒரு சந்தர்ப்பத்தில் வாக்களித்திருந்தார். அந்தப் பக்கம் வாக்களித்துவிட்டு, இந்தப் பக்கம் வந்து, 'அவன் கிடக்கிறான், நாம் வேலையைப் பார்ப்போம்' என்று சொல்லிவிட்டுப் போனவர் அவர்.

அன்று பார்க்கத் தொடங்கிய வேலையைத்தான் கிம் ஜாங் இல் இடைவிடாமல் தொடர்ந்துகொண்டிருந்தார்.

இரண்டாயிரமாவது ஆண்டின் ஜூன் மாதத்தில் அமெரிக்க வெளியுறவுத் துறைச் செயலாளர் மெடலைன் அல்பிரைட் (Madeleine Albright - க்ளிண்டன் காலத்தில் பொறுப்பில் இருந்தவர்) வட கொரியாவுக்கு வந்து, ஓர் உச்சி மாநாட்டில் கலந்துகொண்டார். பிறகு உயர்மட்ட சந்திப்பு நடந்தது. அந்தச் சந்திப்பின் நோக்கமே வட கொரியாவின் ஏவுகணைத் திட்டங்களைப் பற்றிக் கேட்டறிவதுதான். சர்வதேசப் பாதுகாப்பு - குறிப்பாகக் கிழக்காசிய நாடுகளின் பாதுகாப்பு சார்ந்த அச்சுறுத்தல் ஏதும் வட கொரியாவிடமிருந்து வராதிருக்க கிம் ஜாங் இல்லிடம் இருந்து உறுதிமொழி பெற்றுவிட வேண்டும் என்று அவர் நினைத்தார்.

அந்தச் சந்திப்பின்போது, மெடலைன் அல்பிரைட், அமெரிக்க அரசின் சார்பில் பதிநான்கு கேள்விகளை வட கொரிய அரசுக்கு முன்வைத்தார். எதுவும்

எடுத்தேன் கவிழ்த்தேன் என்று தோன்றிய விதத்தில் பதில் சொல்லிவிட முடியாத கேள்விகள். அனைத்துமே ஏவுகணைப் பரிசோதனைகள் சார்ந்தவை என்பதால், அந்தத் துறை வல்லுநர்கள், செயலாளர்கள் உடனிருந்தார்கள்.

ஆனால் கிம் ஜாங் இல் தனது வல்லுநர்களையும் அதிகாரிகளையும் எதற்குமே எதிர்பார்க்கவில்லை. பதிநான்கு கேள்விகளுக்கும் கேட்ட மறுகணம் அவரிடமிருந்து பதில் வந்துகொண்டே இருந்தது. ஒரு சிறிய தயக்கம் இல்லை, தடுமாற்றமில்லை, எதற்கும் யோசிக்கவில்லை, யாரையும் திரும்பிக் கூடப் பார்க்கவில்லை.

அமெரிக்காவுக்கு அந்தச் சம்பவம் மூன்று விஷயங்களைப் புரிய வைத்தது.

1. கிம் ஜாங் இல் யாரையும் எதற்கும் கலந்தாலோசிப்பதே இல்லை. தன்னிச்சையாக மட்டுமே முடிவெடுக்கிறார்.

2. தனது அறிவும் அதிகாரமும் உலகுக்கு முழுமையாக வெளிப்பட வேண்டும் என்பதில் தீவிர கவனம் செலுத்துகிறார்.

3. எந்தத் துறை சார்ந்தும் முழுமையான தகவல்களை அவர் சேகரித்து வைத்திருக்கிறார். தேவையான சந்தர்ப்பத்தில் அவற்றைச் சரியான விதத்தில் வெளிப்படுத்தத் தெரிந்தவராக இருக்கிறார்.

இந்தச் சம்பவம் இரண்டாயிரமாவது ஆண்டில் நடந்ததாக இருந்தாலும், தாம் பதவிக்கு வந்த நாள் முதலே கிம் ஜாங் இல் அப்படித்தான் இருந்தார்.

பொதுவாகச் சர்வாதிகாரிகள் பெரும்பாலான விஷயங்களில் மூடர்களாகவும் ஆட்சியைத் தக்க வைத்துக்கொள்ளும் விஷயத்தில் முரடர்களாகவும் இருப்பார்கள். இது உலக வழக்கம். கிம் ஜாங் இல் விஷயத்தில் இது முற்றிலும் வேறாக இருந்தது.

பதவிக்கு வரும்வரை அவர்மீது வட கொரிய மக்களுக்குப் பெரிய அபிப்பிராயம் இருந்ததில்லை. அச்சத்தினால் மரியாதை காட்டுவார்கள். போட்டோக்களைப் பார்த்தால் கும்பிடுவார்கள். பொது இடங்களில் தவறாக ஏதும் பேசாதிருப்பார்கள். ஆனால் பதவிக்கு வந்தபின்பு, அவரைத் தமது கடைசிப் புகலிடமாக எண்ணத் தொடங்கினார்கள்.

இதுவும் புகட்டப்பட்டதே என்றாலும் உளவியல் ரீதியில் அவர்கள் அந்த அடிமைத்தளையை விரும்பத் தொடங்கியிருந்தார்கள். 'மக்களைச் சிந்திக்க விடாதே' என்பது கிம் இல் சுங் தன் மகனுக்கு அளித்துச் சென்ற மிக முக்கியமான பாடம். கிம் ஜாங் இல் அந்தப் பாடத்தைச் சற்றுத் திருத்தி எழுதிக்கொண்டார். மக்கள் சிந்திப்பதற்கு நேரம் அளிக்காதே.

இதனை அவர் எப்படி சாதித்தார் என்பது வட கொரிய வரலாற்றில் மிக முக்கியமான கட்டம்.

29. பிரித்துப் போடு

மனிதன் சிந்திக்கத் தெரிந்தவன் என்கிறோம். தனக்கு உவப்பில்லாதவற்றைக் கண்டு முகம் சுளிக்கவும் வெறுத்து விலக்கி வைக்கவும் விரும்புபவன் என்கிறோம். தனியே இருக்கும்போது எச்சரிக்கை உணர்வுடனும், ஒரு கூட்டத்தோடு இருக்கும்போது கட்டற்றும் செயல்படக்கூடியவன் என்று நம்புகிறோம். கூட்டத்திலிருந்து கல்லெறியும் வசதி இருந்தால் ஒரு முயற்சி செய்து பார்க்க விரும்பாத யார் இருக்கக் கூடும்?

ஆனால் வாழவே முடியாத மிக மோசமான சூழ்நிலை நிலவும்போதும் வட கொரிய மக்கள் ஏன் தங்கள் அரசுக்கு எதிராக அப்படியொரு கல்லெறி முயற்சியை எப்போதுமே செய்து பார்த்ததில்லை என்பது முக்கியமானது. நாற்பதாண்டுகளுக்கும் மேலான கிம் இல் சுங்கின் காலம். அதனைத் தொடர்ந்த, பதினேழு ஆண்டுக்கால கிம் ஜாங் இல்லின் காலம். அதற்குப் பிறகு இன்று வரை தொடரும் கிம் ஜாங் உன்னின் காலம். நவீன வட கொரியாவின் வயதென்பது நவீன இந்தியாவினும் ஒரு வயது சிறியது. அவ்வளவுதான். இந்த எழுபத்தாறாண்டு கால வாழ்க்கையில் அம்மக்கள் ஒருமுறைகூடத் தமது துன்பங்களையும்

துயரங்களையும் முன்வைத்து அரசுக்கு எதிராகத் திரண்டு எழுந்ததேயில்லை.

குழந்தைப் பருவத்தில் நீங்கள் ஒருவரை மிரட்டி வைக்கலாம். அல்லது மயக்கி வைக்கலாம். அச்சுறுத்தி வைக்கலாம். அதெல்லாம் சாத்தியம். ஆனால் வளர்ந்த பிறகும் சாத்தியமா, என்றால் முடியும் என்பதுதான் கிம் ஜாங் இல்லின் பதில். அவர் அதை வாயைத் திறந்து சொன்னதில்லை. ஆனால் அதைத்தான் செய்தார். ஒரு விதத்தில் வட கொரியாவின் ஆன்மா உறையும் இருட்குகை அதுதான். அதைத் திறந்து பார்த்துவிட்டு மேலே செல்வதுதான் இன்னும் தெளிவாக அந்த தேசத்தைப் புரிந்துகொள்ள வசதியாக இருக்கும்.

கிம் ஜாங் இல்லைப் பொறுத்தவரை கம்யூனிசம், முதலாளித்துவம் போன்ற 'பேசப்படும்' சித்தாந்தங்கள் எல்லாம் ஒரு பீட்சாவின் மேலே அலங்கரிக்க உதவும் பொருள்களைப் போன்றவை. ஒரு தேசத்தைக் கட்டியாள அடிப்படையாக அவர் நினைத்தவை மூன்று விஷயங்கள்.

1. *நீ உயிரோடு இருக்க வேண்டுமா? சொன்ன பேச்சைக் கேள் என்கிற விளக்கமே தேவையில்லாத நேரடித் தாக்குதல்.*

2. *கடவுள், மதங்கள் உள்ளிட்ட எந்தக் கட்டுமானத்தையும் நம்பாதே. எதையாவது யாரையாவது நம்பித் தொழுதே தீரவேண்டுமென்றால் என் தந்தையைத் தொழு. என்னை நம்பு. நம்பினால் பிழைப்பாய். இல்லாவிட்டால் இறப்பாய்.*

3. *தேசிய உணர்வு என்பது வெள்ளை அணு. தலைமைக்கு விசுவாசம் என்பது சிவப்பணு. இந்த இரண்டு அணுக்களைக் கொண்ட ரத்தம் உள்ளோர் மட்டுமே வட கொரியாவில் வாழ முடியும்.*

Triumphal survivalism, ancestor cult, and wounded ultranationalism என்று மேற்கண்ட மூன்று அம்சங்களை

ஆய்வறிஞர்கள் ஜாங்கிரி வடிவத்தில் பிழிந்து தருவார்கள். உடைத்துப் பார்த்தால் இதுதான் தேறும்.

கிம் ஜாங் இல் ஒரு புத்திசாலி. மனித மனம் எப்போது எம்மாதிரி சிந்திக்கும், எதற்கெல்லாம் பொங்கும், எதற்கு ஆவேசப்படும் என்று தெளிவாக அறிந்தவர். எனவே தான் கட்டமைக்க விரும்பிய நவீன வடகொரியாவில் வசிப்பவர்களும் தனக்கு உகந்த விதத்தில் வாழ்பவர்களாக மட்டுமே இருக்க வேண்டும் என்று நினைத்தார். உலக நாடுகள் பலவற்றை ஆண்ட பல பழைய சர்வாதிகாரிகளைப் போல அவர் நேரடியாக மக்களை அச்சமூட்டி மிரட்டியதில்லை. தனது இறுதிக் காலம் வரை 'அன்புள்ள தலைவர்' என்றே அவர் வட கொரியாவில் குறிப்பிடப்பட்டார். அப்படித்தான் குறிப்பிட வேண்டும் என்பது சட்டம்தான். ஆனாலும் வட கொரியாவிலிருந்து தப்பிச் சென்று கண்ணீர்க்கதை சொன்னவர்களும் அன்புள்ள தலைவர் என்றே அவரைக் குறிப்பிடுவதைப் பார்க்கலாம். அந்த 'அன்புள்ள தலைவர்' இதற்குக் கையாண்ட உத்திகள் இரண்டு. மிகவும் கூர்ந்து கவனித்துப் புரிந்துகொள்ள வேண்டிய அம்சம் இது.

முதலாவது, கிம் ஜாங் இல் தனது மக்களை எப்போதும் குடும்பத்தோடு சேர்ந்து இருக்க அனுமதித்ததேயில்லை. இது எப்படி சாத்தியம்?

ஏற்கெனவே பார்த்தபடி வட கொரியாவில் தனியார் தொழில் என்ற ஒன்று கிடையாது. எல்லாம் அரசு மயம். எதைத் தொட்டாலும் அரசாங்கத் தொழில்தான். சிலவற்றுக்கு மட்டும் காண்ட்ராக்டர்கள் இருப்பார்கள். அரசாங்கத்தில் உயர் பதவியில் இருப்பவர்கள் வழியாக அவர்களுக்குச் சில லாபங்கள் சித்திக்கும். உயர்மட்ட அரசு ஊழியர்களின் பினாமிகளாக அவர்கள் அந்தத் தொழில்களை நடத்துவார்கள். ஆனபோதிலும் அதைத் தனியார் தொழில் என்று சொல்ல முடியாது. எக்கணமும் அரசு எடுத்து விழுங்கும் அபாயம் உண்டு என்பது அவர்களுக்கும் தெரியும் என்பதால் எப்போதும்

நல்ல பிள்ளைகளாகவே இருந்துகொள்வார்கள். அரசு வரையறுத்துக்கொடுக்கும் சட்டதிட்டங்களை இம்மியளவும் மீற மாட்டார்கள்.

ஏனெனில் வட கொரியாவில் ஒவ்வொரு பெட்டிக் கடைக்கும்கூட ஒரு காவலாளி உண்டு. அவர் போலிஸாக இருக்கலாம். ராணுவ வீரராக இருக்கலாம். உளவாளியாக இருக்கலாம். உள்ளூரிலேயே தேர்ந்தெடுக்கப்பட்ட பயிற்சி நிலை உளவாளியாகவும் இருக்கலாம். அவர் யார், எங்கே இருக்கிறார், எங்கிருந்து கவனிக்கிறார், என்ன பிழை கண்டுபிடிப்பார் என்றெல்லாம் தெரியாது. ஆனால் மாட்டிக்கொண்டால் மறுவினாடியே பிழைப்புப் போய்விடும். இது மட்டும் எல்லோருக்கும் தெரியும். எனவே தவறு செய்ய அஞ்சுவார்கள்.

கடைகள் போன்ற பொது இடங்களில் யாரும் பேசவே மாட்டார்கள். எது குறித்தும் கருத்து சொல்ல மாட்டார்கள். குறிப்பாக, அரசு தொடர்பான விமரிசனங்கள் வரவே வராது. கூடியவரை அன்புள்ள தலைவர் வாழ்க என்று மட்டும் சொல்லிவிட்டுப் போய்விடுவதையே மக்களும் விரும்புவார்கள்.

இது ஒரு புறம் இருக்க, கொரியப் போருக்குப் பிறகு வட கொரியாவெங்கும் உண்டான பஞ்சமும் பசியும் பட்டினியும் மக்களை வாட்டி வதைத்துக் கொண்டிருந்ததைப் பார்த்தோம். கிம் ஜாங் இல் பொறுப்புக்கு வந்த பிறகு - தொண்ணூறுகளின் பிற்பகுதியில் பஞ்சம் இல்லாமல் போனதே தவிர, நூறு சதவீத உணவுத் தன்னிறைவு கண்டுவிட்டதாகச் சொல்ல முடியாது. சந்தேகமில்லாமல் நாட்டின் பெரும்பாலான மக்கள் வறுமையில்தான் வாழ்ந்தார்கள். எல்லா வீடுகளிலும் எல்லா ஆண்களும் எல்லா பெண்களும் ஏதாவதொரு வேலைக்குப் போயே தீர வேண்டியிருந்தது. யாராவது ஒருவர் வேலை பார்த்துக் குடும்பத்தை நடத்தலாம் என்பது முடியாது.

எல்லா வேலையும் அரசு வேலை என்பதால் அரசு தீர்மானிக்கும் பணியிடத்தில்தான் மக்கள் வேலை பார்க்க முடியும். கிம் ஜாங் இல் இதனைத்தான் தனது அபாரமான உத்தியாக்கிக்கொண்டார். வட கொரியாவில் எந்தக் குடும்பத்தின் உறுப்பினர்களும் ஒரே இடத்தில் பணியாற்றவே முடியாது. ஒரே இடம் என்றால் ஒரே ஊர் என்று பொருள். ஒரு குடும்பத்தில் வயது வந்த நான்கு பேர் இருக்கிறார்கள் என்று வைத்துக்கொள்வோமானால் நான்கு திசைகளில் குறைந்தது நாற்பது கிலோ மீட்டர் தினமும் பயணம் செய்துதான் அவர்கள் வேலைக்குப் போயாக வேண்டியிருக்கும். உள்ளூரிலேயே வேலை என்று கேட்டு டிரான்ஸ்பர் வாங்கிக்கொள்ள வழியே இல்லை.

வட கொரியாவின் பொதுப் போக்குவரத்து சகிக்க முடியாத அளவுக்கு மோசமான தரத்தில் அமைந்தது என்பதால் ஒவ்வொரு நாளும் வேலை நேரம் முடிந்து மக்கள் தத்தமது வீடு வந்து சேர நிச்சயமாக இரவாகி விடும். அதாவது, பணி நேரத்துக்குப் பிறகு குறைந்தது இரண்டு மணி நேரமாவது பயணம் செய்துதான் வீடு வர வேண்டும். அதே போல, ஒவ்வொரு நாளும் காலை எட்டு மணிக்கு வேலைக்குப் போயாக வேண்டுமென்றால் ஆறு மணிக்குக் கிளம்பியே தீர வேண்டும்.

இது ஒருவர் இருவருக்கல்ல. மொத்த நாட்டு மக்களுக்கும் இதுதான் விதி.

இதன் மூலம் குடும்ப உறுப்பினர்கள் ஒருவரோடொருவர் பேசவும் விவாதிக்கவும் திட்டமிடவும் பொதுவாகவே தகவல் பரிமாறிக்கொள்ளவும் கிடைக்கும் நேரம் என்பது மிகவும் சொற்பமாகிவிடும். வாழ்நாளுக்கும் இதுதான் வழக்கம் என்பதால், பந்தபாச சதவீதம் படிப்படியாகக் குறையும்.

இது ஒரு பக்கம் என்றால் இதற்கு இன்னொரு பக்கம் உண்டு. பெரியவர்களுக்குப் பணியின் பொருட்டு இடைவெளி உருவாக்கப்படுகிறதென்றால்,

குழந்தைகளுக்கும் அதே இடைவெளியை அரசே வேறு விதமாக உருவாக்கித் தந்துவிடும்.

வேலைக்குச் செல்லும் பெற்றோம் தமது குழந்தைகளை யார் பொறுப்பில் விட்டுச் செல்ல முடியும்?

'ஒரு தாயாக நான் இருந்து பார்த்துக்கொள்கிறேன்' என்று கிம் ஜாங் இல் சொல்வார்.

நாடு முழுதும் ஆயிரக் கணக்கான குழந்தைகள் பராமரிப்பு மையங்களை நிறுவ அவர் உத்தரவிட்டார். பெற்றோர் தமது குழந்தைகளைக் காலை அங்கே கொண்டு வந்து விட்டுவிட்டு, வேலைக்குப் போய்விடலாம். அவர்களுக்கு வேளைக்குச் சோறு போட்டு, வேண்டியதைச் செய்து காப்பாற்றும் பொறுப்பு அரசாங்கத்தினுடையது என்று சொல்லப்பட்டது.

ஆக புருஷன் ஒரு பக்கம். பெண்டாட்டி ஒரு பக்கம். குழந்தை முற்றிலும் வேறொரு பக்கம். இரவு தூங்குவதற்கு மட்டும்தான் அவர்கள் வீட்டுக்கு வருவார்கள். தூங்கி விட்டு எழுந்து வேலைக்குப் போய்விடுவார்கள்.

குடும்பமாகவே இணக்கம் காட்ட அவகாசமில்லாத மக்கள் குழுவாக ஒருங்கிணைவது எப்படி? அரசுக்கு எதிராகக் கிளர்ச்சி செய்வது எப்படி?

பணியிடங்களிலும் சரி. குழந்தைகள் காப்பகங்களிலும் சரி. கிம் ஜாங் இல் விரும்பும் விதமான தேசப்பற்றும் தலைமை விசுவாசமும் உணவோடு சேர்த்து ஒவ்வொரு வேளையும் உள்ளே செலுத்தப்பட்டுக்கொண்டே இருக்கும். எனவே, அவர்கள் வீட்டுக்கு வந்தாலும் அன்புள்ள தலைவரையும் அவரது மதிப்புக்குரிய தந்தையையும் பற்றி மட்டுமே பேசுவார்கள். போற்றித் துதிப்பார்கள். அவர்களை வணங்கிவிட்டுப் படுத்துத் தூங்கிவிடுவார்கள். அவ்வளவுதான்.

இந்த குடும்ப உறுப்பினர்களை அதிகாரபூர்வமாகத் தனிமைப்படுத்தும் உத்திதான் இன்றுவரை வட கொரிய மக்களைப் புரட்சி குறித்து சிந்திக்கவும் முடியாமல் செய்கிறது.

மேற்கண்ட உத்தி, கிம் ஜாங் இல் கையாண்ட முதல் வழி. இரண்டாவதாக ஒரு வழி அவருக்கு இருந்தது. அது, அணி திரண்டெழ வேண்டும் என்று மனத்துக்குள்ளாகவேனும் நினைக்கும் மக்களுக்கு அந்த வாய்ப்பையும் அரசே உருவாக்கித் தந்துவிடுவது.

தொழிற்சங்கம் என்கிறோம். கூட்டமைப்பு என்கிறோம். மாணவர் மன்றம் என்கிறோம். என்னென்னவோ பெயர்களில் எவ்வளவோ அமைப்புகளைப் பார்க்கிறோம். வட கொரியாவிலும் கிம் ஜாங் இல்லின் காலத்தில் அவையெல்லாம் உண்டு. ஆனால் அனைத்தும் அரசே முன்னின்று வழி நடத்தும் அமைப்புகள் மட்டுமே.

விவசாயிகள் சங்கம், பெண்கள் சங்கம், வங்கி ஊழியர் சங்கம், ரயில்வே பணியாளர் சங்கம், மாணவர் படை, முதியோர் மன்றம் என்று எதையுமே அவர் விட்டுவைக்கவில்லை. எல்லா இடங்களிலும் எல்லாம் உண்டு. ஆனால் எல்லாவற்றையும் பகுதிவாழ் ராணுவ வீரர்கள் சங்கம் வழி நடத்தும்.

அருமையாக உள்ளது அல்லவா? அங்கே நிற்கிறார் கிம் ஜாங் இல்.

ஆனால் வட கொரியா வளர வேண்டுமானால் மூர்க்கத்தனமான இலக்குகள் அவசியம் என்று அவர் கருதினார். அதன் விளைவாகத்தான் இந்தச் சங்கங்களை ஏற்படுத்தினார். இந்தச் சங்கங்கள் என்ன செய்தன, எப்படி இயங்கின என்பது முக்கியமானது.

ஒவ்வோராண்டும் அறுவடைக் காலம் வந்தால் நகர்ப்புற மக்களை இச்சங்கங்களின் மூலம் அணி திரட்டி வட கொரியாவின் ஒதுக்குப்புறமான தொலைதூர கிராமங்களுக்கு அனுப்பிவிடுவார்கள். நீங்கள் வங்கிப் பணியாளராக இருக்கலாம். அல்லது நெசவுத் தொழில் செய்பவராக இருக்கலாம். அல்லது இட்லிக்கடை வைத்துப் பிழைப்பவராக இருக்கலாம். அதெல்லாம் பொருட்டே இல்லை. அறுவடை நடக்க வேண்டும்.

நகர்ப்புற மக்கள்தாம் அதைச் செய்ய வேண்டும். கிளம்பு கிராமத்துக்கு.

ஒருவர் இருவரல்லர். பல லட்சக்கணக்கான மக்கள் இப்படி ஆண்டுதோறும் இங்குமங்கும் அலைக்கழிக்கப்பட்டுக்கொண்டே இருந்தார்கள். எப்போதும் ராணுவம் அவர்கள் கூடவே இருந்தது. சொன்ன வேலையைச் செய்தாக வேண்டும். வேலை செய்தால் கூலி கிடைக்கும். கூலி கிடைத்தால் குடும்பம் பிழைக்கும். எந்தக் குடும்பம்? தினமும் இரவு பத்து மணிக்குச் சந்தித்து, காலை ஆறு மணிக்குப் பிரிகிற குடும்பம்.

குடும்ப அளவில் கையாளப்பட்ட இந்தப் பிரித்தாளும் உத்திதான் பொது மக்களை வேறு எந்த விதமாகவும் ஒருங்கிணைய விடாமல் தடுக்கவும் பயன்பட்டது. இது உலகில் வேறெந்த சர்வாதிகாரிக்கும் தோன்றாத உத்தி. 'கொரியன் மாடல்' என்று தொண்ணூறுகளில் மேற்கு நாடுகளில் ஏளனம் செய்யப்பட்ட உத்தி.

ஆனால் யார் எவ்வளவு கிண்டலடித்தால் என்ன? கிம் ஜாங் இல் சாதித்தார். தனது ஆட்சிக்காலத்தில் நிச்சயமாக மக்கள் புரட்சி ஏற்படும்; வட கொரிய சர்வாதிகார ஆட்சி ஒழிக்கப்படும் என்று உலக நாடுகள் மொத்தமும் எதிர்பார்த்துக்கொண்டிருந்ததை அவர் அறிவார். அப்படி ஒரு சிந்தனைகூட மக்களுக்கு ஏற்படாமல் பார்த்துக்கொண்டதுதான் அவரது சாதனை அல்லது சாகசம்.

30. பண வளக் கலை

வட கொரியா சார்ந்து உலக நாடுகளுக்கு உள்ள அனைத்துவிதமான அதிர்ச்சி-வியப்பு-திகைப்பு வகையறாக்களையும் ஒரு பக்கம் வைத்தால், மறுபுறம் அந்த நாடு தனது அணு ஆராய்ச்சி மற்றும் ஏவுகணைப் பரிசோதனைகளை எப்படி மேற்கொள்கிறது; அதற்கான செலவுக்கு என்ன செய்கிறது என்பது சார்ந்த அதிர்ச்சி-வியப்பு-திகைப்பை எடுத்து வைக்கலாம்.

வட கொரியாவின் தந்தை கிம் இல் சுங் காலத்திலேயே அந்நாட்டின் அணு ஆராய்ச்சிகள் தொடங்கிவிட்டன. கிம் ஜாங் இல் பதவிக்கு வந்த தொண்ணூறுகளில் அது மிகவும் வேகமெடுத்துத் தீவிரமடைந்தது. நாற்பது-நாற்பத்தைந்தாண்டு முயற்சிகளுக்குப் பிறகு இதுகூட நடக்காதா என்று தோன்றலாம். உண்மையில் அந்த நாற்பது-நாற்பத்தைந்தாண்டுக் காலமும் உணவு தொடங்கி அனைத்து விதமான அடிப்படை வசதிகளுக்கும் அந்நாடு கஷ்டப்பட்டுக்கொண்டுதான் இருந்தது என்பதை நினைவில் கொள்ள வேண்டும்.

ஏழை நாடு என்கிற தகுதியில் இருந்து அரை அங்குலம் கூட முன்னேறாத தேசமாகத்தான் அன்று வட கொரியா

இருந்தது. இன்றும் அப்படித்தான் இருக்கிறது என்பது வேறு விஷயம். ஆனால், வயிற்றுக்குச் சோறின்றி மக்கள் பட்டினியில் செத்தாலும் ராணுவத்தை பலப்படுத்துவது, அணு ஆயுதங்கள் தயாரிப்பது, ஏவுகணைகளை உற்பத்தி செய்து அவற்றைப் பரிசோதனை செய்வது போன்ற செயல்பாடுகள் மட்டும் எப்படித் தடையின்றி நடக்கின்றன?

இதுதான் முக்கியம். இதனைப் புரிந்துகொள்ள முடிந்துவிட்டால், வட கொரியா என்கிற தேசத்தின் இருப்பும் செயல்பாடுகளும் எவ்வளவு அபாயகரமானவை என்பது புரிந்துவிடும்.

வட கொரியாவின் நேரடிப் பொருளாதாரம் என்பது பொருட்படுத்தத்தக்கதல்ல. கிம் இல் சுங்கின் 'ஜூச்சே' கொள்கையின் விளைவாக உள்நாட்டு உற்பத்தியைப் பெருக்கி, அதனை மட்டுமே சார்ந்து வாழ்கிற வாழ்க்கையை அந்நாட்டின் அரசு மக்களுக்குக் கொடுத்து விடுகிறது. அதில் கைவைப்பதில்லை. ஏனெனில் கை வைத்தாலும் விரல்கூட முழுக்க நனையாத அளவுக்குத்தான் அதில் வருமானம். இந்த லட்சணத்தில் அணு ஆராய்ச்சியெல்லாம் எப்படி சாத்தியம்?

ஆயுதத் தயாரிப்பெல்லாம் இருக்கட்டும். முதலில் ஓர் அணு மின்சார உலையைக் கட்டி இயங்கச் செய்வதற்கு ஆகும் செலவு என்னவாக இருக்கும் என்று ஊகிக்க முடியுமா?

ஆகக் குறைந்தபட்ச செலவில், மிகச் சிறிய அளவில் ஒரே ஒரு கிகாவாட் (GW) திறன் கொண்ட ஓர் ஆலையை அமைப்பதற்கு (கவனிக்கவும். அது இயங்குவதற்கல்ல. அமைப்பதற்கு மட்டும்.) சுமார் ஐந்து முதல் ஒன்பது பில்லியன் (அமெரிக்க) டாலர்கள் செலவு பிடிக்கும்.

அப்படி ஆலை அமைத்துப் பரிசோதனை செய்து முடித்து, எல்லாம் தயார்; இயங்க ஆரம்பிக்கலாம் என்றதும் அதற்கான எரிபொருள், கழிவுப் பொருள்

மேலாண்மை, பராமரிப்பு மற்றும் ஒழுங்குமுறைச் செலவுகள் ஆண்டுக்குத் தோராயமாக ஐம்பது முதல் நூறு மில்லியன்வரை ஆகலாம். ஊழியர்கள் சம்பளம், அவசர காலச் செலவுகள் தொடங்கி இதற்குள் கண்ணுக்குத் தெரியாத இதர செலவினங்கள் எவ்வளவோ இருக்கும். அது நாட்டுக்கு நாடு மாறுபடவும் செய்யும்.

ஒப்பீட்டளவில் அணு எரிபொருள் செலவு என்பது குறைவே என்றாலும் யுரேனியத்தைத் தோண்டி எடுத்து சுத்திகரித்துக் கொண்டு வந்து பயன்படுத்துவது முதல், கழிவுகளைப் பாதுகாப்பாக அகற்றுவது வரை ஏதோ ஒரு செலவு இருந்துகொண்டேதான் இருக்கும். ஆண்டுக்கு இது சுமார் முப்பது முதல் ஐம்பது மில்லியன் வரை ஆகலாம்.

இவ்வளவு செலவு செய்து அமைக்கப்படும் ஓர் அணு ஆலை அதிகபட்சம் நாற்பது முதல் ஐம்பதாண்டுக் காலத்துக்கு இயங்கும். அதற்குமேல் அதனை இழுத்து மூட வேண்டியதுதான். அந்த இழுத்து மூடும் பணி என்பது ஓர் அணு ஆலையை அமைப்பதினும் பெரும்பணி. யாருக்கும் ஆபத்தில்லாமல், எந்த அசம்பாவிதமும் எக்காலத்திலும் ஏற்பட்டுவிடாமல் மிகக் கவனமாக உலையின் ஒவ்வொரு அம்சத்தையும் சாகடித்து, முற்றிலும் குப்பையாக்கிக் கொண்டு கொட்டுவது என்று இதற்குப் பொருள். இதற்கான செலவைத் தோராயமாகக் கூடக் கணக்கிட முடியாது. அதிகபட்சம் ஒரு பில்லியன் டாலர் செலவாகலாம் என்று பல்வேறு நாடுகளின் அணு ஆராய்ச்சி மையங்களின் பேலன்ஸ் ஷீட்டுகளிலிருந்து தெரிந்துகொள்ள முடிகிறது.

மேற்சொன்ன நேரடிச் செலவுகள் தவிர, சுற்றுச் சூழல் பாதுகாப்பு தொடங்கி, ஊழியர்களுக்கான இன்சூரன்ஸ் வரை மொத்தமாகக் கணக்கிட்டுக் குத்துமதிப்பாக ஓர் எண்ணைச் சொல்ல வேண்டுமென்றால் ஒரு கிகாபைட் மின்சார உற்பத்தி அணு ஆலைக்குப் பத்து முதல் பதினைந்து பில்லியன் டாலர் செலவாகக் கூடும்.

கவனிக்கவும். இது சமர்த்தாக மின்சார உற்பத்தி செய்வதற்கு மட்டும். இதுவே அணு ஆயுத உற்பத்தி, பாதுகாப்பு, சேமிப்பு, பயன்பாடு என்று சிந்திக்கத் தொடங்கினால் கற்பனையில்தான் அந்தச் செலவுகளை நாம் எண்ணிப் பார்க்க முடியுமே தவிர, மேலே கண்டதைப் போல ஒரு குத்துமதிப்புச் செலவுக் கணக்கைக் கூட எந்த நாடும் தராது.

தவிர, மின்சார உற்பத்தி என்பது 'ரிட்டன்' வருகிற தொழில். ஆகிற செலவைப் பயன்படுத்துவோரிடமிருந்தே திரும்பப் பெற்றுவிட முடியும். அணு ஆயுதங்களை உற்பத்தி செய்து அடுக்கி வைப்பது என்பது முடக்கப்படும் நிதி. என்றுமே திரும்பி வராதது. (கள்ளச் சந்தை வர்த்தகத்தில் வருமானம் உண்டுதான். ஆனால் வட கொரியா அதனை உத்தேசித்து அணு ஆயுதத் தயாரிப்பை மேற்கொள்ளவில்லை. அது பிறகு வந்து சேர்ந்ததுதான். இதனைப் பின்னர் ஓர் அத்தியாயத்தில் விரிவாகப் பார்க்கலாம்.) அதையும் கவனத்தில் கொள்ள வேண்டும்.

இத்தனை பெரிய செலவு, அதுவும் தொடர்ச்சியான செலவை ஒரு நாட்டு அரசாங்கத்தினால் செய்ய முடியும் என்றால் திட்டவட்டமான வருமானம் மிகவும் அவசியம். இன்னொன்று, ப்ரிண்டிங் மெஷின் இருந்தால் போதும்; வேண்டிய பணத்தை அடித்துக்கொள்வேன் என்று சொல்லிவிட முடியாது. இந்த வர்த்தகமெல்லாம் கிட்டத்தட்ட நூறு சதவீதமும் அமெரிக்க டாலரில்தான் நடக்க முடியும். எத்தனை நாடுகளில் இருந்து எத்தனை எத்தனை பொருள்களை இறக்குமதி செய்ய வேண்டியிருக்கும்!

வட கொரியாவுக்கு இந்த விஷயத்தில் ஒரே ஒரு வசதி உண்டு. அணு உலைகள் அமைப்பதற்கான அடிப்படைப் பொருளான யுரேனியத்தை அவர்கள் இறக்குமதி செய்ய வேண்டாம். அந்நாட்டிலேயே பல யுரேனியச் சுரங்கங்கள் உண்டு. குறிப்பாக, அந்நாட்டின் தெற்கு எல்லையில் பியோங்சான் என்ற இடத்தில் அமைந்துள்ள

யுரேனியச் சுரங்கம், நாட்டின் பெரும்பாலான யுரேனியத் தேவையைத் தீர்த்துவைக்கிறது. இங்கிருந்து எடுக்கப்படும் மூலப் பொருளை Yellow Cake என்ற வடிவத்துக்கு (யுரேனியத்தைச் செறிவூட்டும் விதங்களுள் ஒன்று) மாற்றி, அணு உலைகளுக்கு அனுப்புவார்கள்.

இது போக வட கொரியாவின் வடக்கு எல்லையில் பக்சான் என்று இன்னொரு யுரேனியச் சுரங்கம் உண்டு. ஒப்பீட்டளவில் இங்கிருந்து எடுக்கப்படும் யுரேனியத்தின் அளவு குறைவு என்றாலும், சரக்கு தரமானது என்று சில அமெரிக்க உளவாளிகள் எழுதி வைத்திருக்கிறார்கள்.

மேற்சொன்ன இரண்டு சுரங்கங்கள் தவிரவும் ஒன்றிரண்டு இருக்கலாம் என்று நம்பப்படுகிறது. ஆனால் எங்கே இருக்கிறது, எவ்வளவு உற்பத்தி நடக்கிறது என்பது யாருக்கும் தெரியாது.

ஆனால் இதில் கவனிக்க வேண்டிய விஷயம் என்னவெனில், யுரேனியத்தை மட்டும் வைத்துக்கொண்டு அணுகுண்டு தயாரித்துவிட முடியாது. அது அடிப்படை என்பதில் சந்தேகமில்லை. எப்படி கடையில் வாங்கி வரும் அரிசி மட்டுமே சாப்பாடாகிவிடாதோ அப்படி. மேலே கண்ட மில்லியன், பில்லியன் செலவுகளெல்லாம் இந்த அடிப்படைக்கு அப்பால் ஆகக்கூடிய செலவுகளே. அதற்குத்தான் அந்நியச் செலாவணி அவசியமாகிறது.

ஐநாவின் பொருளாதாரத் தடைகள், உதவிக்கு இருந்த சோவியத் யூனியனும் உடைந்து உருக்குலைந்து போயிருந்த நிலைமையில் உள்நாட்டுப் பிரச்னைகளை சமாளித்துக்கொண்டு கிம் ஜாங் இல் எங்கிருந்து அந்நியச் செலாவணியைக் கொண்டுவந்திருக்க முடியும்? ஏதோ அஞ்சு பத்தென்றால் சமாளிக்கலாம். அணு ஆராய்ச்சிகளைத் தாங்கும் அளவுக்கு முதலீடென்றால் பல பில்லியன் அமெரிக்க டாலர்கள் கையிருப்பு இருந்தாக வேண்டும்.

ஆனால் எப்படி?

ஏற்றுமதியின் மூலம் அந்நியச் செலாவணியைக் கொண்டு வரலாம். இது எளிய வழி. வட கொரியாவுடன் வர்த்தக உறவு உள்ள நாடுகளின் எண்ணிக்கை மிகவும் சொற்பம். அவற்றுள் முக்கியமானது சீனா. ஆடைகள், நிலக்கரி, இரும்பு, பதப்படுத்திய மீன் போன்றவற்றை வட கொரியா சீனாவுக்கு ஏற்றுமதி செய்கிறது. அதன் மூலம் ஒரு வருவாய் நிச்சயமாக உண்டு. ஆனால் பதிலுக்கு அவர்கள் சீனாவிலிருந்து இறக்குமதி செய்யும் பொருள்களோடு ஒப்பிட்டால் இந்தப் பணம் அதற்கே திரும்பிச் சென்றுவிடும். நட்பு நாடுதானே என்று சீனா வட கொரிய கரன்சியிலா வர்த்தகம் செய்யும்?

(ஒரு விஷயம். வட கொரியாவுடன் நட்புடன் இருந்த நாடுகளும்கூட வட கொரிய கரன்சியில் (North Korean Won) வர்த்தகம் செய்ய விரும்பியதில்லை. அது என்றைக்கு வேண்டுமானாலும் மதிப்பிழந்து போகும் என்ற எண்ணம் தொடக்க காலம் முதலே எல்லா நாடுகளுக்கும் இருந்ததே காரணம். தென் கொரியாவில் வட கொரிய நாணயத்தை வைத்திருப்பதே ஒரு சட்ட விரோதச் செயல் - இன்றும்கூட.)

இதே பிரச்னைதான் ரஷ்யா, மலேசியா, இந்தோனேசியா, வியட்நாம் போன்ற நாடுகளுக்கும் இருந்தது. எரிபொருள்கள், உலோகத் தாதுப் பொருள்கள், ஆயத்த ஆடைகள் என்று வட கொரியாவில் சாத்தியமான அனைத்தையும் இந்த நாடுகளுக்கும் ஏற்றுமதி செய்கிறார்கள். இன்றல்ல. தொடக்கம் முதலே. ஆனால் அதன் மூலம் கிடைக்கும் அந்நியச் செலாவணி மிகவும் சொற்பம். தவிர, சர்வதேச நாடுகள் அவ்வப்போது விதித்துக்கொண்டே செல்லும் பொருளாதாரத் தடைகளின் காரணத்தால், சிறிய நாடுகள்கூட வட கொரியாவுடன் வர்த்தக உறவு வைத்துக்கொள்ள விரும்புவதில்லை.

முதலில் ஓர் அரசாங்கத்தின் கதவு திறக்க வேண்டுமல்லவா? நாம் யாருடன் வியாபாரம் செய்கிறோம், அவர்கள் எப்படிப்பட்டவர்கள், அவர்களால் என்ன செய்ய

முடியும், தரம் உண்டா-தகுதி உண்டா என்றெல்லாம் பார்ப்பார்கள் அல்லவா? எதற்குமே வழியில்லாமல் வட கொரியாவின் அனைத்துக் கதவுகளையும் இழுத்துப் பூட்டிக்கொண்டு வர்த்தகம் மட்டும் செய் என்றால் யார் வருவார்கள்?

எனவே அந்நியச் செலாவணி என்பது சுத்தமாகக் கிடையாது. ஆனாலும் அணு உலைகள் இருக்கின்றன. ஆராய்ச்சிகள் நடக்கின்றன. அணு ஆயுதப் பரிசோதனைகள் செய்கிறார்கள். ஹைட்ரஜன் குண்டுப் பரிசோதனைகள் அடிக்கடி நடக்கின்றன. தவிர ஏவுகணைத் திட்டங்கள். வட கொரியாவிலிருந்து அமெரிக்காவரை சென்று தாக்கும் ஏவுகணைப் பரிசோதனைகள். நூதனமான பல ஆயுதங்கள், ராணுவத் தளவாடங்களை வாங்கிக் குவிக்கிறார்கள். எங்கிருந்து வருகிறது பணம்?

கடத்தல்-போதைக் கடத்தல் என்று ஒரு காரணத்தைத் தூக்கிப் போட்டுவிட்டுப் போய்விட முடியாது. வட கொரியா தனது அந்நியச் செலாவணி கையிருப்பின் பொருட்டு என்னென்ன காரியங்கள் செய்கின்றன என்பது மிகப் பெரிய விவகாரம். உள்ளே நுழைந்தால் மீள்வது பெரும்பாடு. ஆனால், குடைந்து பார்த்துத்தான் தீர வேண்டும்.

ஏனெனில், உலகில் உள்ள வேறெந்த அரசும் இவற்றைச் செய்வதில்லை. அல் காயிதா போன்ற அந்நாளைய அதிபயங்கரத் தீவிரவாத இயக்கம்கூடச் சிந்தித்துப் பார்த்ததில்லை. உலகில் உள்ள அனைத்துப் பெரிய கிரிமினல்களின் மூளைகளையும் ஒன்று திரட்டி ஒரு சிறப்பு மூளையைத் தயார் செய்ய முடியுமானால், அதனால்கூட இப்பேர்ப்பட்ட திட்டங்களை நுணுக்கமாக உருவாக்கிப் பயன்படுத்திப் பலனடைய முடியுமா என்பது சந்தேகமே.

சற்று கவனமாகப் பார்க்க வேண்டிய விவகாரம் இது. அறை எண் முப்பத்தொன்பதில் இது ஆரம்பிக்கிறது.

31. அறை எண் 39

அறை எண் 39 என்பது அங்கு இருப்பவர்களைத் தவிர மற்றவர்களைச் சற்றே குழப்புவதற்காக வைக்கப்பட்ட ஒரு பெயர். உண்மையில் அந்த அடுக்கு மாடி வளாகத்தில் 38 அல்லது 40 அல்லது அதற்கும் மேற்பட்ட எண்ணிக்கையில் அறைகள் இருக்கின்றனவா என்று யாரும் சென்று எண்ணிப் பார்த்ததில்லை. சரியான எண்ணிக்கை தெரிந்த யாரும் வெளியே அது பற்றிப் பேசியதும் இல்லை. ஏனெனில் அவர்கள் அனைவரும் வட கொரிய கம்யூனிஸ்ட் கட்சி, தொழிலாளர் கட்சியைச் சேர்ந்த, கிம் ஜாங் இல்லின் பிரத்தியேக நம்பிக்கைக்குரிய முதல்தரக் குடிமக்கள். மிக முக்கியமான அரசுத் துறைகள் அனைத்தையும் கட்டி ஆள்பவர்கள்.

1972ஆம் ஆண்டு, கிம் ஜாங் இல் கட்சிப் பணியில் தீவிரமாக ஈடுபட்டுக்கொண்டு, தந்தைக்கும் தன்னை ஒரு சிறந்த சாணக்கியனாக மறு அறிமுகப்படுத்தும் முயற்சிகளில் இறங்கியபோது இந்த அறை எண் 39ஐத் தோற்றுவித்தார். வட கொரியாவைச் சேர்ந்த யாரும் இது பற்றிப் பேசியதில்லை. சில உளவுத்துறைத் தகவல்களின் அடிப்படையில் (குறிப்பாக சி.ஐ.ஏ மற்றும் தென் கொரிய உளவுத் துறை) அறை எண் 39 என்பது

அந்த வளாகத்தின் மூன்றாவது மாடியில் அமைந்துள்ள ஒன்பதாவது அறையைக் குறிக்கும்.

தொடக்கத்தில் இந்த அறை, வட கொரியத் தொழிலாளர் கட்சியின் நிதிப் பிரிவின் கீழ் இயங்கிக்கொண்டிருந்தது. நிதிப் பிரிவின்கீழ் இயங்கும் ஓர் அமைப்பு அல்லது துறை வேறென்ன வேலை செய்யும்? அதுவும் பணம் தொடர்பான ஏதோ ஒரு பணியைத்தான் செய்யும் அல்லவா? முதலில் அந்த அறையில் இயங்கிய துறைக்கென ஒரு தலைவர் இருந்தார். துணைத் தலைவர் இருந்தார். பிறகு அந்தத் தலைவரைத் தூக்கிவிட்டுத் துணைத் தலைவரைத் தலைவராக்கினார்கள். அதன் பிறகு அவரையும் மாற்றிவிட்டு, இனி கிம் ஜாங் இல்லே நேரடியாகப் பார்த்துக்கொள்வார் என்று சொல்லிவிட்டார்கள்.

இந்தப் புள்ளியில்தான் அந்த அறை பிரபலமடையத் தொடங்கியது. அப்படி என்ன நடக்கிறது அங்கே? பணம் சார்ந்த விஷயங்கள்தாம் என்றாலும் அப்படி ரகசியமாகக் கட்டிக்காப்பாற்ற வேண்டிய அளவுக்கு வட கொரியா ஒன்றும் பணத்தில் கொழிக்கும் நாடல்ல. கைக்கும் வாய்க்கும் சரியாக இருக்கிறது என்று சொல்லும் அளவுக்குக் கூட ஒன்றுமில்லாத நாடு. ஆனால், கிம் ஜாங் இல்லின் வீட்டைவிட அந்த அறை எண் 39 அத்தனை தீவிரமாகக் கண்காணிக்கப்பட்டுக்கொண்டிருந்தது.

தலைநகர் பியாங்யாங்கில் அந்தக் கட்டடத்துக்கு (தலைமைச் செயலகம் என்று வைத்துக்கொள்ளுங்கள். ஆனால் அது மட்டுமல்ல தலைமைச் செயலகம்.) வேலைக்குச் செல்லும் அரசு ஊழியர்களில் மிகச் சிலர் மட்டுமே மூன்றாவது தளத்தில் பணியாற்றுபவர்கள். அவர்களுள் யார் யார் அந்த முப்பத்தொன்பதாவது அறைக்குச் செல்கிறார்கள் என்பது அதே தளத்தில் உள்ள பிறருக்குக் கூடத் தெரியாது.

இது எப்படி சாத்தியம் என்றால், கிம் ஜாங் இல் இதற்கொரு வழியைக் கண்டறிந்து கொடுத்தார்.

உதாரணமாக, மூன்றாவது தளத்தில் இருக்கும் அந்தக் குறிப்பிட்ட அறையில் பணியாற்றுவோர் பத்து பேர் என்று வைத்துக்கொள்ளுங்கள். அந்தப் பத்து பேரின் வேலை நேரம் என்பது அந்த மொத்தக் கட்டடத்தில் பணியாற்றுவோரின் வேலை நேரத்துக்குச் சம்பந்தமில்லாததாக இருக்கும். மற்ற அத்தனை பேரும் காலை எட்டு மணிக்கு வேலைக்கு வந்தால், அந்த முப்பத்தொன்பதாவது அறைக்காரரர்கள் இரவு எட்டு மணிக்கு வருவார்கள். பகலில் அவர்கள் வேலை பார்க்க வேண்டியிருக்குமானால் மற்றவர்கள் வெளியே வரச் சாத்தியமே இல்லாத பகல் பதினொன்று, மதியம் இரண்டு என்று ஏதாவது ஒரு நேரம்.

அந்தந்தத் துறையினர் பணிக்கு வந்து அவரவர் இருக்கைக்குச் சென்றுவிட்டால், அடிக்கடி எழுந்து வெளியே வர முடியாது. இயற்கை உபாதைகளைக் கூட அந்தந்தத் துறைக்கான அறைகளுக்குள்ளேயே தீர்த்துக் கொள்ள வழி செய்யப்பட்டிருக்கும். சும்மா டீ குடிக்க, வெளியே வேடிக்கை பார்க்க என்று எதற்காக நீங்கள் எழுந்து வெளியே வந்தாலும் அப்படியே வீட்டுக்குப் போக வேண்டியதுதான். அதன்பிறகு வேலையில் இருக்க மாட்டீர்கள் அல்லது வேலை இருக்காது.

எனவே, ஒரு கட்டடத்தின் ஒரு குறிப்பிட்ட அறைக்கு யார் போகிறார்கள், வருகிறார்கள் என்பது பக்கத்து அறையில் இருப்போருக்குக் கூடத் தெரியாது. இது போக, இருக்கவே இருக்கிறது காவல் துறை. தப்பித் தவறிக்கூட அந்தக் குறிப்பிட்ட அறையின் பக்கம் யார் பார்வையும் சென்றுவிடாமல் அவர்கள் பார்த்துக்கொள்வார்கள்.

அம்மாதிரியானதொரு அமைப்பைக் கிம் ஜாங் இல் அங்கே உருவாக்கி வைத்திருந்தார். எல்லாம் சரியாக இருக்கிறதா என்று ஒருமுறைக்கு நூறு முறை பரிசோதனை செய்து முடித்த பின்னர் சொன்னார், 'அப்பா, இனி நாம் அந்நியச் செலாவணியைக் குறித்துக் கவலைப்பட

அவசியமில்லை. அறை எண் 39இல் இருப்பவர்கள் அதைக் கவனித்துக்கொள்வார்கள்.'

அந்நியச் செலாவணி கையிருப்பில்லாமல் ஒரு நாடு எந்தப் பெரிய தொழிலையும் நடத்த முடியாது. வர்த்தகம் என்ற ஒன்று சாத்தியமேயில்லை. ஆனால் அனைத்து உலக நாடுகளும் கதவடைத்துக்கொண்ட பிறகு வட கொரியாவுக்கு அந்நியச் செலாவணி எங்கிருந்து வரும்?

என்றால், எல்லா இடங்களில் இருந்தும் வரும் என்பது முதல் பதில். அதை வரவழைக்கும் வித்தைக்காரர்களின் மத்திய மூளை இந்த முப்பத்தொன்பதாவது அறைக்குள் இருந்துதான் இயங்குகிறது என்பது இரண்டாவது பதில்.

வட கொரியா தனது அந்நியச் செலாவணித் தேவைகளை எப்படிச் சமாளிக்கிறது? எந்தெந்த வழிகளில் பணத்தை உள்ளே கொண்டு வருகிறது?

மிக நிச்சயமாக நல்ல வழிகளிலோ, நேர் வழிகளிலோ அல்ல. அதில் சந்தேகமில்லை. ஆனால் ஊரறிந்த ஆயுதக் கடத்தல், போதைக் கடத்தல் வழிகளைக் காட்டிலும் கிரிமினலான பல வழிகளை அந்நாடு உருவாக்கி வைத்திருக்கிறது.

1. கள்ளப் பணம்

இப்படிச் சொன்னதும் நமக்குத் தோன்றுவது என்ன? அமெரிக்க டாலரைப் பிரதியெடுத்துக் கள்ள நோட்டு அச்சிடுகிறார்கள் என்பதாக இருந்தால் அது தவறு. அல்லது அது மட்டும் அந்நாடு செய்யும் தவறு இல்லை.

உலகெங்கும் புரட்சி-போராட்டம் நடைபெறும் நாடுகளில் உள்ள பல்வேறு போராளிக் குழுக்கள் தரும் ஆர்டரின் பேரில் அந்தந்த நாட்டு கரன்சியைக் கள்ளத்தனமாக அச்சிட்டு அனுப்பி, தனது கூலியை மட்டும் ஒரிஜினல் அமெரிக்க டாலரில் வாங்கிக்கொள்வது வட கொரியாவின் வழக்கம். ஒரு டாலர் நோட்டில்

திருத்தம் செய்து நூறு டாலர் நோட்டாக மாற்றி அச்சிட்டு, மேலும் கீழும் நல்ல நோட்டுகளை வைத்து நடுவில் இந்தக் கள்ள நோட்டைச் சொருகிக் கொடுத்துத் தனக்குத் தேவையானவற்றைப் பல்வேறு ஆப்பிரிக்க நாடுகளிலிருந்து இறக்குமதி செய்துகொள்ளும். கவனிக்க. இந்தச் செயல் ஆப்பிரிக்க நாடுகளில் - குறிப்பாகக் காங்கோவில் அதிகம் - மட்டும்தான். பின்பு இத்தொழில் விரிவடைந்து, நேரடியாக அமெரிக்க நூறு டாலர் நோட்டுகளை அச்சடித்து அமெரிக்காவிலேயே புழக்கத்துக்கு விட்ட கதை பின்னால் வரும்.

2. உணவகங்கள்

உலகின் பல்வேறு நாடுகளில் கொரிய உணவகங்கள் புகழ்பெற்றவை. கொரிய உணவகம் என்றால் தென் கொரிய உணவகம் என்று இயல்பாக நாம் நினைப்போம். நம்மைப் போலத்தான் அனைத்து நாட்டு மக்களும் நினைப்பார்கள். வட கொரியா வேறு, தென் கொரியா வேறு என்றாலும் இரு நாட்டு உணவுப் பழக்கங்களும் ஒன்றேதான். ஒரே நாடுதானே ஒரு காலத்தில்? இரு நாட்டு மக்களும் ஒரே விதமான முக அமைப்பைக் கொண்டவர்கள். அசப்பில் உருவம் முதல் உணவு வரை எந்த வித்தியாசமும் தெரியாது.

இதனைப் பயன்படுத்திக்கொண்டு, உலகெங்கும் சுமார் நூற்று முப்பது அதி நவீன கொரிய உணவகங்களை வட கொரியா நடத்தி வருகிறது. முழுக்க முழுக்கச் சுற்றுலாப் பயணிகளைக் குறி வைத்து நடத்தப்படும் வர்த்தகம் இது. கம்போடியா, லாவோஸ், இந்தோனேஷியா போன்ற கிழக்காசிய நாடுகளிலும் ஜெர்மனி, போலந்து போன்ற சில ஐரோப்பிய நாடுகளிலும் சில மத்தியக் கிழக்கு நாடுகளிலும் இந்த உணவகங்கள் இயங்குகின்றன.

வட கொரியா இந்த உணவகங்களிலும் விடுதிகளிலும் பணியாற்றத் தனியாக ஆள்களை நியமிப்பதில்லை. தன்

நாட்டில் கல்லூரியில் படிக்கும் பெண்களையே இந்த உணவகப் பணிகளுக்குப் பயன்படுத்திக்கொள்கிறது. அது அவர்களுக்கு 'இன்டர்ன்' போன்றதொரு மதிப்பெண் தரும் பணி. மூன்றாண்டுப் படிப்பென்றால் அதில் கண்டிப்பாக ஓராண்டு அரசாங்கம் அனுப்பும் நாட்டுக்குச் சென்று இந்த ஓட்டல் பணியில் ஈடுபட்டாக வேண்டும். அதற்குச் சம்பளமெல்லாம் கிடையாது. அங்கேயே தங்கிக்கொள்ளலாம். அங்கேயே சாப்பிடலாம். அவ்வளவுதான். இருபத்து நான்கு மணி நேரமும் வேலை பார்த்தாக வேண்டும். விடுமுறையெல்லாம் கிடையாது. தப்பிக்க நினைத்தால் மேற்பார்வையாளர்கள் தொலைத்துவிடுவார்கள்.

இந்த உணவகங்களின் மூலம் பல மில்லியன் டாலர்கள் வட கொரியாவுக்கு அந்நியச் செலாவணி வருமானம் கிடைக்கிறது. நேரடியாக டாலர் வராவிட்டால் என்ன? இந்த வழியில் நன்றாகவே வரும்.

3. கட்டுமானப் பணி

போலந்து போன்ற ஒன்றிரண்டு ஐரோப்பிய நாடுகளிலும், மலேசியா, கம்போடியா, மங்கோலியா போன்ற நாடுகளிலும் பல்வேறு ஆப்பிரிக்க நாடுகளிலும் சாலை போடும் பணி, அணை கட்டும் பணி, சாதாரணக் கட்டடம் கட்டும் பணிகளைத் தூதரக அதிகாரிகள் மூலம் கான்ட்ராக்ட் எடுப்பார்கள். பெரும்பாலும் போரினால் சீரழிந்த நாடுகளையே இதற்குத் தேர்ந்தெடுப்பார்கள். (உதாரணம், சிரியா)

இந்தப் பணிகளுக்கு வட கொரியாவிலிருந்து பல்லாயிரக் கணக்கான பணியாளர்கள் ஆண்டுதோறும் அனுப்பப்படுவார்கள். ஒப்பந்தத் தொகையை வட கொரிய அதிகாரிகள் நேரடியாக வாங்கிவிடுவார்கள். தமது பணியாளர்களுக்குத் தாங்களே சம்பளம் கொடுத்துக்கொள்கிறோம் என்று சொல்லிவிடுவார்கள்.

ஆனால் வாங்கிய தொகையில் ஒரு சதவீதத்துக்கும் குறைவாகத்தான் தொழிலாளர்களுக்குத் தருவார்கள். மீதம் அனைத்தும் அறை எண் முப்பத்தொன்பதுக்குச் சென்றுவிடும்.

இந்தக் கூலித் தொழிலாளிகள் வாழ்நாள் அடிமைகள். உயிரோடிருக்கும்வரை அவர்களால் அந்தப் பணியிலிருந்து விலகவோ, மீளவோ முடியாது. குடும்பத்தைக் காப்பாற்றுவதற்காகச் சம்பாதிப்பதன் பொருட்டு, எங்கே செல்கிறோம் என்றே தெரியாமல் அரசு ஏற்றி அனுப்பும் வண்டியில் போய்ச் சேருபவர்கள் பிறகு வட கொரியாவுக்குத் திரும்பி வரவே முடியாது. ஓரிடத்தில் பணி முடிந்தால் அப்படியே அடுத்த ஊருக்கு அனுப்பிவிடுவார்கள். அங்கே முடிந்தால் இன்னொரு இடம். சாகும்வரை வேலை செய்துகொண்டே இருக்க வேண்டியதுதான்.

நவீன அடிமை வம்சம் என்று இன்றைக்கு ஐரோப்பிய நாடுகளும் அமெரிக்காவும் இந்த வட கொரிய கட்டுமானப் பணியாளர்களைக் குறிப்பிடுகின்றன. உலகெங்கும் சுமார் ஒன்றரை லட்சம் பேர் இன்றைக்கு இப்படி அடிமைத் தொழில் செய்துகொண்டிருக்கிறார்கள். இதன்மூலம் ஆண்டுக்குக் குறைந்தது ஒரு பில்லியன் டாலர் வட கொரியாவுக்கு அந்நியச் செலாவணி வருகிறது.

4. இன்சூரன்ஸ் பித்தலாட்டம்

இதுதான் உள்ளதிலேயே பயங்கரம். 1950ஆம் ஆண்டு கொரியப் போர் காலம் தொடங்கி இன்றுவரை வட கொரியா இயக்கும் விமானங்கள், ஹெலிகாப்டர்கள் அனைத்தும் அன்றைய சோவியத் யூனியன் ‘அன்பளிப்பாக’த் தந்தவையே. இவற்றுள் பெரும்பாலானவை கழித்துக்கட்டும் தரத்தில் இருப்பவை.

அத்தகைய கழித்துக்கட்டும் தரத்தில் உள்ள ஹெலிகாப்டர்களைப் புதிதாக வாங்கிய ஹெலிகாப்டர்கள் என்பது போலப் போலிக் கணக்குக் காட்டி, பல்வேறு ஐரோப்பிய இன்சூரன்ஸ் நிறுவனங்களில் காப்பீடு செய்வார்கள். ஒவ்வொரு ஹெலிகாப்டரும் குறைந்தது இரண்டு மில்லியன் டாலர் தொகைக்கு இன்சூர் செய்யப்படும்.

சடங்கு சம்பிரதாயங்கள் முடிந்த முதல் சில மாதங்களுக்கு ஐயாயிரம் டாலர், ஆறாயிரம் டாலர் என்று ஒழுங்காக ப்ரீமியத் தொகையைக் கட்டுவார்கள். பிறகு அந்த ஓட்டை ஹெலிகாப்டரை பக்டூ மலைப்பகுதிக்குக் கொண்டு சென்று மோதி உடைத்துவிட்டு இன்சூரன்ஸ் தொகையை மொத்தமாக வாங்கிவிடுவார்கள்.

எந்த இடத்திலும் சிறு பிசகும் இல்லாமல் இந்தப் பணி துல்லியமாக நடந்தேறும். இது முதலீடே இல்லாமல் ஆண்டுக்குப் பல மில்லியன் டாலர்களை வட கொரிய அரசுக்குக் கொண்டு வந்து கொட்டிக்கொண்டிருக்கிறது.

5. தூதரக விடுதி

உலகமெங்கும் கிரிமினல்கள் உண்டு. அவர்களுக்கு உலகெங்கும் வேலைகள் உண்டு. தொழிலதிபர்களைப் போல அவர்களும் நாடு விட்டு நாடு பறந்துகொண்டே தான் இருப்பார்கள். வேலையாக இல்லாவிட்டாலும் குடும்பத்தோடு ஓய்வெடுக்கவேனும் எங்காவது அவர்களும் போகத்தானே வேண்டும்?

அப்படிச் செல்பவர்கள் எந்த உயர்தர ஓட்டலில் தங்கினாலுமே அது நூறு சதவீதப் பாதுகாப்பானது என்று சொல்ல முடியாது. எங்கே யாருக்கு விதி முடியவேண்டும் என்று இருப்பது யாருக்குத் தெரியும்? சுற்றுலா செல்லும் பெரும் பணக்காரக் கிரிமினல்களின் பாதுகாப்பையெல்லாம் சரித்திரத்தில் இதுவரை எந்த அரசாங்கமும் சிந்தித்ததேயில்லை. ஆனால் வட கொரியா சிந்தித்தது.

வட கொரியாவுக்கு உலகில் சில நாடுகளில் தூதரகங்கள் உண்டு. குறைந்தபட்ச நட்புள்ள நாடுகளிலாவது இருக்குமல்லவா? உதாரணம், சிரியா, ரஷ்யா, க்யூபா, பாகிஸ்தான், இந்தோனேஷியா, இரான். கிம் ஜாங் இல்லின் காலத்தில் கிழக்கு ஜெர்மனி உள்ளிட்ட மிகச் சில ஐரோப்பிய நாடுகளிலும் வட கொரியாவுக்குத் தூதரகங்கள் இருந்தன.

இந்த தூதரக வளாகம் என்பது அந்தந்த நாட்டு அரசு, வட கொரியாவுக்காக சகல வசதிகளுடனும் அமைத்துத் தந்த மதன மாளிகை போல இருக்கும். பாதுகாப்பு ஏற்பாடுகளெல்லாம் அதி உயர் தரத்திலானவை. எல்லா நாடுகளுக்குமே அப்படித்தான் என்றாலும் வட கொரியா அந்த தூதரகக் கட்டடங்களைத் தனது கலைத்திறனைப் பயன்படுத்தி உயர்தர நட்சத்திர விடுதிகளைப் போல மாற்றியது. உலகின் அதி பணக்கார விடுதிகளில் ஆகும் செலவைக் காட்டிலும் இங்கே தங்குவதற்குச் செலவு அதிகம் ஆகும்.

ஆனால் பணத்தைப் பற்றிக் கவலைகொள்ளாத, தனது பாதுகாப்பு ஒன்றே முக்கியம் என்று கருதக்கூடிய பெரிய மனிதர்கள் இந்த தூதரக விடுதிகளில் அறை எடுத்துத் தங்குவார்கள். ஒரு நபர் ஒரு வாரம் தங்கினார் என்றால் அது ஒரு சராசரித் தனி நபர் ஓராண்டுக்கு வசதியாக வாழ உதவும் தொகைக்குச் சமமாக இருக்கும். பதிலுக்கு வட கொரியக் காவலர்கள் தரும் துப்பாக்கி ஏந்திய பாதுகாப்பு முதல் சகல விதமான சொகுசு சௌகரியங்களும் அவர்களுக்குக் கிடைக்கும்.

இன்னொரு நாட்டின் தூதரகத்துக்குள் என்ன நடக்கிறது என்றெல்லாம் எந்த நாடும் வேவு பார்க்காது. அதனைப் பயன்படுத்திக்கொண்டு வட கொரியா இந்த தூதரக விடுதி ஏற்பாடுகளின் மூலம் பல மில்லியன் டாலர் சம்பாதிக்கிறது.

6. ஆயுத உதவி

1971ஆம் ஆண்டு முதல் சிரியாவுக்கும் வட கொரியாவுக்கும் மிக நல்ல உறவு உண்டு. வட கொரியாவின் தந்தை கிம் இல் சுங்குக்கும் அப்போதைய சிரிய சர்வாதிகாரி ஹஃபிஸ் அல் அஷாதுக்கும் இடையில் இருந்த வலுவான நட்பே இதன் தொடக்கம். சிரிய அரசின் ஆயுதத் தேவைகளை வட கொரியாவே பெரும்பாலும் தீர்த்து வைத்திருக்கிறது. மிகச் சிறிய கைத்துப்பாக்கிகள் முதல் இயந்திரத் துப்பாக்கிகள், வெடி குண்டுகள், இதர அனைத்து ஆயுதத் தேவைகளுக்கான காண்ட்ராக்டையும் சிரியா இன்றுவரை வட கொரியாவுக்குத்தான் வழங்கி வருகிறது.

தந்தை காலத்தில் தொடங்கிய இந்நல்லுறவு, சிரியாவின் இன்றைய அதிபரும் சர்வாதிகாரியுமான பஷார் அல் அசாதின் காலத்திலும் தொடர்கிறது. வட கொரியாவிலும் கிம் இல் சுங்கின் மகன் கிம் ஜாங் இல் பொறுப்பேற்றதும் செய்த முதல் பணி, சிரிய உறவை மேலும் பலப்படுத்தியதுதான். (இன்றைய வட கொரிய அதிபர் கிம் ஜாங் உன் ஆட்சிக்கு வந்தபோதும் செய்த முதல் பணி அதுவேதான்.)

நீடித்த உள்நாட்டுப் போரினால் சிரியா எவ்வளவு மோசமாக பாதிக்கப்பட்ட நாடு என்பது இன்று உலகம் மொத்தத்துக்கும் தெரியும். இந்தப் போரில் சிரிய அரசின் சர்வாதிகாரிக்கு இடைவிடாமல் ஆயுத சப்ளை செய்வது வட கொரியாதான். உள்நாட்டுப் போரில் சிரிய அரசாங்கம் பயன்படுத்திய மிக மோசமான ரசாயன ஆயுதங்கள் அனைத்தும் வட கொரியாவின் தயாரிப்பே. சிரியாவின் வேறு பல நட்பு நாடுகளும் ஓரளவுக்கு உதவுகின்றன என்றாலும் வட கொரியாவின் உதவிக்கு நிகரே கிடையாது.

ஒரு பக்கம் ஆயுத சப்ளை. மறு பக்கம் போரினால் சேதமான கட்டடங்கள், பாலங்கள், அணைக்கட்டுகள்

இதர கட்டுமானங்களை மீண்டும் கட்டித்தரும் கான்ட்ராக்ட். சிரியாவுக்கு உலகெங்கிலும் இருந்து வரும் மறு கட்டுமான உதவித் தொகையில் பெரும்பகுதி இந்த கான்ட்ராக்டுகளின் மூலம் வட கொரியாவுக்கே செல்கிறது. இதன் மூலம் ஆண்டுக்கு முப்பது முதல் எண்பது மில்லியன் டாலருக்குக் குறையாத வருமானம். ஒன்றிரண்டு வருடங்களில் மட்டும் இத்தொகை பில்லியனைத் தொட்டிருப்பதாகவும் தெரிகிறது.

7. சைபர் தாக்குதல்கள்

வட கொரியாவில் பொதுமக்கள் பயன்பாட்டுக்கு இண்டர்நெட் கிடையாது. இண்டர்நெட் அறிமுகமான காலத்தில் அல்ல. இன்று வரையிலுமே அதுதான் நிலைமை. ஸ்மார்ட் போன், 4ஜி, 5ஜி என அடுத்தடுத்த வளர்ச்சிகளை நாம் உடனுக்குடன் பார்க்கிறோம். ஆனால் வட கொரியாவில் மக்களுக்கு அதெல்லாம் அறிமுகமில்லை. உயர்மட்ட அரசு அதிகாரிகள் அளவில் இணையப் பயன்பாடு இருக்கிறது. அதை விட்டால், அரசாங்கம் அங்கீகரித்த சில ஆராய்ச்சியாளர்களுக்கு உண்டு. அவ்வளவுதான்.

ஆனால் நம்ப முடியாத அதிசயம், ஆரம்பப் பள்ளிக் காலம் தொடங்கி மேல்நிலைப் பள்ளிக்கூடக் காலம் வரை மாணவர்களுக்கு முறையான கம்ப்யூட்டர் படிப்பும் மென்பொருள் பயிற்சியும் தரப்படுகின்றன. அவர்களுக்குப் பள்ளியில் மட்டும் இணைய வசதி செய்து தரப்படுகிறது. இஷ்டத்துக்கு யூட்யூபில் படம் பார்ப்பதற்கல்ல. அதெல்லாம் அங்கே சாத்தியமேயில்லை. நாம் அன்றாடம் பயன்படுத்தும் பெரும்பாலான இணையத்தளங்கள் வட கொரியாவில் கிடையாது. எல்லாம் தடுக்கப்பட்டவை. ஃபேஸ்புக், ட்விட்டர், இன்ஸ்டாக்ராம் போன்ற சமூக ஊடகங்களும் கிடையாது. கூகுள் கிடையாது. விரல் விட்டு எண்ணத்தக்க அரசு

அதிகாரிகளுக்கு மட்டும் குறிப்பிட்ட நேரங்களில் தக்க பாதுகாப்புடன் அனைத்துத் தளங்களையும் பார்வையிடும் வசதி தரப்படுகிறது. பொதுமக்கள் அவசரமாக ஏதாவது மின்னஞ்சல் அனுப்ப வேண்டுமென்றால், முற்காலத்தில் நம் ஊரில் தந்தித் துறை எப்படிச் செயல்பட்டதோ, அப்படித்தான் அனுப்ப வேண்டும்.

சொல்ல வேண்டிய விவரத்தை எழுதி, மின்னஞ்சல் முகவரியையும் எழுதி, பிராந்திய இணைய அதிகாரியிடம் கொடுக்க வேண்டும். அவர் உங்கள் அஞ்சலைப் படித்துப் பார்ப்பார். ஆபத்தில்லாத கடிதம்தான் என்றால் அனுப்பி வைப்பார். ஒரு சொல் அல்லது தொனியில் சந்தேகம் வந்தாலும் அஞ்சல் குப்பைக்குப் போய்விடும். அனுப்ப வந்தவர் சிறைக்குச் செல்ல நேரிடும். குறிப்பாக, வட கொரியாவிலிருந்து யாரும் வெளிநாட்டில் வசிப்போருக்கு மின்னஞ்சல் அனுப்ப இயலாது. உள்நாட்டுக்குள்ளேயே அனுப்பிக்கொள்ளத்தான் இந்த கெடுபிடிகள்.

இத்தனை இருந்தாலும் பள்ளி மாணவர்களைத் திறமை மிக்க ஹேக்கர்களாக உருவாக்குவதில் வட கொரிய அரசு தீவிரம் காட்டுகிறது. மேநிலை வகுப்பு இறுதித் தேர்வுகளில் ஹேக்கிங் மிக முக்கியமானதொரு கட்டம். ஒவ்வொரு மாணவரும் ஏதாவதொரு உலக நாட்டின் வங்கி அல்லது நிதி நிறுவனத்தின் இணையத் தளத்தை ஹேக் செய்து காட்ட வேண்டும். அதன் மூலம் அவர்கள் 'சம்பாதிக்கும்' தொகையைப் பொறுத்து அவர்களுக்கு மதிப்பெண் வழங்கப்படும். குறிப்பிட்ட தொகை, அரசுக்கு இலவச அந்நியச் செலாவணியாக வந்து சேர்ந்துவிடும்.

இது போக, உலக அளவில் புகழ்பெற்ற மாபெரும் கம்ப்யூட்டர்-மென்பொருள்-இணைய நிறுவனங்களைக் குறி வைத்து நிகழ்த்தப்படும் வைரஸ் தாக்குதல்கள் பெரும்பாலும் வட கொரிய மாணவர்களாலேயே நிகழ்த்தப்படுகின்றன. அவர்களைப் பொறுத்த அளவில் அது கல்வியின் ஒரு பகுதி. அரசுக்கு நிழல் வருமானம்.

தாக்குதல் நடத்தி ஹேக் செய்து வைத்துக்கொண்டு பிறகு பணம் கொடுத்தால் ரிலீஸ் செய்யும் பழைய உத்திதான். ஆனால் தொழில்நுட்பத்தைக் கொண்டு விளையாடுவதால் இது கொண்டு வந்து கொட்டும் பணம் மிகப் பெரிது. ஆண்டுக்குப் பல மில்லியன் டாலர்கள் (அதிகபட்சம் இரண்டு பில்லியன்) இந்த ஹேக்கிங் மூலமாகவே வட கொரிய அரசு சம்பாதிக்கிறது. WannaCry ransomware attack என்ற பெயரில் 2017ஆம் ஆண்டு மொத்த உலகத்தையும் கிடுகிடுக்கச் செய்த தாக்குதல் இந்த மாணவச் செல்வங்களால் நிகழ்த்தப்பட்டவையே. வசைகள் அவர்களுக்கு. வருமானம் அரசுக்கு.

8. பிராண்ட் களவு

வட கொரியாவின் மிக முக்கியமான நேரடி வருமானத் துறை என்றால், அது ஜவுளித் துறை. உலகெங்கும் பெரும்பாலான ஏழை நாடுகளில் மக்கள் அணியும் ஆயத்த ஆடைகள் அனைத்தும் வட கொரியாவிலிருந்து செல்பவையே. எல்லா நாடுகளுக்கும் வட கொரியாவால் நேரடியாக ஏற்றுமதி செய்ய முடியாது என்றபோதிலும் தனது நட்பு நாடுகளில் டை-அப் வைத்து அவர்கள் மூலமாக எங்கு வேண்டுமானாலும் துணிகளை அனுப்பும். குறிப்பாக ஆப்பிரிக்கக் கண்டத்தில் உள்ள பெரும்பாலான நாடுகளில் மக்கள் அணியும் ஆடைகள் வட கொரியத் தயாரிப்புகளே ஆகும்.

இது ஒரு பக்கம். இன்னொரு பக்கம், உலகின் மிகச் சிறந்த பிராண்ட்களை நகலெடுத்து, அதே போன்ற நவ நாகரிக ஆடைகளை வட கொரியாவில் தயாரித்து, மேற்படி பிரபல பிராண்டின் பெயரிலேயே திருட்டுத்தனமாக ஏற்றுமதி செய்வது வட கொரியாவின் வழக்கம்.

உதாரணமாக அர்மானி என்கிற இத்தாலிய பிராண்டைக் கேள்விப்பட்டிருப்பீர்கள். உலகெங்கும் வசிக்கும் அனைத்துப் பிரபலங்களும் இந்த அர்மானி கோட்-சூட்

அணிவதைப் பெருமைக்குரியதாகக் கருதுவார்கள். சாதாரண மக்கள் வாங்க முடியாத விலை கொண்டது இது.

ஆனால் காங்கோவில் எளிய அரசாங்க அதிகாரிகளும் தனியார் நிறுவன அதிகாரிகளும் சர்வசாதாரணமாக அர்மானி சூட் அணிந்து செல்வதைக் காணலாம். உலகப் புகழ்பெற்ற பிராண்ட். அந்த முத்திரை இருக்கும். அடையாள எண்கூட இருக்கும். துணியின் தரமும் நன்றாகவே இருக்கும். ஆனால் அது அர்மானி அல்ல; அதே துணியுமல்ல என்பது வட கொரிய டெக்ஸ்டைல் துறை வல்லுநர்களுக்கு மட்டுமே தெரியும்.

ஆயிரம் ரூபாய்க்கு சந்தையில் கிடைக்கும் ஒரு பொருளை நீங்கள் ஐம்பது ரூபாய்க்குத் தயாரிக்கிறீர்கள் என்று வைத்துக்கொள்ளுங்கள். அதை ஐந்நூறு ரூபாய்க்கு விற்கும் வாய்ப்பு இருக்குமானால் கசக்குமா? அதைத்தான் வட கொரிய டெக்ஸ்டைல் துறை செய்கிறது. இந்த ஆயத்த ஆடைகள் தயாரித்து விற்பதன் மூலமும் ஆண்டுக்குப் பல மில்லியன் டாலர் வருமானம் ஈட்டுகிறது. வட கொரியாவில் இதற்கென்றே பல மாபெரும் தொழிற்கூடங்கள் இருக்கின்றன. அர்மானிபோல இன்னும் பல பிராண்டுகளும் ஆத்மசுத்தியுடன் நகலெடுக்கப்படுகின்றன

என்ன ஒன்றென்றால் வட கொரிய மக்களில் யார் ஒருவரும் அங்கே தயாரிக்கப்படும் ஆடைகளை வாழ்வில் என்றுமே அணிந்ததில்லை.

9. சீன ஆதரவு

மேற்கண்ட அந்நியச் செலாவணி வரத்து வழிகள் தவிர நேர் வழியில் வருகிற பணம் என்று ஏதோ சிறிதாவது இருக்கலாம் அல்லவா? அந்தப் புண்ணியத்தைச் சீனா எடுத்துக்கொள்கிறது.

சீனாவின் டெக்ஸ்டைல் துறையில் முழுக்க முழுக்க வட கொரியர்களே பணியாற்றுகிறார்கள். கூலி குறைவு என்பது ஒரு காரணம். எத்தனை ஆயிரம், லட்சம் பேர் வேண்டுமென்றாலும் வட கொரிய அரசு அனுப்பிக்கொண்டே இருக்கும் என்பது இன்னொரு காரணம். கவனிக்க. அரசாங்கம்தான் ஆள்களை அனுப்பும். தனியார் ஏஜெண்டுகள் மூலம் யாரும் வேலைக்குப் போய்விட முடியாது. நீங்கள் சீனாவுக்குப் போகலாம். உழைக்கலாம். ஆனால் சம்பளத்தை வட கொரிய அரசுதான் வாங்கிக்கொள்ளும். ஒரு பகுதியை உங்கள் குடும்பத்துக்குக் கொடுக்கும். அவ்வளவுதான்.

இது போக சீனா பெறுகிற பல சர்வதேச ஆர்டர்களின் சப்-கான்ட்ராக்ட்களை வட கொரியாவுக்குக் கொடுக்கிறது. இதே ஆயத்த ஆடைத் தயாரிப்புதான். அது வட கொரியாவுக்குள்ளேயே தயாராகி சீனாவுக்கு அனுப்பிவைக்கப்படுகிறது. இதன்மூலம் வட கொரியா ஆண்டுக்கு ஏழு முதல் இருபத்தைந்து மில்லியன் டாலர் அந்நியச் செலாவணி ஈட்டுகிறது.

10. இதர வழிகள்

வட கொரியாவில் சுரங்கங்கள் அதிகம். கனிம வளம் மிக்க நாடு அது. குறிப்பாக வைரச் சுரங்கங்கள் நிறைய உள்ள நிலம். வட கொரிய மக்களில் பெரும்பகுதியினர் சுரங்கத் தொழிலாளர்களாகத்தான் இருக்கிறார்கள். நாடெங்கும் சுமார் நூறு சுரங்கங்களைக் கண்காணிக்கத் தனி அலுவலகமே வைத்திருக்கிறார்கள். நகைத் தொழிலும் அங்கு பிரசித்தி பெற்றது.

என்ன சிக்கலென்றால், எவ்வளவு வளம் இருந்தாலும் வட கொரியாவால் பகிரங்கமாக அனைத்து நாடுகளுடனும் வர்த்தகம் செய்ய முடியாது. சர்வதேசத் தடைகள் அவர்களுக்கு அதிகம். எனவே, சொற்ப அளவில் உள்ள தமது நட்பு நாடுகளின் உதவியுடன்தான் அவர்கள் வளத்தைப் பணமாக மாற்றுகிறார்கள்.

இந்த நடவடிக்கைகள் அனைத்தும் சரியாக நடைபெறுகிறதா என்று கண்காணிப்பதற்கு ஒவ்வொரு நாட்டிலும் உள்ள வட கொரிய தூதரகத்தில் இரண்டு மூன்று பேர் இருப்பார்கள். அவர்கள் தூதரகப் பணியாளர்களாகத்தான் வெளி உலகத்துக்குத் தெரிவார்கள். ஆனால் அறை எண் 39இன் அலுவலர்கள் என்பது பியாங்யாங்கின் அந்தக் குறிப்பிட்ட அறைக்குள் இருக்கும் சிலருக்கு மட்டுமே தெரியும்.

இதில் உச்சம் என்னவெனில், ஒரே நாட்டுக்குள் இந்தப் பணியில் இருக்கும் இரண்டு மூன்று பேருக்கே ஒருவரையொருவர் தெரிந்திருக்காது. மூச்சு விட முடியாது. விஷயம் வெளியே தெரிந்தால், உயிர் வெளியே போய்விடும். வேறு தண்டனைகளே கிடையாது.

இப்படி உலகெங்கிலும் இருந்து நிழல் பாதைகளின் வழியே வட கொரியாவுக்கு வருகிற அந்நியச் செலாவணி மொத்தமாக அந்த அறை எண் 39இல் உள்ள அதிகாரிகளால்தான் நிர்வகிக்கப்படுகிறது. வங்கி அல்ல. ரிசர்வ் வங்கி அல்ல. முறைப்படுத்தப்பட்ட நிதி மேலாண்மை வல்லுநர்களால் ஆன குழுவா என்றால், தெரியாது. குழுவில் எத்தனை பேர் என்று தெரியாது. அவர்கள் எப்போதும் இருப்பவர்களா, சுழற்சி முறையில் வந்து செல்பவர்களா என்றும் தெரியாது.

அந்த அறையின் ரகசியம் கிம் ஜாங் இல்லின் காலம் தொடங்கி இன்று அவரது மகன் காலம் வரை அப்படியேதான் உள்ளது. எங்கெங்கிருந்தோ அந்நியச் செலாவணி உள்ளே வரும். அவை வட கொரியாவின் அணு ஆயுதத் தயாரிப்புகளுக்கும் ஏவுகணைத் தயாரிப்புகளுக்கும் செலவிடப்படும். தடையில்லாமல் அந்தப் பணி மட்டும் நடந்துகொண்டே இருப்பதன் அடிப்படை இதுதான்.

32. அணுவைத் துளைப்போம்!

சரி. வட கொரியாவின் அணு ஆராய்ச்சி / அணு ஆயுத முயற்சிகளைச் சிறிது பார்த்துவிடுவோம். இருபத்தோறாம் நூற்றாண்டு தொடங்கியதிலிருந்து இக்கணம் வரை உலகம் மிக அதிகமாகப் பேசியது இதைக் குறித்துத்தான். அமெரிக்காவின் ஆப்கன் மீதான படையெடுப்பு, இராக் மீதான ஆக்கிரமிப்பு, சிரியாவின் நீடித்த உள்நாட்டு யுத்தம், மத்தியக் கிழக்கு நாடுகளிலும் ஆப்பிரிக்க நாடுகளிலும் பரவலாக ஏற்பட்ட மக்கள் புரட்சிகள், ஆட்சி மாற்றங்கள், ஆப்கனிஸ்தானில் மீண்டும் தாலிபன்கள் ஆட்சிக்கு வந்தது, பாகிஸ்தான் பொருளாதாரம் சரிந்தது, இலங்கைப் பொருளாதாரம் மஞ்சக் கடுதாசி அளவுக்கே சென்றது, உக்ரைன் மீதான ரஷ்யாவின் படையெடுப்பு, ஹமாஸ்-இஸ்ரேல் போர், உலகெங்கும் இவற்றால் ஏற்பட்ட கோர விளைவுகள் -

எல்லாமே முக்கியம்தான். ஆனால் எல்லாவற்றைக் காட்டிலும் முக்கியமானதும் கவலைக்குகந்ததும் வட கொரியாவின் அணு ஆயுதத் தயாரிப்பு முயற்சிகள் என்று அமெரிக்கா சொல்கிறது. அமெரிக்கா சொல்வதை அப்படியே நம்பிவிட வேண்டுமென்கிற அவசியமில்லைதான். ஆனால் வட கொரியா என்கிற

தேசம் உருவான காலம்தொட்டு, நெருக்கமாக நின்று அதன் செயல்பாடுகளைக் கவனிக்கும் வாய்ப்பு இரண்டு நாடுகளுக்குத்தான் கிடைத்திருக்கிறது. ஒன்று, தென் கொரியா. இன்னொன்று, தென் கொரியாவை ஊட்டி வளர்த்த அமெரிக்கா.

சீனாவுக்கு வட கொரியாவின் அணு ஆயுத முயற்சிகள் குறித்து முழுதாகத் தெரிந்திருக்க வாய்ப்பிருக்கிறது. ஆனால் வாய் திறக்காது. ரஷ்யாவுக்குத் தெரிந்திருக்கும். தேவைப்பட்டால் தான் மிரட்டுவதற்குப் பயன்படுத்துமே தவிர உலக நலனுக்காகவெல்லாம் உலக்கை தூக்காது. அணு உலை என்றில்லை. தனது அரிசி கொடோன்களைக் கூட வட கொரியா வெளி உலகத்துக்கு முழுதாகத் திறந்து காட்டியதில்லை. நீ எக்கேடு கெட்டால் எனக்கென்ன என்று தன் வளர்ச்சியில் மட்டும் கவனம் செலுத்தும் தென் கொரியா, வட கொரியாவின் விபரீத முயற்சிகளைத் தெரிந்துகொள்வது தனது தற்காப்புக்கு மட்டுமே என்று இருந்துவிடுவதால், இன்றைக்கு வட கொரியாவின் அணு சக்தித் திட்டங்களைக் குறித்து நமக்கு ஓரளவேனும் தகவல் தருவது அமெரிக்க அரசு மட்டும்தான்.

குறிப்பாக, கிம் ஜாங் இல் பொறுப்புக்கு வந்தது முதல் அந்நாட்டின் அணு ஆயுத லட்சியங்கள் சிலிர்த்துக்கொண்டு வெளிப்படத் தொடங்கின. அதற்கு முன்னால் இருந்ததில்லையா என்றால், உண்டு. ஆனால் அனைத்துக்கும் சோவியத் யூனியனின் அனுமதி வேண்டியிருந்ததால், அணு உலைகள் நிறுவி, மின்சாரம் எடுக்கும் வேலையை மட்டும்தான் கிம் இல் சுங் செய்துகொண்டிருந்தார். ஆனால் ஆயுதங்கள் சார்ந்த ஆராய்ச்சிகள் இருந்தன. அடிப்படைப் பணிகளை அப்போதே ஆரம்பித்திருந்தார்கள்.

கிம் ஜாங் இல் எழுபதுகளின் தொடக்கத்தில் தீவிர அரசியலுக்குள் நுழைந்து, கிம் இல் சுங்கின் ஒரே வாரிசாக அறிமுகமான பிறகுதான் பொருட்படுத்தத்தக்க

முன்னேற்றங்கள் இருந்திருக்கின்றன. அவை செயல் வடிவம் பெறுவதற்கு மேலும் இருபதாண்டுகள் ஆகியிருக்கின்றன.

மார்ச் 3, 1994 அன்று அமெரிக்கா, வட கொரியாவைப் பற்றிய தனது நிலைபாட்டை, கொள்கைகளை விரிவாக வெளியிட்டது. அந்நாட்டின் அனைத்து விதமான அபாயகர நடவடிக்கைகள் மீதும் கவலை தெரிவித்திருந்த அந்த அறிக்கையில் வட கொரியாவின் அணு ஆயுத முயற்சிகளைப் பற்றி மிக நுணுக்கமான சில தகவல்கள் சொல்லப்பட்டிருந்தன.

வட கொரியாவின் அணுப் பயன்பாடு சார்ந்த உண்மை யான நிலைபாட்டைக் கணிப்பது சிரமமாக இருக்கிறது என்று அதில் அமெரிக்கா ஒப்புக்கொண்டிருப்பது முக்கியமானது.

வட கொரியா அணு ஆயுத முயற்சிகளில் ஈடுபடுவது உண்மையே. அதில் சந்தேகமில்லை. ஆனால் அமெரிக்கா உள்பட எந்த நாட்டுக்கும் அது பற்றிய முழுமையான விவரங்கள் இன்னும் தெரியவில்லை என்பதைக் கவனிக்க வேண்டும். எவ்வளவோ அதிநவீனத் தொழில்நுட்பங்கள் வந்துவிட்டன. செயற்கைக் கோள்களை வைத்துக்கொண்டு சந்து பொந்துகளில் நடப்பனவற்றையெல்லாம் துல்லியமாகப் படம் பிடித்துப் பார்த்துவிட முடிகிற காலம். சந்திரனில் தண்ணீர்த் தடங்கள் இருக்கிறதா, செவ்வாயில் பன்னீர்க் குடங்கள் இருக்கிறதா என்றெல்லாம் தேடிப் பார்க்க முடிகிறது. ஆனால் வட கொரியாவின் அணுத் திட்டங்களை இன்னமும் முழுமையாகக் கண்டறிய முடிந்ததில்லை.

இருக்கட்டும். இதன் அடிப்படைகளைச் சற்றுப் புரிந்து கொண்டுவிடுவது நல்லது.

முன்பே சொன்னபடி வட கொரியாவின் அணு ஆயுதத் தயாரிப்புகளுக்கான முயற்சிகள் தொடங்கிப் பல காலம் ஆகிவிட்டாலும் அது வடிவம் பெறத் தொடங்கியது

தொண்ணூறுகளின் தொடக்கத்தில்தான். இதற்கு முன்னால் 1985ஆம் ஆண்டு, சர்வதேச நிர்ப்பந்தங்களினால் (முக்கியமாக ஐநா) வட கொரியா அணு ஆயுதப் பரவல் தடுப்பு உடன்படிக்கையில் கையெழுத்திட்டது. சரி போ, ஒரு கையெழுத்து தானே என்று கிம் இல் சுங் அதைப் பெரிதாகப் பொருட்படுத்தவில்லை. அந்தக் கையெழுத்தினாலேயே வட கொரியாவின் செயல்பாடுகள் எதுவும் நிறுத்தப்படவும் இல்லை.

ஒப்பந்தப்படி, ஒரு நாடு அணு ஆயுதத் தடுப்பு ஒப்பந்தத்தில் கையெழுத்திடுகிறது என்றால், சர்வதேச அணுக்கரு ஆணையத்தின் தணிக்கைக்கு உட்பட வேண்டும். வட கொரியாவில் அப்படித் தணிக்கை செய்ய வந்த அதிகாரிகள் தலைமுடியைப் பிய்த்துக்கொண்டு திரும்பிச் செல்லும்படி ஆனது. ஏனெனில், மின்சார உற்பத்திக்காக அவர்கள் இயக்கிக்கொண்டிருந்த அணு உலைகளை மட்டும் தணிக்கையாளர்களுக்குக் காட்டினார்களே தவிர, இதர ஆராய்ச்சிகள் நடக்கும் பிராந்தியங்களின் பக்கம்கூட அழைத்துச் செல்லவில்லை. அப்படி எதுவுமே இல்லை என்றுதான் சொன்னார்கள்.

ஆனால் செயல்பாட்டில் இருந்த அணு உலையே மின்சாரப் பயன்பாட்டுக்கு உரிய வழிகளில் சரியாக இணைக்கப்படவில்லை என்று ஆய்வு செய்ய வந்தவர்கள் சொன்னார்கள்.

இதோ பார், திறந்து காட்டச் சொன்னாய். காட்டி விட்டேன். உன் ஊகங்களுக்கும் சந்தேகங்களுக்கும் நான் பொறுப்பல்ல; இடத்தை காலி செய் என்று சொல்லிவிட்டார் கிம் இல் சுங்.

அடிப்படையில் ஒரு ராணுவமயமாக்கப்பட்ட நாடாக வட கொரியா என்றென்றும் இருக்க வேண்டும் என்பதுதான் அவரது கொள்கை. கைவசம் அணு ஆயுதங்கள் இருக்குமானால் அது ராணுவத்துக்கு நிகரற்ற தன்னம்பிக்கையைத் தரும் என்று நினைத்தார்.

நாட்டின் தெற்கு எல்லையில் ஒரு ஜென்ம எதிரியை வைத்துக்கொண்டிருக்கும் சூழ்நிலையில் இது ஓர் அத்தியாவசியம் என்பது அவரது கருத்து.

கிம் ஜாங் இல் அதிகாரத்துக்கு வந்ததும் முதலில் கையில் எடுத்தது இதனைத்தான். வட கொரியாவின் முதல் எதிரி அமெரிக்கா என்று பகிரங்கமாக அறிவித்தவர், அமெரிக்காவிடமிருந்து தற்காத்துக்கொள்வதற்காகத்தான் வட கொரியா அணு ஆயுத முயற்சிகளில் ஈடுபடுவதாகச் சொன்னார். அமெரிக்காவை மிக நேரடியாகச் சீண்டிப் பார்த்தால் பதிலுக்கு அந்நாடு என்ன செய்யும் என்று அறியாதவரல்லர் அவர். ஆனால் மொத்த உலகமும் தடை விதித்து, தண்டித்துக்கொண்டிருந்த சூழ்நிலையில் ஒரு தாதாவுக்கு எதிராகக் கம்பு சுற்றுவதுதான் தனது ஆளுமையை உயர்த்திக்காட்டச் சரியான வழி என்று அவர் கருதியிருக்கலாம்.

ஆனால் அது வெறும் கம்பு சுற்றும் நடவடிக்கையல்ல. வட கொரியா மிக நிச்சயமாகப் பல விஷயங்களை மறைக்கிறது. 1992ஆம் ஆண்டின் நிலவரப்படி வட கொரியாவில் உற்பத்தி செய்யப்படும் ப்ளூட்டோனியத்தின் அளவு சார்ந்து அணுக் கட்டுப்பாட்டு மையத்திடம் சில தகவல்கள் இருந்தன. ஆனால் அந்நாட்டின் செயல்பாடுகள் அந்த அளவினைக் காட்டிலும் அதிகமாக இருப்பதாக அன்றைய சிஐஏவின் இயக்குநர் ஜேம்ஸ் வூல்சே 1993ஆம் ஆண்டு பிப்ரவரி 24ஆம் தேதி செனட் விவகாரக் குழுவில் தெரிவித்தார்.

அதாவது கணக்குக் காட்டுவது ஒன்று. மறைத்துச் செய்வது வேறொன்று. இது பெரிய விஷயமல்ல. ஆனால் எப்படி மறைக்கிறார்கள் என்பதில்தான் கிம் ஜாங் இல்லின் சாமர்த்தியம் அடங்கியிருக்கிறது.

நமக்குத் தெரிந்த உதாரணமாக இந்தியாவையே எடுத்துக்கொள்ளலாம். போக்ரானில் முதல் முதலில் அணு ஆயுதப் பரிசோதனை மேற்கொள்ளப்பட்டபோது

அமெரிக்கா எதிர்த்தது. ஐநா கண்டித்தது. பல்வேறு உலக நாடுகள் கவலை தெரிவித்தன, பொருளாதாரத் தடைகள் அது இது என்று என்னென்னவோ சொன்னார்கள். ஒரு விதத்தில் பாகிஸ்தான் தனது முதல் அணு ஆயுதப் பரிசோதனையை (சாகாய் 1) நிகழ்த்த முனைந்ததே போக்ரனின் விளைவுதான்.

ஆனால் இந்தியாவினால் அண்டை நாடுகளுக்கு அச்சுறுத்தல் ஏதும் இருக்காது என்பதும், அண்டை நாடுகளின் தொடர்ச்சியான அச்சுறுத்தலின் விளைவாக மேற்கொள்ளப்பட்ட தற்காப்பு நடவடிக்கைதான் அது என்பதும் மேற்குலகுக்குப் புரிவதற்கு நெடுங்காலம் ஆகவில்லை. குறிப்பாக அமெரிக்க-இந்திய உறவு சீர்படவும் வலுப்படவும் பெரிய முயற்சிகள் தேவைப்படவேயில்லை. அது எளிதாக நடந்தது. குறிப்பாக இரண்டாயிரமாண்டுக்குப் பிறகு ஏற்பட்ட சிவில் அணுசக்தி ஒப்பந்தத்துக்குப் பிறகு பழைய கோபமெல்லாம் ஒன்றுமே இல்லாமல் ஆகிவிட்டது.

வட கொரியாவின் விஷயம் அப்படிப்பட்டதல்ல. நெடுங்காலமாகத் தனிமைப்படுத்தப்பட்ட ஒரு தேசம், அந்தத் தனிமையைத் தவறான வழிகளில் முன்னேறப் பயன்படுத்திப் பார்த்திருக்கிறது. குறைந்தபட்சம் தன் சொந்த நாட்டு மக்களைக்கூடப் பசியில்லாமல் வைத்துக்கொள்ள முடியாத அதன் ஆட்சியாளர்கள் பல பில்லியன் டாலர் செலவு செய்து தொடர்ந்து அணு ஆயுத முயற்சிகளில் ஈடுபடுவதை அபாயம் என்று கருதாதிருக்க முடியாதல்லவா? தவிர, வட கொரியாவை அழித்தே தீருவேன் அல்லது கைப்பற்றியே தீருவேன் என்று தென் கொரியா உள்பட இன்று சூளுரைக்க யாருமில்லை. அவரவருக்கு அவரவர் பிரச்னைகள், அவரவர் நாட்டின், மக்களின் வளர்ச்சி சார்ந்த கவலைகள், அக்கறைகள். நவீன உலகில் பேட்டை தாதா வேடமிட்டு உலவிக்கொண்டிருக்க இரண்டு நியாயங்கள் மட்டுமே உண்டு.

முதலாவது, அபரிமிதமான பணம் கையிருப்பு இருக்க வேண்டும். மீண்டும் ஒரு போட்டியற்ற வல்லரசாகும் வேட்கையில் எதையாவது செய்ய நினைக்கலாம். இன்றைக்கு ரஷ்யா உக்ரைன் மீது படையெடுத்திருப்பது போல. அல்லது ரவுடித்தனம் பிறவிக் குணமாக இருக்கவேண்டும்.

வட கொரியா நிச்சயமாகப் பணக்கார நாடல்ல. எனவே இரண்டாவது காரணம் தவிர, வேறு எதுவுமே அதன் அணு ஆயுத முயற்சிகள் சார்ந்த நடவடிக்கைகளுக்குப் பொருந்தாது.

அக்டோபர் 9, 2006 அன்று வட கொரியா தனது முதல் அணு ஆயுதப் பரிசோதனையை நடத்தியது. ஹம்க்யோங் புக்தோ என்கிற வட கிழக்கு மாகாணத்தில் அமைந்துள்ள புங்யே-ரி (Punggye-ri) பரிசோதனை மையத்தில் இது நடத்தப்பட்டது. இந்தப் பரிசோதனை மிகப் பெரிய அளவில் நிகழ்த்தப்பட்டதல்ல. பிற நாடுகளின் முதல் அணு ஆயுதப் பரிசோதனைகளுடன் ஒப்பிட்டால் குறைந்த அளவு சக்தி கொண்ட சோதனை முயற்சி என்றுதான் சர்வதேச வல்லுநர்கள் அப்போது மதிப்பிட்டார்கள். ஆனால் சோதனை வெற்றியா என்று கேட்டால் சரியான பதில் கிடையாது.

வெற்றிதான் என்று கிம் ஜாங் இல் சொன்னார். வெற்றியடைந்திருந்தால் வட கொரியா இன்னும் வேறு விதமாகத்தான் நடந்துகொள்ளத் தொடங்கியிருக்கும்; அது நடக்காதது ஒரு வகையில் நல்லது என்றே விற்பன்னர்கள் கருதினார்கள்.

இந்தப் பரிசோதனை நடந்த விவரம் தெரிந்த மறுகணமே ஐநாவின் பாதுகாப்பு கவுன்சில், வட கொரியாவின் மீது மிகத் தீவிரமான சில கட்டுப்பாடுகளை விதித்தது. அந்நாடு ஏற்கெனவே செய்துகொண்டிருந்த மிகச் சில ஏற்றுமதிகளையும் இனி செய்ய முடியாதபடி அந்த உத்தரவு தடுத்தது.

வட கொரியாவுக்கு அன்று அதுகூடப் பெரிய பாதகமில்லை. அதன் ஒரே நட்பு நாடாக நீடித்து வந்த சீனா, இடும்பைகூர் வட கொரியாவே இனி உன்னோடு வாழ்தல் அரிது என்று சொல்லிவிட்டது. அந்நாட்டின்மீது பல்வேறு விதமான கட்டுப்பாடுகளை அப்போது முதல் முறையாக அறிவித்தது. இதன் தொடர்ச்சியாகச் சீனாவில் பணியாற்றிக்கொண்டிருந்த பல்லாயிரக் கணக்கான வட கொரிய நெசவுத் தொழிலாளர்களுக்கு வேலையில்லாமல் போனது.

உண்மையில் வட கொரியா அணு ஆயுதப் பரிசோதனையில் அன்று வெற்றி கண்டிருந்தால் சீனாவைக் காட்டிலும் அச்சப்பட வேண்டிய தேசங்கள் தென் கொரியாவும் ஜப்பானும்தான். வெற்றி பெறாவிட்டாலுமே, தற்காப்புக் காரணங்களுக்காக அந்த இரு நாடுகளும் தமது அணு ஆயுதப் பரிசோதனைகளை முடுக்கிவிடும் அபாயம் தெளிவாக இருந்தது. ஜப்பான், அணு ஆயுதப் பரவல் தடை ஒப்பந்தத்தில் கையெழுத்திட்ட நாடுகளுள் ஒன்று. ஆனால் 1993 ஆம் ஆண்டுக்குப் பிறகு ஒப்பந்தத்தை நீட்டிக்க அது தயக்கம் காட்டி வந்தது. அதற்கான காரணம் இதுதான் என்று இப்போது அது முதல் முறையாகப் புன்னகை செய்து புரிய வைத்தது.

ஜப்பான் அணு ஆயுத உற்பத்தியில் இறங்குமானால் அது ஒட்டுமொத்த ஆசியக் கண்டத்துக்கே மிகப்பெரிய அச்சுறுத்தல். சீனா, ரஷ்யா போன்ற நாடுகளும் அதிர்ச்சி கொண்டு நிலைதடுமாறி ஏதாவது செய்யத் தொடங்கலாம்.

இத்தனை அபாயங்கள் இருப்பினும் வட கொரியா எது குறித்தும் கவலைப்படாமல் தன் திட்டங்களில் முன்னேறுவதிலேயே கவனமாக இருந்தது. யார் என்ன கேட்டாலும் பதில் சொல்வதில்லை. யார் என்ன கண்டித்தாலும் பொருட்படுத்துவதில்லை. யாராவது

எச்சரித்தாலும் தட்டிவிட்டுப் போய்க்கொண்டே இருப்பது. இது எம்மாதிரியான மனநிலை?

என்றால், இதுதான் கிம் ஜாங் இல்லின் அடிப்படைக் குணம். தனது தனிப்பட்ட குணத்தைத்தான் அவர் தேசத்தின் பொதுவான முகமாக மாற்றி அமைத்தார். மக்கள் அதற்கான விலையை ஆயுள் சந்தாவாகச் செலுத்த வேண்டியிருந்தது.

33. சிரிக்காதே!

இவ்வளவு தூரம் இந்த வரலாற்றைப் படித்துக்கொண்டு வரும்போது மிக நிச்சயமாக ஒரு சந்தேகம் வந்திருக்கும் அல்லது வர வேண்டும்.

என்னதான் சர்வாதிகார ஆட்சி, அபாயகரமான தலைவர், பஞ்சத்தில் துவண்டு விழுந்துவிட்ட மக்கள், எதிர்த்துப் பேசினால் இருக்கவே முடியாத இருப்பியல் நெருக்கடி எல்லாம் இருந்தாலும் உள்நாட்டில் ஒருவர்கூட, ஒரு சமயத்தில்கூட எதிர்ப்புக் குரல் காட்டியிருக்க மாட்டார்களா? அட, ராணுவ வீரர்களும் பொது மக்களில் இருந்து வருபவர்கள்தானே? அவர்களில் ஒருவர்கூடவா கிம் குடும்பத்தினரை எதிர்த்துக் களமாட முயற்சி செய்திருக்க மாட்டார்கள்?

வட கொரியாவின் தந்தை எனப்பட்ட கிம் இல் சுங்கின் காலத்தை விட்டுவிடுவோம். உலகமே கம்யூனிச மயக்கத்தில் இருந்த சமயம் அது. வாழ்க்கையே வண்ணமயமாகிவிடும், விடியும்போது விண்ணில்தான் பறப்போம் என்று ஒவ்வொரு நாளையும் கனவிலேயே கழித்துக்கொண்டிருந்தார்கள். சோவியத் யூனியனின் சிதைவுக்குப் பிறகு, வட கொரியா தனது உச்சக்கட்ட

தரித்திரத்தை தரிசித்துவிட்ட பிறகுமா அந்த மயக்கம் இருக்கும்? மக்கள் பட்டினி கிடந்து செத்தாலும் பரவாயில்லை; அணு ஆயுதங்கள் அவசியம், ஏவுகணைகள் அவசியம், கிம் குடும்பத்தாரின் சொகுசு வாழ்க்கை மட்டும் அனைத்தினும் அவசியம் என்று கருதுவார்களா?

எங்கோ இடிப்பது போல இல்லை?

நிச்சயமாக இடிக்கும். இந்த இடத்தில் யோசிக்க வேண்டிய இன்னொன்றும் உண்டு. நமக்கே இடிக்கும் போது கிம் ஜாங் இல்லுக்கு இடித்திருக்காதா என்பதுதான் அது. அவரது தந்தைக்கு இடித்திருக்காதா, இப்போது ஆளும் அவரது மகன் கிம் ஜாங் உன்னுக்கு இடிக்காதா?

எழுபத்தைந்தாண்டு காலத்துக்கும் மேலாக ஒரே குடும்பத்தைச் சேர்ந்தவர்கள் - அதுவும் மூன்றே பேர் ஒரு நாட்டையே துவம்சம் செய்துகொண்டிருக்கிறார்கள். அந்தப் பக்கம் அமெரிக்கா முதல் இந்தப் பக்கம் ஜப்பான் வரை கண்டிக்காத, எச்சரிக்காத, மிரட்டாத தேசமில்லை. ஆனால், எவன் என்ன சொன்னாலும் என் வழி தனி வழி என்று செய்வதையே தொடர்ந்து செய்துகொண்டிருக்க முடிவது எப்படி?

மக்களை அச்சத்தில் வைத்திருப்பது என்பது எல்லா சர்வாதிகார தேசங்களின் தலைவர்களும் கையாளும் நடைமுறைதான். இதில் வலது-இடதுசாரி பேதங்கள் இல்லை. ஆனால் அச்சத்தின் சதவீதம் என்ன என்பதில் இருக்கிறது சூட்சுமம். இருபதாம் நூற்றாண்டின் தொடக்கத்தில் ஜெர்மனியில் ஹிட்லர் வைத்திருந்த சித்திரவதைக் கூடங்களை நாம் அறிவோம். அதை அவர் யூதர்களுக்காகத் தயார் செய்தார். ஓரினத்தை ஒழிப்பது அவருடைய நோக்கம். வாழ்நாளில் முடிந்த அளவுக்கு அதனைச் செய்து முடித்தார். அது வேறு.

ஆனால் அம்மாதிரியான தனிப்பட்ட நோக்கங்கள் ஏதும் கிம் குடும்பத்தினருக்குக் கிடையாது. வட கொரிய

மக்களை கிம் இல் சுங் மூன்று சாதியினராகப் பிரித்ததை முன்னர் கண்டோம். உண்மையில் அவரது மனத்தில் இருந்தது இரண்டே சாதிதான். ஆபத்தில்லாதவன் - துரோகி. முடிந்தது.

தொடக்கத்தில், துரோகத்தின் சம்பளம் மரணம் என்று மிக நேரடியான தண்டனை இருந்தது. ஆனால் கிம் ஜாங் இல் எழுபதுகளின் தொடக்கத்தில் தந்தையின் 'மனச்சாட்சியாக'ப் பொறுப்புக்கு வந்த பிறகு மரணத்தைக் காட்டிலும் அச்சமூட்டக்கூடிய வழிமுறைகளை நடைமுறைக்குக் கொண்டுவந்தார். வட கொரிய மக்கள் இன்றுவரை தமது அரசுக்கோ ஆட்சியாளர்களுக்கோ எதிராக சிந்திக்கக் கூட முன்வராதிருப்பதன் ஒரே காரணம் அதுதான்.

க்வான்லிஸோ, க்யோவாஸோ (Kwan-li-so and Kyo-hwa-so).

வட கொரிய மக்கள் வாழ்வில் ஒருமுறைகூட உச்சரிக்க விரும்பாத பெயர்கள் இவை. இத்தனைக்கும் இந்தக் கொரியப் பெயர்களுக்கு நேரடிப் பொருள் என்னவென்று பார்த்தால், மறு கல்வி மையம் அல்லது மாற்றுக் கல்வி மையம் என்றுதான் அகராதிகள் சொல்கின்றன. என்ன பிரச்னை என்றால், மனிதர்களாகப் பிறந்த யாருமே கற்கமுடியாத / கற்கக்கூடாத / கற்கவிரும்பாத கல்வி அது.

அந்தக் கல்வியைப் பிறகு பார்க்கலாம். முதலில் வெனிசூலாவைச் சேர்ந்த கவிஞர் ஒருவரைச் சந்தித்து விடலாம். அவர் கதையைக் கேட்டுவிட்டு இந்தக் கல்விக்கூடத்துக்குள் நுழைந்தால் பாடங்கள் எளிதாகப் புரியும்.

அவர் பெயர், அலி லமேடா (Alí Lameda). 1924 ஆம் ஆண்டு வெனிசூலாவில் உள்ள கரோரா என்ற இடத்தில் பிறந்தவர். கவிஞர் என்றாலும் படிப்பாளி. கொலம்பியாவுக்குச் சென்று மருத்துவக் கல்வி பயின்று, ஊர் திரும்பியவருக்குத் திடீரென்று கம்யூனிச

சித்தாந்தங்களின்மீது பற்று உண்டானது. கவித்துவ மனமும் கம்யூனிசமும் ஒன்று சேர்ந்தால் என்ன ஆகுமோ, அது ஆனது.

வெனிசூலா கம்யூனிஸ்ட் கட்சியில் சேர்ந்து சில காலம் இயக்கப் பணிகளைச் செய்துகொண்டிருந்தார். அந்நாளில் நாடெங்கும் செல்வாக்கு மிக்க இடதுசாரிக் கவிஞராக அறியப்பட்டிருந்தார்.

பிறகு, கட்சி அவரை செக்கஸ்லாவாக்யாவுக்கு அனுப்பியது. ஐந்தாண்டுக் காலம் அங்கே தங்கியிருந்த போது செக் மொழியைக் கற்றுத் தேர்ந்து, அம்மொழியிலிருந்தும் பிரெஞ்சிலிருந்தும் (ஏற்கெனவே பிரெஞ்சு அறிந்தவர்) பல முக்கியமான படைப்புகளை ஸ்பானிஷில் மொழியாக்கம் செய்யத் தொடங்கினார்.

ஒரு கட்டத்தில் கவிஞர் என்பதினும் ஒரு சிறந்த மொழிபெயர்ப்பாளராக அவர் வாசகர்கள் மத்தியிலும், கட்சிப் பணிக்கு இப்படிப்பட்ட திறமைசாலி ஒருவர் அவசியம் தேவை என்று பொலிட் பீரோ உறுப்பினர்கள் மத்தியிலும் செல்வாக்கு மிகத் தொடங்கியது. அதன் தொடர்ச்சியாக அவர் சிறிது காலம் ஜெர்மனிக்குச் சென்று கிழக்கு பெர்லினில் (கம்யூனிஸ்ட் பிராந்தியம்) தங்கி மொழிபெயர்ப்புப் பணிகளைச் செய்துகொண்டிருந்தார்.

விதி அங்கேதான் வேலை செய்யத் தொடங்கியது.

அலி லமேடா கிழக்கு பெர்லினில் இருந்த காலத்தில் அவருக்குச் சில வட கொரிய கம்யூனிஸ்ட் கட்சி உறுப்பினர்களுடன் பழக்கம் உண்டானது. அவர்கள் அறை எண் 39இன் ஊழியர்கள் என்பது கவிஞருக்கு அப்போது தெரியாது. இவரது மொழியாக்கத் திறமையை அவர்களும், வட கொரியாவின் 'வலுவான கட்டமைப்பு' பற்றி அவர்கள் அளந்தவற்றை இவரும் வியந்து பாராட்டியதன் விளைவு, விரைவிலேயே அலி லமேடாவுக்கு வட கொரியாவில் இருந்து அழைப்பு வந்தது.

கம்யூனிஸ்டுக்குக் கம்யூனிஸ்ட். மொழிபெயர்ப்பு வல்லுநர் வேறு. பேசாமல் எங்கள் வெளியுறவுத் துறை அமைச்சகத்தில் பணியாற்ற வர முடியுமா? அதன் ஓரங்கமான பதிப்புப் பிரிவில் வேலை பார்க்கலாம். வட கொரிய கம்யூனிச அரசாங்கத்தின் அருமை பெருமைகளை ஸ்பானிய மொழியில் பெயர்த்து, இசுப்பானிய உலகமெங்கும் பரவச் செய்யலாம்.

கவிஞருக்கு அந்த வாய்ப்பு உவப்பாக இருந்தது. தவிர, உலகமே நேரில் கண்டு வியக்கக் காத்திருந்தும் வட கொரியா யாரையும் உள்ளே விடுவதில்லை. இப்போது அவர்களே தன்னை விரும்பி அழைக்கிறார்கள் என்றால் கசக்குமா?

ஒப்புக்கொண்டு பியாங்யாங்குக்குச் சென்று வேலையில் சேர்ந்தார்.

ஆரம்பத்தில் எல்லாம் பிரமாதமாக இருந்தன. வட கொரியத் தலைவர் கிம் இல் சுங்கே அவரை நேரில் சந்தித்து வாழ்த்துச் சொல்லி வரவேற்றார். வட கொரியாவின் சிறப்புகளை உலகெங்கும் பரவச் செய்ய அரசு நியமிக்கும் பல்வேறு மொழி அறிஞர்களுடன் இணைந்து பணியாற்றும்படிக் கேட்டுக்கொண்டார். அதற்கென்ன. அமர்க்களமாகச் செய்துவிடலாம் என்று கவிஞரும் உற்சாகமாக வேலையை ஆரம்பித்தார்.

அங்கே அவருக்குச் சிறந்த நண்பர் ஒருவர் கிடைத்தார். அவர் பிரெஞ்சு மொழிபெயர்ப்பாளர். அருமையான காதலி ஒருவர் கிடைத்தார். அவர் ஜெர்மானிய மொழிபெயர்ப்பாளர். வாழ்க்கை இவ்வளவு வண்ணமயமானதா என்று வியப்பிலும் திகைப்பிலும் ஒன்றிரண்டு மாதங்கள் கழிந்தன.

பிறகு, வட கொரியா அவருக்குத் தனது நிஜ முகத்தை மெல்ல மெல்லக் காட்ட ஆரம்பித்தது. அலி லமேடாவை முதல் முதலில் அதிர்ச்சிக்குள்ளாக்கிய விஷயம், வட கொரிய அரசியலுக்கும் கம்யூனிசத்துக்கும்

எந்தத் தொடர்பும் இல்லை என்பது. ஆனால் சொல்லிக்கொள்வது கம்யூனிச நாடு.

இதை ஓர் உண்மையான இடதுசாரி எப்படித் தாங்குவார் அல்லது ஏற்பார்? மக்கள் மீதான அடக்குமுறை. அரசுத் துறையில் கணக்கு வழக்கில்லாமல் புழங்கிய ஊழல், லஞ்சம். சகிக்க முடியாத அளவுக்கு இருந்த தலைவர் துதிபாடல். அவர் அதை விரும்பி விரும்பி ரசித்த விதம். யாருக்கும் எந்தக் கருத்தும் இருக்கக் கூடாது என்பதில் அரசு காட்டிய அக்கறை. கருத்து சொல்வோரெல்லாம் காணாமல் போனது.

ஒன்றிரண்டல்ல. அடுத்தடுத்து ஒவ்வொரு நாளும் ஏற்றுக்கொள்ள முடியாத பல சம்பவங்கள் நடந்து கொண்டே இருந்ததில் அலி லமேடா மனமுடைந்து போனார். வேலையை விட்டுவிட்டு ஊருக்குத் திரும்பிவிடலாம் என்று பார்த்தால் அதற்கு வழியில்லாமல் இருந்தது. பியாங்யாங்குக்கு வந்த ஆறே மாதங்களில் அவருக்கு ஒரு விஷயம் புரிந்தது. வட கொரியாவிலிருந்து வெளியேற வாய்ப்பே இல்லை. அதுவும் அதிருப்தியின் பொருட்டு ஒருவர் வெளியேற விரும்புகிறார் என்பது தெரிந்துவிட்டால் அவ்வளவுதான்.

இப்போது அவருக்கு இன்னொன்றும் தெரிய வந்தது. அவர் பியாங்யாங்குக்கு வேலை பார்க்க வந்தது முதலே அவரைக் கண்காணிக்கத் தனியொரு உளவாளியை நியமித்திருந்தார்கள். அலி லமேடாவின் பேச்சு, எழுத்து, அசைவுகள் உள்படக் குறிப்பெழுதி அவன் மேலிடத்துக்கு அனுப்பிக்கொண்டே இருந்திருக்கிறான்.

அதிர்ச்சியடைந்த அலி லமேடா, இது பற்றித் தனது பிரெஞ்சு நண்பரிடம் விவரித்தபோதுதான் தெரிந்தது, அவரை வேவு பார்க்கவும் ஓர் உளவாளி இருந்தான்.

இப்போதுதான் அவருக்கு நிலவரத்தின் தீவிரம் புரிந்தது. எப்படியாவது நாட்டை விட்டுப் போய்விட வேண்டும் என்று முயற்சி செய்யத் தொடங்கினார்.

ஆனால் அதற்கான எந்த வழியும் அகப்படாது போகவே, விரக்தியில் மெல்ல மெல்ல அரசையும் கிம் இல் சுங்கையும் நக்கல் செய்து நண்பர்களிடையே ஜோக்கடிக்கத் தொடங்கினார். துயரத்தை அவர்கள் சிரித்து மறக்கப் பழகிக்கொண்டிருந்தார்கள்.

அதற்கும் ஒரு முடிவு வந்தது.

ஒருநாள் அலி லமேடா பணியாற்றிக்கொண்டிருந்த அயலுறவுத் துறையில் ஏதோ ஒரு விழா. ஊழியர்களுக்கு அரசு செலவில் விருந்து கொடுத்தார்கள். விருந்தின்போது அலி லமேடா தன் வழக்கப்படி கிம் இல் சுங்கைக் கிண்டலடித்து நண்பர்களிடம் ஏதோ ஜோக்கடித்தார். நண்பர்கள் அடக்கமாட்டாமல் உரக்கச் சிரித்துவிட்டார்கள். அவ்வளவுதான்.

அன்று எதுவும் நடக்கவில்லை. அடுத்த நாளும் ஒன்றுமில்லை. சரியாக மூன்று நாள்களுக்குப் பிறகு அலி லமேடா தங்கியிருந்த வீட்டுக்கு ஒரு காவலாளி வந்து அவரைத் தன்னுடன் வரும்படிச் சொல்லி அழைத்துக்கொண்டு போனான்.

வெளியுறவுத் துறை அமைச்சக ஊழியரான அவரை இப்போது உள்துறைத் தலைமை அலுவலகத்துக்கு அழைத்துச் சென்று ஓர் அறையில் இருக்கும்படிச் சொன்னார்கள். யாருக்கோ காத்திருக்கும் தோரணையில் அவர் உள்ளே சென்று உட்காரப் போக, வெளியே கதவை இழுத்துப் பூட்டிக்கொண்டு போய்விட்டார்கள்.

அது எத்தனை நாள்களுக்கு என்று தெரியாது. ஒரு நபர் இல்லாமல் போவதன் முதல் படி அங்கே அதுதான். அப்போதுகூட அலி லமேடாவுக்கு வட கொரிய அரசாங்கத்தின்மீது சந்தேகம் எழவில்லை. அவர் நினைத்தது வேறு.

அப்போது உலகெங்கும் கம்யூனிச நாடுகள் வைத்திருக்கும் பயங்கர ஆயுதங்களைக் கைவிட்டு, அமைதி ஒப்பந்தத்தில் கையெழுத்திட மேற்குலகம் ஐநாவின் வழியாக அழுத்தம்

கொடுத்துக்கொண்டிருந்தது. வெனிசூலாவின் கம்யூனிஸ்ட் அரசாங்கம் சிற்சில காரணங்களால் தனது அதிபயங்கர ஆயுதங்களைக் கைவிட்டு அமைதி வழியில் செல்ல முடிவெடுத்திருந்தது. அது, வெனிசூலாவின் நட்பு நாடாக இருந்த க்யூபாவுக்கு அப்போது பிடிக்கவில்லை. பல்வேறு விதங்களில் க்யூப கம்யூனிஸ்ட் கட்சி தனது எதிர்ப்பைத் தெரிவித்துக்கொண்டிருந்த சமயம் அது.

எனவே, வெனிசூலாவுக்கு எதிரானதொரு கடல் கடந்த நடவடிக்கையாக, க்யூபாதான் வட கொரிய அரசாங்கத்தைத் தூண்டிவிட்டுத் தன்னைக் கைது செய்திருக்க வேண்டும் என்று அலி நினைத்தார்.

உண்மையில் அதெல்லாம் அவரது கற்பனை மட்டுமே. கிம் இல் சுங்கைக் கிண்டல் செய்து அவர் ஜோக்கடித்ததுதான் சிக்கலாகிப் போயிருந்தது. இரண்டு மூன்று நாள் சோறு தண்ணி காட்டாமல், அந்த உள்துறை அலுவலகத்திலேயே இருட்டறையில் வைத்திருந்துவிட்டுப் பிறகு சிறைக்குக் கொண்டு சென்றார்கள்.

அது எந்தச் சிறை, எங்கே இருக்கிறது, பியாங்யாங்குக்குப் பக்கமா தொலைவா எதுவும் அவருக்குத் தெரியாது. தன் மீது விசாரணை இருக்குமா, வழக்கு நடக்குமா, யார் தனக்காக வாதாடுவார்கள் என்று தெரியாது. குறைந்தபட்சம் தன்னைக் கைது செய்துவிட்டார்கள் என்ற விவரமாவது வெனிசூலாவில் இருக்கும் கட்சித் தலைமைக்கும் தன் குடும்பத்தாருக்கும் தெரிவிக்கப்படுமா என்று தெரியாது. மிக நீண்ட, முடிவற்ற, பேரிருட்காலத்துக்குள் வலுக்கட்டாயமாக அவர் கொண்டு சென்று தள்ளப்பட்டார்.

சிறை என்பது ஒரு கௌரவமான பெயர். உண்மையில் அது ஒரு வதைமுகாம். ஒரு நாள் விடிந்ததும் கைதிகளை எழுப்பி அப்படியே சம்மணமிட்டு அமரச் சொல்வார்கள். சாய்மானம் கிடையாது. நேரே அமர வேண்டும். சரியாகப் பன்னிரண்டு மணி நேரம் அப்படியே அசைவற்று அமர்ந்திருக்க வேண்டும். இந்தப் பன்னிரண்டு

மணி நேரத்தில் இயற்கை உபாதைகள் இருக்குமானால் உட்கார்ந்த இடத்திலேயே முடித்துக்கொள்ள வேண்டியதுதான். அசைந்தால் நகர்ந்தால் அடி பின்னி எடுத்துவிடுவார்கள். அந்தப் பன்னிரண்டு மணி நேரமும் உணவு கிடையாது. தண்ணீர் கிடையாது.

எதற்கு இது என்றால், அதுதான் சுய பரிசீலனைக்குச் சிறந்த வழி என்பது வட கொரிய நியாயம். தான் செய்த குற்றத்தை எண்ணிப் பார்த்து மனம் வருந்தவும், திருந்தவும் அப்படிப் பன்னிரண்டு மணி நேரம் உட்கார வேண்டும்.

என்ன சிக்கலென்றால் விடிந்தது முதல் பன்னிரண்டு மணி நேரம் அப்படி அசையாமல் அமரும் பலர், உடலுக்குப் போதிய ரத்த ஓட்டம் கிடைக்காமல் பக்கவாதம் கண்டு விழுந்திருக்கிறார்கள். இந்தப் பன்னிரண்டு மணி நேர ரண சிகிச்சைக்குப் பிறகு பாதி வெந்த சோளச் சோறும் உப்புக் கரைசலும் உணவாகத் தரப்படும். வேறு எதுவும் கிடையாது. எதற்கு உப்புக் கரைசல் என்றால் உண்ட சோறு உடனே வெளியேறிவிடுவதற்கு.

இப்படி முதல் சில மாதங்கள் அடிக்காமல் உதைக்காமல், வேறு வேலை ஏதும் வாங்காமல் உடல் நலிவடையச் செய்வதை மட்டும் நோக்கமாகக் கொண்டு தண்டிப்பார்கள். ஒவ்வொரு குற்றவாளியும் குறைந்தது இருபத்தைந்து முதல் முப்பது கிலோ எடை இழந்து, நடக்கக்கூட முடியாமல் துவண்டுபோன பின்புதான், இதுவரை கண்டதெல்லாம் ஒன்றுமேயில்லை என்று கருதும்படியான உக்கிர தண்டனைக் காலம் ஆரம்பமாகும்.

அலி லமேடாவுக்கு தேசத்துரோகக் குற்றம் சாட்டப்பட்டு இருபதாண்டுகள் கடுங்காவல் தண்டனை விதிக்கப்பட்டது. சுமார் ஏழாண்டுக் காலம் அவர் குரூரத்தின் பல்வேறு முகங்களைச் சிறைக்கூடத்தில் கண்டார். எல்லா விதமான சித்திரவதைகளையும் அனுபவித்தார். நடுவில் ஒருமுறை

அவரை விடுவிப்பதாகச் சொல்லி விமான நிலையம் வரை அழைத்துச் சென்று, திரும்பக் கொண்டு போய் வேறொரு சிறைக்கூடத்தில் போட்டுவிட்டார்கள். சொல்லமுடியாத வேதனைகள்.

1973ஆம் ஆண்டு எப்படியாவது ஐக்கிய நாடுகள் சபையில் இணைந்து ஓரளவேனும் பொருளாதாரத் தடைகளை விலக்க முடியுமா என்று பார்க்கலாம் என்று வட கொரியா சில முயற்சிகளைச் செய்தது. வட கொரியா கேட்டால் உடனே ஐநா ஒப்புக்கொண்டு விடாதல்லவா? எனவே ஐநாவின் நம்பிக்கைக்குரிய, வட கொரியாவின் கம்யூனிச சர்வாதிகாரத்தையும் புரிந்து கொள்ளக்கூடிய சில நாடுகளாவது சிபாரிசு செய்ய வேண்டியிருந்தது.

அந்த வகையில் வெனிசூலாவின் உதவியை கிம் இல் சுங் கேட்டபோது, நான் உதவ வேண்டுமானால் அலி லமேடாவை நீ விடுதலை செய்ய வேண்டும் என்று வெனிசூலா நிபந்தனை விதித்தது.

செப்டெம்பர் 24, 1974 அன்று ஒருவழியாக அவர் விடுதலையானார். பிறகு பெர்லினுக்குச் சென்று பல மாதங்கள் தங்கி சிகிச்சை எடுத்துக்கொண்டு, வெனிசூலாவில் இருந்த தமது உறவினர்களை லண்டனுக்கு வரச் சொல்லி, அவரும் அங்கே சென்று நிரந்தரமாகத் தங்கிவிட்டார்.

நவம்பர் 30, 1995இல் அலி லமேடா இறந்தார். தாம் இறப்பதற்கு முன்னர் வட கொரியச் சிறையில் அனுபவித்த சித்திரவதைகளை விளக்கி நீண்ட கட்டுரை ஒன்றை (A personal account of the experience of a prisoner of conscience in the Democratic People's Republic of Korea) அவர் எழுதியிருக்கிறார். வட கொரியாவின் உண்மை முகத்தை உலகம் தெரிந்துகொள்ள உதவும் மிகச் சில முதல்தர ஆவணங்களுள் ஒன்றாக அது இன்றுவரை உள்ளது.

34. பள்ளத்தாக்குப் பள்ளிக்கூடம்

வட கொரியாவில் இரண்டு விதமான சிறைச்சாலைகள் உள்ளன. முதலாவது, போலிசாரால் வழக்கு பதிவு செய்யப்பட்டு நீதி மன்றத்தால் தண்டனை விதிக்கப்படும் குற்றவாளிகளுக்கானது. இன்னொன்று, நீதி மன்றத்தைத் தவிர்த்துவிட்டு நேரடியாகக் காவல் துறையினர் கைது செய்து கொண்டு போய் அடைக்கும் சிறைச்சாலை.

இரண்டுக்கும் சில வித்தியாசங்கள் உண்டு. யாருக்காவது எப்போதாவது பதில் சொல்ல வேண்டிய நெருக்கடி வரக்கூடிய விவகாரங்களில் மட்டும் நீதி மன்றம் தலையிட வேண்டியிருக்கும். உதாரணமாக, சென்ற அத்தியாயத்தில் கண்ட வெனிசூலா கவிஞர். இன்னொரு நாடு சம்பந்தப்படுகிறது. தூதரக அழுத்தங்கள் ஏற்படுகிறது. சர்வதேச கவனத்துக்கு உட்படுகிறது. எனவே விசாரணை என்ற ஒன்று இருந்தாக வேண்டியுள்ளது. அதே போலத்தான் மூன்றாவது அத்தியாயத்தில் கண்ட அமெரிக்க சுற்றுலாப் பயணியின் கைது.

இப்படி வெளிநாட்டினரைக் கைது செய்யும்போது நிச்சயமாக நீதி மன்றத்துக்குக் கொண்டு செல்வார்கள். ஆனால் வட கொரியாவுக்குள்ளேயே, அதன்

குடிமக்களைக் கைது செய்தால் நீதி மன்றம் அவசியமில்லை. போலிசாரே கொண்டு போய்ச் சேர்த்துவிடுவார்கள். பிறகு ஒப்புக்கு ஒரு நீதிபதியின் கையெழுத்துடன் தண்டனைக் காலம் குறிப்பிடப்படும்.

வட கொரியாவில் கொலையினும் பெரிய குற்றமாகக் கருதப்படுவது, தேசத் துரோகம். பொதுவாக தேசத்துக்கு அங்கே யாரும் துரோகம் செய்ய நினைக்க மாட்டார்கள். ஆனால் கிம் இல் சுங், கிம் ஜாங் இல், கிம் ஜாங் உன் என்கிற தாத்தா-அப்பா-மகன் ஆகிய மூவருக்கு எதிராக எதையாவது செய்தால் - அல்லது செய்ததாக அவர்களோ, அவர்களது விசுவாசம் மிக்க ஊழியர்களில் யாராவது கருதினால் - அது தேசத் துரோகம் என்று கொள்ளப்படும்.

ஆரம்பத்தில் தேசத் துரோகக் குற்றத்துக்கு நேரடியாக மரண தண்டனை விதிக்கப்பட்டது. பொது இடங்களில் மக்கள் முன்னிலையில் கழுவில் ஏற்றுவது, சுட்டுக் கொல்வது, கல்லால் அடித்துக் கொல்வது என்று காலம்தோறும் வேறு வேறு விதமாக இந்தத் தண்டனையை நிறைவேற்றிக்கொண்டிருந்தார்கள். 1965ஆம் ஆண்டுக்குப் பிறகு இதில் சில மாற்றங்களைச் செய்தார்கள். தேசத் துரோகிகளை பன்னெடுங்காலம் சிறையில் அடைத்திருப்பதே மரணத்தினும் சிறந்த தண்டனை என்ற முடிவுக்கு வந்தார்கள்.

தவிர குற்றவாளிகளைச் சம்பளம் தர வேண்டிய அவசியமற்ற தொழிலாளர்களாகப் பார்க்கலாம் என்று வட கொரிய கம்யூனிஸ்ட் கட்சி அரசுக்கு ஓர் ஆலோசனை சொன்னது. எனவே அவர்களது நாட்டுப் பற்றை வளர்க்கவும் அவர்களைக் கொண்டே பல பெரும் பணிகளை அரசாங்கம் மேற்கொள்ளவும் வழி செய்யப்பட்டது. இத்தகைய கைதிகளுக்காகவே உருவாக்கப்பட்டதுதான் க்வாலிஸோ என்கிற சிறைச்சாலை. வட கொரிய மொழியில், மறுகல்வி மையம்.

வட கொரியாவில் எத்தனை சிறைச்சாலைகள் உள்ளன என்பது துல்லியமாக யாருக்கும் தெரியாது. ஆனால் இந்த அரசியல் கைதிகளுக்கான (தேசத் துரோகக் குற்றவாளிகள்) முகாம்கள் நான்கைந்து இருக்கலாம் என்று தெரிகிறது.

இந்த முகாம்கள் எதுவும் நகர்ப்புற-கிராமப்புற எல்லைகளில் கிடையாது. பெரும்பாலும் மனித நடமாட்டம் இல்லாத / சாத்தியமற்ற, நாட்டின் வட கிழக்கு எல்லையோரம் உள்ள அடர்ந்த மலைப் பகுதிகளில், பெரிய பெரிய பள்ளத்தாக்குகளைத் தேர்ந்தெடுத்து அமைத்திருக்கிறார்கள்.

நான்கு புறமும் வானளாவிய மலைகள். நடுவே பள்ளத்தாக்கில் சிறைக் கூடங்கள். எனவே அங்கே என்ன நடக்கிறது என்பதையெல்லாம் யாரும் எட்டிக்கூடப் பார்க்க வழியில்லை. இன்றுவரை கூகுள் மேப்பினால்கூடச் சரியாக இடம் கணித்துக் குறிக்க இயலாதபடிதான் உள்ளது.

இந்தச் சிறைக்கூடங்களில் அடைக்கப்படும் அரசியல் கைதிகள் தப்பிச் செல்வது என்கிற பேச்சுக்கே இடமில்லை. ஏனெனில், சிறை வளாகத்தின் வெளிச்சுற்றை அடையவே அவர்கள் குறைந்தது ஆறு அல்லது ஏழு கிலோ மீட்டர் தொலைவினைக் கடக்க வேண்டியிருக்கும். ஸ்ரீரங்கம் பெருமாள் கோயிலைச் சுற்றியுள்ள ஏழு மதில் சுவர்களைப் போல இல்லை என்றாலும் ஏழு சுற்று காவல் கூண்டுப் பாதுகாப்பு உண்டு. ஒவ்வொரு சுற்றின் எல்லையிலும் ரோஜா செடி நட்டு வளர்க்கும் லாகவத்தில் வரிசையாகக் கண்ணி வெடிகள் புதைத்து வைத்திருப்பார்கள். மறந்து போய்க் காவலர்களே கால் வைத்தாலும் கதை முடிந்துவிடும்.

உள்ளே போவது-வருவது எல்லாம் போட்டு வைக்கப்பட்ட ஒற்றைப் பாதை மூலமாக மட்டும்தான் சாத்தியம். அந்தப் பாதையில் பத்தடிக்கு ஒரு காவலர்

உண்டு. ஒவ்வொரு காவலரிடமும் துப்பாக்கி உண்டு. ஆக, தப்பிக்க முடியாது.

சரி, சிறைக்குள்ளேயே கிடந்து சாகலாம் என்றால் அதுவும் சாத்தியமில்லை. ஏனெனில், இந்த தேசத் துரோகக் கைதிகளுக்கு முதல் மாதப் பன்னிரண்டு மணி நேர அசையா தியான வகுப்புக்குப் பிறகு அரசுப் பணி ஒதுக்கப்படும். நிலக்கரிச் சுரங்கங்கள், தங்கச் சுரங்கங்கள், இதர தாதுச் சுரங்கங்களில் பணியாற்றுவதெல்லாம் இவர்கள்தாம். கண்ணைக் கட்டி வண்டியில் ஏற்றி அழைத்துச் செல்வார்கள். இருட்டியதும் திரும்பக் கொண்டு வந்து அடைத்துவிடுவார்கள்.

சுரங்கத் தொழில் வட கொரியாவின் மிக முக்கிய வருவாய் இனம் என்று முன்னர் பார்த்தோம். ஆனால் அதைச் செலவே இல்லாத தொழிலாக்கியது கிம் இல் சுங்கின் சாதனை. நம் நாட்டிலும் இதர அனைத்து நாடுகளிலும் சிறைக் கைதிகளுக்கு வேலை தரும் வழக்கம் உண்டு. ஆனால் எல்லா இடங்களிலும் அவர்கள் செய்யும் வேலைக்கு ஒரு சம்பளம் இருக்கும். விடுதலையாகிச் செல்லும்போது அந்தத் தொகை அவர்களுக்கு எண்ணி வழங்கப்பட்டுவிடும். வட கொரியாவில் அது மட்டும் கிடையாது. சிறையில் போடப்படும் சோறு மட்டுமே சம்பளம்.

இதில் இன்னொரு முக்கியமான விஷயம் உண்டு. ஒருவர்மீது தேசத் துரோகக் குற்றம் சாட்டப்பட்டால் அவரது குடும்பத்தில் உள்ள அத்தனை பேருக்கும் அது பொருந்தும் என்று பார்த்தோம் அல்லவா? பொதுவில், இது மூன்று தலைமுறைக்கு நீடிக்கும் என்று சொல்லப்பட்டாலும் நான்காவது தலைமுறை விடுதலை பெற்றதாக இதுவரை தகவல் இல்லை.

சிறையில் உள்ள ஒரு கைதி இறந்துவிட்டால், உடனடியாக அவரது வீட்டில் இருந்து இன்னொரு நபரைக் கொண்டு வந்து நிரப்பிவிடுவார்கள். அந்தக்

313

குறிப்பிட்ட தம்பியோ, அண்ணனோ, மகனோ, தந்தையோ, மாமனோ, மச்சானோ உலக உத்தமனாக இருந்தாலும் வேறு வழியில்லை. தண்டனைக்கு உட்பட்டுத்தான் தீர வேண்டும். இது சட்டம்.

இதற்கு அஞ்சியே பல வட கொரியக் குடும்பங்கள் எப்படியாவது நாட்டை விட்டுத் தப்பிச் சென்றுவிட வேண்டும் என்று பார்ப்பார்கள். ஆனால் தப்பித்தல் என்பது அநேகமாகச் சாத்தியமில்லாத செயல். ஏனெனில், வட கொரியாவிலிருந்து தப்பிக்க மூன்று வழிகள் மட்டுமே உள்ளன. இது குறித்து அடுத்த அத்தியாயத்தில் விரிவாகப் பார்க்கலாம். இப்போது இந்தக் கொடுஞ் சிறை.

க்வாலிஸோவில் அடைக்கப்படும் குற்றவாளிகளுக்கு வயதின் அடிப்படையில் வேலைகள் பிரித்துத் தரப்படுகின்றன. நாற்பது வயதுக்குட்பட்டவர்கள் என்றால் கண்டிப்பாக அபாயங்கள் நிறைந்த சுரங்கப் பணிதான். மண் சரிந்து செத்தால், அப்படியே புதைத்துவிட்டு நகர்ந்துவிடுவார்கள். குடும்பத்தினருக்குக் கூடத் தகவல் போகாது. மருத்துவ வசதி அல்லது காப்பீடு குறித்தெல்லாம் சிந்திக்கக் கூட வழியில்லை. உயிரோடு இருக்கும்வரை வேலை செய்யலாம். இறக்க நேர்ந்தால் இறக்கலாம். இரண்டே வாய்ப்பு.

நாற்பது வயதுக்கு மேற்பட்ட கைதிகளைப் பெரும்பாலும் விவசாயப் பணிகளில் ஈடுபடுத்துவார்கள். அல்லது மரம் வெட்டும் பணி. கம்யூனிச நாடல்லவா? விளைநிலம் முழுதும் அரசுக்கே சொந்தம். மக்கள் வேலை செய்தால் கூலி கிடைக்கும். கைதிகள் வேலை செய்தால் ஒன்றும் கிடையாது.

இதில் சில விசித்திரமான நடைமுறைகள் கடைப்பிடிக்கப்படுகின்றன. கைதிகளை, ஒருநாள் பணிக்கு அனுப்பும் வயலுக்கு மறுநாள் அனுப்பமாட்டார்கள். குறைந்தது அந்த இடத்திலிருந்து ஐம்பது கிலோ மீட்டர்

தொலைவில் வேறெங்காவது மட்டுமே அனுப்புவார்கள். வேலை செய்யும் இடத்தில் ஊர் மக்களுடன் தொடர்புகொண்டுவிடக் கூடாது என்பது காரணம். கைதிகள் மட்டுமல்ல. காவலர்களும் அப்படித்தான். ஒவ்வொரு நாளும் சுழற்சி முறையில் மட்டுமே அவர்களும் பணியாற்ற வேண்டும். கைதிகளைக் கண்காணிக்கக் காவலர்கள் என்றால் காவலர்களைக் கண்காணிக்கவும் தனிப்படை உள்ள ஒரே நாடு வட கொரியா மட்டுமே. அச்சத்தின் மூலமாக மட்டுமே தவறு நேர்வதைத் தடுக்க முடியும் என்பது அவர்களுடைய சித்தாந்தம்.

இப்படி வேலையில் ஈடுபடுத்தப்படும் கைதிகள், பணிக்காலத்தில் ஏதாவது தவறு இழைத்தால்தான் பெரும் சிக்கல். அதற்கு அளிக்கப்படும் தண்டனைகள் கற்பனைகூடச் செய்ய முடியாதவை.

உதாரணமாக, வட கொரியக் கைதிகள் சிகரெட் பிடிப்பது பெருங்குற்றம். இதன் காரணம் என்னவென்றால், வட கொரியாவில் தொண்ணூற்றைந்து சதவீத ஆண்கள் புகைப் பிடிப்பார்கள். சீனாவிலிருந்து வட கொரியாவுக்குக் கடத்திவரப்படும் பொருள்களுள் அரிசிக்கு அடுத்த இடம் சிகரெட்டுக்குத்தான். அந்தளவுக்கு அவர்கள் புகை அடிமைகள்.

கைது செய்யப்பட்ட கணம் முதல் அவர்கள் புகைப் பிடிப்பது தடை செய்யப்பட்டுவிடுகிறது. ஆனால் கிராமங்களில் வயல் வேலைக்குச் செல்லும்போது எப்படி யாவது சிலருக்கு சிகரெட் கிடைத்துவிடும். அப்படிப் புகைக்கும்போது காவலர்கள் பார்த்துவிட்டால் முடிந்தது.

சிகரெட் குற்றவாளிகளுக்கு முதல் தண்டனை, உதட்டிலும் நாக்கிலும் சூடு வைப்பது. இரண்டாவது தண்டனை ஒரு வாரப் பட்டினி.

இது வெளியே தெரிந்த, ஒன்றுக்கு மேற்பட்டவர்களால் குறிப்பிடப்பட்ட ஒரு தண்டனை. இதைப் போல

ஒவ்வொரு சிறிய குற்றத்துக்கும் தனித்தனி தண்டனைகள் உண்டு.

பட்டினி போடுதல் அல்லது பத்திலொரு பங்கு உணவை மட்டும் தருதல், உடல் ரீதியிலான நெடுநேர / நாள்பட்ட சித்திரவதை, மன ரீதியிலான சித்திரவதைகள் (உதாரணம்: கைதியை பாதாள அறையில் அடைத்துவிடுவார்கள். அதே அறையில் ஒரு நரியைக் கட்டிப் போட்டிருப்பார்கள். நரிக்கு உணவு தரமாட்டார்கள், ஆனால் கைதிக்கு மட்டும் உணவு இருக்கும். விளைவை யோசித்துக்கொள்ளவும்.) மாதம் ஒருமுறை குடும்பத்தாரைச் சந்திக்க அனுமதி மறுத்தல் என்று இந்தத் தண்டனைகளில் பல விதம் உண்டு. கர்ப்பமான பெண்கள் கைதாகிச் சிறை செல்ல நேர்ந்தால் அவர்களுக்குக் கட்டாயக் கருக்கலைப்பு செய்யப்படும். இதனால் மனநிலை பாதிக்கப்பட்டு பல பெண்கள் பைத்தியமாகிவிடுவதும் உண்டு. அவர்களைச் சிறைக்கு வெளியே கொண்டு சென்று நடுக்காட்டில் விட்டுவிட்டுத் திரும்பிவிடுவார்கள். அங்கிருந்து அவர்கள் ஊர் திரும்புவதெல்லாம் நடவாத காரியம். பெரும்பாலும் காட்டு மிருகங்களுக்கு இரையாகிவிடுவார்கள்.

மேலே கண்டவையெல்லாம் அரசியல் கைதிகளுக்கு, தேசத் துரோகக் குற்றம் சாட்டப்பட்டவர்களுக்குத் தரப்படுகிற சிறைச்சாலை தண்டனைகள். வட கொரியாவில் இன்றைய தேதியில் இருபத்தையாயிரம் முதல் ஒரு லட்சம் பேர் இந்த வகைச் சிறையில் இருப்பதாகச் சொல்லப்படுகிறது. எண்ணிக்கையெல்லாம் யாருக்கும் சரியாகத் தெரியாது. மனித உரிமை அமைப்புகளின் முயற்சியால் தெரிய வந்தவை மட்டுமே மேற்கண்ட தகவல்கள்.

இது போக, சாதாரணக் குற்றங்களுக்கான சிறைச் சாலைகளும் தண்டனைகளும் தனி. பெரும்பாலும் கடத்தல்காரர்கள், எளிய திருட்டுகளில் மாட்டுபவர்கள் இந்த வகையில் வருவார்கள். ஓர் அதிசயம், வட

கொரியாவில் பாலியல் குற்றவாளிகள் அதிகம் கிடையாது.

இதற்குக் காரணமாகச் சொல்லப்படுவது, அந்நாட்டில் சராசரியாக ஐந்து பேருக்கு ஒருவர் உளவாளியாக இருப்பார் என்பதுதான். 'ராஜ விசுவாசி'யாக, சமூக அமைப்பில் உயர் நிலைக்குச் செல்வதற்குச் சிறந்த உளவாளியாகப் பெயரெடுப்பதுதான் சரியான வழி என்று மக்கள் நம்புகிறார்கள். எனவே உளவுத் தொழிலுக்குத் தன்னார்வலர்களாகச் செல்வோரே மிகுதி.

ஒவ்வொரு கிராமத்திலும் ஒவ்வொரு சிறிய, பெரிய நகரத்திலும் யார் வேண்டுமானாலும் உரிய அலுவலகத்துக்குச் சென்று உளவாளியாகப் பணிபுரியப் பதிவு செய்துகொள்ளலாம். பதிவு செய்த நாளிலிருந்து அவர் தீவிரமாகக் கண்காணிக்கப்படுவார். அனைத்து விதமான (என்னவென்று தெரியாது) பரிசோதனைகளிலும் தேறுவோர் மட்டும் உளவாளியாகப் பணியாற்ற உள்ளூர் அதிகாரிகள் சம்மதிப்பார்கள். ஒவ்வொரு மாதமும் அவர்கள் கொண்டு வரும் உளவுத் தகவல்களின் அடிப்படையில் கூலி கிடைக்கும்.

இது நாடறிந்த ரகசியம் என்பதால் பொது இடங்களில் யாரும் பேச மாட்டார்கள். எந்தத் தவறான செயலிலும் ஈடுபட நினைக்க மாட்டார்கள்.

ஆனால் இரண்டாயிரமாவது ஆண்டுக்குப் பிறகு வட கொரியாவில் சாதாரண மக்கள் கடத்தல் தொழிலில் ஈடுபடுவது மிகவும் சாதாரணமான ஒன்றாகியிருக்கிறது. மிக எளிய உணவுப் பொருள்களிலிருந்து வீட்டு உபயோகப் பொருள்கள் வரை அவரவர் சக்திக்கு ஏற்பக் கடத்துவார்கள். சீனாவிலிருந்து பொருள்களைக் கொண்டு வருபவர்கள் பெரிய கடத்தல்காரர்கள். அப்படிக் கொண்டுவரும் பொருள்களை உள்நாட்டில் ஓரிடத்திலிருந்து இன்னோர் இடத்துக்கு எடுத்துச் செல்வோர் சிறிய கடத்தல்காரர்கள்.

இவர்கள் காவல் துறையினரோடு எழுதாத ஒப்பந்தம் செய்துகொண்டு செயல்படுவதாலும், காவல் துறையினரும் சம்பாதிக்க வேண்டியிருப்பதாலும் (வட கொரியாவில் ராணுவத்தினருக்குத்தான் சம்பளம் அதிகம்; காவல் துறையினருக்குக் கிடையாது.) இன்றுவரை இத்துறை சிக்கலின்றிச் செயல்பட்டுக்கொண்டிருக்கிறது. அப்படியும் சீனாவில் இருந்து பொருள் கடத்தி வரும்போது எல்லைக் காவல் படையினரிடம் சிக்குவோர் உண்டு. அவர்கள் மேற்சொன்ன சாதாரண சிறைச்சாலைக்கு அனுப்பப்படுவார்கள்.

முதலில் கண்ட மறுகல்வி மையங்களுக்கும் இந்த சாதாரணக் கல்வி மையங்களுக்கும் (இரண்டுமே அப்படித்தான் அழைக்கப்படும்) உள்ள ஒரே பெரிய வேறுபாடு, இரண்டாவது சிறைக்கூடத்துக்குச் செல்பவர்கள் ஒரு குறிப்பிட்ட காலத்துக்குப் பிறகு விடுதலை ஆகிவிடுவார்கள். முதல் ரகச் சிறைச்சாலைக் கைதிகள் என்றால் பெரும்பாலும் விடுதலை என்பது மரணம் மட்டுமே.

வட கொரிய மக்கள் எதனால் அரசுக்கு எதிராகச் சிறிதளவு குரல் உயர்த்தவும் அஞ்சுகிறார்கள் என்றால், காரணம் இதுதான். எந்த வித தர்க்கத்துக்கும் அடங்காத, மனித உரிமை என்பது குறித்துக் கவலையே படாத மிருகத்தனமான அடக்கியாளும் முறை என்பது இதுதான்.

கிம் இல் சுங், இம்மாதிரியான சிறைச்சாலைகளை அமைக்கலாம் என்பதை ஸ்டாலின் காலத்து சோவியத் யூனியன் வதை முகாம்களைக் கண்டு கற்றிருக்கலாம் என்று நம்பப்படுகிறது.

1930களிலிருந்து சோவியத் யூனியனில் Glavnoye Upravleniye Ispravitelno-Trudovykh Lagerey என்கிற GULAG முறை 'சுத்திகரிப்பு' மையங்கள் செயல்பட்டன. இது அறுபதுகள் வரை அங்கே வழக்கத்தில் இருந்தது. சைபீரியப் பகுதிகளில், யாரும் நெருங்க முடியாத, அங்கிருந்து

யாரும் தப்பிக்க முடியாத சூழலில் அமைக்கப்பட்ட சிறைக்கூடங்கள். பெரும்பாலும் அரசியல் கைதிகளை அங்கேதான் கொண்டு சென்று வைப்பார்கள். மிகுபசி, கடும் உழைப்பு, தாங்க முடியாத குளிர் போன்ற காரணங்களால் இந்தச் சிறைக்கூடங்களுக்குக் கொண்டு செல்லப்பட்டவர்கள் ஆயிரக் கணக்கில் கொத்துக் கொத்தாக மடிந்த வரலாறு உண்டு. ஸ்டாலின் காலத்தில் மட்டும் சுமார் 18 மில்லியன் மக்கள் இந்த குலாக் முகாம்களுக்கு அனுப்பப்பட்டார்கள். அவரது மரணத்துக்குப் பிறகு மெல்ல மெல்ல இந்த மரபு அங்கே கைவிடப்பட்டது.

ஆனால் கிம் இல் சுங், ஸ்டாலினை அடியொற்றி வட கொரியாவைக் கட்டமைக்க நினைத்த தொடக்க காலத்தில் கவனமாக இந்தத் தொலைதூரச் சிறைக்கூட உத்தியைப் பிடித்துக்கொண்டார்.

என்ன வித்தியாசம் என்றால் சோவியத் யூனியனில் அறுபதுகளிலேயே அந்த வதை முகாம்கள் மூடப்பட்டு விட்டன. வட கொரியாவில் இன்றுவரை அவை இயங்கிக்கொண்டிருக்கின்றன.

35. ஓடிவிடு!

வட கொரியாவைப் பற்றிய உண்மைகளை (கதைகளை அல்ல) நாம் பெறுவதற்கு உள்ளவை இரண்டு வழிகள் மட்டுமே. முதலாவது, அங்கிருந்து தப்பித்தவர்கள் சொல்லும் அனுபவக் குறிப்புகள். இரண்டாவது, அமெரிக்க-தென் கொரிய-பண்டைய சோவியத் யூனியன் உளவாளிகள் எழுதி வைத்துள்ள குறிப்புகளில், கிடைக்கக் கூடிய சில.

இந்த இரண்டு வழிகளுக்கு அப்பால் வேறு எந்த வகையில் வரும் தகவலும் நம்பத் தகுந்ததல்ல. ஏனெனில், வட கொரியா தன்னைப் பற்றி, தனது செயல்பாடுகள் பற்றி அவ்வப்போது தானே அறிவிக்கும் தகவல்களைக்கூட முழுக்க நம்ப முடியாது. பெரும்பாலும் அவர்கள் செய்தது ஒன்று, சொல்வது வேறொன்றாக மட்டுமே இருக்கும்.

இதனாலும், வட கொரியாவிலிருந்து தப்பித்தவர்களின் குரல் முக்கியத்துவம் பெறுகிறது. என்ன சிக்கலென்றால், அப்படித் தப்பித்தவர்களின் எண்ணிக்கை மிகவும் சொற்பம். அப்படித் தப்பித்தவர்களிலுமே பெரும்பாலானவர்கள் இருக்கும் இடம் தெரியாமல்

அடையாளம் மறைத்துத்தான் வாழ்ந்து வருகிறார்கள். ஏனெனில் 'துரோகி' என்று வட கொரிய அரசு ஒருவரைக் கட்டம் கட்டிவிட்டால் எந்த நாட்டில் வேண்டுமானாலும் எப்படிப்பட்ட சூழ்நிலையில் வேண்டுமானாலும் கொன்றுவிடுவார்கள். பிரபலங்களாக இருக்க வேண்டும், நேரடியாகக் கிம் குடும்பத்துக்குச் சவால் விடுபவர்களாக இருக்க வேண்டும் என்றெல்லாம் கிடையாது. நாட்டை விட்டுத் தப்பித்துச் செல்ல நினைத்தாலே துரோகி. முடிந்தது.

கற்பனைக்கு எட்டாத அபாயங்களைக் கொண்ட இந்தத் தப்பிக்கும் செயல்பாடு எப்படி நடக்கிறது? உயிரே போனாலும் பரவாயில்லை; இந்த நாட்டில் இருக்கக் கூடாது என்று எது அம்மக்களை உந்தித் தள்ளுகிறது? இந்த அத்தியாயத்தில் அதைத்தான் பார்க்கப் போகிறோம். அதற்கு முன்னர், வட கொரியாவிலிருந்து தப்பிப்பதற்கு உள்ள மூன்று வழிகளைப் பார்த்துவிடலாம்.

முதலாவது, சீன எல்லையைத் தாண்டுவது.

வடகொரியா-சீனா எல்லை என்பது சுமார் ஆயிரத்து நானூறு கிலோ மீட்டர் நீளம் கொண்டது. சிக்கல் என்னவெனில் வட கொரியப் பக்கத்தில் அங்கே பெரும்பாலும் மலைத் தொடர்களாகவே இருக்கும். எதுவும் எளிதில் ஏறி இறங்கக்கூடிய குன்றுகள் அல்ல. உயரம் அதிகம், ஆபத்துகளும் அதிகம். தவிர, மற்ற விஷயங்களில் எப்படி இருந்தாலும் எல்லைப் பாதுகாப்பில் வட கொரியா சமரசமே இல்லாத நாடு. ராணுவத்தின் மிக உயரிய அங்கீகாரம், மிகப் பெரிய சம்பளம் என்பதே எல்லைக் காவலில் இருப்போருக்குத்தான். அதற்கேற்ற வசதி வாய்ப்புகளும் அவர்களுக்கு அதிகம். எனவே ஏமாற்றிவிட்டு எல்லை தாண்டுவது என்பது அநேகமாகச் சாத்தியமில்லை.

அதையும் மீறிச் சிலர் எல்லை தாண்டி சீனாவுக்குச் சென்றிருக்கிறார்கள். மிகச் சொற்ப அளவில்தான் அது

நடந்திருக்கிறது. பெரும்பாலும் மாட்டிக்கொள்வார்கள். அப்படிச் செல்வோர்கூடத் தரை வழியைத் தேர்ந்தெடுக்க மாட்டார்கள். இரண்டாவது அத்தியாயத்தில் யாலு நதி உறைந்திருந்த காலத்தில் நதியின் மீது ஓடிச் சென்று சீனாவைத் தொட்ட பெண்ணைப் பார்த்தோமே, அப்படித்தான் செய்ய முடியும்.

யாலு என்கிற அம்னோக் போல, துமன் என்கிற துமன்ஜியாங் என்று இன்னொரு நதியும் வட கொரிய-சீன எல்லையின் பெரும் பகுதியை ஆக்கிரமித்திருக்கிறது. இந்த நதி வழிகள் உறைந்திருக்கும் காலத்தில் மட்டுமே தப்பிச் செல்ல விரும்புவோர் முயற்சி செய்யத் தொடங்குவார்கள்.

கிம் இல் சுங்கின் காலத்தில் இந்தத் தப்பித்தல் நிலவரம் எப்படி இருந்தது என்பது குறித்த புள்ளிவிவரங்கள் ஏதும் கிடைப்பதில்லை. கிம் ஜாங் இல் பொறுப்பேற்ற பிறகு, குறிப்பாகத் தொண்ணூறுகளின் பிற்பகுதியில்தான் மக்கள் வட கொரியாவை விட்டுச் சென்றுவிட வேண்டும் என்பதில் தீவிரம் காட்டத் தொடங்கியிருக்கிறார்கள். 2000-2010 ஆண்டுகளில் சுமார் ஆயிரம் முதல் ஐயாயிரம் பேர்வரை வெற்றிகரமாக எல்லை தாண்டிச் சென்றிருக்கிறார்கள். முயற்சி செய்து மாட்டிக்கொண்டவர்களின் எண்ணிக்கை சுமார் முப்பதாயிரத்திலிருந்து எண்பதாயிரம் வரை இருக்கலாம் என்று சொல்லப்படுகிறது. வட கொரியாவின் கடும் பஞ்சம், பொருளாதாரச் சீரழிவுகள், சரியான வேலை வாய்ப்பின்மை, சம்பளமின்மை போன்றவையே தப்பிச் செல்லும் முயற்சிகளுக்கு அடிப்படைக் காரணமாக இருந்திருக்கின்றன.

ஆனால் இதனை முற்றிலுமாகத் தடுத்து நிறுத்த வேண்டும் என்று கிம் ஜாங் இல் நினைத்தார். இரண்டாயிரமாவது ஆண்டின் தொடக்கம் முதலே இது தொடர்பாக வட கொரியாவுக்கும் சீனாவுக்கும் இடையில் பேச்சுவார்த்தைகள் நடக்க ஆரம்பித்துவிட்டன. இரு

தரப்பும் தத்தமது எல்லைப் பாதுகாப்பை மேலும் அதிகப்படுத்தி, தப்பிச் செல்லும் வழிகளை அடைக்கத் தொடங்கியதால் 2010ஆம் ஆண்டுக்குப் பிறகு எண்ணிக்கை குறைய ஆரம்பித்தது.

2010-2020 காலக்கட்டத்தில் அதிகபட்சம் இரண்டாயிரம் பேர் சீனாவுக்குத் தப்பிச் சென்றிருக்கலாம் என்று தெரிகிறது. இதுவுமே அதிகாரபூர்வ எண்ணிக்கை அல்ல. இருபதாம் ஆண்டில் உலகெங்கும் கோவிட் தொற்று பரவத் தொடங்கியதும் இந்த எண்ணிக்கை அறவே இல்லாமல் போனது. அடுத்த இரண்டு ஆண்டுகளில் அதிகபட்சம் சுமார் இருநூறிலிருந்து முந்நூறு பேர் தப்பியிருக்கலாம். அதற்குமேல் வாய்ப்பே இல்லை.

வட கொரியாவிலிருந்து தப்பிப்பதற்கு உள்ள இரண்டாவது வழி, ரஷ்ய எல்லைக் கடத்தல்.

வட கொரிய-ரஷ்ய எல்லை என்பது சீன எல்லையைப் போல நீண்டு விரிந்து பரந்த நிலப்பரப்பல்ல. சீன எல்லையின் வலது மூலையில் (அதாவது வட கொரியாவின் வட கிழக்கு ஓரம்) வெறும் பத்தொன்பது கிலோ மீட்டர் நீளம் கொண்ட மிகக் குறுகிய எல்லை அது. அதிலும் பாதியைத் துமன்னாயா என்கிற நதி எடுத்துக்கொள்கிறது. நதிக்கு வட கொரியப் பக்கம் துமன்காங் என்ற நகரமும் ரஷ்யப் பக்கத்தில் ஹாஸான் என்ற நகரமும் உள்ளன. நட்பு நாடுகள்தாம் என்பதால் இரு தரப்பு உடன்படிக்கையின்பேரில் (1990 ஆம் ஆண்டு இரு தரப்பு எல்லை நிர்ணயிக்கப்பட்டது.) இந்த தூரத்தைக் கடப்பதற்குப் பாலம் அமைத்திருக்கிறார்கள். அங்கே ரயில் போக்குவரத்து, பஸ்-லாரிப் போக்குவரத்து வசதிகள் உண்டு.

அதெல்லாம் சட்டப்படி போய்வர அனுமதி உள்ளவர்களுக்கு மட்டும். தப்பிச் செல்ல நினைப்பவர்கள் பாலத்தைப் பயன்படுத்த முடியாது. மிகக் குறைந்த இடைவெளி என்பதால் இரு பக்கங்களிலுமே காவல் கட்டுப்பாடு அதிகம். ஒப்பீட்டளவில் சீன

எல்லையைக் கடந்து செல்வதையே வட கொரியர்கள் தேர்ந்தெடுக்கிறார்கள். ரஷ்யாவுக்குப் போக விருப்பம் இருந்தாலும் சீனா-மங்கோலியா-ரஷ்யா என்ற மிக நீண்ட சுற்று வழியையே விரும்புவார்கள். ஏனென்றால் இந்தப் பத்தொன்பது கிலோ மீட்டர் குறுகிய எல்லைக் கடப்பில் வெற்றியடைந்தவர்கள் எண்ணிக்கையை விரல் விட்டு எண்ணிவிடலாம். பெரும்பாலும் மாட்டிக்கொண்டு சிறைக்குச் செல்லவேண்டியிருக்கும். சீனாவும் சரி ரஷ்யாவும் சரி தப்பி வருவோரை உடனடியாக வடகொரிய அரசிடம் ஒப்படைத்துவிடும் வழக்கத்தைக் கொண்டுள்ளன

மூன்றாவது தப்பிக்கும் வழி, கள்ளத் தோணி. இலங்கை அகதிகள் தமிழ்நாட்டுக்கு எப்படி வருவார்களோ, அதைப் போல வட கொரிய மக்கள் கள்ளத் தோணிகளின் மூலம் தப்பித்துத் தென் கொரியாவுக்கோ, ஜப்பானுக்கோ போவார்கள். வடக்கில் இருந்து யாரும் தென் கொரியாவுக்குப் போய்விடக் கூடாது என்பதில் கிம் அரசாங்கம் எப்போதும் உக்கிரகாளியாகத்தான் நடந்துகொள்ளும். இதற்குச் சிறப்புக் காரணங்களே வேண்டாம் அல்லவா? எனவே கடலோரக் காவல் படை என்பது அங்கே இருபத்து நான்கு மணி நேரமும் கண்ணில் விளக்கெண்ணெய் விட்டுக்கொண்டு வேலை பார்க்கும். அதையும் மீறி இந்த வழியிலும் மக்கள் போய்க்கொண்டுதான் இருக்கிறார்கள். ஆனால் நன்கு நீச்சல் தெரிந்தவர்கள் மட்டும்.

ஒரே ஒரு சம்பவத்தை உதாரணமாகச் சொல்லலாம். கடத்தல் குற்றத்துக்காகக் கைதாகி மூன்றாண்டுகள் சிறையில் இருந்த ஒரு வட கொரியர் (அவர் பெயர் ஜூன் வூ - Joon Woo) விடுதலையாகி வந்தபோது அவரது குடும்பத்தார் யாருமே இல்லை. அவர்கள் வேறு இடம் மாறிச் சென்றுவிட்டார்களா, அல்லது இறந்தேவிட்டார்களா என்று தெரியாமல் சுமார் எட்டு மாத காலம் பேயாக அலைந்து தேடிப் பார்த்தார். ஒரு சிறிய தகவலைக்கூடப் பெற முடியவில்லை.

அந்தத் துயரத்தில் மனம் கலங்கிப் பெரும் குடிகாரராகிச் சில மாதங்கள் உருண்டு கிடந்தார். தற்செயலாக ஒரு தொலைதூர உறவினரை விவசாயக் கூலி வேலை பார்க்கச் சென்ற இடத்தில் சந்திக்க நேர்ந்தபோது, 'உன் மனைவியும் மகளும் தென் கொரியாவுக்குத் தப்பித்துவிட்டார்கள்' என்று சொல்லியிருக்கிறார்.

இது போதாதா?

அக்கணமே ஜூன் வூ தனது குடிப்பழக்கத்தை நிறுத்தினார். மூன்று மாதங்கள் கடுமையான உடற்பயிற்சிகள், நீச்சல் பயிற்சிகள் மேற்கொண்டு அதன் பிறகு ஒரு கடத்தல் ஏஜெண்டைப் பிடித்துத் தென் கொரியாவுக்குப் படகு மூலம் தப்பிச் செல்ல முனைந்தார்.

நள்ளிரவுக்குப் பிறகு தொடங்கிய பயணம், முதல் ஒரு மணி நேரத்துக்கு நல்லபடியாகத்தான் சென்றது. அதன்பிறகு, ரோந்துப் படகு அந்தக் கள்ளப் படகைப் பார்த்துவிட்டது.

'குண்டடி பட்டுச் சாகிறாயா அல்லது தண்ணீரில் விழுந்து சாகிறாயா?' என்று படகுக்காரன் கேட்டான்.

'நான் சாகப் போவதில்லை' என்று சொல்லிவிட்டு ஜூன் வூ நீரில் குதித்து நீந்தத் தொடங்கினார்.

அவர் எப்படி சிக்காமல், இறக்காமல், பெரிய சேதாரங்கள் இல்லாமல் தென் கொரியக் கரையில் சென்று ஏறினார் என்பது சொல்லப்படாத சரித்திரம்.

ஆனால் ஜூன் வூ தப்பித்தது உண்மை. தென் கொரியாவுக்குச் சென்று, தன் நிலைமையைச் சொல்லி, சில நாள் விசாரணை வட்டத்துக்குள் இருந்துவிட்டு அதன் பிறகு சுதந்தரமாக வெளியே வந்து தன் மனைவி மகளைத் தேடிக் கண்டுபிடித்து ஒன்று சேர்ந்துவிட்டார்.

இத்தகு வலு உள்ளவர்கள் கடல் வழி தப்பித்தலை முயற்சி செய்வார்கள்.

மேற்சொன்ன மூன்று வழிகளுக்கு அப்பால், வட கொரியாவிலிருந்து தப்பிக்க வேறு பாதைகள் கிடையாது. இதைப் படிக்கும்போது உங்களுக்கு ஒரு கேள்வி எழும்.

வடக்கே அத்தனை இடர்பாடுகளைக் கடந்து எப்படியோ சீனாவுக்குத் தப்பிச் செல்வதைப் போலத் தெற்கே எல்லை கடந்து நேரடியாகத் தென் கொரியாவுக்குப் போய்விட முடியாதா?

என்றால், முடியாது.

வட கொரியாவும் தென் கொரியாவும் அந்நிலப்பரப்பின் மீது ஓடும் 38 ஆவது அட்சக் கோட்டின்மீது இரு வேறு நாடுகளாகப் பிரிக்கப்பட்டபோது, ராணுவ எல்லைக்கோடு வரையறுக்கப்பட்டது (கொரியப் போருக்குப் பிறகு). இதனை Military Demarcation Line - MDL என்பார்கள். இந்த எல்லை, 238 கிலோ மீட்டர் நீளமும் தலா இரண்டு கிலோ மீட்டர் இரு தரப்பு அகலமும் கொண்டது. இந்த 2+2 கிலோ மீட்டர் தொலைவைப் போர் நிறுத்த இடைவெளி என்று குறிப்பிடுவது வழக்கம். அதாவது, இரு நாடுகளுக்கும் இடையே உள்ள வெட்டவெளி. இங்கே மக்கள் வசிக்க மாட்டார்கள். ராணுவ ரோந்தும் இருக்காது. துப்பாக்கிச் சூடுகள், குண்டு வெடிப்புகள் அனைத்தும் தடைசெய்யப்பட்ட பகுதி. பொதுவாக, இரு நாட்டுத் தலைவர்களோ, அதிகாரிகளோ ஏதாவது நல்லெண்ணப் பேச்சுவார்த்தை நடத்துவதென்றால் இந்தப் பிராந்தியத்தில்தான் செய்வார்கள். இரு தரப்புக் கூட்டு ராணுவப் பாதுகாப்புப் பிராந்தியம்.

இப்படியெல்லாம் சொன்னால் சிறிது குழப்பலாம். சுருக்கமாகப் புரிய வேண்டுமானால் இப்படிச் சொல்லலாம். உலகில் வேறு எந்த இரு நாடுகளின் எல்லைப் பாதுகாப்பினைக் காட்டிலும் அதிக கெடுபிடிகளும் தீவிரக் கண்காணிப்பும் கொண்ட படுபயங்கரப் பிராந்தியம். இங்கே எல்லை கடப்பது என்பது கனவிலும் நடவாத காரியம்.

அப்படியும் மீறி ஒன்றிரண்டு முறை சிலர் வட கொரிய எல்லையைக் கடந்து தெற்கே ஓட முயற்சி செய்து குண்டடி பட்டுச் செத்திருக்கிறார்கள்.

நிற்க. வட கொரியாவில் இருந்து தப்பிக்க முடிந்த / முடியாத வழிகள் பற்றிப் பார்த்துவிட்டோம். இதுதான், இவ்வளவுதான். ஆண்டுதோறும் குறைந்தது ஐம்பதாயிரம் முதல் அதிகபட்சம் ஒரு லட்சம் பேர் வரையிலாவது நாட்டைவிட்டு வெளியேற முயற்சி செய்கிறார்கள். சில ஆயிரம் பேர் அம்முயற்சியில் வெற்றியடைகிறார்கள். மற்றவர்கள் தாங்களாகவே பின்வாங்கிவிடுகிறார்கள் அல்லது பாதி வழியில் மாட்டிக்கொண்டு தேசத் துரோகக் குற்றவாளிகளாகப் பள்ளத்தாக்குச் சிறைகளுக்குச் சென்றுவிடுகிறார்கள்.

மிக எளிதாகச் சில வரிகளில் இதனை நாம் கடந்துவிடுகி றோம். ஆனால் நாட்டை விட்டு ஓடுவது என்பது உயிர் போனாலும் பரவாயில்லை என்னும் மனநிலை வந்தபிறகு மேற்கொள்ளப்படும் நடவடிக்கை என்பதை மறக்கக் கூடாது.

எப்படியாவது தப்பிச் செல்வது என்ற முடிவுக்கு வந்தபின்னர் மக்கள் அதற்காகப் பல மாதங்கள், சில வருடங்கள்கூடத் திட்டமிட வேண்டியிருக்கும். சரியான கடத்தல் உதவியாளர் அமையாமல் போனால் மாட்டிக்கொள்வது மட்டுமே நடக்கும் என்பது எல்லோருக்கும் தெரியும். அந்தச் சரியான கடத்தல் உதவியாளர் யார் என்பதைக் கண்டுபிடிப்பதே முதல் மற்றும் பெரும்பணி.

பிறகு, இந்தப் பயணத்துக்கான செலவு. சீனாவிலிருந்து பொருள்களைக் கடத்திவந்து உள்ளூரில் விற்று சம்பாதிப்போரைப் பற்றி முன்னர் பார்த்தோமல்லவா? அந்தக் 'கூடுதல் வருமானம்' என்பது பெரும்பாலும் இந்தத் தப்பித்தல் நடவடிக்கைக்காகவே சேமிக்கப்படுகிறது.

ஒரு விஷயம். வட கொரியர்கள் தமது கூடுதல் வருமானத்தைக் எக்காரணம் கொண்டும் வங்கியில்

போட்டு வைக்க மாட்டார்கள். அரிசிப் பானை, புளிப்பானை உத்திதான் அவர்கள் இன்றுவரை கடைப்பிடிப்பது. பணம் இல்லை, அடுத்த வருடம் வந்து பார் என்று வங்கியில் சொல்லியனுப்புவது அங்கே சர்வ சாதாரணமான சம்பவம். இங்கே ஒரே ஒரு நாள், ஒரே ஒரு வங்கிக் கிளையில் அப்படி ஒரு வார்த்தை சொல்லிவிட்டால் மறுகணம் நாடே கொந்தளித்துவிடும் என்பதை எண்ணிப் பாருங்கள். அத்தனை மக்களும் தத்தமது சேமிப்பை எடுத்துவிட வரிசையில் சென்று நின்றுவிடுவார்கள்.

வட கொரியாவில் அதெல்லாம் முடியாது. இல்லை என்றால் திரும்பிச் செல்ல வேண்டியதுதான்.

இதனால்தான் அவர்கள் வங்கியை நம்பமாட்டார்கள். பணம் பத்திரமாக இருக்க வேண்டும் என்று நினைப்பவர்கள் வீட்டிலேயே பதுக்கி வைப்பார்கள். சிறிது திறமையுள்ளவர்கள் வட்டிக்குக் கொடுத்துப் பணத்தைப் பெருக்கி வைப்பார்கள். வேறு எந்த விதமான முதலீடுகளும் வட கொரியாவில் சாத்தியமேயில்லை.

ஏஜெண்டுகளைப் பிடித்து, பணத்தைத் தயார் செய்த பின்பு, தப்பிப்பதற்கான சரியான தருணத்தைத் தேர்ந்தெடுப்பது மூன்றாவது.

தலைநகர் பியாங்யாங்கில் ராணுவ அணிவகுப்பு அல்லது முக்கிய அதிகாரிகள் சந்திப்பு, அதிபருடன் ஆலோசனை, அமைச்சரவைக் கூட்டம் என்று என்னவாவது இருக்குமானால் அன்றைக்கு எல்லையில் சிறிது பாதுகாப்பு வலு குறைவாக இருக்கும் என்பது பொதுவான கணிப்பு.

அதைப் போலவே கிம் குடும்பத்தினர் யாராவது எல்லைப் பகுதிக்கு வருவார்களேயானால், மொத்த எல்லைக் காவல் படையினரும் அவர்களுடைய பாதுகாப்புக்காகக் கூடிவிடுவார்கள். அப்போது பிற இடங்களில் பாதுகாப்பு பலம் குறைந்திருக்கும். அந்தச் சமயத்தைப் பயன்படுத்துவார்கள்.

இவை இரண்டும் இல்லாவிட்டால் இரண்டாவது அத்தியாயத்தில் கண்ட குளிர்கால இரவு நேரத் தப்பித்தல். யாலு நதியின் மீது நடந்து சென்று சீனாவை அடையும் வழி. ஆனால் சீனாவை அடைவதுடன் சிக்கல் தீர்வதில்லை. அங்கே பிடிபட்டுவிட்டால் உடனே வட கொரியாவுக்குத் திருப்பி அனுப்பிவிடுவார்கள் என்பதால் சாகசப் பயணம் சீனாவிலிருந்து தப்பிப்பது வரை தொடரவே செய்யும்.

எப்படியாவது மங்கோலியாவுக்குச் சென்று, அங்கே தூதரகத்தில் சரணடைந்தால், அவர்கள் தென் கொரிய தூதரகத்தில் பேசி ஏற்பாடு செய்து விமானம் ஏற்றி அனுப்பிவைப்பார்கள்.

ஜோசப் கிம் (1990), பார்க் யோன் மீ (2007), ஜியோன் மீ ஜூங் (1998), லீ ஹியோன் ஸியோ (2008) என நான்கு பேர் இதுவரை வட கொரியாவிலிருந்து தப்பித்து, பல்வேறு இடர்பாடுகளுக்குப் பிறகும் உயிருடன் இருந்து, தமது அனுபவங்களைப் புத்தகங்களாகவும் பேட்டிகளாகவும் பத்திரிகைக் கட்டுரைகளாகவும் வெளிப்படுத்தியிருக்கிறார்கள். தமது அனுபவம் மற்றவர்களுக்குப் பயன்பட வேண்டும், வட கொரியாவைப் பற்றி உலகம் சரியானவற்றைத் தெரிந்துகொள்ள வேண்டும் என்ற நோக்கில் செயல்பட்டவர்கள் இவர்கள் மட்டுமே. தப்பிச் சென்ற பிறர் எங்காவது சௌக்கியமாக இன்னும் இருந்துகொண்டிருப்பார்கள் என்று நம்பலாம். மற்றபடி அவர்கள் எங்கே என்ன செய்துகொண்டிருக்கிறார்கள் என்பதுகூட யாருக்கும் தெரியாது.

36. கடத்திப் பணி செய்

ஒரு தனி நபரை மட்டுமே மையப்படுத்திய சர்வாதிகார நாடு எப்படி இருக்க வேண்டும் என்பதைக் கிம் இல் சுங் வடிவமைத்துக் காட்டினார். அந்நாடு, சர்வதேச அரங்கில் ஓர் அச்சமூட்டக்கூடிய பொறுக்கி பிம்பத்தை எப்படித் தக்க வைத்துக்கொள்ள வேண்டும் என்பதைத் தன் வாரிசுக்குக் கிம் ஜாங் இல் புரிய வைத்தார்.

இது சார்ந்த அவரது பல்வேறு விதமான செயல்பாடுகளில் எது தலையாயது என்பதற்கு விமரிசகர்கள் ஆளுக்கொரு உதாரணம் காட்டுவார்கள். அணு ஆயுதத் தயாரிப்பு முயற்சிகளில் தொடங்கி, ரகசிய வதை முகாம்கள் வரை அந்தப் பட்டியல் மிகப் பெரிது.

உண்மையில், இவை அனைத்தைக் காட்டிலும் ஏற்கவே இயலாததொரு கிரிமினல் நடவடிக்கை உண்டு. தனி நபர்கள் யாராவது செய்தாலே, எந்த நாடானாலும் பிடித்துத் தூக்கில் போட்டுவிடும். அத்தகைய செயலை, வட கொரிய அரசாங்கமே எவ்வித மனச்சிக்கலும் இல்லாமல் பல வருட காலமாகச் செய்து வருகிறது என்றால் நம்புவதற்குச் சிரமமாக இருக்கும்.

கிம் ஜாங் இல்தான் தொடங்கிவைத்தார். இன்றும் அந்தத் திருப்பணி தொடர்ந்துகொண்டுதான் இருக்கிறது.

கடத்தல்.

இப்படிச் சொன்னால் இதன் பொருள் வேறு. ஆள் கடத்தல், போதைக் கடத்தல், இதர கடத்தல்கள் நினைவுக்கு வந்துவிடும். கிம் ஜாங் இல் காலத்தில் வட கொரியா ஈடுபட்டது ஒரு வகையில் ஆள் கடத்தல்தான். ஆனால் கடத்தி வைத்து மிரட்டுவதோ, கிரிமினல் நடவடிக்கைகளில் வலுக்கட்டாயமாக ஈடுபடுத்துவதோ அல்ல நோக்கம். கல்விதான் நோக்கம்!

தலை சுற்றுகிறதல்லவா? அதுதான் கிம் ஜாங் இல்லின் சாமர்த்தியம்.

உலகம் ஏற்றுக்கொண்டாலும் இல்லாவிட்டாலும் வட கொரியா என்றொரு நாடு இருக்கிறது; இருக்கத்தான் போகிறது. கிம் குடும்பம்தான் அதை நேற்றும் இன்றும் நாளையும் ஆளும். இதில் சந்தேகமேயில்லை. உலக நாடுகள் வட கொரியாவின்மீது பொருளாதாரத் தடைகள் விதிக்கலாம், எச்சரிக்கலாம், மிரட்டலாம், நட்பு கொள்ளாதிருக்கலாம், தூதரக உறவுகள்கூட இல்லாமல் பார்த்துக்கொள்ளலாம், முற்றிலும் தனிமைப்படுத்தி அச்சமூட்டலாம். அட, அனைத்துக்கும் உச்சமாக அமெரிக்காவே ஒரு போர் தொடங்கி நாசம் செய்யலாம்.

எது நடந்தாலும் சமாளிக்க வட கொரியா தயாராக இருக்க வேண்டுமல்லவா? தயாராக இருக்க வேண்டுமென்றால் தனது எதிரி தேசங்கள் அனைத்திலும் உளவாளிகள் இருக்க வேண்டும். அவர்கள் யாருக்கும் சந்தேகம் எழாதவண்ணம் செயல்பட வேண்டும். சந்தேகம் வந்தாலும் தப்பிக்கத் தெரிய வேண்டும்.

ஆனால் வட கொரியர்களை அவ்வளவு எளிதாக எந்த நாடும் உள்ளே அனுமதிக்காது. அதாவது வட கொரிய பாஸ்போர்ட்டுடன் நீங்கள் எந்த நாட்டுக்குச்

சென்றாலும் முதலில் தூக்கி உள்ளே வைப்பார்கள். ஏனென்றால், அந்நாடு இயல்பாகவே தன் மக்களை வெளிநாடுகளுக்கு அனுப்புவதில்லை. தப்பித்துச் செல்ல நினைப்பவர்களைக் கூடப் பிடித்து சிறையில் அடைக்கிற நாட்டின் அடையாளத்துடன் யார் மேற்கு நாடுகளுக்குச் சென்று உளவாளி வேலை பார்க்க முடியும்?

சரி, பாஸ்போர்ட்டுடன் போகவில்லை. கள்ளத்தோணி வழியிலேயே போகிறார்கள் என்று வைத்துக்கொண்டாலும் பொதுவில் மக்களோடு மக்களாகக் கலந்து நிற்பதுதான் உளவாளிகளின் முதல் பணியாக இருக்கும். எந்த நாட்டுக்குச் சென்றாலும் ஏதோ ஓரிடத்தில் தங்கிக்கொண்டு, ஏதாவது ஒரு வேலை பார்த்துக்கொண்டு, பிறகுதான் வந்த காரியத்தைக் கவனிக்க முடியும். அரசுத் தரப்பில், காவல் துறை தரப்பில், ராணுவத் தரப்பில், இதர அனைத்து முக்கியமான பிராந்தியங்களிலும் ஆள்களைப் பிடித்துத் தகவல் சேகரிப்பதைத் தவமிருந்து தியானத்தில் செய்ய முடியாது. அதற்கு முதலில் ஒரு மாற்று அடையாளம் வேண்டியிருக்கும்.

அதை எங்கிருந்து பிடிப்பது?

நான் தென் கொரியாவிலிருந்து வருகிறேன் என்றெல்லாம் கதைவிட முடியாது. உலகில் தென் கொரியாவுக்குத் தூதரகம் இல்லாத தேசங்களே அநேகமாகக் கிடையாது. பசிபிக் கடலில் உள்ள சில சிறிய தீவு நாடுகளிலும் வட கொரியாவிலும் ஒன்றிரண்டு ஆப்பிரிக்க நாடுகளிலும் மட்டும்தான் தென் கொரியாவுக்குத் தூதரகம் கிடையாது. மற்றபடி அந்நாடு ஒரு சர்வவியாபி. எனவே, நீங்கள் தென் கொரியா என்று சொன்னதுமே உங்கள் ஜாதகத்தைத் தேடி எடுத்துவிடுவார்கள்.

உலகெங்கும் தடை செய்யப்பட்ட நாடு என்றாலும் வட கொரியாவுக்கு அமெரிக்கா, பிரிட்டன், பிற ஐரோப்பிய நாடுகளிலும் மத்தியக் கிழக்கு நாடுகளிலும்

மிக நிச்சயமாக உளவாளிகள் தேவை. அவர்களது உதவி இல்லாமல் ஒரு நாடு இத்தனை நீண்ட காலத்துக்கு தாதாத்தனம் காட்டிக்கொண்டிருக்க முடியாது. உலகம் கண்டுபிடிக்க முடியாதபடித் தனது உளவாளிகளை அனுப்பிவைத்துப் பணியாற்றச் செய்வது எப்படி?

இதற்காகக் கிம் ஜாங் இல் கண்டுபிடித்த உத்தி, ஜப்பானியர்களைக் கடத்துவது.

எழுபதுகளின் தொடக்கத்திலிருந்தே இந்த நடைமுறை வட கொரியாவில் இருந்திருக்கிறது என்றாலும் கிம் ஜாங் இல் தந்தைக்கு உதவியாக வந்த பிறகுதான் அது தொடங்கியிருப்பதாகத் தெரிகிறது. அவர் ஆட்சிப் பொறுப்பேற்றதும் வேகமடைந்திருக்கிறது.

ஜப்பானியர்களைக் கடத்துவதென்றால் ஜப்பானிய அரசின் உயரதிகாரிகளைக் கடத்துவதோ, ராணுவ அதிகாரிகளை, காவல் துறையினரை, இதர அரசு ஊழியர்களைக் கடத்துவதோ இல்லை. பதிமூன்றிலிருந்து பதினேழு வயது நிறைந்த ஜப்பானியச் சிறுவர்களைக் கடத்துவது ஒரு கட்டம். பிறகு ஜப்பானின் நகர்ப்புறப் பள்ளிக்கூடங்களில் பணியாற்றும் உயர்நிலை மற்றும் மேல்நிலைக் கல்விக்கூட ஆசிரியர்களைக் கடத்துவது இன்னொரு கட்டம். கலை, கலாசாரம், பண்பாட்டுத் தளங்களில் நீண்ட நாள் பணியாற்றி அனுபவம் பெற்றவர்களைக் கடத்துவது மூன்றாம் கட்டம்.

புரியவில்லை அல்லவா? ஆனால் மிகவும் எளிது.

வட கொரியாவுக்கு என்ன வேண்டும்? உலக நாடுகள் அனைத்திலும் அதன் உளவாளிகள் தடையின்றிப் பணி செய்ய வேண்டும். ஆனால் வட கொரிய அடையாளத்தை வைத்துக்கொண்டு ஒன்றும் செய்ய முடியாது.

வேறென்ன செய்யலாம்?

அசப்பில் கொரியர்களுக்கும் ஜப்பானியர்களுக்கும் ஒரே மாதிரியான முகஜாடை என்பதைச் சொல்ல

வேண்டியதில்லை. உயரம், பருமன் போன்றவையும் ஒரே மாதிரிதான் இருக்கும். வித்தியாசம் என்னவெனில், அவர்கள் ஜப்பானியர்கள்; இவர்கள் கொரியர்கள். மொழி, கலாசாரம் மட்டும் வேறு.

எனவே ஜப்பானியர்களைக் கடத்தி வந்து சில காலம் கொரியச் சிறையில் வைத்திருப்பார்கள். மற்ற கைதிகளை நடத்துவது போல அல்ல. அவர்களைச் சற்று நாகரிகமாகவே நடத்துவார்கள். நல்ல சாப்பாடு கிடைக்கும். படுக்கக் கட்டில் இருக்கும். குளிர்கால உடை, கோடைக்கால உடை எல்லாம் தருவார்கள். ஆனால் எதற்காக யாரோ கடத்தினார்கள், ஏன் இப்படிச் சிறை வைத்திருக்கிறார்கள், எங்கே இருக்கிறோம் என்பது மட்டும் அவர்களுக்குத் தெரியாது. யாரோ கடத்தி வைத்துக்கொண்டு குடும்பத்தாரிடம் பேரம் பேசிக்கொண்டிருக்கிறார்கள் என்று நம்பும்படியாகவே நடந்துகொள்வார்கள்.

குறிப்பிட்ட காலம் கடந்ததும் அவர்கள் மனச்சோர்வடைந்து, தன்னம்பிக்கை இழந்து, இனி ஊருக்குத் திரும்பவே மாட்டோமோ என்று அச்சப்பட்டு அழத் தொடங்கும்போது விடுதலை செய்து அழைத்துச் சென்று 'அசைன்மெண்ட்' கொடுப்பார்கள்.

சிறிது காலம் குறிப்பிட்ட இடத்தில் மாணவர்களுக்கு வகுப்பெடுக்க வேண்டும். ஜப்பானிய மொழியைக் கற்றுத்தர வேண்டும். ஜப்பானியக் கலாசாரத்தை அறிமுகப்படுத்தி, தேர்ச்சியடைய வைக்க வேண்டும். மொத்தத்தில் ஒரு கொரியனை, முழு ஜப்பானியனாக உரு மாற்ற வேண்டும்.

இந்தப் பணிக்குச் சிறுவர்கள் எதற்கு என்ற கேள்வி எழலாம். பள்ளிக்கூட அளவிலேயே வட கொரிய மாணவர்களில் சிலர் தேர்ந்தெடுக்கப்பட்டு எப்படி 'ஹேக்கர்'களாக உருமாற்றப்படுகிறார்களோ, அதேபோல புத்திசாலி மாணவர்களை ஒற்றர்களாகவும்

தயாரிக்கிறார்கள். எனவே ஜப்பானியச் சிறுவர்களுக்கு என்னென்ன தெரியுமோ, அவை அனைத்தும் இந்தக் கொரியச் சிறுவர்களுக்கும் தெரிய வேண்டும். அவர்கள் பாடும் பாடல்கள் முதல், அவரவர் வீட்டுப் பாட்டிமார் சொல்லும் கதைகள் வரை. ஜப்பானியக் குடும்பங்களின் நடைமுறை, உறவு முறைகள்/நிலைகள், வழிபாடு, கல்வி, வாழ்க்கை முறை, விளையாட்டு எனச் சகலவிதமான அம்சங்களிலும் கொரிய மாணவர்களை ஜப்பானிய மாணவர்களைப் போலவே உருமாற்றி, ஜப்பானிய மொழியையும் நன்கு கற்றுத் தேர்ச்சியடையச் செய்து, உளவுப் பணிகளுக்குத் தயார் செய்வார்கள்.

சிறுவர்களைக் கொண்டு எம்மாதிரியான உளவுத் தகவல்களை வட கொரியா சேகரிக்கிறது என்பதற்குப் போதிய ஆதாரங்கள் இல்லை. ஆனாலும் இது அங்கே நடக்கிறது. ஒருவேளை உளவாளிகளுக்கு உதவியாளர்களாக அனுப்புவார்களாயிருக்கும். தந்தையும் மகனும். மாமனும் மருமகனும். ஏதோ ஒரு உறவு நிலையில் யாரோ சிலரை ஒருங்கிணைத்து மேற்கொள்ளப்படும் திருட்டு நடவடிக்கை.

இப்படி ஜப்பானிலிருந்து கடத்திவரப்படுவோர் மீண்டும் ஜப்பானுக்கு அனுப்பப்பட்டிருக்கிறார்களா என்று தெரியாது. ஆனால் சிலர் வட கொரியாவிலேயே நிரந்தரமாகத் தங்கிவிட்டார்கள். அவர்களுக்கு அரசுப் பள்ளிக்கூடங்களில் ஆசிரியர் பணி அல்லது அரசு ஊடகங்களில் பணி ஏற்பாடு செய்யப்பட்டது.

எழுபதுகளின் தொடக்கம் முதலே இந்தக் கடத்தலை வட கொரிய அரசு நடத்தி வந்தாலும் **1977** ஆம் ஆண்டுதான் முதல் முதலில் இதன் பின்னணியை ஜப்பான் அரசு துப்பறிந்தது. மெகுமி யோகோடா என்னும் பதிமூன்று வயது ஜப்பானிய மாணவர் கடத்தப்பட்டு, திடீரென்று காணாமல் போன சம்பவம் அப்போது பெரும் பரபரப்பாகி, ஜப்பான் முழுதும் கொந்தளித்தது.

ஜப்பானில் வசிக்கும் கொரியர்களைக் கண்காணித்துப் பின்தொடர்ந்ததில், இது வட கொரிய அரசின் வேலை என்பது தெரிய வந்தது.

1978 ஆம் ஆண்டு அதே போல இரண்டு சிறுவர்கள் குடும்பத்தோடு கடத்தப்பட்டார்கள். அந்தச் சம்பவத்தை ஒட்டித்தான் ஜப்பான் மிகத் தீவிரமாக வட கொரியாவைக் குற்றம் சாட்டத் தொடங்கியது. தொடர்ச்சியாகப் பதினேழு கடத்தல் சம்பவங்களைப் பட்டியலிட்டு, அனைத்துக்கும் வட கொரியாதான் காரணம் என்று தக்க ஆதாரங்களுடன் ஜப்பான் குற்றம் சாட்டியபோதும், இல்லவே இல்லை என்று கிம் ஜாங் இல் சூடம் அணைத்து சத்தியம் செய்தார்.

இந்தப் பொய் சத்தியம் 2002 ஆம் ஆண்டு வரை நீடித்தது. அந்த வருடம் கிம் ஜாங் இல் சில அரசியல் மற்றும் வர்த்தக உடன்படிக்கைகளின் பொருட்டு அன்றைய ஜப்பானியப் பிரதமர் ஜுனிச்சிரோ கோய்சுமியுடன் பேச்சுவார்த்தை நடத்த வேண்டியிருந்தது. அப்போது அவர்கள் கழுத்தில் கத்தி வைத்தார்கள்.

கடத்தல் சம்பவங்களை நீ ஒப்புக்கொண்டால் உனக்கு ஒரு சில உதவிகள் கிடைக்கும். இல்லாவிட்டால் சாவு என்று சொல்லிவிட்டார் ஜப்பானியப் பிரதமர். வேறு வழியின்றி, கிம் ஜாங் இல் அப்போது அனைத்து ஜப்பானியர் கடத்தல்களுக்கும் வட கொரியாவே காரணம் என்பதைப் பகிரங்கமாக ஒப்புக்கொள்ள வேண்டியதானது.

ஜப்பான் மட்டுமல்ல. உலக நாடுகள் அனைத்தும் அதிர்ச்சியடைந்த தருணம் அது. ஏனெனில், உலக சரித்திரத்தில் ஒரு நாட்டின் அரசே இவ்வளவு கீழ்த்தரமான கடத்தல் வேலையைச் செய்ததில்லை. ஒரு குறிப்பிட்ட தேசிய அடையாளத்தையே திருடித் தனது உளவாளிகளுக்கு அளித்து உலகெங்கும் திரியவிடுவது சிறிய குற்றமல்ல. எந்தத் தலைவரும்

எண்ணிப் பார்க்கக்கூடக் கூசுவார்கள். ஆனால் கிம் ஜாங் இல் அதனை ஆத்மசுத்தியுடன் செய்திருந்தார்.

இதன் விளைவாக, ஜப்பான் உள்பட மிச்சமிருந்த சில நாடுகளும் வட கொரியாவை முழுமையாகத் தடை செய்தன. அதுநாள் வரை நட்பு நாடு என்ற பட்டியலில் இருந்த சீனாகூட இனி நீ யாரோ நான் யாரோ என்று நடந்துகொள்ள ஆரம்பித்தது.

அதைக் காட்டிலும் முக்கியம், ஜப்பானியர்கள் வட கொரியர்களைத் தங்கள் வாழ்நாள் எதிரி என்று முடிவு செய்தது. கிம் இல் சுங், நிலைமையைச் சரி செய்வதன் பொருட்டு சில ஜப்பானியர்களை விடுவித்துத் திருப்பி அனுப்பிப் பார்த்தார். வேறு சிலரின் குடும்பத்தினரைச் சந்திக்க அனுமதித்துப் பார்த்தார்.

எதுவும் பலன் தரவில்லை. முறிந்த உறவு முறிந்ததுதான். சர்வதேசச் சட்டங்கள், மனித உரிமைச் சட்டங்கள் அனைத்தையும் வட கொரியா மீறுகிறது என்ற குற்றச்சாட்டு மிக வலுவாக உலகெங்கும் எழுவதற்கும் பூமியில் மனிதர் வாழும் அனைத்துப் பகுதிகளும் வட கொரியாவைச் சந்தேகத்துடன் மட்டுமே பார்க்கத் தொடங்கியதற்கும் அது மிக முக்கியமானதொரு காரணமாக அமைந்துவிட்டது.

ஆனால், அதனாலெல்லாம் வட கொரியா திருந்திவிட்டதா என்று கேட்டால், இல்லை. இன்றுவரை ஜப்பானியர்களைக் கடத்தும் பணி அங்கே நடக்கத்தான் செய்கிறது. முன்னளவுக்கு உக்கிரமாக இல்லை என்றாலும் அறவே இல்லாமல் இல்லை.

37. குடும்பக் கதை

அரசியலில், பொது வாழ்வில், மக்கள் மத்தியில், உலக அரங்கில் கிம் ஜாங் இல் ஒரு சர்வாதிகாரி. அவரது தந்தை அறிமுகப்படுத்திய 'கொரியன் மாடல்' சர்வாதிகாரத்தை இன்னும் சுத்திகரித்து அடுத்தக் கட்டத்துக்கு எடுத்துச் சென்றவர். எப்படி இந்த மனிதர் மக்கள் மத்தியில் சிறு முணுமுணுப்புக் கூட எழாதபடி பார்த்துக்கொள்கிறார் என்று அவரைக் கண்டு வியக்காத தலைவர்களே கிடையாது. அவர்கள் உரத்த குரலில் அலறினாலுமே எப்படி அது உலகுக்குக் கேட்காதிருக்கும்படி சவுண்ட் ப்ரூஃப் செய்துவிடுகிறார் என்று அவர் காலத்தில் வாழ்ந்த இதர சர்வாதிகாரிகள் அனைவருமே கற்க விரும்பினார்கள்.

ஆனால் கிம் ஜாங் இல்லை யாரும் அணுக முடியாது. நெருங்கிப் பழக முடியாது. அவராக விரும்பி ஒப்புக்கொண்ட ஒருசில சந்திப்புகளைத் தவிர உலகத் தலைவர்கள் யாருக்கும் அவருடன் அறிமுகம்கூடக் கிடையாது. தொலைதூரக் கல்வியில் என்ன கற்க முடியுமோ அவ்வளவுதான்.

இது சற்று வியப்புக்குரிய விஷயம்தான். குத்துமதிப்பாகக் கணக்குப் போட்டுப் பார்த்தால் தனது பதினேழு ஆண்டுக் கால ஆட்சியில் அவர் சந்தித்த தலைவர்கள் வெறும் ஐந்து பேர் மட்டுமே.

மாபெரும் வரலாற்றுச் சிறப்பு மிக்க சந்திப்பு என்று இன்றைக்குவரை உலகம் சொல்லிக்கொண்டிருக்கும் தென் கொரிய அதிபர் கிம் டே ஜுங் உடனான சந்திப்பு (2000இல் நடைபெற்றது) அதில் முதன்மையானது. பிரமாதம் ஒன்றுமில்லை. இரு தரப்பு நல்லுறவு, எல்லைப் பாதுகாப்பு, இரு நாடுகளுக்கிடையே வர்த்தகத் திறப்பு, கல்வி-விளையாட்டு போன்ற சாதுத் துறைகளில் பரிமாற்றங்கள், போரின்போது இரு நாடுகளிலுமாகப் பிரிந்து வாழ்ந்துகொண்டிருக்கும் குடும்பங்கள் சந்திப்பதற்கு அனுமதிப்பது என்ற ஐந்து அம்சங்களை உள்ளடக்கிய ஒப்பந்தங்கள் அந்தச் சந்திப்பின்போது கையெழுத்தானது. (எதுவும் உருப்படவில்லை.)

அதுவா முக்கியம்? கிம் ஜாங் இல்லைச் சந்திக்கத் தென் கொரிய அதிபர்தான் பியாங்யாங்குக்கு வந்தாரே தவிர, அந்தப் பிள்ளையார் தனது அரச மரத்தடியை விட்டு நகரவில்லை.

அதே 2000ஆவது ஆண்டு அமெரிக்க வெளியுறவுத் துறைச் செயலாளர் மடலைன் அல்பிரைட் வட கொரியாவுக்கு வந்தது குறித்து ஏற்கெனவே பார்த்தோம். அது இரண்டாவது. விளாதிமிர் புதின் வட கொரியாவுக்கு வந்தது, 2001 ஆம் ஆண்டு சீன அதிபர் ஜியாங் ஜெமின் (Jiang Zemin) வந்தது என்று இன்னும் இரண்டைச் சேர்த்தால், அதோடு முடிந்தது.

2002ஆம் ஆண்டு ஜப்பானியப் பிரதமர் ஜுனிசிரோ கோயிசுமியைச் சந்தித்து வட கொரியக் கடத்தல்கள் சார்ந்து வருத்தம் தெரிவித்ததுதான் உள்ளதிலேயே உயர்மட்ட சம்பவம். மற்ற எதுவும் ஒன்றுமில்லை. அவரும்கூட வட கொரியாவுக்கு வந்துதான் மன்னிப்பை

வாங்கிக்கொண்டு போனாரே தவிர, கிம் ஜப்பானுக்குப் போகவில்லை.

கவனித்துப் பார்த்தால், திட்டமிட்டு உலகத் தலைவர்களைச் சந்திப்பதைக் கிம் ஜாங் இல் தவிர்த்து வந்திருப்பது புரியும். சந்தித்த இந்த ஐந்து பேரில் அமெரிக்க வெளியுறவுச் செயலாளர் ஒருவரைத் தவிர மற்ற நால்வருமே வட கொரியாவின் பொருளாதாரம் மற்றும் அரசியலுடன் நேரடியாகச் சம்பந்தப்பட்டவர்கள்.

இயல்பிலேயே கிம் ஜாங் இல், தன்னை மறைத்துக் கொள்ள விரும்பும் நபராக இருந்திருக்கிறார். சொந்த நாட்டு மக்களிடமிருந்தும் உலக நாடுகளின் தலைவர்களிடமிருந்தும் மட்டுமல்ல. தமது சொந்தக் குடும்பத்தாரிடமிருந்தே அவர் தள்ளித்தான் இருந்திருக்கிறார்.

இது ஒரு வினோதம். கிம் ஜாங் இல்லுக்கு உலகறிந்து மூன்று மனைவிகள், ஒவ்வொருவருக்கும் ஒன்றுக்கு மேற்பட்ட வாரிசுகள் உண்டு. தவிரவும் பல பெண்களுடன் அவருக்குத் தொடர்பு இருந்திருக்கிறது என்று பல்வேறு நாடுகளின் உளவுக் குறிப்புகள் தெரிவிக்கின்றன. ஆனால், ஆண்டின் பெரும்பாலான நாள்களில் அவர் இருக்குமிடம் பற்றிய தகவல் அவரது எந்தக் குடும்பத்துக்கும் தெரியாமலேயே இருந்திருக்கிறது.

அவரது தந்தை கிம் இல் சுங்கும் ஆண்டின் பெரும்பகுதியை வீட்டுக்கு வெளியில்தான் கழித்தார். ஆனால் மக்களோடு மக்களாக, நாளைக்கொரு கிராமம், வாரத்துக்கொரு நகரம் என்று கணக்கு வைத்துக்கொண்டு நாடு முழுதும் அங்குலம் விடாமல் சுற்றி வந்திருக்கிறார். மக்களைத் தன் வசப்படுத்த அவர் கையாண்ட உத்தி அதுவென்று எடுத்துக்கொண்டாலும் குறைந்தபட்சம் அவரது அதிகாரிகளில் சிலருக்காவது அவர் எப்போது எங்கே இருந்தார் என்பது தெரிந்திருக்கிறது.

கிம் ஜாங் இல் அவ்வகையில் தமது அதிகாரிகளுக்கும் அல்வாப் பொட்டலம் தரக்கூடியவராகவே

இருந்திருக்கிறார். தன்னை மறைத்துக்கொள்வதை ஒரு கலையாகப் பயிற்சி செய்த அவரது வாழ்க்கை இன்றுவரை ஒரு தீர்க்க இயலாத குறுக்கெழுத்துப் புதிர். அந்தப் புதிரைச் சிறிதளவேனும் பிளந்து பார்க்க முடிந்தால்தான் அவர் ஏன் தனக்குப் பிறகு, தனது மூன்றாவது மனைவியின் இரண்டாவது மகனான கிம் ஜாங் உன்னைத் தனது அரசியல் வாரிசாக அறிவித்தார் என்பதைப் புரிந்துகொள்ள முடியும்.

கிம் ஜாங் இல் முதல் முதலில் வட கொரியர்களுக்கு அறிமுகப்படுத்தப்பட்ட கதையை முன்னர் பார்த்தோம். அவர் ஓர் அதிசயப் பிறவி என்றும் சாகசங்கள் நிகழ்த்தக்கூடியவர் என்றும் இயற்கையைக்கூடக் கட்டுப்படுத்தும் சக்தி படைத்தவர் என்றும் நாடெங்கும் பிரசாரம் செய்து, அதையே மக்களையும் சொல்ல வைத்தார்கள். பிறகு அவர் நேரடி அரசியலுக்கு வந்து, தந்தைக்கு அடுத்துத் தான்தான் என்பதை உறுதிப்படுத்தத் தொடங்கிய காலத்தில் தன்னை அனைவரும் 'அன்புள்ள தலைவர்' (Dear Leader) என்று மட்டுமே அழைக்க வேண்டும் என்று அறிவித்தார். இன்றுவரை வட கொரியர்கள் அவரை அப்படித்தான் குறிப்பிடுவார்கள். ஒரு நாகரிகம் கருதியாவது கிம் இல் சுங் ஆட்சியில் இருந்தபோது மக்களை நேரில் பார்க்கும்போது சிரிப்பார். கையாட்டுவார். எம்ஜிஆரைப் போலச் சிலரைக் கட்டியணைத்து போட்டோவுக்குக் கூட போஸ் கொடுத்திருக்கிறார்.

ஆனால் கிம் ஜாங் இல்லுக்கு சிரிக்க வராது. தனது வாழ்நாளில் எல்லா தருணங்களிலும் பதற்றமான முகத்துடனேயே வாழ்ந்து முடித்துவிட்டுச் சென்றவர் அவர். அவரது புகழ்பெற்ற வசனம் ஒன்று உண்டு.

'நாம் நமது நாட்டை எப்போதும் பனிமூடிய சூழலிலேயே தான் வைத்திருக்க வேண்டும். அப்போதுதான் எதிரிகள் நம்மை நேரடியாகவும் தெளிவாகவும் பார்ப்பதைத் தடுக்க முடியும்.'

எதிரிகள், நண்பர்கள், தெரிந்தவர்கள், தெரியாதவர்கள் யார் பார்த்தாலும் வட கொரியாவின் ஏழைமை மட்டும்தான் கண்ணில் தென்படும். அதை மறைக்கத்தான் அவர் அப்படிச் சொன்னார் என்பதை யாரும் சிந்திக்கக்கூட அவகாசம் தரவில்லை. எக்கணமும் அமெரிக்கா நம்மைத் தாக்க வரும்; தென் கொரியா உடன் சேர்ந்து ரத்தம் குடிக்கக் காத்திருக்கிறது என்று அநேகமாக ஒவ்வொரு நாளும் அவர் தமது மக்களுக்குச் சொல்லிகொண்டே இருந்தார். அவர் குறிப்பிட்ட 'பனிபடர்ந்த சூழல்' என்பது அந்த அச்சத்தின் போர்வையைக் குறிப்பதுதான்.

கிம்மிடம் ஒரு குணம் இருந்தது. பொதுவில் அவர் முகம் காட்டுவது மிகவும் அரிதென்றாலும் எல்லா இடங்களிலும் தன் குரல் ஒலித்துக்கொண்டே இருக்கும்படி பார்த்துக்கொண்டார். அவர் எங்கிருக்கிறார் என்பதுதான் யாருக்கும் தெரியாதே தவிர, வட கொரிய அதிகாரிகளுக்கு ஒவ்வொரு நாளும் ஒவ்வொரு பணிக்குமான உத்தரவுகள் எப்படியாவது வந்துகொண்டே இருக்கும். ஸ்டாலினைப் போல, மாவோவைப் போல, அவரது தந்தை கிம் இல் சுங்கைப் போல நம்பகமான சில சகாக்களை அருகே வைத்துக்கொண்டு, அவர்களுடன் மட்டும் கலந்து பேசுவது என்கிற வழக்கம்கூடக் கிம் ஜாங் இல்லுக்கு இல்லை. அணு ஆயுத முயற்சிகள், ராணுவ பலத்தை அதிகரித்துக்கொண்டே செல்வது என்கிற இரண்டு பணிகள் எந்தத் தடையும் இல்லாமல் நடந்துகொண்டிருந்தால் போதும், எதிர்த்துப் பேச யாரும் இருக்க மாட்டார்கள் என்பது அவரது கருத்து. தனது வாழ்நாள் முழுதும் அவர் அதைத்தான் நம்பினார். அப்படித்தான் இருந்தார்.

ஆனால் தனிப்பட்ட முறையில் அவருக்குச் சில ரசனைகள் இருந்தன. பொதுவில் அவர் எத்தனைக்கெத்தனை இரக்கமற்றவராக, தன்முனைப்புள்ளவராக, துதி விரும்பியாக, கடுங்கோபக்காரராக, அசாதாரண அச்சம்

விளைவிப்பவராகக் காட்சியளித்தாரோ அதற்கு முற்றிலும் நேரெதிரான ரசனைகள்.

கிம் ஜாங் இல், மிகத் தீவிரமான மேற்கத்திய திரைப்படங்கள் மற்றும் இசைக்கு ரசிகர். அவரிடம் சுமார் இருபதாயிரம் ஹாலிவுட் மற்றும் ஐரோப்பியத் திரைப்படங்களின் விடியோ கேசட்டுகள் இருந்திருக்கின்றன. தினமும் படம் பார்ப்பது, தனது லைப்ரரியை ஒழுங்காகப் பராமரிப்பது போன்ற விஷயங்களில் மிகவும் அக்கறை செலுத்தியிருக்கிறார்.

இதன் தொடர்ச்சியாகவே அவர் வட கொரியாவில் திரைத்துறை செழிக்க வேண்டும் என்று விரும்பியிருக்கிறார். ஆனால் சினிமா என்பது விளையாட்டல்ல. எக்காலத்திலுமே அதிகபட்ச செலவைக் கோரும் ஒரு துறை என்பதால், வறுமையைத் தவிர வேறொன்றும் அறியாத வட கொரியாவில் அது பெரிதாக வளரவில்லை. கிம் ஜாங் இல்லுக்குச் சில நடிகைகள் காதலிகளாகக் கிடைத்தது தவிர பெரிய லாபங்கள் இருக்கவில்லை.

மறுபுறம், நவநாகரிக ஆடைகள் அணிவதில் அவருக்கு ஆர்வம் அதிகம் இருந்திருக்கிறது. மேற்குலகில் ஃபேஷன் என்று என்னவெல்லாம் அறிமுகமாகிறதோ, அவை அனைத்தும் அவருக்கு உடனே உடனே கைக்கு வந்து சேர்ந்துவிட வேண்டும். ஹீல்ஸ் வைத்த பிராண்டட் ஷூக்களின் காதலராக இருந்தார். அவருக்குத் தனது உயரம் சார்ந்து சிறிது தாழ்வு மனப்பான்மை இருந்திருக்கலாம். (ஐந்தடி இரண்டு அங்குலம்.) அணியும் சட்டையின் டிசைன்கள் முதற்கொண்டு சிகையலங்காரம் வரை எல்லாமே தன் உயரத்தைக் கூட்டிக் காண்பிக்கும் விதமாகவே அவர் தேர்ந்தெடுத்தார் என்று அவரை நெருங்கி கவனிக்க வாய்த்த சிலர் (முன்சொன்ன வெளிநாட்டுத் தலைவர்களின் வட கொரிய வருகையின்போது உடன் வந்த உதவியாளர்கள்) சொல்கிறார்கள்.

அந்த ஐந்து வெளிநாட்டுத் தலைவர்களுடனான சந்திப்பின்போதும் கிம் தவறாமல் ஒரு கருத்தைத் தெரிவித்திருக்கிறார். 'I am the State' என்பதே அது.

ஆணவத்தின் உச்சத்தில் வாழ்கிற ஒருவரால் மட்டுமே அப்படிச் சொல்ல முடியும் என்று கிம்மின் விமரிசகர்கள் சொன்னாலும், உண்மையிலேயே அவரது மனநிலை அப்படித்தான் இருந்தது. வட கொரியா என்கிற தேசத்தை அவர் முற்றிலும் தனது தனிச் சொத்தாக மட்டுமே நினைத்தார். எப்படியாவது அதன் அவலங்களைக் களைந்துவிட்டால் என்றென்றும் அது தன் வம்சத்தின் நிரந்தரச் சொத்தாகிவிடும் என்பதில் அவருக்குச் சந்தேகமே இருக்கவில்லை. ஆனால், அவரால் முடிந்ததெல்லாம் அச்சமூட்டக்கூடிய ஒரு பொறுக்கி தேசம் என்கிற பெயரைத் தேடித் தந்தது மட்டும்தான். தனது அணு ஆயுதத் திட்டங்களில் ஒன்றேனும் முழு வெற்றி கண்டுவிட்டால், அதனைக் கொண்டே நாட்டின் பஞ்சத்தை அடியோடு போக்கிவிட முடியும் என்பது அவரது தீராத நம்பிக்கை. அதை அவர் தமது மக்களிடம் அடிக்கடித் தெரியப்படுத்தியும் இருக்கிறார். ஆனால் அணு ஆயுத வெற்றி எந்த வகையில் மக்களின் வறுமையை நீக்கும் என்பதை அவர் விளக்கிச் சொல்லவில்லை.

தனக்குப் பிறகு ஆள வரும் தன் வாரிசுக்கு ஒரே ஒரு சிறந்த வெற்றியையாவது விட்டுச் செல்ல விரும்பினார். தன் தந்தை தனக்கு ஒரு சுதந்தர நாட்டின் கொத்தடிமைகளைக் கொத்தாகக் கொடுத்துவிட்டுப் போனதைப் போல.

ஆனால் கிம் இல் சுங்குக்கு, தனக்குப் பிறகு யாரைத் தேர்ந்தெடுப்பது என்பதில் பெரிய சிக்கல்களோ, குழப்பங்களோ இல்லை. மூத்தவன் ஆள்வான் என்ற புராதன மன்னர் கால, பண்ணையார் கால மரபுப்படி கிம் ஜாங் இல்லைத் தேர்ந்தெடுத்துவிட்டார். ஆனால்

கிம் ஜாங் இல்லுக்கு அதைச் செய்ய யோசனையாக இருந்தது. அவர் பெரிய குடும்பஸ்தர்.

இக்கணம் வரை கிம் ஜாங் இல்லுக்கு ஏழு குழந்தைகள் அல்லது அதற்கும் மேலே என்று பெரும்பாலான வட கொரிய நோக்கர்கள் எழுதி வந்திருக்கிறார்கள். இந்த எழுவருமே மூன்று அல்லது நான்கு மனைவியருக்குப் பிறந்தவர்கள் என்பது அதன் பிற்சேர்க்கை. ஆனால் ஆதாரபூர்வமாக நாம் கணக்கில் எடுத்துக்கொள்ளக் கூடியது, மூன்று மனைவிகளும் ஐந்து குழந்தைகளும் என்பதைத்தான்.

அவரது முதல் ஆண் வாரிசு பிறந்தது 1971ஆம் ஆண்டு. பிறகு 1981ஆம் ஆண்டு ஓர் ஆண் குழந்தை, 1983ஆம் ஆண்டு ஓர் ஆண் குழந்தை பிறந்திருக்கிறது. இது யாரும் மறுக்க முடியாத எண்ணிக்கை. 1974 மற்றும் 1987ஆம் ஆண்டுகளில் தலா ஒரு பெண் வாரிசு பிறந்திருப்பதும் ஆதாரபூர்வமானது.

சிக்கல் எங்கே வருகிறதென்றால், முதலில் பிறந்த ஆண் வாரிசுக்கு இளவரசுப் பட்டமா அல்லது முதல் மனைவிக்குப் பிறந்த வாரிசுக்கு இளவரசுப் பட்டமா? தவிர, அவர் தமது முதல் மனைவியை விவாகரத்து செய்தாலும் வாரிசை விட்டுக் கொடுக்கவில்லை. இரண்டாவதாக அவர் ஆசை ஆசையாகக் காதலித்துக் குடும்பம் நடத்திய நடிகையை அதிகாரபூர்வ மனைவியாக அவரது தந்தை ஒப்புக்கொள்ளவில்லை. அதாவது தந்தையின் இறுதி நாள்கள் வரை அந்த விஷயத்தை அவருக்குத் தெரிவிக்காமலேயே மறைத்திருக்கிறார். தந்தையின் கணக்குப்படி இரண்டாவதாகவும் கிம் ஜாங் இல்லின் கணக்குப்படி மூன்றாவதாகவும் மணந்த பெண்ணைத்தான் நாடு பட்டத்து ராணியாகப் பார்க்கிறது. அவருக்கு இரண்டு பிள்ளைகளும் ஒரு பெண்ணும் உண்டு.

இப்போது எதற்கு முக்கியத்துவம் கொடுத்து யாரை அடுத்த வாரிசாக்குவது?

அது ஒரு புறம் இருக்க, கிம் ஜாங் இல்லுக்கு இன்னொரு பெரிய மனச்சிக்கல் இருந்தது. அவர் சிறு வயதிலேயே தாயை இழந்தவர். கொரியப் போருக்கெல்லாம் வெகு காலம் முன்பு, கிம் இல் சுங் சோவியத் யூனியனில் பயிற்சியில் இருந்த காலத்தில் திருமணம் செய்துகொண்டு, அனைத்துக் கஷ்ட நேரத்திலும் தனக்கு உறுதுணையாக இருந்த மனைவி இறப்பதற்குச் சில காலம் முன்பே இரண்டாவது ஏற்பாட்டைச் செய்துகொண்டவர். மனைவி இறக்கும் நாள் வரை காத்திருந்துவிட்டுப் பிறகு அந்த இரண்டாவது திருமணத்தை அதிகாரபூர்வமாக்கிக்கொண்டார். இதை முன்பே பார்த்திருக்கிறோம்.

அப்படி இரண்டாவதாக வந்தவர் வீட்டிலும் கட்சியிலும் ஆட்சியிலும் ஓர் அதிகார மையமாகச் செயல்பட்டுத் தனது தந்தையை ஆட்டிப்படைத்ததைக் கிம் ஜாங் இல் மிகவும் நெருக்கத்தில் இருந்து பார்த்தவர். அந்த பாதுகாப்புத் துறை குமாஸ்தா கிம் சாங் யே குறித்து முன்னரே பார்த்திருக்கிறோம். எப்படியாவது தனது மூத்த மகன் கிம் ப்யாங் இல்லை வட கொரியாவின் அடுத்த 'முதலாளி' ஆக்கிவிட வேண்டும் என்று வரிந்துகட்டிக்கொண்டு வேலை செய்தவர்.

ஆனால் அது நடக்கவில்லை. கிம் இல் சுங், மரபுக்கு மரியாதை கொடுத்து மூத்த மனைவியின் மூத்த மகனான கிம் ஜாங் இல்லைத் தனது வாரிசாக அறிவித்துவிட்டார்.

கிம் இதனை என்றுமே மறந்ததில்லை. அவர் பதவிக்கு வந்ததும் செய்த முதல் காரியம், தனது சிற்றன்னை, அவரது வாரிசுகளை ஆகக் கூடிய தொலைவில் தள்ளி வைத்ததுதான். கூடவே தனது தாயார் கிம் ஜாங் சுக்கை நிரந்தர தேசியத் தாயாக அறிவித்து, நாடெங்கும் அவருக்கு வானளாவிய சிலைகள் வைத்தார். கிம் இல் சுங் உயிருடன் இருந்த காலத்தில் அவரது இரண்டாவது மனைவி கட்சியிலும் ஆட்சியிலும் முன்னால் நின்று அதிகாரம் செய்து உத்தரவிட்ட குறிப்புகளையெல்லாம்

கவனமாகத் தேர்ந்தெடுத்து அழித்து, வட கொரிய சரித்திரத்தில் அந்தப் பெண்மணி எந்த இடத்திலும் இடறிவிடாமல் செய்த பின்பே ஓய்ந்தார்.

இது அவரை மிக நிச்சயமாக யோசிக்க வைத்திருக்கும். இரண்டு பெண்களை மணந்த தன் தந்தையின் காலத்துக்குப் பிறகு தான் என்னவெல்லாம் செய்து இடத்தைத் தக்க வைத்துக்கொள்ள வேண்டியிருந்தது என்பதை அவர் எண்ணிப் பாராது இருந்திருக்க மாட்டார். எனவே அதிகாரபூர்வமாக மூன்று பேரையும் ரகசியமாகச் சிலரையும் இணைத்துக்கொண்டு வாழ்ந்த தனக்குப் பின்னால், தன் வாரிசுகளாலேயே நாடு சிதறிவிடாதிருக்க வேண்டுமே என்கிற கவலை, ஓர் அச்சமாகப் பிற்காலத்தில் அவர் மனத்தை ஆக்கிரமித்துக்கொண்டது.

இந்த இடத்தில் கிம் ஜாங் இல்லின் வாரிசுகளைச் சிறிது விரிவாக அறிமுகம் செய்துகொண்டுவிடுவோம். ஏனெனில், அவருக்குப் பிறகு ஆட்சிக்கு வரப் போகிறவரும் இன்றைய வட கொரியத் தலைவருமான கிம் ஜாங் உன் களத்துக்கு வந்துவிட்டால் இதையெல்லாம் நின்று கவனிக்க நமக்கு நேரமிருக்காது.

38. எனக்குப் பின் எவன்?

நிறைய குடும்பங்களைக் கொண்டவர் என்றாலும், குடும்பத்தினருடன்கூட ஒட்டி உறவாடாமல் பெரும்பாலும் தனிமையில் வாழ்ந்த (அல்லது மறைந்து வாழ்ந்த) கிம் ஜாங் இல்லைப் பற்றிய மாயாஜாலக் கதைகள் குறைந்தது ஒரு லட்சமாவது ஊருக்குள் உலவிக்கொண்டிருக்கின்றன. அவரைப் பிடித்தவர்கள், அவருக்குப் பிடிக்கும் விதமான மாயாஜாலக் கதைகளைப் புனைந்து உலவ விடுவார்கள். பிடிக்காதவர்கள் அதிகபட்சம் அவர் உயிருடன் இல்லை என்று ஆண்டுக்கொருதரம் அறிக்கை விடுவார்கள்.

1994ஆம் ஆண்டு பதவிக்கு வந்த கிம் ஜாங் இல், கிட்டத்தட்ட இரண்டாயிரமாவது ஆண்டின் தொடக்கம் முதலே இந்த இருவிதமான பேய்க்கதைகளையும் கேட்டுக்கொண்டுதான் இருந்தார். இந்தக் கதைகளின் உச்சம் என்பது 2008ஆம் ஆண்டு Shūkan Gendai என்கிற ஜப்பானிய வார இதழில் தோஷிமெத்சு ஷிகேமுரா என்கிற மெத்தப்படித்த கொரிய அரசியல் வல்லுநர் ஒருவர் எழுதியது.

அக்கட்டுரையில் அவர், 2003ஆம் ஆண்டே கிம் ஜாங் இல் இறந்துவிட்டார் என்று குறிப்பிட்டிருந்தார்.

மரணத்துக்குக் காரணமாக அவர் சொல்லியிருந்தது, அவரது நாள்பட்ட சர்க்கரை வியாதி.

கிம் ஜாங் இல்லுக்கு சர்க்கரை வியாதி தவிரவும் பல உடல்நலச் சீர்கேடுகள் இருந்தன. எதையும் வெளிப்படையாக யாரும் சொன்னதில்லை. வாழ்க்கையைப் போல வியாதிகளும் ரகசியம். ஆனால் அந்த ஓர் அம்சத்தை எடுத்துக்கொண்டு, 2003லேயே காலமாகிவிட்ட கிம் ஜாங் இல்லின் மரணத்தை வட கொரியா மறைக்கிறது; அவரைப் போலவே உருவ ஒற்றுமை கொண்ட வேறு ஒரு நபரைக் கொண்டு பொதுமக்களை ஏமாற்றிக்கொண்டிருக்கிறார்கள் என்று அந்தப் பத்திரிகைக் கட்டுரை சொன்னது.

இரண்டாயிரமாவது ஆண்டுக்குப் பிறகு சுமார் மூன்றரை ஆண்டு காலம் அவரால் நடக்கக் கூட முடியவில்லை என்றும் சக்கர நாற்காலியில்தான் அமர்ந்திருந்தார் என்றும் சில குறிப்புகள் உள்ளன. பியாங்யாங்கில் நடைபெற்ற ஒலிம்பிக் ஜோதி ஓட்டத்தில் அவர் பங்குபெறவில்லை, வட கொரியாவின் அறுபதாவது ஆண்டு ராணுவ அணிவகுப்பில்கூடக் கலந்துகொள்ளவில்லை, அவரது உரை என்று சொல்லிச் சுற்றிக்கொண்டிருந்த ஒலிப்பதிவில் இருந்த குரல், அவரது குரலே இல்லை என்றெல்லாம் வதந்திகள் வந்துகொண்டே இருந்தன.

அவருக்குச் சில அறுவைச் சிகிச்சைகள் நடைபெற்றிருக்கின்றன. ஆனால் எந்த அறுவைச் சிகிச்சை எதற்காக நடந்தது என்று தெரியாது. அவர் பக்கவாதத்தால் பாதிக்கப்பட்டிருந்ததாகவும் சில செய்திகள் உள்ளன. அதையும் வட கொரிய அரசோ, கிம்மின் குடும்பமோ உறுதி செய்ததில்லை. அவரைக் கொலை செய்யும் திட்டத்துடன் சில அந்நிய சக்திகள் சுற்றிக்கொண்டிருப்பதால் பாதுகாப்புக் கருதி அவர் பொதுவெளியில் தோன்றுவதில்லை என்று வட கொரியத் தரப்பில் சொல்லி வைத்தார்கள்.

ஆனால் 2008ஆம் ஆண்டு மத்தியில் அவருக்கு மூளையில் ரத்தக் கசிவு ஏற்பட்டு மிக மோசமான பாதிப்புக்கு உள்ளானதாகவும் அதற்குச் சிகிச்சை அளிப்பதற்காகச் சீனாவிலிருந்து ஒரு மருத்துவர் குழு பியாங்யாங்குக்குச் சென்றிருப்பதாகவும் தென் கொரிய உளவுத் துறை அப்போது ஒரு தகவலை வெளியிட்டது.

எப்படியானாலும் கிம் ஜாங் இல் அதிகம் வெளியே வராததற்கு அவரது உடல்நலச் சீர்கேடுகளே முதன்மையான காரணமாக இருந்திருக்க வேண்டும். மிதமிஞ்சிய குடிப்பழக்கம் மற்றும் இடைவிடாத புகைப்பழக்கம் இரண்டும் அவரை மெல்லத் தின்றிருக்கலாம் என்கிற கருத்தும் பொதுவில் உண்டு.

ஆனால், தனது காலம் முடிவடைவதற்குள் எப்படியாவது ஒரு வாரிசைத் தயார் செய்து அறிவித்துவிட வேண்டும் என்பதில் அவர் தெளிவாக இருந்தார். என்ன சிக்கலென்றால், கிம் ஜாங் இல்லின் தந்தைக்கு வாரிசு நியமன சமயத்தில் ஒரே ஒரு அக்கறைதான் இருந்தது. தனக்குப் பிறகு பொறுப்பேற்பவன் தன்னைப் போலவே ஓர் இரும்பு மனிதனாகவும் மொத்த நாட்டையும் சுண்டு விரல் நுனியில் வைத்து ஆட்டம் காட்டக்கூடியவனாகவும் இருக்க வேண்டும் என்பதே அது.

ஆனால் கிம் ஜாங் இல்லுக்கு இரண்டு சவால்கள் இருந்தன. பொருளாதாரத்தில் சீர் குலைந்திருந்த வட கொரியாவில் புரட்சிப் புடலங்காய்கள் முளைத்துவிடாமல் அதே சர்வாதிகார ஆளுமையைக் கட்டிக் காக்கும் பிள்ளையாக இருக்க வேண்டும் என்பது ஒன்று. இரண்டாவது, அவன் நாட்டைக் கட்டியாள்வதோடுகூட, வயது வேகத்தில் இளமைப் பருவத்தில் மூலைக்கொன்றாகத் தான் சேர்த்துக்கொண்ட பெண்களின் மூலம் உருவாகி வளர்ந்துவிட்ட பல்வேறு பிள்ளைகளையும் சேர்த்துச் சமாளிக்க வேண்டும். உண்மையில் முதல் சவாலைவிட இதுவே கடினமானது என்பதை அவர் அறிந்திருந்தார்.

இதன் பொருட்டே தனது வாரிசைத் தேர்ந்தெடுத்து அறிவிப்பதில் அவர் மிகுந்த கவனமும் அக்கறையும் காட்டினார்.

அவருக்குப் பிறகு அவரது ரத்த உறவுகளில் மூன்று பேர், அவரது ஒரு மைத்துனர் மற்றும் ஓ குக் ரியால் என்கிற வட கொரியாவின் ராணுவ ஜெனரல் ஒருவரும் கிம்மின் அரசியல் வாரிசாக ஆட்சிப் பீடத்தில் அமர வாய்ப்பிருப்பதாகப் பொதுவில் பேசப்பட்டது.

இங்கே கிம் ஜாங் இல்லின் அதிகாரபூர்வ வாரிசுகளைச் சிறிது அறிமுகம் செய்துகொண்டுவிடுவோம். இனி வரும் வரலாறு புரிவதற்கு அது இன்றியமையாதது.

1. கிம் ஜாங் நாம் (Kim Jong Nnam)

கிம் ஜாங் இல்லைக்கூடச் சிறிது மெனக்கெட்டால் நம்மால் முற்றிலும் புரிந்துகொண்டுவிட முடியும். அவரது மூத்த மகனான ஜாங் நாமைப் புரிந்துகொள்வது மிகவும் சிரமம். இந்தப் புத்தகத்தின் முந்தைய அத்தியாயங்களுள் ஒன்றில் இவரது பெயரை மட்டும் நினைவில் வைத்திருக்கச் சொன்னதை இப்போது நினைவுகூரலாம்.

ஜாங் நாம், மே 10, 1971 ஆம் ஆண்டு பிறந்தவர். இளம் வயதில் படிப்பில் மிகுந்த ஆர்வம் இருந்திருக்கிறது. அவரது சிக்கல், ஒரு மாபெரும் தலைவரின் மகனாக - அதுவும் மூத்த மகனாகப் பிறந்தும் இன்னார்தான் என் அப்பா என்று பொதுவில் சொல்லிக்கொள்ள முடியாமல் இருந்தது. அம்மா ஒரு முன்னாள் நடிகை. அதிபர் மகனை மணந்த பிறகு கிட்டத்தட்ட அவர் நான்கு சுவர்களுக்குள் மட்டுமே வாழவேண்டிய நிலைமை இருந்தது. என்றாவது ஒருநாள் தன் மகன் அனைத்தையும் உடைத்துக்கொண்டு மேலே வருவான், இந்த நாட்டை ஆள்வான் என்று அவருக்கு ஒரு கனவும் இருந்தது.

ஆனால், கிம் ஜாங் இல் நம்மால் கற்பனை செய்யக்கூட முடியாத அளவுக்கு புத்திசாலி. தன் காதல் மனைவியைக் கடைசிவரை தந்தையின் கவனத்தில் இருந்து அவர் மறைத்ததுகூடப் பெரிதல்ல. தனக்கும் அவருக்கும் பிறந்த மகனைத் தாயிடமிருந்தும் பிரித்து வைத்தே வளர்த்தார். ஒரு குறிப்பிட்ட காலம் வரை தனது தூரத்து உறவினரும் நம்பிக்கைக்குரியவருமான ஒரு வயதான பெண்மணியின் பாதுகாப்பில் ஜாங் நாமை விட்டுவைத்திருந்தவர், திடீரென்று ஒருநாள் மகனை மாஸ்கோவுக்குப் படிக்க அனுப்பிவிட்டார். இதில் முக்கியம் என்னவெனில், ஜாங் நாம் மாஸ்கோ சென்றுவிட்ட விவரம் அவரது தாய்க்குப் பல காலம் வரை தெரியாது.

அதெப்படி எனக்குச் சொல்லாமல் என் மகனை நீங்கள் மாஸ்கோவுக்கு அனுப்பலாம் என்று அந்தப் பெண்மணி சண்டை பிடித்த சமயத்தில் ஜாங் நாம் மாஸ்கோவிலும் இல்லை. அப்போது அவரை ஜெனிவாவுக்கு இடம் மாற்றியிருந்தார் கிம் ஜாங் இல். இதெல்லாம் கற்பனைக்கு அடங்காத கணக்குகள். இந்தக் கணவன் மனைவி சண்டை சற்றுப் பெரிதாகத் தொடங்கியபோது கிம் தன் காதல் மனைவியின் முன்னால் துப்பாக்கி எடுத்து நீட்ட வேண்டிய சந்தர்ப்பம் ஒன்று வந்ததாக ஒரு கதை உண்டு. அன்றுடன் அவர்களுக்கிடையே காதல் இல்லாமல் போய்விட்டதாகவும் சொல்வார்கள்.

ஜாங் நாமின் மிகச் சிறு வயதிலிருந்தே கிம் ஜாங் இல் அவருக்கு ஒரு குறிப்பிட்ட பாடத்தைத் திரும்பத் திரும்பக் கற்றுத் தந்திருக்கிறார். மகனே, உன் அடையாளம் முக்கியம். அதை ஒருபோதும் சம்பந்தமில்லாதவர்களுக்கு வெளிப்படுத்தாதே. நீ யார் என்று காட்டிக்கொள்ளாத வரைதான் நீ பாதுகாப்பாக இருக்க முடியும்.

சிந்திக்கத் தெரியாத வயதிலிருந்தே இதனைத் திரும்பத் திரும்பச் சொல்லி வளர்த்ததால், ஜாங் நாமின் மன அமைப்பே அடையாளம் மறைத்து வாழ்வது என்றாகிப் போனது. கிம் ஜாங் இல், தனது ரகசிய வாழ்க்கை பற்றிய

விவரங்கள் தன் தந்தைக்குத் தெரிந்துவிடக் கூடாது என்று நினைத்ததால் மகனை அதற்கு மறைமுகமாகத் தயாரித்திருக்கலாம். ஆனால், துரதிருஷ்டவசமாக ஜாங் நாம், வட கொரியாவின் அடுத்த தலைவராவதற்கு அதுவே எதிரியாக அமைந்துவிட்டது.

தனது பதினெட்டாவது வயதில் படிப்பை முடித்துக்கொண்டு ஜெனிவாவிலிருந்து பியாங்யாங்குக்குத் திரும்பிய ஜாங் நாமுக்கு அவரது தந்தை, வட கொரிய அரசில் மிகப் பெரிய பதவி ஒன்றை அளித்தார். தேசிய கணினிக் குழுவின் ஒருங்கிணைப்பாளராக - வட கொரியாவின் வரையறுக்கப்பட்ட இணையத் தொடர்பு ஆணையத்தின் பொறுப்பாளராக அவர் நியமிக்கப்பட்டார்.

ஆனால் எந்தப் பதவியிலும் சுதந்தரம் இல்லை என்பது ஜாங் நாமுக்குக் கடும் கோபத்தை உண்டாக்கியது. ஒவ்வொரு அசைவுக்கும் அப்பாவிடம் அனுமதி பெறவேண்டியிருந்ததை அவர் வெறுத்தார். கோபித்துக்கொண்டு சீனாவுக்குப் போய்விட்டார். (அவரது ஓயாத விமரிசனங்கள் பொறுக்க முடியாமல் கிம்மேதான் அவரைச் சீனாவுக்குப் போக உத்தரவிட்டார் என்றும் ஒரு தரப்புத் தகவல் உண்டு.) பிறகு சில காலம் கழித்து கிம் ஜாங் இல் அவரைச் சமாதானப்படுத்தி, தனது சொத்துக் கணக்குகளைப் பராமரிக்கும் பொறுப்பை அவரிடம் அளித்தார்.

இதனால் கோபம் தணிந்த ஜாங் நாம், பெகிங்கில் இருந்தபடியே தன் தந்தையின் தனிப்பட்ட சொத்து விவகாரங்களை நிர்வகிக்க ஆரம்பித்தார். கிம் ஜாங் இல்லுக்கும் இது வசதியாக இருந்தது. மூத்தவனுக்கு ஒரு பொறுப்புக் கொடுத்தாகிவிட்டது. அவனால் சிக்கல் வராதவண்ணம் அவன் வெளிநாட்டிலும் இருக்கிறான். இனி அவனைப் பற்றிக் கவலையில்லை. வேண்டியபோது அழைத்துக்கொண்டால் போதும்.

ஆனால் விதி வேறு விதமாக வேலை செய்தது. கிம் ஜாங் நாம் ஒரு கலவையான ரசனை கொண்ட மனிதராக இருந்தார். தந்தையிடம் இருந்து அவருக்குக் கிடைத்தவற்றுள் மிக முக்கியமானது, பல பெண்களுடன் உறவு உருவாக்கிக் கொள்ளும் இயல்பு. அவர் ஒரு கார்ட்டூனிஸ்டாக இருந்தார். சூதாட்ட விரும்பியாக இருந்தார். வட கொரியாவின் மூடிய தன்மை சார்ந்த கடும் அதிருப்தியும் விமரிசனங்களையும் கொண்டிருந்தார்.

திடீர் திடீரென்று அவருக்குத் தன் தந்தை மீதும் தாய்நாட்டின் மீதும் கடும் கோபம் வந்துவிடும். உடனே இயல்புப்படி தன் அடையாளங்களை மறைத்து, மாற்று அடையாளத்துடன் ஏதாவது ஒரு நாட்டுக்குப் புறப்பட்டுப் போய்விடுவார். அங்கே சில காலம் இருந்துவிட்டு மீண்டும் பெகிங்குக்கு வருவார்.

அப்படி ஒரு சமயம் அவர் டொமினிகன் ரிபப்ளிக் போலி பாஸ்போர்ட்டுடன் மாற்றுப் பெயர், அடையாளங்களுடன் ஜப்பானுக்குச் செல்ல முயன்றபோது டோக்கியோ விமான நிலையத்தில் கைது செய்யப்பட்டார். ஜப்பானிய போலிசார் ஜாங் நாம் யாரென்று கண்டுபிடித்துவிட்டார்கள். ஏற்கெனவே ஜப்பானுக்கும் வட கொரியாவுக்கும் ஏழாம் பொருத்தம். இந்த லட்சணத்தில் கிம் ஜாங் இல்லின் மகனே போலி பாஸ்போர்ட்டில் ஜப்பானுக்கு வந்திருக்கிறார் என்றால் அது என்ன ஊர் சுற்றிப் பார்க்க வந்த பயணமாகவா இருக்க முடியும்?

சந்தேகம் வருமல்லவா? வந்தது.

ஆனால் கிம் ஜாங் நாம் அனைத்தையும் மறுத்தார். தான் மாற்றிச் சொன்ன அடையாளமே தனது அடையாளம் என்று சாதிக்கப் பார்த்தார். பாங் டாய் மின் என்ற பெயர் கொண்ட சீன-ஜப்பானிய கலப்பின நபர் என்று தன்னை முன்னிறுத்தினார். இறுதியில் ஜப்பான் அவரை சீனாவுக்கே திருப்பி அனுப்பிவிட்டது.

இந்தச் சம்பவம் வெளியே தெரிந்து, ஜாங் நாமின் போலி பாஸ்போர்ட் விவகாரம் உலகமெல்லாம் விமரிசிக்கப்பட்டதுடன் அவரது அரசியல் கனவுகள் கிட்டத்தட்ட முடிவுக்கு வந்துவிட்டன. உள்ளூரிலேயே அவரது பெயர் சீரழிந்துவிட்டதை உணர்ந்த கிம் ஜாங் இல், இனி இவனைத் தனது அரசியல் வாரிசாக நியமித்தால் உருப்படாது என்ற முடிவுக்கு வந்தார்.

வாழ்நாள் முழுதும் கனவுகளை மட்டுமே உண்டு வாழ்ந்த கிம் ஜாங் நாமால் இறுதியில் சாதிக்க முடிந்தது, இரண்டு ஜப்பானியப் பத்திரிகையாளர்களின் உதவியுடன் ஒரு புத்தகம் எழுதியது மட்டுமே. அந்தப் புத்தகத்தில் தன்னை கிம் ஜாங் இல்லின் மூத்த மகனாக அழுத்தம்திருத்தமாகப் பதிவு செய்ததுடன் நியாயம் மறுக்கப்படும் தேசத்தின் அவலங்களைச் சிறிது சொல்லியிருந்தார்.

2017ஆம் ஆண்டு மலேசிய விமான நிலையத்தில் வைத்து அவர் கொலை செய்யப்பட்டார். கொலைக்குக் காரணம் இன்றைய வட கொரியத் தலைவர் கிம் ஜாங் உன். அது தனிச் சம்பவம், தனி அத்தியாயம். பின்னால் விரிவாகப் பார்க்கலாம். இப்போது இவ்வளவு போதும்.

2. கிம் ஜாங் ச்சல் (Kim Jong-chul)

கிம் ஜாங் இல்லுக்கும் அவரது மூன்றாவது மனைவி கோ யாங் ஹுய்க்கும் பிறந்த மூத்த மகன் இவர். ஜாங் ச்சல்லுக்கு இளையவராகப் பிறந்தவர்தான் இன்றைய வட கொரியத் தலைவர் கிம் ஜாங் உன் என்பதை நினைவில் கொண்டால் போதும்.

செப்டெம்பர் 25, 1981 ஆம் ஆண்டு ஜாங் ச்சல் பிறந்தார். பிறகு ஸ்விட்சர்லாந்துக்குப் படிக்க அனுப்பப்பட்டார். அநேகமாக இவரும் இவரது தம்பியும் ஒன்றாகத்தான் பெர்னுக்கு அனுப்பப்பட்டிருக்க வேண்டும். இருவருக்கும் பெரிய வயது வித்தியாசம் கிடையாது. இவர் பிறந்தது

1981 என்றால், அவர் பிறந்தது 82-83-84 ஆகிய மூன்று வருடங்களில் ஏதோ ஒன்று. சரியான விவரம் கிடைப்பதில்லை.

படித்து முடித்து ஊர் திரும்பியதும் வட கொரியத் தொழிலாளர் கட்சியில் சேர்ந்தார். விரைவில் ஒரு பெரிய பொறுப்பு தரப்பட்டது. அதையெல்லாம் சரியாகத்தான் செய்தார். ஆனால் என்ன காரணத்தினாலோ, கிம் ஜாங் இல்லுக்குத் தனது இந்த மூன்றாவது மனைவிக்குப் பிறந்த முதல் மகனின் மீது நம்பிக்கையே வரவில்லை. தனக்குப் பிறகு வட கொரியாவை ஆள்வதற்கு உரிய கம்பீரமோ, ஆளுமைத் திறனோ அவருக்கு இல்லை என்று நினைத்தார். ஜாங் ச்சங்கும் சண்டை போட்டுத் தனது உரிமையக் கேட்கக் கூடிய நபராக இருக்கவில்லை.

கென்ஞி ஃப்யுஜிமொடோ (இது அவரது புனைபெயர். நிஜப் பெயரை அவர் வெளியிட்டதில்லை) என்று ஒருவர் கிம் ஜாங் இல்லின் சமையல்காரராக இருந்தார். பின்னாளில் இவர் ஒரு நினைவுக் குறிப்புப் புத்தகம்கூட எழுதினார். அதில் ஜாங் ச்சல்லைக் குறித்து ஒரு வரி உள்ளது. 'அவன் எப்போதும் ஒரு சிறுமியைப் போலவே காட்சியளித்தான்.'

ஜாங் ச்சல் நிராகரிக்கப்பட அதுதான் காரணமாகியிருக் கிறது.

தம்பி பொறுப்புக்கு வந்தபிறகு அவர் பெரும்பாலும் வட கொரியாவுக்குள் இருப்பதைத் தவிர்க்கத் தொடங்கினார். பல வருடங்கள் அவர் சிங்கப்பூரில் தலைமறைவாக வாழ்ந்து வந்ததாக ஒரு குறிப்பு உள்ளது. ஆனால் ஆதாரபூர்வமானதல்ல. இப்போதைக்கு அவர் வட கொரியாவிலேயே வசிப்பதாகவும் அரசியலையெல்லாம் நினைத்துக்கூடப் பார்க்காமல் எப்போதும் இசையில் மூழ்கிக் கிடப்பதாகவும் சொல்கிறார்கள்.

நாற்பத்திரண்டு வயது நிறைந்த ஒரு நபரின் வாழ்விலிருந்து இவ்வளவுதான் பெறக்கூடிய தகவல்கள். என்றால்,

அவர் தன்னை எப்படிப்பட்ட இரும்புப் பெட்டிக்குள் போட்டுப் பூட்டி வைத்திருப்பார் என்று எண்ணிப் பார்க்கலாம். அச்சம் தவிர இதற்கு இன்னொரு காரணம் இருக்க வாய்ப்பே இல்லை.

இந்த வரிசையில் அடுத்துப் பார்க்க வேண்டிய நபர் கிம் ஜாங் உன். இன்றைய வட கொரியத் தலைவர். அவரைத் தனியாகச் சந்திக்கலாம். மீதமுள்ள கிம் ஜாங் இல்லின் பெண் வாரிசுகளை இப்போது பார்த்துவிடுவோம்.

கிம் ஜாங் இல்லின் மூத்த மகள், சோல் ஸாங் (Kim Sol Song), 1973ஆம் ஆண்டு பிறந்தவர். இவர் கிம் ஜாங் இல்லின் இரண்டாவது மனைவியான கிம் யங் சுக்கின் மகள். கிம்மின் செல்ல மகள் என்று சொல்லப்பட்டவர். கிம் ஜாங் இல்லின் நிழல் போல எப்போதும் உடன் இருந்தவர். முதலில் வட கொரியாவின் விளம்பர - அறிக்கை வெளியீட்டு விவகாரங்களை நிர்வகித்துக்கொண்டிருந்தார். பிறகு, கிம்மின் தனிச் செயலாளர் போலவே உடனிருந்து உதவிகள் செய்துகொண்டிருந்தார். அவரது சந்திப்புகள், பயணங்கள் அனைத்தையும் தீர்மானிக்கும் பொறுப்பு சோல் ஸாங்கின் வசமே இருந்தது.

ஆனால் கிம் ஜாங் இல்லின் மரணத்துக்குப் பிறகு எங்கே இருக்கிறார், என்ன செய்கிறார் என்று தெரியவில்லை. இன்றைய வட கொரியாவில் கிம் ஜாங் உன்னைத் தவிர அவரது குடும்பத்தைச் சேர்ந்த மற்ற அத்தனை பேரின் இருப்பும் அடையாளங்களும் முற்றிலுமாக மறைக்கப்பட்டுவிட்டன.

கிம் ஜாங் இல்லின் (அநேகமாகக்) கடைசி மகள், கிம் யோ ஜாங். இன்றைய வட கொரியத் தலைவரின் சகோதரி. 1987இல் பிறந்த யோ ஜாங், இன்று வட கொரியாவில்தான் வசிக்கிறார். அதிபரின் நேரடிச் சகோதரி என்பதால் அதற்குரிய மரியாதைகள், ஜபர்தஸ்துகள் உண்டு. நாட்டின் தகவல் தொடர்புத்

துறை இவரது கட்டுப்பாட்டில்தான் உள்ளது என்று சொல்லப்படுகிறது.

மேலே சொல்லியிருக்கும் நபர்களைத் தவிரவும் கிம் ஜாங் இல்லின் வாரிசுகள் என ஒருசிலர் இருக்கலாம் என்றே பெரும்பாலான வட கொரிய ஆய்வாளர்கள் கருதுகிறார்கள். ஆனால் ஆதாரபூர்வமாக நிறுவ இயலாத சூழ்நிலையில் அவர்களைப் பற்றிய தகவல்களைப் பொருட்படுத்தாமல் விடுவதே சரி.

நமக்கு இங்கே முக்கியமாக வேண்டிய விவரம் என்ன?

கிம் ஜாங் இல் ஏன் தனது மூன்றாவது மனைவிக்குப் பிறந்த இரண்டாவது ஆண் வாரிசைத் தனது அரசியல் வாரிசாக அறிவித்தார் என்பதுதான். அதற்கான காரணங்கள் கிடைத்துவிட்டன அல்லவா? ஒருவர் மீது நம்பிக்கை போய்விட்டது. இன்னொருவர் மீது நம்பிக்கையே இருந்ததில்லை. முடிந்தது விவகாரம். இன்றைய கிம் ஜாங் உன் ஆட்சிக்கு வர நேர்ந்ததன் அடிப்படை அதுதான். அது மட்டும்தான்.

பகுதி 3: கிம் 3

39. அதிகார மாற்றம்

அதிகாரபூர்வமான தகவல்கள் இன்று வரையிலுமே வெளியாகவில்லை என்றாலும் 2008ஆம் ஆண்டுக்குப் பிறகு கிம் ஜாங் இல்லின் உடல் நிலை மிகவும் மோசமடைந்தது என்பது உண்மை. பக்கவாதத்தால் பாதிக்கப்பட்டு, எழுந்து நடமாட முடியாத நிலைமையில் இருந்தார். எனவே, தேவைக்குக் கூட வெளியே வருவதைத் தவிர்க்க வேண்டியிருந்தது.

வட கொரியாவில் பொதுவாக இம்மாதிரி ஏதாவது நடக்குமானால் யாரும் வதந்தி பரப்பமாட்டார்கள். அரைகுறையாகத் தெரிந்ததைப் பொதுவில் பேச மாட்டார்கள். உயிர் போய்விடும். ஆனால், கிம்மின் நடவடிக்கைகளைக் கண்காணிப்பதையே வாழ்நாள் வேலையாகக் கொண்டிருக்கும் அமெரிக்க உளவுத் துறையினர் அப்படி இருக்க மாட்டார்கள் அல்லவா?

பொதுவாக வெளியே தென்படாதவரே என்றாலும் அவரது அன்றாடப் பணிகளுக்காகவேனும் தலைமைச் செயலகத்துக்கோ, ராணுவத் தலைமையகத்துக்கோ, தனது சொந்த அலுவலகத்துக்கோ செல்பவர், அங்கெல்லாமும் இல்லை என்பதைத் தொடர்ந்து கவனித்து, அதன்

பிறகே கிம்முக்கு என்ன ஆயிற்று என்று விசாரிக்கத் தொடங்கினார்கள்.

சீனாவில் இயங்கும் சி.ஐ.ஏவின் உளவாளிகள் அளித்த தகவலின்படி ஒரு மருத்துவக் குழு வட கொரியாவுக்குச் சென்றிருப்பது தெரிய வர, அதைப் பிடித்துக் கொண்டுதான் கிம்முக்குப் பக்கவாதம் என்ற தகவல் வரை முன்னேறியிருக்கிறார்கள்.

2009ஆம் ஆண்டு முதல் 2011 வரையிலான காலக்கட்டத்தில் கிம் ஜாங் இல் கண்ணில் தென்பட வேயில்லை. வழக்கமாக வெளியாகும் வட கொரிய அரசுச் செய்திகளில்கூட அவரது பெயர் குறைவாகவே இடம்பெற்றது. உள்ளூர் அளவில்கூட புதிய ஆணைகள் ஏதும் பிறப்பிக்காமல் அவர் இருந்ததேயில்லை என்பதால் சந்தேகம் கொண்டு இன்னும் தீவிரமாக விசாரிக்கத் தொடங்கியபோதுதான், அவர் மிகவும் உடல் நலம் சீர்கெட்டுப் படுத்த படுக்கையாக இருக்கிறார் என்கிற தகவல் தெரிய வந்தது.

ஆனால் வட கொரியா இதை ஏற்கவில்லை. எங்கள் தலைவருக்கு உடம்பு சரியில்லையா? அபத்தம். கடவுளுக்குப் போய் காய்ச்சல் வருமா? போன வாரம்கூட அவர் சீனாவுக்கு அரசு முறைப் பயணம் சென்று வந்திருக்கிறார் என்று சொன்னது.

ஒரு முறையல்ல. இந்தக் காலக்கட்டத்தில் இரண்டு அல்லது மூன்று முறை கிம் ஜாங் இல் சீனாவுக்குச் சென்று வந்ததாக வட கொரியத் தரப்பு திரும்பத் திரும்பச் சொன்னது. யார் போய் சீன அதிபரிடம் குறுக்கு விசாரணை செய்யப் போகிறார்கள்? சீனா, நல்ல நாளிலேயே நாயகம். இதற்கெல்லாம் வாய் திறந்துவிடுமா என்ன?

டிசம்பர் 17, 2011 அன்று ஒரு ரயில் பயணத்தின்போது கிம் ஜாங் இல் காலமாகிவிட்டதாக இரண்டு நாள்களுக்குப் பிறகு வட கொரிய அரசு அறிவித்தது.

அந்த இரண்டு நாள் என்பது அடுத்த வாரிசு என்று அவர் கைகாட்டிய கிம் ஜாங் உன்னைத் தயார்படுத்தி முன்னால் நிறுத்துவதற்குத் தேவைப்பட்ட அவகாசம். இரண்டு அண்ணன்கள் இருக்கிறார்கள். உடன் பிறந்த ஒரு சகோதரி இருக்கிறாள். உடன் பிறக்காவிட்டாலும் வேறு சில சகோதரிகளும் இருக்கிறார்கள். எல்லோரையும் அழைத்துப் பேசி, சரி செய்ய வேண்டுமல்லவா?

அதிகார மாற்றத்துக்கான அனைத்து ஏற்பாடுகளையும் கொரிய கம்யூனிஸ்ட் கட்சி நிர்வாகிகளும் கிம் ஜாங் உன்னின் மாமா உறவு முறையில் இருந்த ஜாங் ஸாங் தேக் (Jang Song-thaek) என்பவரும் செய்தார்கள்.

இந்த ஜாங் ஸாங் தேக்கின் பெயரை நினைவில் வைக்க வேண்டும். இன்றைய வட கொரிய அதிபர் சிக்கலில்லாமல் பதவியில் அமர்வதற்கு மூல முதற்காரணம் இவர்தான். கிம்மின் சகோதர சகோதரிகளைச் சரிக்கட்டி, அவரவருக்கு 'உரியவற்றை'க் கொடுத்து நகர்த்தி வைத்து, பேரங்கள் வெளியே தெரியாமல் பார்த்துக்கொண்டு, மறைந்த 'அன்புத் தலைவர்' கிம் ஜாங் இல்லின் இறுதிச் சடங்கையே கிம் ஜாங் உன்தான் முன்னின்று நடத்தும் விதத்தில் இரண்டே நாளில் சூழலைச் சரி செய்து கொடுத்தவர்.

வட கொரிய ராணுவத்தில் மிகப்பெரிய செல்வாக்கு கொண்டவர் அவர். அவரை ராணுவ உடையில் யாரும் பார்த்தது கிடையாது; ராணுவத்தில் அவர் என்ன பதவி வகித்தார் என்பதும் யாருக்கும் தெரியாது. ஆனாலும் அவர் அங்கே ஒரு முக்கியஸ்தராக இருந்தார். கிம் ஜாங் இல்லின் காலத்தில் அவரது நம்பிக்கைக்குரிய உறவினர்களுள் ஒருவராக நீண்ட காலம் இருந்த ஓரிருவரில் ஒருவர்.

கிம் ஜாங் உன் பதவிக்கு வந்தபோது, நன்றிக்கடனாக ஜாங் ஸாங் தேக்குக்கு ராணுவ ஜெனரல் பதவியைப் பரிசளித்தார். வாழ்விலே முதல் முறையாக ஒரு

ஜெனரலின் யூனிஃபார்முடன் அவர் தொலைக்காட்சியில் தோன்றியபோது அமெரிக்கா முதல் தென் கொரியா வரை அத்தனை நாட்டு உளவுத் துறையும் வாயடைத்துப் போயின. ஏனெனில், ஜாங்குக்கு ஒரு ராணுவ முகம் உண்டு என்பதுகூட அதுவரை யாருக்கும் தெரியாது.

எல்லாம் இரண்டு வருடங்களுக்குத்தான். 2013ம் ஆண்டு கிம் ஜாங் உன் அவருக்கு துரோகி என்ற பட்டத்தை வழங்கினார். எனவே அவர் தூக்கிலிடப்பட்டார். இதனைப் பிறகு விரிவாகப் பார்க்கலாம். இப்போது கிம் ஜாங் உன்னைப் பின் தொடரலாம்.

வட கொரிய மக்கள், கிம் ஜாங் உன் ஆட்சிக்கு வருவார் என்று எதிர்பார்க்கவில்லை. தந்தை-மகன் உறவில் சில கீறல்கள் இருந்தாலும் அவையெல்லாம் சிமெண்ட் வைத்துப் பூசப்பட்டு எப்படியும் ஜாங் நாம் (மூத்த மகன்)தான் ஆட்சியைப் பிடிப்பார் என்று நினைத்துக் கொண்டிருந்தார்கள். ஏனெனில், மறைந்த தலைவர் கிம் ஜாங் இல்லின் மூன்று மனைவியருள் அவருக்கு மிகவும் பிடித்தமானவர் அந்த முன்னாள் திரைப்பட நடிகைதான் என்று வட கொரிய மக்கள் நம்பினார்கள்.

ஆனால் அமெரிக்க உளவாளிகளின் குறிப்புகளின்படி, அந்தக் காதலெல்லாம் குழந்தைகள் பிறக்கும்வரை மட்டும்தான் இருந்தது என்றும் பிறகு இருவருக்கும் அடிக்கடி சண்டை வர ஆரம்பித்தது என்றும், ஏதோ ஓரிரு கட்டத்தில் கிம் ஜாங் இல் தனது மனைவியின் முன்னால் துப்பாக்கியை எடுத்து நீட்டியதாகவும் தெரிகிறது. அதன் தொடர்ச்சியாகத்தான் அவரை காதும் காதும் வைத்தாற்போல ரஷ்யாவுக்கு அனுப்பி வைத்ததும் நடந்திருக்கிறது. தமது இறுதிக் காலம் வரை அந்தப் பெண்மணி (சோங் ஹே-ரிம்) ரஷ்யாவிலேயே இருந்து மறைந்தார்.

ஜாங் நாமுக்குப் பிறகு இரண்டாவதாக ஜாங் சுல் என்றொரு மகனும், மூன்றாவதாகக் கிம் யோ-ஜாங்

என்ற மகளும் அவர்களுக்குப் பிறந்திருக்கிறார்கள். ஆனால் ஒன்று சொல்லவேண்டும். மனைவியிடம் எப்படி நடந்துகொண்டாரோ நமக்குத் தெரியாது. ஆனால் தனது பிள்ளைகளை மிகவும் பாசமாகத்தான் வளர்த்திருக்கிறார். ஜாங் நாம் குழந்தையாக இருந்தபோது அவர் விளையாடுவதற்காகவென்றே பத்தாயிரம் சதுர அடியில் ஓர் அறை கட்டிக் கொடுத்திருக்கிறார். அக்காலத்தில் மேற்கு நாடுகளில் வட கொரியாவின் பிரதிநிதிகளாக யார் யாரெல்லாம் பணியாற்றினார்களோ, அவர்களுக்கெல்லாம் எழுதாத விதியாக ஒன்று இருந்தது. ஊர் திரும்பும்போது ஜாங் நாமுக்கு விளையாட்டுப் பொருள்கள் வாங்கி வர வேண்டும்.

அந்தப் பத்தாயிரம் சதுர அடி அறை முழுதும் பல்வேறு ஐரோப்பிய நாடுகளில் அன்றைக்குப் புழக்கத்தில் இருந்த அதி நவீன விளையாட்டு சாமான்களே கொட்டிக் கிடக்கும் என்று ஒரு சி.ஐ.ஏ உளவாளி எழுதியிருக்கிறார்.

ஜாங் நாம், கிம் ஜாங் இல்லின் இதர குழந்தைகளைப் போல ஸ்விட்சர்லாந்தில்தான் படித்தார். ஜப்பானிய-கொரியக் கலப்பு வம்சத்தில் வந்த சோங் ஹாய்-யோங் என்ற பெண்ணைத் திருமணம் செய்துகொண்டு மூன்று பிள்ளைகளைப் பெற்றார். சீனாவில் இருந்த காலத்தில் தந்தையின் கணக்கு வழக்குகளையெல்லாம் பார்த்துக்கொண்டார். ஆனால் விதி போல அவரது அடையாள மாறாட்ட நடவடிக்கை, அந்த ஜப்பான் பயணத்தின்போது அவரைக் காட்டிக்கொடுத்துவிட்டது.

ஆனால் தனக்குப் பிறகு யார் என்ற கேள்வி வந்தால் கிம் ஜாங் இல் அதையெல்லாம் பெரிதாக நினைக்க மாட்டார்; எப்படியும் ஜாங் நாமைத்தான் வாரிசாக அறிவிப்பார் என்றே வட கொரிய மக்கள் நினைத்தார்கள். ஏனெனில் ஒரு பாஸ்போர்ட் ஊழலுக்கெல்லாம் பொங்கியெழுகிற வழக்கம் கிம் குடும்பத்தில் கிடையாது. தாத்தா கிம் காலம் தொடங்கி இன்றுவரை

அந்தக் குடும்ப உறுப்பினர்கள் அத்தனை பேருமே அடையாளம் மறைத்தும் மாற்றியும்தான் வாழ்ந்து வருகிறார்கள். யார் ஆட்சிக்கு வருகிறாரோ, அவருக்கு மிகவும் நெருங்கிய, மிக மிக வேண்டப்பட்டவர்கள் மட்டும் சுய அடையாளத்துடன் வட கொரியாவில் இருப்பார்கள். மற்ற அனைவரும் ஆளுக்கொரு பேரில், ஊருக்கொரு பாஸ்போர்ட்டுடன் உலகெங்கும் சிதறிக் கிடப்பவர்கள்தாம்.

இதுவும் வட கொரிய மக்களுக்கு நன்கு தெரியும். இருந்தாலும் அவர்கள் ஜாங் நாமையே எதிர்பார்த்ததற்கு ஒரே காரணம், மூத்தவரே பட்டத்து இளவரசர் என்கிற பாரம்பரிய நம்பிக்கைதான்.

ஆனால் அது இல்லை; உள்ளதிலேயே மிக இளையவரான கிம் ஜாங் உன்தான் அடுத்த தலைவர் என்று அறிவிக்கப்பட்டபோது அவர்கள் உண்மையில் திகைத்துப் போனார்கள். ஏனெனில், கிம் ஜாங் உன் சிறுவனாக இருந்த காலம் தொட்டு அவர்கள் கேள்விப்பட்டதெல்லாம், அந்தப் பையன் ஒரு சாப்பாட்டு ராமன். தின்று கொழுத்தவன். முன்கோபி. அடங்காப்பிடாரி. முரடன். மற்ற சகோதர சகோதரிகளுடன் ஒப்பிட, கல்வியறிவில் சிறிது மட்டு. ஸ்விட்சர்லாந்தில் படிக்கச் சென்றபோதுகூட, கிம் குடும்பத்தினர் எப்போதும் சேரும் பள்ளியில் அவரால் நெடுநாள் தொடர முடியவில்லை. அங்கே கற்றுத் தேர்வது கடினம் என்று சொல்லிவிட்டு, வேறொரு பள்ளிக்கு இடம் மாறிக் கொண்டவர்.

ஆனால் கவனிக்க. இதெல்லாமே கிம் ஜாங் உன்னின் குழந்தைப் பருவம் சார்ந்து வட கொரிய மக்கள் மத்தியில் உருவாகியிருந்த பிம்பம். பதினேழு வயதில் அவர் படிப்பை முடித்துக்கொண்டு பியாங்யாங்குக்குத் திரும்பிய பிறகு அவரைப் பற்றி யாரும் எதுவும் கேள்விப்பட்டதில்லை. கிம் குடும்பத்தின் பெண்களைப் போலவே அவரும் முகமற்ற, பெயர் மட்டுமே உள்ள

ஒரு வாரிசாகத்தான் மக்கள் மனத்தில் தங்கியிருந்தார். அதனால்தான், அடுத்த வாரிசு அவர்தான் என்று அறிவிக்கப்பட்டபோது அவர்கள் ஆச்சரியப்பட்டார்கள்.

அதைவிடப் பெரிய ஆச்சரியம், கிம் ஜாங் உன்னின் மற்ற இரண்டு மூத்த சகோதரர்களும் எப்படி விட்டுக் கொடுத்திருப்பார்கள், எதனால் விலகியிருப்பார்கள் என்று தெரியாதிருந்தது.

அந்த ரகசியம் இன்று வரையிலுமே யாருக்கும் தெரியாது என்பதுதான் விசேடம்.

40. சிறிய குப்பைத் தொட்டி

கிம் வம்சத்தின் வழக்கப்படி, கிம் ஜாங் உன்னின் பிறந்த வருடமும் மூடி மறைக்கப்பட்டதே. அவர் வட கொரியாவின் தலைவராகப் பொறுப்பு ஏற்றுக் கொண்டபோது, ஜனவரி 8, 1982 அன்று பிறந்தவர் என்று அதிகாரபூர்வ வாழ்க்கைக் குறிப்பில் அந்நாட்டு அரசாங்கம் குறிப்பிட்டது. ஆனால் அமெரிக்க உளவுத் துறை கணிப்பின்படி கிம் 1984ஆம் ஆண்டில்தான் பிறந்திருக்க வேண்டும். இந்த இரண்டுக்கும் இடைப்பட்ட இன்னொரு கணிப்பு, தென் கொரிய உளவுத் துறையினுடையது. கிம் பிறந்தது 1983இன் இறுதியில் என்று அவர்கள் சொன்னார்கள். கிம் குடும்பத்தினர் மட்டும் சரியாக ஜாதகம் எழுதிக் கணித்துத்தான் பெண்ணெடுத்துக் கட்டிவைப்பது என்ற வழக்கத்தை வைத்துக்கொண்டிருந்தால் கிம் வம்சம் என்ற ஒன்றே வந்திருக்க வாய்ப்பில்லை. முதல் கிம்மோடு எல்லாம் முடிந்திருக்கும்.

இருக்கட்டும். 82க்கும் 84க்கும் இடையே ஏதோ ஒரு ஆண்டு, ஏதோ ஒரு மாதம், தேதியில் நமது கிம் பிறந்துவிட்டார். ஆண்டா முக்கியம்? ஆள்வதல்லவா முக்கியம்?

கிம் ஜாங் இல், பிள்ளை வளர்ப்பு சார்ந்த தனது வழக்கப்படி முதல் சில வருடங்கள் கிம் ஜாங் உன்னை வீட்டுப் பெண்களுடன் விட்டு வைத்தார். பிறகு உள்ளூரிலேயே ஒரு பள்ளிக்கூடத்தில் ஒன்றிரண்டு வருடங்கள். அதுகூட அதிகம். அதிகபட்சம் ஓராண்டு அவர் பியாங்யாங்கில் படித்திருந்தால் பெரிது. ஏதோ ஒரு நாள், எப்போதும் போல யாருக்கும் சொல்லாமல் மிகச் சில பாதுகாப்பாளர்கள் துணையுடன் மகனை அவர் ஸ்விட்சர்லாந்துக்கு அனுப்பிவிட்டார். அன்றைக்குத் தாம் படிப்பின்பொருட்டு ஸ்விட்சர்லாந்துக்குச் செல்லப் போகிறோம் என்பதே விமானம் ஏறும்போதுதான் கிம் ஜாங் உன்னுக்குத் தெரியும் என்றொரு தகவல் உண்டு. ஆனால் உறுதிப்படுத்தப்படாதது.

கிம் ஜாங் உன்னின் அண்ணனும் அப்போது அதே ஸ்விட்சர்லாந்தில், அதே பள்ளியில்தான் சேர்க்கப் பட்டிருந்தார். அந்தப் பள்ளிக்கூடத்தின் பெயர் ISB. பெர்ன் சர்வதேசப் பாடசாலை என்பார்கள். சாதாரண மனிதர்கள் கற்பனை செய்ய இயலாத அளவுக்குச் செலவு பிடிக்கும் பள்ளிக்கூடம். அன்றைய தேதியில் (கிம், 1998 ஆம் ஆண்டு ஸ்விட்சர்லாந்துக்குச் சென்றதாகச் சொல்லப்படுவதை ஏற்றுக்கொண்டால்!) அந்தப் பள்ளியில் ஒரு மாணவன் முதல் பன்னிரண்டு ஆண்டுகாலப் படிப்பை முடிப்பதற்குத் தோராயமாக மூன்று லட்சம் அமெரிக்க டாலர்கள் வரை கட்டணம் செலுத்த வேண்டியிருந்தது. இதில் விசேடம் என்னவென்றால், எப்போது ஒரு மாணவன் சேர்க்கப்படுகிறானோ, அப்போதே மொத்தக் கட்டணத்தையும் செலுத்திவிட வேண்டும். நீங்கள் எல்கேஜி வயதிலேயே கட்டணம் செலுத்திவிட்டு எட்டாம் வகுப்புக்குக் கொண்டு வந்து சேர்த்தாலும் ஒன்றும் சொல்ல மாட்டார்கள். ஆனால் கட்டணச் சலுகையெல்லாம் கேட்க முடியாது.

கிம் அந்தப் பள்ளிக்குச் சென்று சேர்ந்தபோது அநேகமாகப் பதினைந்து அல்லது பதினாறு வயது

நிறைந்திருக்கலாம். வட கொரியாவில் அரசாங்க உத்தியோகம் பார்க்கும் ஓர் அதிகாரியின் மகன் என்ற எளிய அடையாளமும் பாக் யூன் (Pak Eun) என்ற புதிய பெயரும் அப்போது அவருக்கு அளிக்கப்பட்டிருந்தன.

என்ன ஆனாலும் நீ யார் வீட்டுப் பிள்ளை என்ற உண்மையை யாருக்கும் சொல்லக்கூடாது என்று எச்சரித்துத்தான் அவரது தந்தை அனுப்பி வைத்தார்.

அதிகக் கல்விக் கட்டணம் வாங்கினாலும் அந்த சர்வதேசப் பள்ளியின் கல்வித் தரம் அருமையானது. உலகெங்கும் வசிக்கும் மாபெரும் அரசியல் தலைவர்கள், மிகப் பெரிய தொழிலதிபர்கள், திரைத்துறை உச்ச நட்சத்திரங்களின் வாரிசுகள் மட்டுமே அங்கே படிக்க வருவார்கள். எல்லோருமே தமது அடையாளம் மறைத்துத்தான் வருவார்கள் என்றபடியால் அது பற்றிய கவலையோ, குற்ற உணர்ச்சியோ யாருக்கும் இருக்காது. பண விஷயம் தொடங்கி, படிப்பு விஷயம் வரை ஸ்விட்சர்லாந்து என்றுமே ஒரு ரகசியப் பெட்டகமாகத்தான் இருந்துவந்திருக்கிறது.

அது இருக்கட்டும். கிம்முக்கு என்ன சிக்கலென்றால் அவரால் அந்தப் பள்ளியின் கல்வித் தரத்தைத் தாங்க முடியவில்லை. அவருக்கு ஆங்கிலம் சரியாக வரவில்லை. ஸ்விட்சர்லாந்தின் அதிகாரபூர்வ மொழியான ஜெர்மன் அவருக்கு மிகவும் சுமாராகத்தான் வந்தது. சரி பிரெஞ்சு தெரிந்தால் பிழைத்துக்கொள்ளலாம், இத்தாலிய மொழி தெரிந்தால் பிழைத்துக்கொள்ளலாம் என்று இதர சாத்தியங்களைப் பள்ளி நிர்வாகம் சொல்லிப் பார்த்தும் எதுவும் அவருக்குச் சரிப்பட்டு வரவில்லை.

ஆனால் ஆசிரியர்களே வியக்கும் அளவுக்கு அவர் கணிதத்தில் மிகுந்த ஆர்வம் காட்டினார். எப்பேர்ப்பட்ட கஷ்டமான கணக்கென்றாலும் சில நிமிடங்களில் அவரால் தீர்த்துவிட முடிந்தது. ஆனால், கணக்கை மட்டும் வைத்துக்கொண்டு காலம் தள்ள முடியாதல்லவா? முட்டி மோதிப் பார்த்து வேறு வழியில்லாமல் இரண்டு

வருடங்களில் அந்தப் பள்ளியிலிருந்து விடைபெற்று, பெர்னுக்குச் சற்றுத் தள்ளியிருந்த வேறொரு நகரத்தில் Liebefeld Steinhölzli school என்ற பள்ளியில் சேர்ந்தார்.

ஆனால் கிம்மின் அண்ணன் ஜாங் ச்சாலுக்கு பெர்ன் சர்வதேசப் பள்ளியில் எந்தச் சிக்கலும் இருக்கவில்லை. பள்ளியின் சமர்த்து மாணவர்களுள் ஒருவராக அவர் பெயரெடுத்தார். ஓரளவு நல்ல மதிப்பெண்களும் வந்தன. சிரித்த முகமும் நட்புணர்வும் இசை ஆர்வமும் கொண்டவராக இருந்தார். இந்தக் கிம் சகோதரர்களின் தாயாருக்கே, மூத்தவன் ஆட்சிப் பொறுப்புக்கு வர வேண்டும் என்பதுதான் விருப்பம். ஆனால் என்ன செய்ய? 'ஜாங் ச்சானுக்கு வில்லத்தனம் வராதே' என்று பின்னாளில் அந்தப் பள்ளியில் அவருடன் படித்த மாணவர் ஒருவர் ஒரு பேட்டியின்போது சிரித்தபடி குறிப்பிட்டார்.

பள்ளியில் கிம் ஜாங் உன்னுக்கு ஒரே ஒரு நெருக்கமான நண்பன் இருந்தான். அவன் பெயர் ஜோவா மிக்கலோ (Joao Micaelo). அவன் யார் வீட்டுப் பிள்ளையோ என்னவோ தெரியாது. ஆனால் ஸ்விட்சர்லாந்தில் கிம் இருந்த காலம் வரை அவரது ஒரே நெருங்கிய நண்பர் இந்த ஜோவா மெக்கலோதான். 2011 ஆம் ஆண்டு கிம் ஜாங் உன் வட கொரியத் தலைவராகப் பொறுப்பேற்றபோது இந்த நண்பர் உண்மையிலேயே திகைத்துப் போய்விட்டார். வட கொரிய அதிபரின் மகனுடன் தாம் பழகியிருக்கிறோம் என்பதை அவரால் நம்பவே முடியவில்லை. பிறகு பல்வேறு உலகத் தொலைக்காட்சிகளில் தொடர்ச்சியாக அவரது பேட்டிகள் சில நாள்களுக்கு வந்துகொண்டே இருந்தன.

அப்படிக் கொடுத்த பேட்டிகளுள் ஒன்றில் அவர் இப்படிச் சொன்னார்:

'நானும் பாக் யூனும் (கிம் ஜாங் உன்) புத்திசாலிப் பையன்கள் இல்லை என்றாலும் முழு மக்கும் இல்லை.

பாக் யூனுக்குப் படிப்பு சுமார்தான் என்றாலும் பிரமாதமாகக் கால்பந்து ஆடுவார். பேஸ்பாலிலும் நாட்டம் அதிகம். அவரது பிரச்னை படிப்பதுகூட இல்லை. ஆசிரியர்கள் கேள்வி கேட்டால், பதில் தெரிந்தாலும் அவரால் சொல்ல முடியாது. ஜெர்மன் சரியாக வராது. ஆங்கிலம் சரியாகத் தெரியாது. எனவே தெரிந்ததைக் கூடச் சொல்ல முடியாமல் அமைதியாக எழுந்து நிற்பார். சில நிமிடங்கள் பொறுத்துப் பார்த்துவிட்டு ஆசிரியர்கள் வேறு மாணவர்களிடத்தில் சென்றுவிடுவார்கள்.'

ஆனால் எளிய புன்னகை வரவழைக்கும் சம்பவம் ஒன்று அப்போது நடந்தது. கிம் ஜாங் உன்னின் மொழிப் பிரச்னைக்கு அப்பால் பாடங்களிலும் பல அவரது சிந்தனையின் வாசலைக்கூடத் தொட மறுத்தன. குறிப்பாக 1291 ஆம் ஆண்டிலிருந்து ஸ்விட்சர்லாந்தின் அரசியல் வரலாறு - ஜனநாயகம் எப்படி அந்நாட்டின் அமைப்பில் ஓர் அங்கமானது என்பது பற்றிய பாடம். மார்ட்டின் லூதர் கிங் (ஜூனியர்) மற்றும் நெல்சன் மண்டேலாவின் வாழ்க்கையை விவரிக்கும் பாடங்கள். மனித உரிமைகள் பற்றிய பாடம். தேர்வுகளில் இப்பாடங்கள் சார்ந்து வந்த வினாக்களுக்கு அவர் விடையளிக்கவில்லை. அமைதியாகக் கடந்து சென்றார். இதன் உச்சம், மதிப்பெண் பட்டியலை வாங்கிக்கொள்ளாமலேயே பள்ளியைவிட்டு விலகிச் சென்றது.

ஸ்விட்சர்லாந்தில் கிம் ஜாங் உன் முதலில் சில காலம் மற்ற மாணவர்களைப் போலப் பள்ளி மாணவர் விடுதியில்தான் தங்கியிருந்தார். பிறகு (எப்போது என்று தெரியவில்லை) அண்ணனும் தம்பியும் பெர்னில் ஒரு வீடு பார்த்துக் குடிபோயிருக்கிறார்கள். அங்கே அவர்களுக்குச் சமைத்துப் போட்டுப் பார்த்துக்கொள்ள கிம்மின் சித்தி (நேரடி அம்மாவின் தங்கை) கோ யாங் சுக் (Ko Yong Suk) வட கொரியாவிலிருந்து வந்து சேர்ந்தார்.

மிகச் சிறு வயதில் வீட்டுப் பெண்களுடனேயே இருந்த நாள்களிலிருந்து கிம் ஒரு சித்தி செல்லமாக இருந்திருக்கிறார். எல்லா விஷயங்களுக்கும் யார் பேச்சையும் கேட்காமல் அழுது அடம் பிடித்து, கிடைத்ததையெல்லாம் தூக்கிப் போட்டு உடைக்கும் குணம் கொண்டவரான கிம், அந்நாளில் அந்தச் சித்தி சொன்னால் மட்டும் அமைதியாகிவிடுவார் என்று அந்த வீட்டின் சமையற்காரரர் ஒருவர் புனைபெயரில் எழுதிய நினைவுக் குறிப்பு நூலில் சொல்லியிருக்கிறார். அதை இங்கே நினைவுகூர்ந்து ஒப்பிட்டுப் பார்த்தால், கோ யாங் சுக்கை யார்-எதற்காக ஸ்விட்சர்லாந்துக்கு அனுப்பியிருப்பார்கள் என்பது புரிந்துவிடும்.

கிம்முக்கு அந்நாளில் யார் மகன் என்பதை வெளிப்படுத்தாமல் படி என்பது மட்டும்தான் தந்தை தரப்புக் கட்டளை. வசதி வாய்ப்புகளில் எந்தக் குறையுமில்லை. பெர்னில் அவர் தனது சித்தியுடன் குடி போயிருந்த வீடென்பது பணக்காரர்கள் குடியிருக்கும் பிராந்தியம்தான். வசதியான பெரிய அபார்ட்மெண்ட். கிம்முக்கு அங்கே தனி அறை. வீட்டில் டிவி உண்டு. விடியோ பிளேயர் உண்டு. வெளியே போய்வர டிரைவருடன் கூடிய கார் உண்டு. துணி துவைக்க, பாத்திரம் கழுவ, இதர வீட்டு வேலைகளைப் பார்த்துக்கொள்ள ஊழியர் உண்டு. அனைத்துக்கும் மேலாக, அவரை வைத்த கண் வாங்காமல் கண்காணிக்கும் ஒற்றர்களும் உண்டு. கிம்முக்கு அப்போது அது தெரியாது.

வட கொரியத் தந்தையும் கிம் ஜாங் உன்னின் தாத்தாவுமான கிம் இல் சுங் இறந்தபோது (1994) கிம்முக்கு மிஞ்சிப் போனால் பத்திலிருந்து பன்னிரண்டுக்குள் ஏதோ ஒரு வயது. கிம் ஜாங் இல் ஆட்சிப் பொறுப்பேற்றதை உலகமே பேசிக்கொண்டிருந்தது. இனி வட கொரியாவில் சர்வாதிகாரம் எடுபடாது என்று அடித்துச் சொன்ன மேற்கத்திய ஊடகங்கள்

அனைத்தையும் வாயடைக்கச் செய்யும் விதத்தில் அவர் தனது தந்தையின் சர்வாதிகாரத்துக்குப் புதுப் பரிமாணம் காட்டத் தொடங்கியிருந்த நேரம்.

உணவு-குடிநீர்-உறைவிடம் போன்றவற்றை உலகெங்கும் மக்களின் அடிப்படைத் தேவைகளாகச் சொல்வார்கள். கிம் ஜாங் இல் முதல் முதலில் உணவில்தான் கைவைத்தார். உணவு என்பதை ஓர் அரசியல் ஆயுதமாகவும் சிறந்த குடிமக்களுக்கு மட்டும் அரசாங்கம் தரும் பரிசாகவும் அதை முழுதாக மாற்றி அமைத்துக்கொண்டிருந்தார். வட கொரியப் பஞ்சம்-பட்டினிச் சாவு என்பது சந்தேகமில்லாமல் அரசின் இந்தக் குறிப்பிட்ட நடவடிக்கையின் விளைவுதான். தேச பக்தர்களுக்கு உணவு உண்டு; துரோகிகளுக்குக் கிடையாது என்ற கொள்கையின் அடிப்படையில் ரேஷன் நிர்ணயிக்கப்பட்டதால் ஆயிரக் கணக்கில் தொடங்கி, லட்சக் கணக்கில் மக்கள் பசியில் மடிய ஆரம்பித்தனர்.

லட்சக் கணக்கான மக்களும் துரோகிகளா? அத்தனை பேரும் கிம் குடும்ப எதிர்ப்பாளர்களா என்றால் இல்லை. ஆனால் ஒவ்வொரு குடும்பத்திலும், ஒவ்வொரு குடும்பத்தினரின் உறவுக் குடும்பத்திலும் யாராவது ஒருவராவது முன்பு எப்போதாவது தென் கொரியாவில் வியாபாரம் செய்திருக்கலாம் அல்லவா? வாழ்வில் ஒருமுறையாவது தென் கொரியாவுக்குச் சென்று வந்திருக்கலாம் அல்லவா? அவர்களது முன்னோர் யாராவது பண்டைய ஜப்பானிய ஆட்சிக் காலத்தில் அரசு ஊழியராக இருந்திருக்கலாம் அல்லவா?

எனவே எல்லோரும் துரோகிகள். தீர்ந்தது கதை. சோறு, சோறு, சோறு என்று மொத்த நாடும் கதறிக்கொண்டிருக்கச் செய்தது கிம் ஜாங் இல்லின் சாதனை. சோற்றுக்குப் பிச்சை எடுத்துக் கையேந்தி நின்றால்தான் அதை அளிப்பவன் கடவுளாகத் தோன்றுவான்; அப்போதுதான் துரோகம் செய்ய நினைக்கமாட்டார்கள் என்பது அவரது எண்ணம்.

எண்ணத்தைச் செயலாக்கியதன் மூலம் இருபத்தோறாம் நூற்றாண்டு வட கொரியர்களின் விதியை அவர் தீர்மானிப்பவராகிப் போனார்.

ஒரு விசித்திரம். ஊரில் இதெல்லாம் நடந்துகொண்டிருக்கிறது என்பது அப்போது வீட்டில் குழந்தையாக இருந்த கிம்முக்குத் தெரியாது. அவரும் வட கொரியாவில்தான் இருந்தார். தலைநகர் பியாங்யாங்கிலேயேதான் இருந்தார். ஆனால் கிம் குடும்பத்தினரின் பங்களாக்கள், அரண்மனைகள், ரகசிய உறைவிடங்கள், அடுக்கு மாடிக் கட்டடங்கள், தோட்டங்கள், கோடைக்கால இருப்பிடம், குளிர்கால இருப்பிடம் போன்றவை வேறு. இதர வட கொரியர்களின் வீடுகள் என்பன வேறு.

மிகச் சிறு வயதிலேயே கிம்முக்கு ராஜ வாழ்க்கை என்றால் என்னவென்று தெரிந்துவிட்டது. வயதில் முதிர்ந்த ஊழியர்கள் பலர் சிறுவனான அவர் எதிரில் அடக்க ஒடுக்கமாக ஒதுங்கி நிற்பதும் என்ன சொன்னாலும் மறுகணமே நிறைவேற்றுவதும் நினைக்கும்போதே எல்லாம் நடப்பதும் அவருக்குப் பழகிவிட்டிருந்ததால் ஸ்விட்சர்லாந்து வாழ்க்கை முதலில் அவருக்குச் சிறிது சிரமமாக இருந்திருக்கிறது. வீட்டில் திடீர் திடீரென்று கோபம் கொண்டு காச்மூச்சென்று கத்தத் தொடங்கிவிடுவார். சித்திதான் அவரை அமைதிப்படுத்தி கவனத்தை வேறெதிலாவது திருப்புவார்.

அவர் ஸ்விட்சர்லாந்தில் இருந்த காலத்தில் வட கொரியாவின் நிலைமை மேலும் மோசமடைய ஆரம்பித்திருந்தது. ரஷ்யாவுடன் இருந்த வர்த்தக உறவின் வழியாகத்தான் அந்நாட்டுக்கு ஓரளவு வருமானம் கிடைத்துக்கொண்டிருந்தது. அப்போது அது ஐம்பது சதவீதத்துக்கும் கீழே விழுந்திருந்தது. ஐநாவின் பொருளாதாரத் தடைகள், உலக நாடுகளின் பல்வேறு தடைகள் ஒரு பக்கம் என்றால் இருக்கும் குறைந்த அளவு நிதியை எப்படி புத்திசாலித்தனமாகச் செலவிடுவது என்பது தெரியாமல் கிடைக்கும் அனைத்தையும்

ராணுவத்திலும் அணு ஆயுத ஆய்வுகளிலும் கொண்டு கொட்டிக்கொண்டிருந்த அபத்தமும் அப்போது சேர்ந்து நிகழ்ந்துகொண்டிருந்தது. மிஞ்சிப் போனால் இன்னும் ஐந்தாண்டுகளில் வட கொரியா மஞ்சக் கடுதாசி கொடுத்துவிடும் என்று சி.ஐ.ஏ அதிகாரிகள் மேலிடத்துக்கு ரிப்போர்ட் அனுப்பினார்கள்.

கிம் ஜாங் இல்லுக்கும் நிலவரம் தெரியும். ஆனால் என்ன ஆனாலும் தனது கொள்கைகளை மாற்றிக்கொள்ளவோ, விட்டுக் கொடுக்கவோ அவர் தயாரில்லை. ராணுவம் வலுவாக இருக்கும்வரை தன்னை ஒன்றும் செய்ய முடியாது என்றே அப்போதும் நினைத்தார்.

இந்தக் காலக்கட்டத்தில், 2001 ஆம் ஆண்டு கிம் ஜாங் உன் தனது ஸ்விட்சர்லாந்து வாழ்க்கையை முடித்துக்கொண்டு வட கொரியாவுக்குத் திரும்பினார். அவரை அக்கறையாகப் பார்த்துக்கொண்ட அவரது சித்தி, தனது கணவருடன் அங்கிருந்து நேரே அமெரிக்காவுக்குச் சென்றுவிட்டார். வட கொரியாவில் இனி யாரும் வாழ முடியாது என்பது அவருக்குத் தெரிந்திருந்தது. தவிர, உறவினர்கள் ஒவ்வொருவரும் ஏதோ ஒரு காரணத்தால் பியாங்யாங்கில் இல்லாமல் போவதையும் அவர் கவனித்துக்கொண்டிருந்தார். சிலர் வேறு ஏதாவது தேசத்தில் இருப்பதாகச் சொன்னார்கள். இன்னும் சிலரிடமிருந்து எந்தத் தகவலும் இல்லை.

எதற்கு வம்பு? தாலி கட்டிக்கொண்ட பாவத்துக்கு அக்கா எதையோ அனுபவித்துக்கொண்டு போகிறாள்; நாம் தப்பிப் பிழைப்போம் என்று அவர் நினைத்திருக்கலாம்.

கணவருடன் அமெரிக்கா சென்ற கோ யாங் சுக், அங்கே யாருக்கும் தம்மைக் காட்டிக்கொள்ளாமல், எங்கிருந்தோ பிழைக்க வந்தவர்கள் என்பது போன்ற தோரணையில் ஒரு டிரை க்ளீனிங் கடையைத் தொடங்கி பிழைப்பு நடத்த ஆரம்பித்தார்கள். கிட்டத்தட்ட பதினெட்டு ஆண்டு காலம் அப்படியே இருந்த பிறகு வாஷிங்டன்

போஸ்டுக்கு அளித்த ஒரு பேட்டியில் தங்களை அவர்கள் வெளிப்படுத்திக்கொண்டது ஒரு தனிக்கதை. அது நமக்கு அவசியமில்லை.

ஒரு பணக்கார ஐரோப்பிய தேசத்தில் எளிய மாணவனாகச் சில காலம் பயின்றுவிட்டு வட கொரியாவுக்குத் திரும்பிய கிம் ஜாங் இல்லுக்கு எல்லாமே அப்போது புதிதாகத் தோன்றியது. அவர் ஸ்விட்சர்லாந்தில் இருந்தபோது, அவரது குடும்பத்தின் பெரும் பணக்காரப் பின்னணி பற்றிய நினைவும் அதை விட்டுவிட்டு இங்கே வந்து அவஸ்தைப்படுகிறோமே என்கிற எண்ணமும்தான் அவருக்கு இருந்திருக்கிறது. இப்போது ஸ்விஸ்ஸிலிருந்து வட கொரியாவுக்குத் திரும்பி வந்து பார்த்தபோது ஒரு பூலோக சொர்க்கத்திலிருந்து சிறியதொரு குப்பைத் தொட்டிக்குள் தூக்கியெறியப்பட்டது போல உணர்ந்தார்.

உண்மையில் அன்றைக்கு வட கொரியா அப்படித்தான் இருந்தது. உலக வரைபடத்தின் கிழக்கு மூலையில் இருந்த ஒரு சிறிய குப்பைத் தொட்டி.

41. 101010

*சா*தாரண மனிதர்களுக்குப் பிறந்த நாள், திருமண நாள் போன்றவை வாழ்வின் முக்கியமான நாள்களாக இருக்கும். கிம் ஜாங் உன்னுக்கு வட கொரியத் தொழிலாளர் கட்சியின் அறுபத்தைந்தாவது ஆண்டு விழா ஒரு மறக்க முடியாத நாளாக அமைந்தது.

அது நடந்தது அக்டோபர் 10, 2010. எல்லாமே பத்து.

தனக்கு அடுத்து நாட்டை ஆளப்போகிறவனை சூசகமாக அறிவித்துவிட கிம் ஜாங் இல் முடிவு செய்தார். உடல்நலம் உள்ளிட்ட ஆயிரத்தெட்டு காரணங்கள் அவருக்கு இருந்தன. அதையெல்லாம் யாருக்கும் சொல்லிக்கொண்டிருக்க முடியாது. ஓர் எண்ணம். ஒரு முடிவு. அவ்வளவுதான்.

வட கொரியாவில் அதற்குமுன் அத்தனை பிரம்மாண்டமான ராணுவ அணிவகுப்பு நடந்ததில்லை. வட கொரியாவில் அதற்குமுன் அத்தனை அக்கறையாகப் பொதுப்பணித் துறை சார்ந்த பணிகள் நடைபெற்றதில்லை. வட கொரிய மக்கள் அதற்குமுன் அத்தனை வியப்படைந்ததுமில்லை.

நாடு திருவிழாக்கோலம் கொண்டது. வழக்கத்தில் இல்லாத விதமாகச் சில ரேஷன் கட்டுப்பாடுகள் தளர்த்தப்பட்டு நிகழ்ச்சிக்கு ஒரு வாரம் முன்பிருந்து மக்களுக்கு ஓரளவு தாராளமாக உணவு தானியங்கள் கிடைக்க வழி செய்யப்பட்டிருந்தது. காவல் துறை அடக்குமுறைகள் சிறிது மட்டுப்பட்டன. வரலாறு காணாத விதமாக வெளிநாட்டு சுற்றுப்பயணிகளுக்குச் சிறிது தாராளமாகவே கதவு திறந்துவிடப் பட்டது.

இதெல்லாம் பெரிதல்ல. வட கொரிய சரித்திரத்திலேயே முதல்முறையாக அந்த ராணுவ அணிவகுப்பு நிகழ்ச்சியைப் பார்வையிட சர்வதேசப் பத்திரிகையாளர்களுக்கு அழைப்பு விடுக்கப்பட்டது. தலைநகர் பியாங்யாங்கில் உள்ள வெளிநாட்டு விருந்தினர்களுக்கான நட்சத்திர விடுதி வண்ணமயமாக அலங்கரிக்கப்பட்டது. கிம் ஜாங் இல் என்ன நினைத்தாரோ, வருகிற வெளிநாட்டுப் பத்திரிகையாளர்களுக்கு இணைய வசதி ஏற்படுத்தித் தரப்படும் என்று அறிவித்தார். அதுவும் தணிக்கையற்ற இணைய வசதி. இது நம்மூரில் கட்சிக்கூட்டங்களுக்கு லாரிகளில் செல்வோருக்கு பிரியாணிப் பொட்டலம் தருவதினும் பெரிய சங்கதி. வட கொரியச் சூழ்நிலையில் யாரும் கனவில்கூட எதிர்பார்க்க முடியாதது.

எல்லா விதங்களிலும் அந்த அணிவகுப்பு விழா சர்வதேச ஊடகங்களின் கவனம் பெற்று உலகமே திரும்பிப் பார்க்க வேண்டும் என்று கிம் ஜாங் இல் முடிவு செய்திருந்தார்.

'சரி அப்பா. நிகழ்ச்சியில் என் பங்கு என்ன?'

கிம் ஜாங் உன் கேட்டபோது அந்த அன்புள்ள அப்பா என்ன சொன்னார் என்று தெரியாது. அநேகமாகப் புன்னகை மட்டும் செய்திருப்பார்.

அன்று நீண்ட இடைவெளிக்குப் பிறகு கிம் ஜாங் இல் மக்கள் முன்னிலையில் தோன்றினார். அவர் இன்னும் இறக்கவில்லை என்று உளவுத் துறைகள் எழுதி வைத்துக் கொண்டன. பியாங்யாங் நகர வீதிகளில் பல லட்சக்

கணக்கான மக்கள் குழுமியிருக்க, வரலாறு காணாத மாபெரும் ராணுவ அணி வகுப்பு ஆரம்பமானபோது, கிம் இல் சுங் ப்ளாசா என்னும் மாட மாளிகையின் உப்பரிகையில் கிம் ஜாங் இல் மெல்ல நடந்து வந்து நின்று மக்களைப் பார்த்துக் கையசைத்தார்.

'இங்கே வந்து என் பக்கத்தில் நில்' என்று கிம் ஜாங் உன்னிடம் சொன்னார்.

வட கொரிய மக்களைப் பொறுத்தவரை அது ஒரு வரலாற்றுச் சம்பவம். அவர்களுக்கு அந்த சங்கேதம் புரிவதில் எந்தச் சிக்கலும் இல்லை. ஆனால் தங்கள் அன்புத் தலைவர் அத்தனை சீக்கிரம் விடைபெற்றுவிடக் கூடாது என்று உரத்த குரலில் கதறி அழுதபடியே கோஷமிட்டனர்.

இது ஓர் அவல நகைச்சுவை. போய்ச் சேர்ந்தால் நல்லது என்றுதான் அவர்கள் நினைக்க விரும்பினார்கள். ஆனால் நினைத்தால்கூடத் தெரிந்துவிடுமோ என்ற அச்சத்தில் அந்த நினைவையே துடைத்தெறிந்துவிட்டுப் போகாதே போகாதே எம் தலைவா என்று கதறிக்கொண்டிருந்தார்கள். சர்வதேச மீடியா மொத்தமும் அந்தக் காட்சியை வியப்பும் திகைப்புமாகப் பார்த்துக்கொண்டிருந்தது. அன்று புழக்கத்தில் இருந்த அத்தனை செய்தி சானல்களும் அதை மட்டுமே ஒளிபரப்பின. வானொலியைத் திறந்தால் வட கொரியா. நாளிதழ்களிலெல்லாம் வட கொரியா. எல்லா நாட்டு அதிபர்களும் எதையும் தவறவிடாமல் உற்றுப் பார்த்துக்கொண்டே இருந்தார்கள்.

கிம் இல் சுங்கிடமிருந்து கிம் ஜாங் இல் பெற்ற அதிகார மாற்றம் நடந்த விதம் வேறு. இப்போது கிம் ஜாங் இல்லிடமிருந்து கிம் ஜாங் உன் பெறுகிற விதம் முற்றிலும் வேறு. கால மாற்றம் ஒரு காரணம். அதைக் காட்டிலும் முக்கியமான காரணம், கிம் ஜாங் இல்லுக்கு வேறு சில பயங்கள் இருந்தன.

முதலாவது, மரபு வழி முதல் மகன் என்கிற தகுதி தனக்கு இருந்தது. ஆனால் ஜாங் உன்னுக்கு அது கிடையாது.

தன்னை எதிர்த்து நிற்கப் பெரிய பங்காளிகள் படை இல்லை. ஜாங் உன்னுக்கு ஒரு சொந்த அண்ணனும் இன்னொரு சொந்தமில்லாச் சொந்த அண்ணனும் இருக்கிறார்கள். அவரவர் சம்பாதித்து வைத்த ஆதரவாளர்கள், ஆட்சி மட்டத்திலிருந்து கட்சி மட்டம் வழியே ராணுவ மட்டம் வரை நிச்சயமாக இருப்பார்கள். தான் இறந்துவிட்டால் அத்தனை பேரும் ஒன்று திரண்டு ஜாங் உன்னைச் சட்னி ஆக்கிவிட்டால் என்ன செய்வது?

அதனால்தான் அவர் அதிகார மாற்றத்தை ராணுவ அணிவகுப்பின்போது வெளிப்படுத்தினார். தனக்கு ஆதரவளித்துக்கொண்டிருக்கும் மொத்த ராணுவமும் தன்னையடுத்துத் தன் மகனையும் ஆதரிக்கும்; ஆதரிக்க வேண்டும் என்பதுதான் அதிலிருந்த செய்தி, விருப்பம், கட்டளை எல்லாமும். மிகக் கவனமாக அந்த அணி வகுப்புக்குப் பிந்தைய வீர உரை நிகழ்ச்சியில் ஒரு மூத்த ராணுவ அதிகாரியை, அமெரிக்காவுக்கு எதிரான அறைகூவல் ஒன்றை விடுக்கச் செய்தார். எதிரி எப்போது தாக்க வந்தாலும் வட கொரியா அதை எதிர்கொள்ளவும் சமாளிக்கவும் வெல்லவும் தயார் நிலையில் இருக்கிறது. ஏனெனில் இம்மண்ணின் நலனைத் தவிர வேறெதையும் சிந்தித்திராத ஒரு பெருந்தலைவன் எங்களுக்கு இருக்கிறான். அவன் கைகாட்டும் திசையில் எங்கள் பயணம் இருக்கும்; அவன் சொல்லுக்கு மிஞ்சி எங்களுக்கு ஒன்றுமில்லை என்று சொல்ல வைத்தார். இதே சொற்கள் இல்லை. ஆனால் இதுதான் பொருள்.

அந்த அணிவகுப்பு நிகழ்ச்சி முழுதும் கிம் ஜாங் உன் தன் தந்தையின் நிழல் போல உடனிருந்தார். அதுவே போதுமானதாக இருந்தது. முன்னதாகக் கட்சியிலும் ராணுவத்திலும் அவரை மத்தியக் குழுவின் முடிவெடுக்கும் இடத்தில் கிம் ஜாங் இல் அமர்த்தியிருந்தார். எனவே ஆட்சி ஒன்றுதான் மிச்சம். அது தனக்குப் பிறகு போய்ச் சேரும் என்பதை இதோ இந்த நிகழ்ச்சி உறுதி செய்துவிட்டது. இன்னும் என்ன உள்ளது?

டிசம்பர் 17, 2011 அன்று ஒரு ரயில் பயணத்தின்போது கிம் ஜாங் இல் மாரடைப்பால் காலமானார் என்று வட கொரியத் தொலைக்காட்சி, இரண்டு நாள் கழித்துத் துயரத்துடன் அறிவித்தது. அந்த அறிவிப்பின் பின்னிணைப்பாகவே 'great successor' என்ற குறிப்புடன் கிம் ஜாங் உன் ஆட்சிப் பொறுப்பேற்கவிருப்பதும் அறிவிக்கப்பட்டது. டிசம்பர் 28 ஆம் தேதி கிம் ஜாங் இல்லின் இறுதிச் சடங்குகள் நடந்தன. மறுநாள் வரை தேசிய துக்கம். பிறகு எல்லாம் தத்தமது இயல்புக்குத் திரும்பின.

அந்த இறுதிச் சடங்கு நிகழ்ச்சிகளில் கிம் ஜாங் உன் முகத்தில் எந்தச் சலனமும் இல்லை. மிகக் கவனமாக ஒரு சிறு உணர்ச்சியையும் காட்டாமல் இருந்தார். ஒரு பார்வையில் அது துக்கத்தின் உச்சக்கட்ட வெளிப்பாடாகத் தெரிந்தது. இன்னொரு பார்வையில் சுமக்கமாட்டாத சுமையை நாம் இனி எப்படிச் சுமக்கப் போகிறோம் என்ற சிந்தனையில் இருப்பது போலவும் தெரிந்தது.

மக்களுக்கும் அந்தக் கவலை இருந்தது. அவர்களுக்குக் கிம் ஜாங் உன்னைப் பற்றிப் பெரிதாக எந்த அபிப்பிராயமும் இல்லை. தலைவரின் மகன் என்ற அளவில் தெரியும். அடுத்த வாரிசு என்று அறிவிக்கப் பட்டதிலிருந்து அளிக்க வேண்டிய மரியாதையை அளித்துக்கொண்டிருந்தார்கள். மற்றபடி பாதாளத்தை நோக்கியே முன்னேறிக்கொண்டிருக்கும் ஒரு நாட்டுக்கு இவர் என்ன செய்வார் என்பது பற்றி யாருக்கும் எந்தக் கணிப்பும் இருக்கவில்லை.

ஒரு விதத்தில் கிம்முக்கே அன்றைக்கு அப்படியொன்று இருந்திருக்குமா என்பது சந்தேகம். பெயரற்ற, ஃப்யூஜிமொடோ என்ற புனைபெயரில் புத்தகம் எழுதிய கிம் வீட்டுச் சமையல்காரர் ஒருவரைக் குறித்து முன்னர் பார்த்தோமல்லவா? அவர் ஒரு விஷயத்தைக் குறிப்பிட்டிருக்கிறார்.

கிம் ஸ்விட்சர்லாந்தில் படித்துக்கொண்டிருந்த காலத்தில் இரண்டாயிரமாவது ஆண்டின் கோடை விடுமுறையின்போது ஒருமுறை பியாங்யாங்குக்கு வந்தார். சில ஆண்டுகளே அவர் ஸ்விஸ்ஸில் இருந்திருந்தாலும் ஓர் இடைவெளிக்குப் பிறகு வட கொரியாவுக்கு வந்தபோது இரு நாடுகளையும் அவரால் ஒப்பிட்டுப் பார்க்காமல் இருக்க முடியவில்லை. குறிப்பாக, நாடு நகரமெல்லாம் எப்படி இருக்கிறது என்று சுற்றிப் பார்ப்பதற்காக அவர் கிளம்பிச் சென்றபோது கண்ட காட்சிகள் அவரைச் சிந்திக்க வைத்திருக்கின்றன.

அவர் கேட்ட முதல் கேள்வி, 'நம் ஊர்க் கடைகளில் ஏன் எந்தப் பொருளும் போதிய அளவு ஸ்டாக் இருப்பதில்லை?'

மனிதன் ஏன் துன்பத்திலேயே உழல்கிறான் என்று புத்தர் கேட்டதற்கு நிகராக வட கொரியாவெங்கும் சிலாகிக்கப்பட்ட வினா இது.

'ஆனால் அப்பா, ஐரோப்பாவில் இந்தப் பிரச்னையே இல்லை. அங்கே எல்லாம் தேவைக்கு அதிகமாகவே இருக்கிறது.'

அவரது இரண்டாவது கேள்வி, 'நம் மக்கள் எப்படி வாழ்கிறார்கள்? அல்லது எப்படி அவர்களால் வாழ முடிகிறது?'

இந்த இரண்டு வினாக்களுக்கும் கிம் ஜாங் இல் என்ன பதில் சொன்னார் என்று தெரியவில்லை. ஆனால், ஜாங் உன் தனது மூன்றாவது வினாவை அந்தச் சமையல்காரரிடம்தான் கேட்டிருக்கிறார்.

'சீனாவும் ஜப்பானும் பொருளாதாரத் தன்னிறைவு பெற்றுவிட்டதாக அப்பா என்னிடம் ஒருமுறை சொன்னார். இரண்டாம் உலகப் போருக்குப் பிறகு ஜப்பானியர்கள் எப்படியோ மீண்டெழுந்துவிட்டார்கள். நம்மால் ஏன் அது இன்னும் முடியவில்லை?'

துதி பாடுவதை மட்டுமே விரும்பும் ஒரு தலைவனை வைத்துக்கொண்டு எங்கிருந்து வளர்ச்சி பெறுவது என்று நியாயமாக அந்த சமையல்காரர் கேட்டிருக்க வேண்டும். ஆனால் எப்படி அவரால் முடியும்?

தம்பி, உனக்கொரு காலம் வரும். அப்போதும் நீ இப்படியே சிந்திப்பவனாக இருந்தால் இந்நாட்டுக்கு ஏதாவது நல்லது செய் என்று சொல்ல நினைத்துச் சொல்லாமல் இருந்திருப்பார். வேறொன்றும் பேசியிருக்க வாய்ப்பில்லை.

கிம் ஜாங் உன் ஆட்சிப் பொறுப்பை ஏற்றபோது அவருக்கு இருபத்தெட்டிலிருந்து முப்பதுக்குள் ஏதோ ஒரு வயது. அத்தனை சிறிய வயதில் ஒரு தேசத்தைக் கட்டியாளும் வல்லமை அவருக்கு இருக்குமா என்று யாருக்குமே சந்தேகம் எழவில்லை. மிக நிச்சயமாக இந்தப் பையன் சொதப்புவான், சறுக்குவான், ஒன்று சொந்தச் சகோதரர்கள் காலி செய்துவிடுவார்கள்; அல்லது அமெரிக்கா எடுத்து விழுங்கிவிடும் என்று பேசாத ஊடகமில்லை.

உண்மையில் கிம்முக்கும் அப்போது ஒன்றும் தெரியாது. கிம் பரம்பரையின் இதர ஆண்களைப் போல அவர் ராணுவப் பயிற்சி பெற்றவரல்லர். ராணுவத்திலோ, மற்ற அரசுப் பணிகளிலோ போதிய அனுபவம் கிடையாது. அடுத்த வாரிசு என்று சுட்டிக்காட்டப்பட்ட பிறகு ஓரளவு அப்பாவின் உடனிருந்து முடிந்ததைக் கற்றுக்கொண்டார். மற்றபடி பள்ளி நாள்களில் எந்தத் தரத்தில் இருந்தாரோ, அதே தரத்தில்தான் அப்போதும் இருந்தார்.

ஆனால் கிம் ஒன்றைப் புரிந்துகொண்டார். செய் என்று சொல்லும்வரைதான் தான் தலைவன். செய்ய முடியுமா என்று கேட்டுவிட்டால் அந்த இடம் ஆட்டம் கண்டுவிடும்.

அவரது தந்தையிடமிருந்து அவர் கற்ற ஒரே பெரிய பாடம் இது. இயல்பில் மூர்க்க சுபாவமும்

முன்கோபமும் கொண்டவரான கிம், அதனாலேயே ஒரு சர்வாதிகாரியாவதற்குரிய தகுதியை இயல்பாகப் பெற்றவர் என்று அவரது தந்தை கருதியிருக்கலாம்.

ஆட்சிக்கு வந்த அன்றே அவர் இரண்டு விஷயங்களுக்கு முன்னுரிமை தருவது என்று முடிவு செய்தார்.

முதலாவது, தந்தை உயிரைவிட்டு நடத்திக்கொண்டிருந்த அணு ஆயுதத் திட்டங்களை மேலும் வளர்த்தெடுத்து, உலகையே நடுங்கச் செய்வது.

இரண்டாவது, ஏவுகணைத் திட்டங்களில் முழு மூச்சாக இறங்குவது.

தன்னைக் குறித்தும் வட கொரியாவைக் குறித்தும் உலகம் சரியாகப் புரிந்துகொள்ள இந்த இரண்டைத் தவிர இன்னொரு வழியில்லை என்பதில் அவருக்குச் சற்றும் ஐயம் இருக்கவில்லை.

42. அழிக்கப் பிறந்தேன்

யூட்யூபில் கிம் ஜாங் உன் என்று அடித்துத் தேடினால் நூற்றுக் கணக்கான ஆவணப் படங்கள் வந்து கொட்டும். சற்றுப் பொறுமையாக நான்கைந்து படங்களை முழுக்கப் பார்த்தால் ஓர் உண்மை புரியும். எல்லா ஆவணப்படங்களிலும் ஒரே ஒளிப்படக் காட்சிகள்தாம் திரும்பத் திரும்ப வரும். பின்னணிக் குரல் மட்டும் வேறாக இருக்கும், சொல்லப்படும் தகவல்கள் மாறும். யாரையும் குற்றம் சொல்வதற்கில்லை. வட கொரியத் தலைவரை வெளியாள் யாரும் சென்று படம் பிடித்துக்கொண்டு வந்துவிட முடியாது. அரசாங்கம் எதை அனுமதிக்கிறதோ அதுதான் உலகின் பார்வைக்கு வரும்.

ஆனால் 2012ஆம் ஆண்டு கிம்மின் பிறந்த நாள் சமயத்தில் வட கொரிய அரசே ஓர் ஆவணப் படத்தை வெளியிட்டது. புதிய தலைவர் எவ்வளவு திறமைசாலி, என்னவெல்லாம் சாதிக்கக்கூடியவர், அவரது அடித்தளம் எத்தனை வலுவானது, எவ்வளவு அறிவுக் கூர்மை படைத்தவர், எப்பேர்ப்பட்ட சாகச மனப்பான்மை கொண்டவர், அவரது வீரதீர

பராக்கிரமங்கள் எப்படிப்பட்டவை போன்றவற்றை விளக்கும் ஆவணப்படம்.

அன்றைய தேதியில் அப்படியொரு படத்துக்கு அவசியம் இருந்தது. முன்பே பார்த்தபடி கிம்முக்கு அவரது மூத்த சகோதரர்களைப் போலவோ, அவரது தந்தையை, தாத்தாவைப் போலவோ பெரிய ராணுவ அனுபவங்கள் கிடையாது. ஸ்விட்சர்லாந்தில் படித்துவிட்டு வந்த பிறகு பியாங்யாங்கில் உள்ள அவர்களது குடும்பப் பல்கலைக் கழகத்தில் (கிம் இல் சுங் பல்கலைக்கழகம் என்று பெயர்) சேர்ந்து அவர் பட்டப்படிப்பை முடித்தார் என்று சொல்லப்பட்டாலும் அதை வட கொரியர்களே ஒரு பொருட்டாக நினைத்ததில்லை.

இளம் வயதில் திடீரென்று ஆட்சிப் பொறுப்பு வந்துவிட்டவர், எடுத்த எடுப்பில் அமெரிக்காவுக்குப் போர் அறைகூவல், அணு ஆயுத மிரட்டல், ஏவுகணைத் திட்டங்கள் என்று இறங்கிவிட்டதால் அவர்களுக்கு மக்கள் ஆதரவு முழுமையாகத் தேவைப்பட்டது. ஒரு விஷயம் நினைவில் கொள்ள வேண்டும். தீவிரவாத இயக்கங்களானாலும் சரி; போராளி இயக்கங்களானாலும் சரி; அரசாங்கமே ஒரு தீவிரவாத இயக்கம் போலச் செயல்பட்டாலும் சரி. நூறு சதவீத மக்கள் ஆதரவு இல்லாமல் எந்தப் போரிலும் வெல்ல முடியாது. உலக சரித்திரத்தில் ஏராளமான உதாரணங்கள் இதற்கு உண்டு.

கிம் இல் சுங், கிம் ஜாங் இல் இருவரும் மக்களை அச்சுறுத்தி அடக்கி வைத்திருந்தவர்கள்தாம் என்றாலும் அவர்கள் அடங்கியிருந்ததை இறுதிவரை அவர்கள் உறுதி செய்துகொண்டார்கள். ஆனால் கிம் ஜாங் உன் பதவிக்கு வந்தபோது அவரை என்னவாக வகைப்படுத்துவது என்றே தெரியாமல் வட கொரிய மக்கள் குழம்பிப் போயிருந்தார்கள். அவரது ஆளுமைத் திறன் மீதான ஐயம் இருந்தது. அதைப் போக்குவதற்காகத்தான் அந்த ஆவணப்படம்.

படம் தொடங்கும்போது கறுப்பு வெள்ளை நிறம் கலந்த ஆஜானுபாகுவான குதிரை ஒன்றன்மீது கிம் அமர்ந்து பயணம் செய்துகொண்டிருப்பார். வெட்ட வெளிகளில், கரடுமுரடான மலைப்பாதைகளில், சேறு சகதிகளில், நீர் தேங்கிய நிலப்பரப்பில் அந்தக் குதிரை ஆரவாரமாகப் பாய்ந்து செல்லும். கிம் அதனை அநாயாசமாகச் செலுத்திக்கொண்டு செல்வார். தேசத்தை அவர் அப்படியே வழிநடத்திச் செல்வார் என்பது அதன் உள்ளுறைப் பொருள்.

அந்தக் காட்சி மாறும்போது அதே கம்பீரத்துடன் கிம் ஒரு காட்டெருமையை நிகர்த்த ராணுவ பீரங்கியைச் செலுத்திக்கொண்டு செல்வார். மேடு பள்ளங்கள் நிறைந்த வெட்டவெளியில் அவர் டாங்கியைக் கொண்டு நிறுத்தி விட்டு, அதில் இருந்தபடியே ராணுவ வீரர்கள் துப்பாக்கி சுடும் பயிற்சி மேற்கொள்வதைப் பார்வையிடுவார்.

மீண்டும் காட்சி மாறும்போது ராணுவ ஹெலிகாப்டர் களின் பைலட்டுகளுடன் தீவிரமாக எதையோ விவாதிப்பார். ஆலோசனைகள் சொல்வார். அவர்கள் மரியாதையுடன் கவனித்துக் கேட்டுக்கொண்டு கிளம்புவார்கள்.

பிறகு சட்டென்று அவர் முகத்தில் உள்ள இறுக்கம் குறைந்து, புன்னகை மலரும். வீரர்களுக்கும் கமாண்டர் களுக்கும் வரிசையாகக் கைகுலுக்கி வாழ்த்துச் சொல்லுவார்.

மறு காட்சியில் ஒரு சாட்டிலைட் கட்டுப்பாட்டு அறைச் சூழ்நிலை திரையில் விரியும். விஞ்ஞானிகளும் விற்பன்னர்களும் நிறைந்த சூழ்நிலையில் கிம் தன்னை எளிதாகப் பொருத்திக்கொண்டு அவர்களுடன் தீவிரமாக உரையாடுவார். ஒரு செயற்கைக் கோள் விண்ணில் செலுத்தப்படும் காட்சி இடையில் சொருகப்பட்டு, கிம் அதை பைனாகுலர் கொண்டு பார்ப்பது வரும். வெற்றி. மகத்தான வெற்றி. அவர் கைதட்டுவார்.

அனைவரும் சேர்ந்து கைதட்டுவார்கள். ஒரு சாகசச் செயலின் இறுதிக்கட்ட வெற்றிப் புன்னகையுடன் திரை நிறையும்.

இந்த ஆவணப்படம் வெளியிடப்பட்ட மறுநாளே வட கொரியாவின் அதிகாரபூர்வச் செய்தித் தாளில் 'கிம் நமது வெற்றியின் சின்னம். கொரிய மக்களின் நிரந்தர ஒற்றுமையின் முகம். அவரது இறுதி நாள் வரை கொரியத் தொழிலாளர் கட்சியும் மக்களும் அவருடன் நிற்போம்' என்று அறைகூவல் விடுத்தது. செய்தித் தாளுக்கு இது செய்தியா என்று கேட்பதற்கில்லை. வட கொரியாவில் இது மட்டும்தான் செய்தி என்பது முதல் கிம் காலம்தொட்டு இருந்து வரும் மரபு.

இது ஒரு புறம் இருக்க, இந்த விளம்பரத் துறைப் பணிகள் நடந்துகொண்டிருந்தபோது கிம் நேரடியாக ஓர் அறிவிப்பை வெளியிட்டார். ஓர் ஏவுகணைச் சோதனையை நடத்தி முடித்துவிட்டு, 'நான் நேரடிப் போருக்குத் தயாராக இருக்கிறேன். எதிரிகளுக்கு எச்சரிக்கை' என்பது அதன் சாரம்.

இந்த 'பேக்கேஜ்' வட கொரிய மக்களை எந்தளவுக்கு எழுச்சியடைய வைத்தது என்று தெரியவில்லை. ஆனால் கிம் தொடர்ச்சியாகப் பல ஏவுகணைச் சோதனைகளைச் செய்து பார்ப்பதும் நேரடியாக அமெரிக்காவைச் சவாலுக்கு இழுப்பதும் நடந்துகொண்டே இருந்தது. அமெரிக்கா, அவரைத் தீமையின் மையப்புள்ளி என்று சொன்னது. இரான், இராக் ஆகிய இரு நாடுகளுடன் வட கொரியாவை இணைத்து, அபாயகரமான சக்திகள் என்று அமெரிக்க அதிபர் வரையறுத்தார்.

2001 செப்டெம்பர் 11 அன்று அல் காயிதா, அமெரிக்காவின் மீது நடத்திய தாக்குதலின் தொடர்ச்சியாக ஆப்கன் மீதான அமெரிக்கப் படையெடுப்பும் அதனைத் தொடர்ந்து இராக் மீதான ஆக்கிரமிப்பும் பொதுவாக அமெரிக்காவின் கவனத்தை மத்தியக் கிழக்கின் மீதே தக்க

வைத்திருந்தது. ஆனால் ஒசாமா பின் லேடன், சதாம் ஹுசைனைக் காட்டிலும் அபாயகரமான மனிதராக புஷ்ஷுக்குக் கிம் ஜாங் இல் தோற்றமளித்தார். எனவே, எதற்கும் இருக்கட்டும் என்று ‘அமெரிக்கா எப்போதும் சும்மா வேடிக்கை பார்த்துக்கொண்டிருக்காது. ஒரு நாட்டின் மொத்த மக்கள் தொகையும் பசியில் செத்துக்கொண்டிருக்கும்போது கணக்கு வழக்கில்லாமல் ஏவுகணைகளையும் உயிர்க்கொல்லி ஆயுதங்களையும் உற்பத்தி செய்துகொண்டிருப்பது சரியல்ல’ என்று அப்போதே சொல்லி வைத்தார்.

கிம் ஜாங் இல் காலமாகி, கிம் ஜாங் உன் பொறுப்புக்கு வந்த பின்பும் நிலைமை இன்னும் மோசமாகத் தொடங்கியதே தவிர, முன்னேற்றத்தை நோக்கிய ஓரடிகூட வட கொரியா எடுத்து வைக்கவில்லை என்பது அமெரிக்கா மட்டுமல்லாமல், அனைத்து உலக நாடுகளுக்குமே கவலையளிக்க ஆரம்பித்தது.

கிம் ஜாங் உன் ஆட்சிப் பொறுப்பேற்றபோது அமெரிக்க அதிபராக இருந்தவர் பாரக் ஒபாமா. அவர் 2009இல் அமெரிக்க அதிபராகியிருந்தார். கிம் வட கொரியாவில் பொறுப்பேற்றதும் ஒபாமாவுக்கு ஒரு தன்னிலை விளக்கம் தந்துவிடும் உத்தேசத்துடன் தனது வெளியுறவுத் துறை அமைச்சரின் மூலமாக ஓர் அறிவிப்பை வெளியிட்டார். வட கொரியாவின் அணு ஆயுதத் திட்டங்களில் எப்போதும் எந்த மாறுதலும் இருக்க வாய்ப்பில்லை. நாங்கள் எங்கள் வழியில் போய்க்கொண்டேதான் இருப்போம் என்பது அதன் சாரம்.

சொல்லிவிட்டு அவர் சும்மா இருக்கவில்லை. அநேகமாக மாதம் ஒரு ஏவுகணைப் பரிசோதனையாவது செய்து கொண்டிருந்தார். தென் கொரியாவை துவம்சம் செய்யத்தக்க ஏவுகணைகள். அமெரிக்காவுக்கு அச்சுறுத்தல் தரத்தக்க ஏவுகணைகள். தரையிலிருந்து தாக்குவது. வானிலிருந்து தாக்குவது. பறந்து தாக்குவது. பாய்ந்து தாக்குவது.

சில முயற்சிகள் வெற்றியடைந்தன. சில முயற்சிகள் தோல்வி கண்டன. ஆனால் எது குறித்தும் கிம் அலட்டிக்கொள்ளவேயில்லை. தன் கடன் ஏவுகணை விட்டுப் பார்ப்பதே என்று செயலில் மட்டுமே கவனமாக இருந்தார். ஒரு சிறிய கணக்கைப் பார்த்தால் வியப்பாக இருக்கும்.

வட கொரியத் தந்தை கிம் இல் சுங்கின் காலத்தில் அந்நாடு மேற்கொண்ட ஏவுகணைப் பரிசோதனைகளின் எண்ணிக்கை 15. தந்தையை விஞ்சிய மகன் என்பதால், கிம் ஜாங் இல்லின் காலத்தில் (17 வருடங்கள்) மேற்கொள்ளப்பட்ட ஏவுகணைப் பரிசோதனைகளின் எண்ணிக்கை 16. ஆனால் கிம் ஜாங் உன் பொறுப்புக்கு வந்தபிறகு இந்த எண்ணிக்கையெல்லாம் ஒன்றுமே இல்லை என்றாகிவிட்டது. டிசம்பர் 2019 கணக்கெடுப்பின்படி (அதிகாரபூர்வமாகக் கிடைக்கும் புள்ளிவிவரங்கள் அந்த ஆண்டு வரை மட்டும்தான்.) வட கொரியா, கிம் ஜாங் உன் ஆட்சிப் பொறுப்பேற்ற பிறகு 119 ஏவுகணைப் பரிசோதனைகளை நடத்தியிருக்கிறது. போதிய ஆதாரங்கள் இல்லாத புள்ளிவிவரம் என்றால், 2022ஆம் ஆண்டில் மட்டும் 64 சோதனைகள். அவற்றில் அநேகமாக எல்லாமே வெற்றி கண்டவை என்று சொல்லப்பட்டது.

இது ஒரு வினோதம். நாடு முக்கியம், மக்கள் முக்கியம் என்று ஒரு சதவீத அளவுக்காவது நினைக்கக்கூடிய எந்த ஆட்சியாளரும் இவ்வளவு முரட்டுத்தனமாக ஆயுத உற்பத்தியில் கவனம் செலுத்த மாட்டார்கள். கிம் ஜாங் உன்னின் தந்தையோ, தாத்தாவோ அந்தளவுக்குச் செல்லவில்லை என்பதை இங்கே நினைவுகூரலாம்.

ஆனால் கிம் ஜாங் உன்னுக்கு ஒன்று தெரிந்துவிட்டது. இனி எந்த நாடும் தனக்கு உதவி செய்யப் போவதில்லை. ஏற்கெனவே விதித்த பொருளாதாரத் தடைகளை நீக்கப் போவதில்லை. நல்லதோ கெட்டதோ நாமே செய்துகொள்வதுதான். எனவே,

முடிந்தவரை கெட்டதையே செய்து ஊர் உலகத்தை அச்சுறுத்திக்கொண்டிருக்கலாம்.

தன் ஆட்சிக்காலத்தின் முதல் ஆறு ஆண்டுகளில் கிம் ஜாங் உன் இந்த ஒரு காரியத்தைத் தவிர வேறு எதையுமே செய்யவில்லை. அணு ஆயுதப் பரிசோதனைகள், ஏவுகணைப் பரிசோதனைகள். அமெரிக்கா, வெறுப்பு மற்றும் விரக்தியின் உச்சத்துக்குச் சென்றுவிட்ட காலக்கட்டம் இது.

தன்னால் முடிந்தவரை அமெரிக்காவை வெறுப்பேற்றி விட்டோம் என்ற திருப்தி உண்டானதும், சரி இனி ராணுவத்தைச் சேர்த்து வளர்ப்போம் என்று அடுத்தத் திட்டத்தைக் கையில் எடுத்தார்.

43. போர் முழக்கம்

பொதுவாகவே எல்லா சர்வாதிகாரிகளும் அரசாங்கத்தைவிட ராணுவத்தை நம்புவார்கள். ராணுவம் வலுவாக இருக்க வேண்டும்; அது எப்போதும் தனது கட்டுப்பாட்டுக்குள் இருக்க வேண்டும் என்று நினைப்பார்கள். எல்லாம் சரியாகத்தான் இருக்கும். கிரகங்கள் ஏறுக்கு மாறாக ஆடத் தொடங்கும்போது அதே ராணுவம் அதே சர்வாதிகாரியை இழுத்துப் போட்டுப் மிதித்துவிட்டு ஆட்சியைப் பிடித்துக்கொள்ளும்.

இது இன்று நேற்று நடப்பதல்ல. இங்கே அங்கே என்றில்லை. உலகெங்கும் இதுதான்; எக்காலத்திலும் இப்படித்தான். பாகிஸ்தான் முதல் பங்களாதேஷ் வரை; ஆப்கனிஸ்தான் முதல் பல ஆப்பிரிக்க நாடுகள்வரை எத்தனையோ பார்த்திருக்கிறோம்.

ஆனால் முக்கால் நூற்றாண்டு காலத்துக்கும் மேலாக வட கொரியாவில் மட்டும் ராணுவம் எப்படிக் கிம் குடும்பத்தின் கீ கொடுக்கும் பொம்மையாக இருந்து வருகிறது என்று தெரிந்துகொள்ள வேண்டியது அவசியம். கிள்ளிக் கொடுத்தால் கீழ்ப்படிவார்கள், அள்ளிக் கொடுத்தால் அடிபணிவார்கள் என்பதெல்லாம் சரிதான்.

ஆனால் உலகின் நான்காவது பெரிய ராணுவத்தில் ஒருவருக்குக் கூட, ஒரே ஒரு சர்ந்தர்ப்பத்தில்கூட மனச்சாட்சி வேலை செய்திருக்காதா என்று தோன்றலாம்.

ராணுவத்துக்கே முதல் மரியாதை என்ற கிம் ஜாங் இல்லின் கொள்கையைத்தான் கிம் ஜாங் உன்னும் கடைப்பிடித்தார். ஆனால் தந்தை காலத்தில் மக்களுக்குச் சோறில்லாவிட்டாலும் ராணுவத்தினருக்கு மட்டும் வேளைக்கு எல்லாம் சரியாகக் கிடைத்துவிடும்.

மகன் ஆட்சிக்கு வந்த 2011க்குப் பிறகு, ராணுவமும் ஒன்றும் ராஜ வாழ்க்கை வாழவில்லை. தேசத்தின் பஞ்சத்தை அவர்களும் பங்குபோட்டுக்கொள்ள வேண்டியிருந்தது. மக்கள் அனுபவித்த அளவுக்கு மோசமான பசிக்கொடுமையெல்லாம் ராணுவத்தினருக்கு என்றுமே இருந்ததில்லை என்றாலும் சொகுசுக்கு பங்கம் வந்தால் குறைந்தபட்சக் கோபமாவது வரத்தானே வேண்டும்?

அதுதான் இல்லை. கிம் இதனை எப்படிச் சாதித்தார் என்பதில் உள்ளது அவரது சாமர்த்தியம்.

இன்றைய தேதியில் சுமார் பதினைந்து லட்சம் வீரர்கள் வட கொரிய ராணுவத்தில் இருக்கிறார்கள். கிம் ஆட்சிக்கு வந்த சமயத்தில் பன்னிரண்டு லட்சம் பேர். இதில் நான்கு லட்சம் பேரைத் தென் கொரிய எல்லையில் - எல்லைக் கோட்டுக்கு சுமார் ஐம்பது கிலோ மீட்டர் தொலைவில் கிம் நிறுத்தி வைத்தார். இது, உலகின் மிக அபாயகரமான பகுதி என்று சொல்லப்படுகிறது. (இதனால்தான் தென் கொரியாவுக்குத் தப்பிச்செல்ல விரும்புபவர்கள், தரைவழி-நேர்வழியைத் தேர்ந்தெடுப்பதில்லை.)

ராணுவ வீரர்கள் மட்டுமல்ல. சுமார் ஆயிரத்து முந்நூறு போர் விமானங்கள், நாட்டின் இருபுறக் கடற்பரப்பிலும் எழுநூறு நீர் மூழ்கிக் கப்பல்கள், துல்லியமான எண்ணிக்கை தெரியாவிட்டாலும் குறைந்தது ஏழு முதல் ஒன்பது போர்க் கப்பல்கள் தென் கொரியாவை நோட்டமிட்டபடி எப்போதும் இருக்கும்.

கிம் இதனைத் தற்காப்புக்காக என்று சொல்வார். உண்மையில் தென் கொரியாவை எப்போதும் அச்சத்திலும் பதற்றத்திலும் வைத்திருப்பதன் மூலம் அமெரிக்காவைச் சீண்டி விளையாடுவதே அவரது நோக்கம்.

ஆனால் அவருக்கு ஒரு குறை இருந்தது. அவரால் வட கொரிய மக்கள் ராணுவத்துக்கு ஆள் திரட்ட முடிந்தது. பெரிதாக தேச பக்தி இல்லாவிட்டாலும் சோற்றுக்குப் பஞ்சமில்லை என்பதற்காகவேனும் இளைஞர்கள் ராணுவத்தில் சேர வந்துகொண்டே இருப்பார்கள். ஆனால் எத்தனை லட்சம் வீரர்கள் இருந்தாலும் தென் கொரியாவுடனோ, அமெரிக்காவுடனோ ஒரு நேரடி யுத்தத்தைத் தொடங்கி நடத்துவது சிரமம் என்று அவர் நினைத்தார். ஆரம்பிப்பது பெரிதல்ல. தோல்வி என்ற ஒன்றைத் தொட்டு, உலகம் அதைப் பார்த்துவிட்டால் அத்துடன் முடிந்தது. மரணத்தினும் கொடிது, அவமானம்.

ஏனெனில், ஓய்வில்லாமல் ஆயுதங்களை உற்பத்தி செய்துகொண்டும் கள்ளச் சந்தையில் வாங்கிக் குவித்துக்கொண்டும் இருந்தாலும் அவற்றின் தரம் மட்டு. என்ன செய்து ஆயுதங்களின் தரத்தை மேம்படுத்துவது என்று கிம்முக்குப் புரியவில்லை. தொழிற்சாலைப் பணியாளர்கள் இரவு பகலாக வேலை பார்த்துக்கொண்டே இருந்தார்கள். தயாரிப்பிலிருந்து பரிசோதனைக்குச் செல்லும் ஆயுதங்கள் பெரும்பாலும் மொக்கை என்று திருப்பி அனுப்பப்பட்டுக்கொண்டிருந்தன. அந்த நேரத்துக்குச் சத்தம் போடலாம்; யாரையாவது வேலையை விட்டு நீக்கலாம். ஆனால் அடிப்படைச் சிக்கல் என்னவென்று அரசுக்குத் தெரியுமல்லவா?

வட கொரியாவின் குறைந்தபட்ச நுட்ப வளம்தான் பெரும் பிரச்னையாக இருந்தது. இதனாலேயே பொறியியல் மற்றும் கணினித் துறையில் மாணவர்கள் தீவிர ஆர்வம் செலுத்த வேண்டும் என்று கிம் சொல்லிக்கொண்டிருந்தார்.

கைவசம் இருந்த புராதனமான சோவியத் ஆயுதங்களை வைத்துக்கொண்டு அமெரிக்காவுக்குச் சவால் விட்டுக்கொண்டிருப்பது அவருக்கே ஒரு மாதிரியாக இருந்திருக்க வேண்டும். அதை மறைப்பதற்காகவே அணு ஆயுத முயற்சிகளும் ஏவுகணைத் தயாரிப்புகளும் முழு மூச்சில் முடுக்கிவிடப்பட்டன.

கிம் ராணுவத்தின்மீது கவனம் செலுத்தத் தொடங்கியபோது அவருக்கு மற்றொரு பிரச்னை எடுத்துச் சொல்லப்பட்டது. இது சற்று நுணுக்கமானது, தீவிரமானதும்கூட.

எழுபதுகள், எண்பதுகளுக்கு முன்பு பிறந்த வட கொரியக் குழந்தைகளின் சராசரி உயரம் வேறு, தொண்ணூறுகளுக்குப் பிறகு பிறக்கத் தொடங்கிய வர்களின் சராசரி உயரம் வேறு. ஒப்பீட்டளவில் அது குறைந்திருந்தது. தவிர, போதிய ஊட்டச்சத்தின்றிப் பல தலைமுறைகளாக மக்கள் பெரும்பாலும் பசியினாலேயே மடிந்துகொண்டிருந்ததன் விளைவாக, இரண்டாயிரமாவது ஆண்டுக்குப் பிறகு பிறந்த குழந்தைகளின் நோய் எதிர்ப்புச் சக்தியும் கணிசமாக வீழ்ந்திருக்கிறது என்று வல்லுநர்கள் சொன்னார்கள்.

கிம், தன்னால் முடிந்தவரை ராணுவத்தினருக்குச் சத்துள்ள உணவாகக் கொடுக்கத்தான் நினைத்தார். ராணுவத்தில் சேர விரும்புவோருக்கான சராசரி உயரத்திலும் சிறிது தள்ளுபடி தரப்பட்டது (நான்கடி ஒன்பது அங்குலம்). இரவு நேரப் போர், விமானப் போர், கெரில்லா போர் எனப் பலவற்றில் வீரர்களுக்குச் சிறப்புப் பயிற்சி தர ஏற்பாடு செய்தார். ஏராளமான ட்ரோன்கள் ராணுவப் பயன்பாட்டுக்காக வாங்கப்பட்டன (எங்கிருந்து என்பதில் பல கருத்துகள் உள்ளன. நம்பகமாக ஒன்றுமில்லை.) கூடியவரை நவீன தொழில்நுட்பத்தைப் பயன்படுத்தி ராணுவப் பயிற்சிகள் மேற்கொள்ளப்பட வேண்டும் என்பதில் அவர் உறுதியாக இருந்தார்.

அடிப்படை ராணுவப் பயிற்சியில் அனைத்துச் சிரமங்களையும் சமாளித்துத் தேறி வருவோரில் இருந்து சுமார் ஒரு லட்சத்து எண்பதாயிரம் வீரர்களைத் தேர்ந்தெடுத்து சிறப்பு கமாண்டோ பயிற்சி அளிக்க ஏற்பாடு செய்தார். அவர்களுக்கு மட்டும் முழு ஊட்டச்சத்துடன் கூடிய உணவு வழங்கப்பட்டது.

இவ்வளவும் செய்த பின்பும்கூட அதிரடியாகத் தென் கொரியாவின்மீது ஒரு தாக்குதல் மேற்கொள்ளும் அளவுக்கு வட கொரிய ராணுவம் தயாராகவில்லை என்பதே அவரை நிரந்தரமாகப் பதற்றத்தில் ஆழ்த்தியது. விளைவாக அவர் ஒரு சங்கிலித்தொடர் புகைப் பிடிப்பவராக மாறினார். எப்போதாவது குடிப்பது என்றிருந்தது மாறி, தினமும் குடிப்பவரானார்.

ஆனால் அவரது போர் முழக்கங்கள் எதுவும் நாடகமல்ல. பூச்சாண்டி காட்டும் செயலல்ல. உண்மையிலேயே தென் கொரியாவின் மீதும் அமெரிக்காவின் மீதும் நேரடி யுத்தம் தொடுக்கும் திட்டம் அவருக்கு இருந்தது. தனது தளபதிகளுடன் உரையாடும் ஒவ்வொரு தருணத்திலும் இதனை அவர் சொல்லாமல் இருந்ததில்லை. தளபதிகளுடன் மட்டுமல்ல. உளவுத் துறையினருடனும்.

அவரிடம் ஒரு சிக்கல் இருந்தது. பொதுவாக ராணுவமும் உளவுத் துறையும் பெரும்பாலும் இணைந்து பணியாற்றும். பெரும்பாலான நாடுகளில் உள்நாட்டு, வெளிநாட்டு உளவுப் பிரிவுகள் தவிர, ராணுவ உளவு அமைப்பு தனியாக இருக்கும்; செயல்படும். வட கொரியாவில் உளவுத் துறை என்பது கிம் வழியாக மட்டுமே ராணுவத்தைச் சென்றடைய முடியும். தனக்குத் தெரியாமல் ஒரு சிறு அசைவும் இருக்கக் கூடாது என்பதில் அவர் தெளிவாக இருந்தார். ஆனால் ராணுவம் சம்பந்தப்பட்ட விவகாரங்களில் இது ஒரு முட்டாள்தனமான முடிவு என்பதை அவர் ஏற்கத் தயாரில்லை.

வட கொரிய உளவு நிறுவனத்தை Reconnaissance General Bureau என்று அழைப்பார்கள். சுருக்கமாக ஆர்ஜிபி. விசித்திரம் என்னவென்றால் உளவுத் துறையைப் பொதுப்பணியாளர் துறையின் கீழே கிம் பணியாற்றச் செய்தார். ஆனால் உளவுத் துறை அறிக்கைகள் நேரடியாக அவரது பார்வைக்குத்தான் செல்லும். ராணுவத்துக்கான உத்தரவுகள் அனைத்தும் அவரிடமிருந்தே கிடைக்கும். அதாவது, உளவுத் துறை தருகிற தகவல்களின் அடிப்படையில் கிம் உத்தரவிடுவாரே தவிர, உளவுத் துறை நேரடியாக ராணுவத்துக்குத் தகவல் தெரிவிக்க முடியாது. இது அங்கே சட்டம்.

வட கொரிய உளவு அமைப்பு முக்கியமாக மூன்று பணிகளை மேற்கொள்கிறது. தென் கொரியா, ஜப்பான், அமெரிக்க அரசியல் நிலவரங்களைக் கவனித்து, நடக்கவிருப்பதைக் கணித்துத் தகவல் தருவது அதன் முதல் பணி. இதற்குத் தனிப்பிரிவு ஒன்று வைத்திருக்கிறார்கள்.

இரண்டாவது, சைபர் பிரிவு. இணைய வழித் தகவல் சேகரிப்பு, சைபர் குற்றங்கள், தாக்குதல்கள் போன்றவற்றுக் கானவை. இத்தகு குற்றங்களில் பெரும்பாலானவற்றை வட கொரிய அரசாங்கமே நேரடியாகச் செய்யும் என்றாலும் பிறர் தமக்குச் செய்யாமல் தடுக்கும் பணிக்கு ஒரு பிரிவு.

மூன்றாவது, பொருளாதாரம் சார்ந்த பணிகளுக்கான உளவுப் பிரிவு. சர்வதேசத் தடைகளைத் தாண்டி எங்கெல்லாம் நேரடி, மறைமுக வர்த்தக உறவு வைத்துக்கொள்ள முடியும் என்று பார்த்து, ரகசியப் பேச்சுவார்த்தைகள் நடத்தி, பேரம் பணியவைப்பது இந்தப் பிரிவின் பணி.

ஆர்ஜிபிக்கு ஆள் சேர்க்கிற பணியை வட கொரிய அரசு, பள்ளி இறுதி மற்றும் கல்லூரி நாள்களிலேயே மாணவர்கள் மட்டத்தில் ஆரம்பித்துவிடுகிறது. முன்னர் கண்ட சைபர் தாக்குதல்களில் விற்பன்னர்களாக

விளங்கும் மாணவர்களுக்கு ஆர்ஜிபியில் எளிதாக வேலை கிடைத்துவிடும். இதுபோக இதர துறைகளில் சிறப்பாகத் தேர்ச்சி பெறுவோருக்கும் தனிப் பயிற்சி அளித்து வேலைக்கு எடுக்கிறார்கள். மூன்று விஷயங்களில் தேர்ச்சி இருக்கிறதா என்று முக்கியமாகப் பார்க்கிறார்கள்.

முதலாவது, சைபர் தாக்குதல்கள், சைபர் உளவுத் திறன். இரண்டாவது, டிஜிட்டல் பணப் பரிவர்த்தனை சார்ந்த சாகசத் திறன். (முக்கியமாக க்ரிப்டோ கரன்சி) மூன்றாவது, செயற்கைக்கோள் தொழில்நுட்பத்தைப் பயன்படுத்திக் காரியங்களைச் செய்யும் திறன்.

மேலோட்டமாக இதையெல்லாம் படிக்கவும் அறியவும் பிரமிப்பாகத்தான் இருக்கும். ஆனால், பெரும்பாலான நாடுகள் இதைத்தான் செய்கின்றன. வேறுபாடு என்னவெனில், பல மடங்கு மேம்பட்ட தரத்தில் அவை செயல்படுகின்றன. வட கொரிய வல்லுநர்கள் செல்ல வேண்டிய தொலைவு மிக அதிகம். அமெரிக்காவுக்கும் தென் கொரியாவுக்கும் இது ஒன்றுதான் சற்று நம்பிக்கை தருகிற அம்சம்.

இவ்வளவு நீண்ட வரலாற்றைப் படித்துக்கொண்டு வருவோருக்கு ஒரு சந்தேகம் எழும்.

நெடுங்காலமாக வட கொரியா அணு ஆயுதப் பரிசோதனைகளையும் ராணுவ விரிவாக்க நடவடிக்கைகளையும் மேற்கொண்டு வருகிறது. மற்ற எந்த நாடும் செய்யத் துணியாத அளவுக்கு அமெரிக்காவுக்குப் போர் அறைகூவல் விடுத்துக்கொண்டே இருக்கிறது. அந்நாட்டின் தலைவர்கள் நிகரற்ற சர்வாதிகாரிகள். மொத்த தேசத்தையும் சுண்டுவிரல் நுனியில் வைத்து ஆட்டிப்படைப்பவர்கள். இன்றுவரை உலக நாடுகளால் வட கொரியாவின் அட்டகாசங்களைக் கட்டுப்படுத்த முடிந்ததில்லை. ஆனால் இன்றுவரை குறிப்பிடத்தக்க சாதனை என்று இந்த எந்தத் துறையிலும் அந்நாட்டால் எதையும் நிகழ்த்திக் காட்ட முடியாதது ஏன்?

ஆயுதங்களை உற்பத்தி செய்து குவித்தாலும் ராணுவ பலத்தைப் பெருக்கிக்கொண்டே சென்றாலும் போர் அறிவிப்புதான் வருகிறதே தவிர, போர் வருவதில்லை என்பது எதனால்?

வட கொரியத் தலைவர் கிம் ஜாங் உன் ஒரு 'கைப்புள்ள' இல்லை. மிக நிச்சயமாக இல்லை. தென் கொரியாவை வென்று வீழ்த்தி, தீபகற்பத்தை மொத்தமாகத் தனது கட்டுப்பாட்டில் கொண்டுவர வேண்டும் என்ற அடங்காத வேட்கை கொண்டவர். அதே போலத்தான் அமெரிக்கா மீதான அவரது போர் விருப்பமும். என்ன பெரிய அமெரிக்கா? ஒரே ஒரு நாள் தாக்குதலில் ஒசாமா பின்லேடனால் அமெரிக்காவை நிலைகுலையச் செய்துவிட முடிந்திருக்கிறது என்றால் வட கொரியா என்கிற தேசம் நினைத்தால் அந்நாட்டை அடித்து துவம்சம் செய்துவிட முடியாதா?

இதற்கான ஆயத்தங்களைத்தான் கிம் தீவிரமாகச் செய்துகொண்டிருக்கிறார். ஆனால் வெற்றிக்கான வாய்ப்புகள் குறைவு என்பதுதான் யதார்த்தம். இதன் காரணங்கள் மிகவும் நுணுக்கமானவை.

பார்த்துவிடலாம்.

44. அடங்காத காளை

கிம் ஜாங் உன் ஆட்சிக்கு வருவதற்குப் பல ஆண்டுகளுக்கு முன்பிருந்தே வட கொரிய விண்வெளி அறிவியல் அறிஞர்கள் செயற்கைக்கோள் தொழில் நுட்பத்தைத் தமது நாட்டின் வளர்ச்சிப் பணிகளுக்குப் பயன்படுத்திக்கொள்வது சார்ந்த தீவிர ஆராய்ச்சியில் இறங்கியிருந்தார்கள். கிம் ஜாங் இல் காலத்தில் தொடங்கிய இப்பணி, கிம் ஜாங் உன் ஆட்சிப் பொறுப்புக்கு வந்த ஓராண்டில் வெற்றிகரமாக நிறைவேறத் தயார் நிலையை எட்டியிருந்தது.

டிசம்பர் 2012இல் வட கொரியா முதல் முதலாகத் தனது செயற்கைக்கோளை விண்வெளிக்கு அனுப்பியது. அது புவிநிலை சுற்றுப் பாதையில் தன்னைச் சரியாக நிலைநிறுத்திக்கொண்டு, வரையறுக்கப்பட்ட பணிகளைச் சரியாகவும் செய்யத் தொடங்கியது. வட கொரியாவின் சரித்திரத்தில் இது மிக முக்கியமான வெற்றித் தருணம். நியாயமாகத் தனது சுமாரான அணு ஆராய்ச்சி வெற்றிகளுக்கும் ஏவுகணைச் சோதனைகளுக்கும் துள்ளிக் குதித்துக் கொண்டாடிக்கொண்டிருந்த கிம், இந்த சாட்டிலைட் சாகசத்தை தேசியத் திருவிழாவாக்கியிருக்க

வேண்டும். ஆனால் வழக்கத்துக்கு மாறாகச் சிறிது அடக்கமாகவே இருந்தார்.

பிப்ரவரி 2016இல் வட கொரியாவின் இரண்டாவது செயற்கைக்கோளும் வெற்றிகரமாக விண்ணில் ஏவப்பட்டது.

இந்த இரண்டு செயற்கைக்கோள்களுமே வட கொரியாவின் வளர்ச்சியை நோக்கிய முன்னேற்றங்கள் என்று கிம் குறிப்பிட்டார். அறிவியல்பூர்வமான காரணங்களுக்காக - குறிப்பாக, வானிலை முன்னறிவிப்புகளுக்காகவும் வட கொரியக் கானகங்கள்-வயல்வெளிகள் போன்ற இயற்கை வளப் பிராந்தியங்களைக் கண்காணிக்கவும் இயற்கைச் சீற்றங்களை (முக்கியமாக பக்டூ பிராந்திய எரிமலை வெடிப்புச் சம்பவங்கள்) முன்னறிந்து பாதுகாப்பை வலுப்படுத்திக்கொள்ளவும் இந்தச் செயற்கைக்கோள்கள் பயன்படுத்தப்படும் என்று தெரிவித்தார்.

ஆனால் அமெரிக்காவும் அதன் தோழமை நாடுகளும் இந்தச் சம்பவங்களின் மீது சந்தேகம் கொண்டன. தென் கொரியாவும் இதனை ஒரு வளர்ச்சித் திட்டமாகப் பார்க்கவில்லை. மாறாக, கண்டம் விட்டுக் கண்டம் பாயும் ஏவுகணைகளைக் கண்காணிக்கவும் கட்டுப்படுத்தவும் இந்தச் செயற்கைக்கோள்களைப் பயன்படுத்த வட கொரியா திட்டமிட்டிருக்கலாம் என்பது அவர்களது ஐயம்.

ஒரு விஷயம் இங்கே மிகவும் முக்கியமானது. ஏவுகணைகளில் பொருத்தப்படும் மோட்டார் மற்றும் பெரும்பாலான இயக்கு மென்பொருள்-வழிகாட்டு மென்பொருள் நுட்பமே செயற்கைக் கோள்களுக்கும் பயன்படுத்தப்படுகிறது. இதன் அடிப்படையில் ஒரு தரமான செயற்கைக்கோள் வழியாகவே தொலைதூரம் கடந்து தாக்கும் ஏவுகணைகளை வெற்றிகரமாகச் செலுத்தி இலக்கைத் தாக்க முடியும்.

வட கொரியா, வானிலை அறிவதற்காகவும் வயல்வெளி பராமரிப்புக்காகவும் செயற்கைக்கோள் செலுத்தியிருக்க

வாய்ப்பில்லை; அதன் நோக்கம் நிச்சயமாக அபாயகரமானதாகவே இருக்க முடியும் என்று ஐக்கிய நாடுகள் சபையும் கருதியது. உலகில், செயற்கைக்கோள் நுட்பத்தைப் பயன்படுத்தாத நாடுகளே கிடையாது. அப்படியிருக்க, அன்றைக்கு வட கொரியா தனது செயற்கைக்கோளை வெற்றிகரமாகச் செலுத்தியபோது ஐநாவின் பாதுகாப்பு கவுன்சில் அலறியடித்துக்கொண்டு அதனைக் கண்டித்தது ஏன் என்றால், இதனால்தான்.

உண்மையில் 2016ஆம் ஆண்டு இது மிகப்பெரிய விவகாரமாக வெடித்திருக்க வேண்டும். அப்படி ஆகாமல் போனதன் காரணம், வட கொரியா அனுப்பிய இரண்டு செயற்கைக்கோள்களுமே மேலே சென்று சேர்ந்து உரிய இடத்தில் உட்கார்ந்துகொள்வதில் சிக்கல் உண்டாகவில்லை என்றாலும், அவற்றின் மூலம் உருப்படியாக எந்தத் தகவலையும் அந்நாடு பெறவில்லை.

கிட்டத்தட்ட இதே காலக்கட்டத்தில்தான் அவர்கள் நெடுந்தொலைவு சென்று தாக்கும் ஏவுகணைகளையும் உருவாக்கத் தொடங்கியிருந்தார்கள். அவற்றுள் முக்கியமானவை KN-14 மற்றும் KN-8 ரக ஏவுகணைகள். இவை பத்தாயிரம் கிலோ மீட்டர் தொலைவைக் கடந்து இலக்கைத் தாக்கும் சக்தி கொண்டவை என்று சொல்லப்பட்டது. சுருக்கமாகச் சொல்வதென்றால் அமெரிக்காவைத் தாக்கும்.

இத்தனை நீண்ட தொலைவு பறந்து சென்று ஓர் ஏவுகணை தாக்க வேண்டுமென்றால், புறப்படும் இடத்திலிருந்து முதலில் மிக உயரமான (புவியீர்ப்பு எல்லைக்கு அப்பால்) பரப்பினைச் சென்று அடைய வேண்டும். அதன் பிறகு தனது பயணத்தைத் தாக்க வேண்டிய இலக்கை நோக்கித் திருப்பி அமைத்துக்கொண்டு செல்ல வேண்டும். குறிப்பிட்ட தொலைவைக் கடந்ததும் மீண்டும் வளி மண்டலத்துக்குள் நுழைந்து, தலைகுப்புற இறங்க வேண்டும். இலக்கை நோக்கி மிகத் துல்லியமாகச் சென்று அது விழுமானால் அழிவு நிச்சயம்.

ஆனால், இது சாத்தியமாக வேண்டுமானால் அத்தகைய ஏவுகணைகள் ஆகத் துல்லியமாக வடிவமைக்கப் பட்டிருக்க வேண்டும். ஒரு சிறு தொழில்நுட்பப் பிசகு ஏற்பட்டிருந்தாலும் புவி எல்லையில் அது வேறெங்காவது விழுந்து சர்வநாசம் உண்டாகலாம். வட கொரியாவின் இரண்டு செயற்கைக்கோள் திட்டங்களும் இந்தத் தொலைதூர ஏவுகணைத் தாக்குதலுக்கான தொழில்நுட்பப் பரிசோதனைகளாக இருக்க வேண்டும் என்பதே சர்வதேசப் போர் அறிவியல் வல்லுநர்களின் கருத்து. அதற்கு அவர்கள் வலுவான ஆதாரமாகக் காட்டுவது, இன்றுவரை அந்தச் செயற்கைக்கோள்கள் வானிலை அறிக்கை எதையும் வெளியிடவில்லை என்பதைத்தான்.

கிம், உலக வல்லுநர்களுக்குப் பெரிய சிரமம் வைக்கவில்லை. 2017ஆம் ஆண்டு தனது நோக்கத்தை மிகத் தெளிவாகப் படம் வரைந்து பாகம் குறித்தே வெளிப்படுத்தினார்.

அந்த வருடம் ஏப்ரல் மாதம் வட கொரியத் தந்தை கிம் இல் சுங்கின் பிறந்த நாள் கொண்டாட்டத்தின் ஒரு பகுதியாக நடத்தப்பட்ட ராணுவ அணி வகுப்பின்போது யாரும் அதற்குமுன் கண்டிராத அளவுக்குப் பிரம்மாண்டமான இரண்டு ஏவுகணைகளை டிரக்கில் ஏற்றிக் கொண்டு வந்து காட்டினார்கள். கறுப்பாக, உருளையாக, மிகவும் நீளமாக, மிக மிகப் பெரிதாக, உறங்குகின்ற கும்பகர்ணனைப் போலக் கிடந்த அந்த நாசகார ஆயுதங்கள் Hwasong-14 என்று அழைக்கப்பட்டன. முப்பத்தேழு நிமிடங்களில் 930 கிலோ மீட்டர் தொலைவு பறந்து சென்று இலக்கைத் தாக்கும் வல்லமை கொண்டவை அவை என்று உடனே தென் கொரிய நிபுணர்கள் கணித்துச் சொன்னார்கள்.

வட கொரிய வரலாற்றில் அந்த ஏவுகணைகள் மிக முக்கியமான சாதனையென்று கிம் குறிப்பிட்டார். அதை ஒரு தேசியக் கொண்டாட்டமாக மாற்றும்

விதத்தில் அமைந்திருந்தது அவரது பேச்சு. இனி நம்மை நெருங்குவதற்கு எதிரிகள் மிகவும் யோசிப்பார்கள் என்று அவர் சொன்னபோது கூடியிருந்த லட்சக் கணக்கான மக்கள் கைதட்டினார்கள். மேற்படி Hwasong-14 ஏவுகணைகளைக் கிம் பத்திரமாகக் கப்பலில் ஏற்றி, தென் கொரியாவுக்கும் ஜப்பானுக்கும் இடைப்பட்ட வட கொரியக் கடல் எல்லையில் மிகச் சரியான மையத்தில் கொண்டு போய் நிறுத்தினார்.

நிறுத்தியது பெரிதல்ல. உலக அமைதிக்காகவும் பாதுகாப்புக்காகவும் என்று சொல்லி நிறுத்தியதுதான் சிறப்பு. அடிப்படையில் கிம் அப்படியொன்றும் நகைச்சுவை உணர்வு கொண்டவரல்லர். ஆனால் அந்தச் சாதனை அவரை அப்படிச் சொல்ல வைத்தது.

இந்த அணு ஆராய்ச்சி, ஏவுகணை ஆராய்ச்சி, செயற்கைக் கோள் ஆராய்ச்சி எல்லாமே எல்லா நாடுகளும் எப்போதும் செய்பவைதாம். ஆனால் வட கொரியா செய்யும்போது அவை செய்தியாகிவிடுகின்றன. இதற்கு அரசியல் காரணங்கள் தவிர சில நுணுக்கமான உளவியல் காரணங்களும் உள்ளன.

வட கொரியா தனது அரசியல் கைதிகளுக்கு வழங்கும் பல்வேறு விதமான தண்டனைகளுள் மிகவும் முக்கியமானது, தனிமைச் சிறை. இது குறித்து முன்னரே சிறிது பார்த்திருக்கிறோம். இப்படி உயிர் வாழ்வதைவிட இறந்துவிடலாம் என்று கைதிகள் நினைப்பதோடு மட்டுமல்லாமல், அதற்கு முயற்சியும் செய்யும் எல்லைக்கு அவர்களைக் கொண்டு தள்ளும் விதமான குரூரமான தனிமைச் சிறை அனுபவங்களைத் தருவது அவர்கள் வழக்கம்.

யோசித்துப் பார்த்தால் வட கொரியாவின் இன்றைய பொறுக்கி முகத்தின் அடிப்படையும் அந்தத் தனிமைச் சிறை அனுபவம்தான். சுதந்தரம் அடைந்தது முதலே உலக நாடுகளால் ஒதுக்கி வைக்கப்பட்ட தேசம் அது.

வடக்கு-தெற்குப் பிரச்னை என்பது சோவியத் யூனியன்-அமெரிக்கப் பனிப்போரின் குழந்தை. அந்த இரண்டு நாடுகளும்தான் பகையை ஊதிப் பெரிதாக்கி வளர்த்தன. அமெரிக்காவின் அரவணைப்பில் இருந்ததால் தென் கொரியா ஒரு வளர்ந்த நாடாகிவிட்டது. சோவியத் யூனியனால் பராமரிக்கப்பட்ட இதர அனைத்து நாடுகளைப் போலவே (சீனா தவிர!) வட கொரியாவும் ஒன்றுமில்லாமல் ஆனது.

இது தந்த வெறியும் விரக்தியும் அந்நாட்டின் ஆட்சியாளர்களைக் கொடுங்கோலர்களாக மாற்றியதில் முக்கியப் பங்கு வகிக்கின்றன. இதை மறுக்கவே முடியாது. வட கொரிய ஆட்சியாளர்களின்மீது பிழையே இல்லை என்பதல்ல இதன் பொருள். அந்நாட்டின் வீழ்ச்சிக்குத் தொண்ணூற்றொன்பது சதவீதம் அவர்கள்தாம் காரணம் என்பதில் சந்தேகமே கிடையாது. ஆனால் அந்த மீதமுள்ள ஒரு சதவீதம்தான் அவர்களை உருவாக்கியது என்பதையும் மறக்கக் கூடாது.

சர்வதேசத் தடைகள், நட்பு முறிவுகள் இந்த அளவுக்கு உக்கிரமாக இல்லாதிருந்தால் வட கொரியா இவ்வளவு தீவிரமாகத் தனது அணு ஆயுதத் திட்டங்களை மேற்கொண்டிருக்க வாய்ப்பில்லை. என்ன செய்ய. விதி அப்படி இருந்தது. உணவின்றி மக்கள் மடிந்தாலும் பரவாயில்லை; உலகைப் பழிவாங்கியே தீர வேண்டும் என்று ஒரு நாடும் அதன் தலைவர்களும் எழுபத்தைந்து ஆண்டுகளுக்கு மேலாக ஒரே நிலைபாட்டில் நிற்பதெல்லாம் வேறெங்குமே காண இயலாதது.

இதில் மிக முக்கியமான அம்சம், தனது ஏழைமைச் சூழலை மீறி, வட கொரியா எப்படி எங்கிருந்து உதவிகள் பெற்றது, அரைகுறை முயற்சிகளென்றாலும் அவற்றைத் தொடர்ந்து மேற்கொள்வதற்கு என்ன வழியைக் கையாண்டது என்பது.

அவர்கள் எப்படித் தமது பணத்தேவையை-அந்நியச் செலாவணியைச் சம்பாதிக்கிறார்கள் என்பதை

முன்னர் கண்டோம். ஆனால் வெறும் பணம் வேலை செய்யாதல்லவா?

நுட்பம் என்பது பெரிய விஷயம். சம்பளம் கொடுத்து வெளிநாடுகளிலிருந்து விஞ்ஞானிகளையும் இதர வல்லுநர்களையும் வரவழைத்தா அணு ஆராய்ச்சி செய்யச் சொல்ல முடியும்? யார் வருவார்கள் அல்லது எந்த நாடு வாழ்த்துச் சொல்லி அனுப்பிவைக்கும்?

எனவே அதுவும் இருட்டுப் பாதையில் மேற்கொள்ளப் பட்ட திருட்டு நடவடிக்கைதான். கிம் ஜாங் உன்னின் ராணுவ அக்கறையின் கணிசமான பகுதி ஆயுத உற்பத்தி சார்ந்தது. அது பகுதியளவு உள்நாட்டுத் தயாரிப்பாகவும் மீதம் கள்ளவழி இறக்குமதிச் சரக்காகவும் இருக்கும். இதனை அவர் எப்படிக் கையாண்டார் என்பதைத் தெரிந்துகொள்ள வேண்டியது அவசியம். ஏனெனில், நீ என்ன தடை விதித்தாலும் என்னை அடக்கி வைக்க முடியாது என்று இன்றைக்குவரை ஒரு மனிதரால் தொடர்ந்து குடைச்சல் கொடுத்துக்கொண்டிருக்க முடிகிறதென்றால், அது விளையாட்டல்ல.

கிம்மின் இருளடர்ந்த சுரங்க வழிப் பாதையில் சிறிது நடந்து பார்க்கலாம். வழியில் விளக்குகள் இருக்கலாம். ஆனால் வெளிச்சம் இருக்காது. எனவே உள்ளொளியைக் கொண்டுதான் இந்த வித்தையை உணர வேண்டியிருக்கும்.

45. கலை மனமும் கொலைக் களமும்

ஐம்பதுகளின் தொடக்கத்தில், முதல் கிம்மின் காலத்தில் வட கொரியாவுக்குத் தேவையான ஆயுத உதவிகளை சோவியத் யூனியன் செய்தது. சோவியத்தின் முயற்சியால் புதிதாகப் பிறந்த குழந்தை நாடு என்பதால் அப்போது கொஞ்சம் அக்கறையும் அதிகம். எனவே, என்ன கேட்டாலும் கொடுப்பார்கள், எவ்வளவு கேட்டாலும் கொடுப்பார்கள். சோவியத் யூனியன் உடையும்வரை வட கொரியா தனது தனியாவர்த்தன முயற்சிகளில் பெரிதாக அக்கறை செலுத்தியதாகத் தெரியவில்லை. எல்லா துறைகளையும் போல அணுப் பயன்பாடு (மின்சாரத்துக்கு மட்டும்), ஆயுத உற்பத்தியும் தொடங்கப்பட்டதில் சந்தேகமில்லை. ஆனால் அவை பொருட்படுத்தத்தகுந்தவையல்ல.

கிம் ஜாங் இல் ஆட்சிப் பொறுப்புக்கு வந்த காலத்தில் சோவியத் என்ற கட்டமைப்பு இல்லாதிருந்ததாலும், வட கொரியாவுக்கு உதவிகள் வரத்து முற்றிலும் நின்றுவிட்டதனாலும் அந்நாடு தன் தேவைகளைத் தானே தீர்த்துக்கொள்ள வேண்டியதானது. இடையில் பசி, பட்டினி, பஞ்சம், லட்சக் கணக்கான மரணங்கள்

என்று ஒரு பக்கம் நாடு நாசமானதால் எதையும் நேர் வழியில் யோசித்து நிதானமாகச் செயல்பட யாருக்கும் நேரமோ விருப்பமோ இல்லாமல் போய்விட்டது.

அதனால் குறுக்கு வழி. அதனால் இருட்டுப் பாதை. அதனால் முரட்டுத்தனம். அதனாலேயே அனைத்து ரக அடாவடிகளும் அந்நாட்டின் கல்யாண குணங்களாயின.

சொந்தமாக உற்பத்தி செய்வது என்று முடிவெடுத்த பிறகு அதற்குத் தேவையான நிதி ஆதாரங்களைக் கொண்டு வரும் பொறுப்பு அறை எண் 39க்கு அளிக்கப்பட்டது. அதை அவர்கள் ஒருவாறு சரியாகவே செய்தார்கள். ஆனால் பணம் மட்டுமே முக்கியமல்ல அல்லவா? வட கொரியாவுக்குப் பழைய சோவியத் யூனியனைப் போல எல்லாவற்றுக்கும் சாய்ந்துகொள்ள யாராவது தேவைப்பட்டார்கள்.

அவர்கள் பண்டமாற்று வியாபாரத்தில் ஆர்வம் செலுத்தினார்கள். உதாரணமாக, வட கொரியாவின் நிழல் செயல்களுக்கு உதவி செய்யும் நாடுகள் என்றால் பாகிஸ்தான், இரான், ஏமன், லிபியா, சிரியா போன்றவற்றைச் சொல்லலாம். அணு ஆயுதத் தயாரிப்புக்கான மூலப் பொருள்களை வழங்குவதில் இந்நாடுகளின் ஒத்துழைப்பு வட கொரியாவுக்கு அதிகம். பதிலுக்கு வட கொரியா, துப்பாக்கிகள் (கைத்துப்பாக்கி முதல் ஏகே ரகங்கள் வரை), சிறிய ரக ஏவுகணைகள், வெடி குண்டுகளை உற்பத்தி செய்து இந்நாடுகளுக்கு அனுப்பி வைக்கும்.

இது முற்றிலும் சர்வதேசச் சட்டங்களுக்கு விரோதமான நடவடிக்கை என்பதால் ஆதாரங்கள் தென்படாதவாறு, ரகசியமாகவே செய்வார்கள். வட கொரியாவைப் பொறுத்தவரை, சுத்தமாகப் பணமில்லாத நாடு என்பதால் இம்மாதிரியான ஆயுத வர்த்தகம் மூலமாகத்தான் அது தனது நிதி ஆதாரத்தையும் பெருக்கிக்கொள்ள வேண்டியிருந்தது.

இப்படி ஆயுதத் தொழில்நுட்பங்களைத் திருட்டுத்தனமாக விற்றுச் சம்பாதிக்கும் வழக்கம் வட கொரியாவில் மட்டும் இல்லை. உலகின் பல்வேறு நாடுகளில் இந்த வழக்கம் இப்போதும் உள்ளது. இதனை, எழுபதுகளிலேயே மிகவும் தெளிவாகவும் சாமர்த்தியமாகவும் செய்யும் விற்பன்னர் ஒருவர் இருந்தார். அவர் பெயர் அப்துல் காதிர் கான். ஏ.க்யூ கான் என்று சொன்னால் புரியும். பாகிஸ்தானின் அணு ஆராய்ச்சித் திட்டங்களின் தந்தை என்று அவரைச் சொல்வார்கள்.

இந்தியா தனது முதல் அணு ஆயுதப் பரிசோதனையை 1974ஆம் ஆண்டு நடத்தியது. எனவே பாகிஸ்தானுக்கு அது ஒரு மானப் பிரச்னையாகிப் போனது. ஆனால் மானப் பிரச்னை என்று சொல்லிவிட்டு அணு ஆயுதப் பரிசோதனைகள் செய்ய முடியாது. தற்காப்புக்காக என்றுதான் சொல்ல முடியும். இல்லையா?

எனவே அவர்கள் 'தற்காப்பின்' பொருட்டு அணு ஆயுதப் பரிசோதனைகளில் இறங்க முடிவு செய்தார்கள். ஏ.க்யூ. கான் தலைமையில் பாகிஸ்தானின் அணு விஞ் ஞானிகளும் ராணுவமும் உளவுத் துறையும் இணைந்து இரவு பகலாக அதற்காக உழைத்துக்கொண்டிருந்தார்கள்.

அப்போது நெதர்லாந்தில் இருந்த ஒரு அணு உலை எரிபொருள் நிறுவனத்துடன் ஏ.க்யூ. கானுக்கு நல்ல தொடர்பு இருந்தது. பாகிஸ்தானின் அணு ஆயுதத் தயாரிப்பு நடவடிக்கைகளில் அந்த நிறுவனத்தின் உதவியும் இருந்திருக்கிறது. அந்தப் பழக்கத்தின் அடிப்படையில் ஏதோ திருகுதாள வேலை செய்து, யுரேனியத்தைச் செறிவூட்டும் ஓர் அதிநவீன இயந்திரத் தயாரிப்புக்கான ப்ளூ ப்ரிண்ட்டை எப்படியோ கைப்பற்றிவிட்டார்.

ஒரு பக்கம் பாகிஸ்தானில் இருந்துகொண்டு அந்நாட்டின் அணு ஆயுதப் பரிசோதனைக்காக உழைத்துக்கொண்டு, இன்னொரு பக்கம் தான் பெற்ற செல்வத்தை நாலு

பேருக்குப் பங்கிட்டுக் கொடுத்து சம்பாதிக்கவும் முடிவு செய்தார். சிக்கியது நான்கல்ல; மூன்று நாடுகள். லிபியா, வட கொரியா மற்றும் இரான்.

1998ஆம் ஆண்டுக்கு முன்புவரை பாகிஸ்தானால் அணு ஆயுதப் பரிசோதனை எதையும் நடத்திப் பார்க்க முடியவில்லை என்றாலும் ஏ.க்யூ. கானின் ரகசிய உதவிகளின் மூலம் பலன் பெற்ற நாடுகள் அந்தத் துறையில் ஓரளவு முன்னேறிவிட்டிருந்தன. அதாவது, பாகிஸ்தானை விடவும் சற்றேனும் அதிகமாக.

உருப்படியாக ஒரு ஏவுகணைத் திட்டத்தையாவது வெற்றிகரமாக நிறைவேற்றிக்கொள்ள முடிகிறதா பார்க்கலாம் என்று அந்நாடு வெறித்தனமாக வேலை பார்த்துக்கொண்டிருந்தது. அதுவும் சரியாக வரவில்லை.

இதன் இறுதிக்கட்டம் எப்படி இருந்தது தெரியுமா? எந்த ஏ.க்யூ. கானிடம் இருந்து தொழில்நுட்பத்தைப் பெற்று வட கொரியா தனது முயற்சிகளில் ஓரளவு வெற்றி பெற்றுக்கொண்டிருந்ததோ, அதே நுட்பத்தை அதே பாகிஸ்தானுக்குப் பல்வேறு ஏவுகணை ப்ரோடோடைப்களாகச் செய்து அனுப்பி, பதிலுக்கு யுரேனியத்தைச் செறிவூட்டும் நுட்பத்தின் ப்ரோடோடைப்பைப் பாகிஸ்தானிடமிருந்தே பெற்றுக்கொண்டது.

இது என்ன மார்க்கெட், எப்படிப்பட்ட வர்த்தகம் என்பதை முற்றிலும் புரிந்துகொள்வது சிரமம். ஆனால் அதிகப் பொருளாதார வலுவில்லாத நாடுகள் இப்படித் திருட்டு வழியில் அணு ஆயுத உற்பத்தியிலும் ஏவுகணைத் தயாரிப்பிலும் ஈடுபடுவது பிராந்திய அமைதிக்குப் பெருங்கேடு என்பதில் ஐயமில்லை. அமெரிக்காவும் இதர பல ஐரோப்பிய நாடுகளும் இந்தக் கறுப்புச் சந்தை வர்த்தகத்தை முற்றிலும் தடை செய்ய நினைத்தன. எனவே, இத்தகு ஆயுதத் தயாரிப்புக்குத் தேவையான மூலப் பொருள்களில் இருந்து நட்டு போட்டுகள் வரை

எதையுமே யாருமே தடை செய்யப்பட்ட நாடுகளுக்கு விற்க முடியாதவாறு தடுக்க என்ன செய்யலாம் என்று வழி தேடத் தொடங்கின.

ஆரம்பத்தில் இத்தகைய நிழல் வர்த்தகங்களுக்குப் பெரிய பிரச்னை இருக்கவில்லை. வாடிக்கையாளர் மிக நேரடியாக விற்பனையாளரைத் தொடர்புகொண்டு எனக்கு இன்ன பொருள் வேண்டும் என்று கேட்பார்கள். பணம் வந்து சேர்ந்ததும் உரிய பொருளை விற்பனையாளர் அனுப்பி வைப்பார். முடிந்தது கதை. கறுப்புச் சந்தையே ஆனாலும் மிக நேரடியான வர்த்தகம். வட கொரியா இதில் தீவிரமாக இறங்கத் தொடங்குவதற்கு முன்னால் பல்வேறு ஆப்பிரிக்க நாடுகளும் மத்தியக் கிழக்கு நாடுகளும் இவ்விதமாகத்தான் ஆயுத உற்பத்தி செய்துகொண்டிருந்தன. சந்தையில் வட கொரியா நுழைந்த பிறகுதான் நிலவரம் தலைகீழானது.

ஒரு சம்பவம். இது கிம் ஜாங் உன்னின் தந்தை காலத்தில் நடந்தது. ஓர் அணு உலை உருவாக்கத்தில் அப்போது வட கொரியா ஈடுபட்டுக்கொண்டிருந்தது. குறிப்பிட்ட உலைக் கட்டுமானத்துக்கு ஒரு குறிப்பிட்ட தரத்துக்கு மேற்பட்ட வலுவான அலுமினியத் தகடுகள் தேவைப்பட்டன. அலுமினியம்தான் என்றாலும் டேக்சாவுக்கு ஒரு ரகம், ப்ரஷர் குக்கருக்கு ஒரு ரகம் என்று இருக்குமல்லவா? அணு உலைக்கான அலுமினியத் தகடு என்பது முற்றிலும் வேறு ரகம். அதை எந்த ப்ரஸ்டீஜ் மற்றும் பட்டர்ஃபளை நிறுவனத்தினரும் வாங்க மாட்டார்கள். யார் அதை வாங்குகிறார்களோ, அவர்கள் ஒரு சம்பவம் செய்யத் தயாராகிறார்கள் என்பது சம்பந்தப்பட்ட அத்தனை பேருக்கும் தெரிந்துவிடும்.

ஆக, வட கொரியாவுக்கு அலுமினியத் தகடுகள் அல்லது பைப்புகள் வேண்டும். ஆனால் யாரும் விற்க முன்வர மாட்டார்கள். திருட்டுத்தனமாக விற்று மாட்டிக்கொண்டால் அதோடு பிழைப்பு படுத்துவிடும். என்ன செய்யலாம்?

முதலில் வட கொரிய அதிகாரிகள் சீனாவில் இருந்த ஒரு விமானக் கட்டுமான நிறுவனத்தைத் தொடர்புகொண்டு பேசினார்கள். ஓர் உதவி தேவைப்படும். தயாராக இருக்கவும். வேலை முடிந்தால் கமிஷன் வந்து சேரும்.

இதைச் சொல்லிவிட்டுப் பிறகு ஜெர்மனியில் உள்ள வாங்கி விற்கும் நிறுவனம் ஒன்றைத் தொடர்புகொண்டு (ஏஜென்சி போன்ற அமைப்பு. இரு நாடுகளுக்கு இடையிலான வர்த்தக உதவிகளைச் செய்துகொடுத்துக் கமிஷன் பெறும்.) சீனத்தைச் சேர்ந்த விமானக் கட்டுமான நிறுவனத்துக்குக் குறிப்பிட்ட அலுமினிய பைப்புகள் தேவை; இத்தனை உருப்படி அனுப்பி வைக்கவும் என்று ஆர்டர் கொடுத்தார்கள். வெறும் வாய்ச் சொல் அல்ல. முறைப்படி சம்பந்தப்பட்ட விமானக் கட்டுமான நிறுவனத்தின் லெட்டர் ஹெட்டில் ஆர்டரும் டைப் அடித்துத் தரப்பட்டது.

உற்றுப் பார்த்தாலும் இந்த வர்த்தக பேரத்தில் வட கொரியாவின் பெயர்கூட இருக்காது. ஏனெனில், வட கொரியாவின் சார்பில் சீன விமானக் கட்டுமான நிறுவனத்துடன் பேசியவர்கள்கூட நேரடி அரசு ஊழியர்கள் அல்லர். வேறெங்கோ தொலைதூர தேசத்தில் இருந்த ஏதோ ஒரு நிறுவனத்தைச் சேர்ந்த ஊழியர்கள்தான் முதல் கட்டப் பேச்சுவார்த்தையையே நடத்தினார்கள். எனவே வட கொரியா மாட்டிக்கொள்ள வழியே இல்லை.

இப்போது அந்த ஜெர்மானிய நிறுவனம் முறையான ஆவணங்களைக் காட்டி, சீனாவுக்காக அலுமினிய பைப்புகளை வாங்கி, கொரியர் செய்தது. இங்கே, சீன நிறுவனத்தின் பணி என்னவென்றால், சரக்கு வரப் போகிறது என்று தெரிந்ததும், வட கொரிய எல்லைக்குட்பட்ட துறைமுகம் ஒன்றன் பெயரைச் சொல்லி, அங்கே அனுப்பிவிடு; நான் எடுத்துக்கொள்கிறேன் என்று சொல்லிவிட்டார்கள்.

சரக்கு வட கொரியத் துறைமுகத்துக்கு வந்ததும் அதை இறக்கி, வட கொரிய அதிகாரிகள் எடுத்துச் சென்றுவிடுவார்கள். சீன நிறுவனத்துக்கு கமிஷன் தொகை போய்ச் சேர்ந்துவிடும். இது ஏற்பாடு.

எல்லாம் திட்டமிட்டபடி சரியாகவே நடந்தது. ஏதோ ஒரு ஐரோப்பிய நாட்டிலிருந்து ஏதோ ஒரு ஜெர்மானிய இடை நிறுவனம், ஏதோ ஒரு சீன நிறுவனத்துக்காக வாங்கி அனுப்பிய அலுமினிய பைப்புகளும் தகடுகளும் வட கொரியத் துறைமுகத்தை நோக்கிப் புறப்பட்டன.

இந்த இடத்தில்தான் தென் கொரிய உளவுத் துறை இதனை மோப்பம் பிடித்து அமெரிக்க உளவு நிறுவனத்தின் வழியாக 'மேலிட'த்துக்குத் தகவல் சொல்லிவிட்டது. ஆர்டர் கொடுத்த அயலக, போலி வட கொரிய ஏஜென்சியின் ஜாதகத்தை ஆராய்ந்து உடனடியாக அனைத்து ஐரோப்பிய நாடுகளுக்கும் எச்சரிக்கைகள் பறந்தன.

வட கொரியாவுக்கு இது தெரிந்துவிட்டது. சர்வதேசச் சட்டங்களின்படி நடவடிக்கை எடுக்கப்படுமானால் மொத்த சரக்கும் போய்விடும். தவிர, மேற்கொண்டு என்றைக்குமே யாருடனும் வர்த்தகம் செய்ய முடியாமலாகிவிடும். எனவே, சரக்கு பிடிபடுவதற்கு முன்பே, முற்றிலும் புதிதாக ஒரு போலி நிறுவனத்தை உருவாக்கி, அதை எங்கோ யார் கண்ணுக்கும் தெரியாத ஒரு குட்டித்தீவில் பதிவு செய்து, அந்த நிறுவனம் ஆர்டர் கொடுத்தது போல அடித்தளத்தையே சாமர்த்தியமாக மாற்றி அமைத்தது.

இதன் பிறகு சரக்குக் கப்பலை வழிமறித்து சர்வதேச கஸ்டம்ஸ் அதிகாரிகள் பரிசோதித்தபோது அவர்களிடம் சொல்லப்பட்ட தகவல்களில் உள்ள நிறுவனத்துக்கும் வந்துகொண்டிருக்கும் சரக்கை ஆர்டர் போட்டவர்களுக்கும் எந்தச் சம்பந்தமும் இல்லை என்பதைக் கண்டார்கள். நிச்சயமாக இது

உளவு அமைப்புகள் எச்சரித்த வட கொரியத் திருட்டுச் சரக்காக இருக்க முடியாது என்ற முடிவுடன் சரக்கை அனுமதித்துவிட்டார்கள். பிறகு காலக்கிரமத்தில் அது வட கொரியத் துறைமுகத்துக்கு நல்லபடியாக வந்து சேர்ந்தது. சுபம்.

தனது அணு ஆயுதத் தயாரிப்பு முயற்சிகளுக்காக வட கொரியா மூலப் பொருள்களை இப்படியெல்லாம்தான் வரவழைத்தது. தாத்தா கிம்முக்கு இதெல்லாம் தெரியாது. அப்பா கிம் காலத்தில் தொடங்கி, இன்றைய மூன்றாம் கிம்மின் காலம் வரை இதுவேதான் அவர்களது நடைமுறை.

இன்னொரு வழியையும் அவர்கள் மாற்று உபாயமாக வைத்திருந்தார்கள். ஏவுகணை தயாரிப்புக்கோ, அணு உலை சார்ந்த நடவடிக்கைகளுக்கோ ஏதோ ஒரு பொருள் வேண்டும்; எங்கிருந்தாவது இறக்குமதி செய்துதான் தீர வேண்டும் என்றால், நேரடியாக அந்தப் பொருளைக் குறிப்பிட்டு ஆர்டர் போட மாட்டார்கள். குறிப்பிட்ட பொருள் வேறு எது எதற்கெல்லாம் பயன்படும் என்று முதலில் பார்ப்பார்கள்.

உதாரணமாக, மைய விலக்கு சுழற்சிக் கருவி (centrifuge) என்று ஒன்று உள்ளது. ஒரு திரவத்தின் பல்வேறு கூறுகளை, சேர்மானங்களைத் தனித்தனியே பிரித்து எடுப்பதற்குப் பயன்படுவது, இந்த மைய விலக்கு சுழற்சி முறை. இதன் மூலம் பாலிலிருந்து தண்ணீரைப் பிரிக்க முடியுமா என்று தெரியாது. ஆனால் யுரேனியப் பகுப்பு முறையில் இதன் தேவை மிகுதி.

மேற்படிக் கருவியைக் கட்டமைப்பதில் சின்னச் சின்ன இரும்பு பேரிங்குகள் (steel bearings) தேவைப்படும். அந்த பேரிங்குகள் வேறு எதில் பயன்படுத்தப்படும் என்று பார்த்தால் பால்பாயிண்ட் பேனாக்கள் உற்பத்தியில் அவற்றின் பயன்பாடு இருக்கும். பால்பாயிண்ட் பேனா எங்கே? அணு உலை மைய விலக்குச் சுழற்சிக்

கருவி எங்கே? ஆனாலும் அது அப்படித்தான். அதே தொழில்நுட்பம்.

எனவே போடு ஆர்டர், பால்பாயிண்ட் பேனா உதிரிபாகங்களுக்கு. பேப்பர், பென்சில், ஜெம் க்ளிப், ஸ்டேப்லர் பின், குண்டூசி தொடங்கி நூற்றுக்கணக்கான ஸ்டேஷனரி பொருள் தயாரிப்புக்கான மூலப் பொருள்களுடன் மேற்படி இரும்பு பேரிங்குகளையும் சேர்த்து ஆர்டர் போட்டுவிடுவது. யார் பார்த்தாலும் ஸ்டேஷனரி பொருள்கள் உற்பத்திக்கான ஆர்டர் போலவே தோற்றமளிக்கும். எந்தச் சந்தேகமும் இன்றி, எவ்வித விசாரணையும் இன்றி, பணத்தை வாங்கிக்கொண்டு சரக்கை அனுப்பிவைத்துவிடுவார்கள்.

இந்தத் திருட்டுப் பாதையில் ஒவ்வொரு முறையும் பொருள்களை வரவழைத்துக் கொள்வார்கள். ஒவ்வொரு பாதையும் கண்டறியப்பட்டு, சரக்கு அனுப்புவது தடுக்கப்படும்போது, வேறு வேறு புதிய பாதைகளை இதே இலக்கணப்படி உருவாக்கிக்கொண்டே இருப்பார்கள்.

அந்த வகையில் வட கொரிய ஆயுத உற்பத்தித் துறையில் தொழில்நுட்ப வல்லுநர்களைக் காட்டிலும் கற்பனை வளம் மிக்க கலைஞர்கள் மிகுதி.

46. ரகசியப் பணம்

தேர்தலுக்குத் தேர்தல் கூட்டணிகள் மாறுவதைப் பார்க்கிறோம். கொள்கை அடிப்படையில் கூட்டணி என்பதெல்லாம் வழக்கொழிந்த நடைமுறை என்பது இன்று பாமரருக்கும் தெரியும். சாதாரண, மிகச் சிறிய மாநில அளவிலான-கட்சி அளவிலான உறவுகளிலேயே அரசியல் என்று வரும்போது இதுதான் நிலைமை என்றால், இரண்டு அண்டை தேசங்களின் உறவுநிலை மட்டும் எப்படி மாறாதிருக்கும்?

கிம் ஜாங் உன் ஆட்சிக்கு வந்தபிறகு வட கொரியா-சீனா உறவு நிலை கணிசமான அளவில் மாற்றம் காணத் தொடங்கியது. என்ன வியப்பென்றால் இதற்காகக் கிம் பிரத்தியேகமாக எந்த முயற்சியும் மேற்கொள்ளவேயில்லை. அவர் நடத்திய அணு ஆயுத உற்பத்தித் திருவிழாவுக்கும் ஏவுகணைப் பரிசோதனை மேளாக்களுக்கும் சேர்த்துச் சீனா நூற்றாண்டு காலத் தடை அறிவிப்பதே தருமப்படி சரியாக இருக்கும்.

ஆனால் தருமம் பார்த்தா உலகம் இயங்குகிறது?

அதிகாரபூர்வமாக வட கொரியாவின்மீது சீனா விதித்த பொருளாதாரத் தடைகள் அப்படியேதான் இருக்கின்றன. இரு தரப்பு உறவு நிலை வரையறுக்கப்பட்ட ஒன்றாகத்தான் போஸ்டர் ஒட்டப்பட்டிருக்கிறது.

ஆனால் உள்ளடி அரசியல் என்று ஒன்று உள்ளது. அது இருப்பியல் சார்ந்தது. இரு தரப்புத் தேவைகள் சார்ந்தது. பரஸ்பர சார்பு நிலையின் சதவீதம் சார்ந்தது. இதன் அடிப்படையில் 2013 ஆம் ஆண்டுக்குப் பிறகு வட கொரியாவுக்குச் சீனாவின் ரகசிய உதவிகள் மீண்டும் தாராளமாகவே கிடைக்கத் தொடங்கின.

சீனாவுக்கு ஏன் வட கொரியா முக்கியம்?

உண்மையில் சீனாவின் இன்றைய இருப்புக்கும் உயரத்துக்கும் வட கொரியாவையெல்லாம் மதிக்கக்கூட அவசியமில்லை. ஆனால் ராஜதந்திர நடவடிக்கைகள் எனச் சில, காலக்கட்டம் தோறும் எடுக்கப்பட்டுக்கொண்டே இருக்கும். அது தேவைக்கேற்ப மாறிக்கொண்டும் இருக்கும்.

ஒரு சிறிய உதாரணம் சொன்னால் இது புரியும்.

சீனாவுக்கும் வட கொரியாவுக்குமான எல்லை என்பது மிகப் பரந்த நிலப்பரப்பு. சுமார் ஆயிரத்து நாநூறு கிலோ மீட்டர் தொலைவினை உள்ளடக்கியது. தொடக்கம் முதலே, வட கொரிய அகதிகள் அல்லது தப்பிச் செல்ல நினைப்பவர்கள் சீனாவுக்குச் செல்ல முடியாமல் இரு தரப்பு எல்லைக் காவல் படையும் மிகத் தீவிரக் கண்காணிப்பில் இருந்து வருகின்றன. இது குறித்து ஏற்கெனவே பார்த்திருக்கிறோம். இந்தக் கண்காணிப்பையெல்லாம் ஏய்த்துவிட்டுத்தான் இன்றுவரை மக்கள் இடம் பெயர்ந்துகொண்டிருக்கிறார்கள் என்பது வேறு விஷயம்.

ஆனால் உண்மையில் தப்பிக்க நினைப்பவர்கள் எத்தனை பேர் என்று வெளிப்படையாக ஒரு வாக்கெடுப்பு நடத்த முடியுமானால், மொத்த வட கொரிய மக்களுமே கை தூக்கிவிடுவார்கள். இது சீனாவுக்கும் தெரியும், வட கொரியாவுக்கும் தெரியும்.

சீனாவின் பெருங்கவலை இதுதான். இரண்டாம் உலகப் போருக்கு முன்பு ஜப்பானின் ஆதிக்கத்தைச்

சிதைப்பதற்காகக் கொரியர்களை வெற்றிலை பாக்கு வைத்து வரவேற்று வாழ வைத்த சீனா இன்று இல்லை.

அன்றைக்கு மஞ்சூரியா மட்டுமல்ல; சீனாவின் பல மாகாணங்களில் கொரியர்கள் நிறைந்திருந்தார்கள். போராளிக் குழுக்கள் பயிற்சியில் ஈடுபட்டுக் கொண்டிருந்தது ஒரு பக்கம் என்றால் தினமும் ஆயிரக் கணக்கில் மக்கள் கொரியாவிலிருந்து தப்பித்துச் சீனாவுக்குச் சென்றுகொண்டே இருந்தார்கள்.

அப்போதெல்லாம் சீனா அவர்களைத் தடுக்கவில்லை. திருப்பி அனுப்பவில்லை. மாறாக, வந்தாரை வாழவைக்கும் இன்னொரு சென்னை போலவே நடந்து கொண்டது.

எப்போது இரு நாடுகளுக்கும் வாயும் வயிறும் வேறு என்ற உண்மை உணரப்பட்டதோ, அப்போது நிலைமை மாறத் தொடங்கியது. எல்லைக் காவல் வலுப்பெற ஆரம்பித்தது. தப்பித்து வந்தவர்கள் திருப்பி அனுப்பப்பட்டார்கள். இருந்த ஒரே ஒரு போக்கிடமும் இனி நமக்கில்லை என்ற நிலைமை புரிந்தபோதுதான் வட கொரிய மக்கள் அடிமை வாழ்வுக்குப் பழகிக்கொள்ளத் தொடங்கினார்கள்.

இதெல்லாம் பழங்கதை என்று ஒதுக்கி வைத்துவிட இயலாது. இன்றுவரை இரு தரப்பும் தத்தமது நிலையில் உறுதியாக இருப்பதனாலேயே எந்தத் தரப்புக்கும் பெரிய பாதிப்புகள் இல்லாதிருக்கின்றன. அனைத்துக்கும் பதிலுதவி என்ற ஒன்று வேண்டியிருக்குமல்லவா?

அதனால்தான், கிம் ஜாங் உன்னின் ஆட்சி முந்தைய காலங்களைக் காட்டிலும் வட கொரியாவின் வளர்ச்சி சார்ந்து சற்று நம்பிக்கை தருவதாக உள்ளது என்று சீன அதிபர் உத்திராயணத்துக்கு ஒருமுறை, தட்சிணாயணத்துக்கு ஒருமுறை சொல்லிக் கொண்டிருந்தார். 2015ஆம் ஆண்டுக்குப் பிறகு சீனா வெளிப்படையாகவே வட கொரியாவை ஆதரிப்பதாகச்

சொன்னது. 2016 ஆகஸ்ட் மாத நிலவரப்படி, இப்பரந்த உலகில் வட கொரியாவின் ஒரே பொருளாதாரப் புரவலர் சீனாவாக இருந்தது.

ஏற்கெனவே பார்த்திருக்கிறோம். வட கொரியாவின் மன்னர்கள்தாம் மக்கள் விரோதிகளே தவிர, மண் அல்ல. அங்கே கனிம வளம் அதிகம். மலைப்பாங்கான பகுதிகள் அதிகமுள்ள நாடு என்பதால் காடுகளும் அதன் மூலம் கிடைக்கும் வளங்களும் அதிகம். நாட்டின் இரு புறக் கடல் வெளியிலும் கிடைக்கும் மீன்களின் ரகமும் தரமும் அதிகம். சீனா தனக்குத் தேவையான கனிமப் பொருள்களையும் பதப்படுத்திய உணவுப் பொருள்களையும் வட கொரியாவிலிருந்து மீண்டும் இறக்குமதி செய்துகொள்ளத் தொடங்கியது.

இது கிம் ஜாங் உன்னுக்கு மிகப்பெரிய நிம்மதியைக் கொடுத்தது. ராணுவத்துக்கு எப்படிச் சோறு போடுவது என்பதுதான் அவருக்கு இருந்த தலையாய பிரச்னை. சீனாவின் இந்தத் திடீர் ஆதரவால், இனி சில காலத்துக்காவது அந்தச் சிக்கல் இருக்காது என்று நினைத்தார்.

சீனாவும் தனது நிலைபாட்டை யாரும் விமரிசிக்க முடியாதபடி பார்த்துக்கொண்டது. ஒரு பக்கம் ஆசியாவின் மிகப்பெரிய பொருளாதார மையமாக அந்நாடு வளர்ந்துகொண்டிருந்ததால், பழைய கம்யூனிச, சித்தாந்த சிப்ஸ் பாக்கெட்டுகளையெல்லாம் எடுத்து ஏறக்கட்டிவிட்டு அமெரிக்காவுடனும் கைகுலுக்கியது. உலக நாடுகள் அனைத்திலும் தனது கடைகளைத் திறந்து வியாபாரத்தைப் பெருக்க என்னென்ன வழி உண்டோ அனைத்தையும் செய்துகொண்டிருந்தது. எனவே வட கொரிய உறவு என்பது ஒரு கரும்புள்ளியாகிவிடாதிருப்பது சீனாவுக்கு மிகவும் அவசியம்.

அதனால்தான், எல்லா நாடுகளிலும் செய்கிற வர்த்தகத்தைப் போல, வட கொரிய வளங்களையும் பயன்படுத்திக்கொள்கிறோம்; மற்றபடி வேறெந்த

நட்புறவும் இல்லை என்றே இன்றுவரை காட்டிக் கொண்டிருக்கிறது. அமெரிக்க அதிபராக டொனால்ட் டிரம்ப் பதவிக்கு வந்தபோது அவருக்கும் கிம் ஜாங் உன்னுக்கும் இடையில் நடைபெற்ற வார்த்தை யுத்தம் உலகறிந்தது. இருவரும் நாயே பேயே என்று திட்டிக்கொள்ளாததுதான் குறை. மற்றபடி அமெரிக்க-வட கொரிய யுத்தம் என்றைக்கு வேண்டுமானாலும் ஆரம்பமாகலாம் என்கிற தனது நீடித்த அறிவிப்பைக் கிம் ஜாங் உன் கைவிடுவதாகவே இல்லை.

டொனால்ட் டிரம்ப் சீனாவுக்கு அரசு முறை சுற்றுப்பயணம் மேற்கொண்டபோது சீன அதிபர் ஷி ஜின்பிங்குடன் நடத்திய பேச்சு வார்த்தையில் விவாதிக்கப்பட்ட முக்கியப் பிரச்னையே வட கொரியாதான். கொஞ்சம் பார்த்துக்கொள்ளுங்கள் என்பதுதான் அந்த மொத்தப் பேச்சுவார்த்தையின் சாரம். ஆனால் அதற்குள் இருந்த அர்த்தங்கள் பல.

அதில் முக்கியமான மூன்று அர்த்தங்களை மட்டும் எடுத்துப் பார்த்தோமானால், இப்படி வரும்:

1. கிம் ஜாங் உன்னைத் திருத்த முடியாது. வட கொரியா செய்துகொண்டிருக்கும் எதிலிருந்தும் அந்நாட்டைத் தடுக்கவோ மீட்கவோ முடியாது. ஆனால் அந்நாடு அணு ஆயுதத் தன்னிறைவு கண்டுவிட்டால் பாதிப்பு உனக்கும் சேர்த்தே வரும்.

2. தெற்காசியாவில் சீனா தாதாவாக நீடித்திருக்க வேண்டு மானால் இதர குட்டி தாதாக்கள் தலையெடுக்காமல் பார்த்துக்கொள்வது அதன் பொறுப்பு. நிலைமை எல்லை மீறி, குட்டி தாதாக்களை அடக்க நான் வர நேர்ந்தால், உன்னையும் சேர்த்து அடிக்க வேண்டியிருக்கும். இது தேவையா? நான் உன்னை ஒரு தாதாவாக இப்போது ஏற்கிறேன். ஆனால் நீ மட்டும்தான் இங்கே தாதா என்பதை உறுதி செய்.

3. ஒழிகிறது, உதவி செய்துவிட்டுப் போ. ஆனால் ஒட்டி உறவாடாதே. அது உன் வளர்ச்சியைத்

தடுக்கும் அல்லது கெடுக்கும். வட கொரியா என்ன குட்டிக்கரணம் அடித்தாலும் மற்றொரு சீனாவாகப் போவதில்லை. ஆனால் உன் நடவடிக்கைகளின் மூலம் நீ இன்னொரு வட கொரியாவாகிவிடாதே.

டிரம்ப்புக்கு இவ்வளவு யோசிக்கத் தெரியுமென்றால், அவரைக் காட்டிலும் பிராந்திய அரசியலில் பழம் தின்று கொட்டை போட்ட சீன அதிபருக்கு எவ்வளவு தெரிந்திருக்கும்!

உண்மையில் இந்த அத்தியாயத்தின் தொடக்கத்தில் கண்ட அகதிகள் வரத்து, தப்பித்து வருவோர் வரத்தைக் கட்டுப்படுத்துவதற்காக மட்டும் சீனா, வட கொரியாவுக்கு உதவவில்லை. அதற்கு வேறொரு முக்கியமான காரணம் உண்டு.

எப்படி வட கொரியாவுக்கும் தென் கொரியாவுக்கும் இடையே போர் நிறுத்த-அமைதிப் பிராந்தியம் என்று இரண்டு கிலோ மீட்டர் பரப்பளவை விட்டு வைத்திருக்கிறார்களோ, அதே போலத் தென் கொரியாவில் நிலை கொண்டிருக்கும் அமெரிக்கப் படைகளுக்கும் சீனாவுக்கும் இடையே வட கொரியாவை ஒரு buffer zone ஆகச் சீனா பார்க்கிறது.

*1953*ஆம் ஆண்டு கொரியப் போர் நிறுத்தத்துக்குப் பிறகு தென் கொரியாவில் சுமார் முப்பதாயிரம் வீரர்களைக் கொண்ட மிகப் பெரிய அமெரிக்கப் படைப் பிரிவு ஒன்று பாதுகாப்புக் காரணங்களுக்காகத் தங்கியது. இன்றைக்கு இந்த எண்ணிக்கை சிறிது மாறியிருக்கலாம். அதாவது முப்பது என்பது முப்பத்தைந்து, நாற்பதாயிரமாகியிருக்கலாம். ஐம்பதாயிரமாக்வேகூட ஏறியிருக்கலாம். ஆனால் குறைய வாய்ப்பில்லை. தரைப்படை, விமானப்படை, கப்பல் படை என முப்படை வீரர்களும் உண்டு. இந்த வீரர்களைப் பராமரிக்கும் செலவில் ஒரு பகுதி தென் கொரிய அரசாங்கத்தினுடையது. மிச்சத்தை அமெரிக்காவே

பார்த்துக்கொள்ளும். இது அவர்களுக்கிடையே இருந்து வரும் ஒப்பந்தம்.

அதுவல்ல சிக்கல். கிம் ஜாங் உன் எப்போது என்ன மாதிரி யோசிப்பார், என்ன முடிவு செய்து, எப்படிப்பட்ட நடவடிக்கை எடுப்பார் என்பதைக் கணிக்கவே முடியாது. உலகின் அதி உயர் பதற்றப் பகுதி என்று வர்ணிக்கப்படும் வட-தென் கொரிய எல்லையில் நான்கு லட்சம் வீரர்களை நிலை நிறுத்தியவர், சும்மா ஒரு ஆட்டம் ஆடிப் பார்க்கலாம் என்று முடிவு செய்து எதையாவது செய்து தொலைத்தால் நிலைமை கைமீறிவிடும்.

தெளிவாகச் சொல்வதென்றால், அமெரிக்கப் படைகள் இன்றைய சூழ்நிலையில் வட கொரியாவுக்குள் தாக்குதல் நிமித்தம் புகுந்தால் எண்ணி நான்கு மணி நேரத்தில் மொத்த நாட்டையும் சுருட்டி விழுங்கிவிட்டுப் போய்விடும். அணு ஆயுதம், ஏவுகணை அது இது என்று ஆயிரம் பேசலாம். வட கொரியாவுக்கு அவ்வளவு சாத்தியமென்றால் அமெரிக்காவால் என்னவெல்லாம் செய்ய முடியும் என்று சிந்தித்தால் இது புரிந்துவிடும். யதார்த்தத்தை ஒப்புக்கொள்வது என்றால் அதுதான்.

ஆனால் எக்காலத்திலும் இந்த உண்மை கிம் ஜாங் உன்னுக்குப் புரியாது. சீன அதிபருக்குப் புரியும் அல்லவா? அமெரிக்கா, வட கொரியாவை காலி செய்து தீபகற்பத்தை ஒரே நாடாக இணைத்துவிடுமானால் ஆசியாவில் அதன்பிறகு சீனாவின் செல்வாக்கு சரியத் தொடங்கும். அமெரிக்க மேலாதிக்கம் அதிகரிக்கும். சீன அதிபர் இதனை எப்படி விரும்புவார்?

அதனால்தான் வட கொரியாவுடன் குறைந்தபட்ச வர்த்தக உறவுகளை மட்டும் தக்க வைத்துக்கொள்வதன் மூலம் கிம்மின் தன்னிச்சையான அபத்த முடிவுகளுக்குக் கடிவாளம் போடப் பார்த்தார்.

கிம் ஜாங் உன்னுக்கு இதெல்லாம் புரிந்ததா இல்லையா என்று தெரியாது. சீன அதிபரேகூட எடுத்துச்

சொல்லியிருக்கலாம். யூகம்தான். ஆனால், 2017ஆம் ஆண்டுக்குப் பிறகு கிம் தனது அறைகூவல்களைச் சற்று மட்டுப்படுத்திக்கொண்டு, சம்பாதிக்கும் வழி முறைகளில் கவனம் செலுத்தத் தொடங்கினார்.

முன்னளவுக்குப் பணப் பிரச்னை இல்லாமல் சீனா கொஞ்சம் உதவுகிறது. வருகிற பணத்தைச் சிறிது பெருக்கினால் என்ன?

முதல் முறையாக ஒரு வட கொரிய அதிபர் இந்தப் பாதையில் சிந்திக்கத் தொடங்கியதே அப்போதுதான். ஆனால், எல்லா தடைகளும் அப்போதும் இருந்தன. எனவே நேர் வர்த்தகம் அந்நாட்டுக்கு சாத்தியமில்லை. இங்கே நாம் விரிவாகக் கண்ட சீன வர்த்தகமே இன்றுவரை நிழலில் நடப்பதுதானே தவிர, எதுவும் வெளிப்படையான நடவடிக்கை அல்ல.

ஒன்று சொல்ல வேண்டும். நீடித்த, தொடர்ச்சியான அணு ஆயுத உற்பத்தி முயற்சிகள் மற்றும் ஏவுகணைத் தயாரிப்பு முயற்சிகள், வட கொரியா எதிர்பார்த்த வெற்றியை இன்னும் கொடுக்கவில்லை என்றாலும் இத்தனை ஆண்டுக்கால அனுபவத்தில் அந்நாட்டின் அறிவியல் வல்லுநர்களும் பொறியியல் வல்லுநர்களும் தொழில்நுட்பத்தில் சற்று நன்றாகவே தேறியிருந்தார்கள்.

எனவே ஆயுதங்களை உற்பத்தி செய்து கள்ளச் சந்தையில் விற்கும் நடவடிக்கையில் வட கொரியா இறங்கியது. கிம் ஆட்சிப் பொறுப்புக்கு வந்த முதல் சில வருடங்களிலேயே இந்த நடவடிக்கை ஆரம்பித்துவிட்டது என்றாலும் 2017க்குப் பிறகு கள்ளச் சந்தை ஆயுத உலகில் வட கொரியா ஒரு பெரிய தாதாவாகிப் போனது என்பதில் சந்தேகமில்லை.

2013ஆம் ஆண்டு ஒரு சம்பவம் நடந்தது. க்யூபாவில் இருந்து புறப்பட்டு வட கொரியாவை நோக்கி வந்துகொண்டிருந்த ஒரு கப்பலை பனாமாவில் அதிகாரிகள் தடுத்து நிறுத்திப் பரிசோதித்தார்கள்.

பரிசோதனை தொடங்கிய சில நிமிடங்களிலேயே அவர்கள் அதிர்ந்து போனார்கள்.

அந்தக் கப்பலில் இரண்டு போர் விமானங்கள் பகுதி பகுதியாகக் கழட்டிப் போடப்பட்டிருந்தன. அது தவிரவும் பல ஏவுகணைகள் இருந்தன. அனைத்தும் பெட்டி பெட்டியாக அடுக்கப்பட்டு, வெளியே தெரியாமல் மேலுக்கு ஆயிரக் கணக்கான பிரவுன் சுகர் பொதிகளால் மூடி நிரப்பியிருந்தார்கள்.

என்னவென்று கேட்டதற்கு ஆயுதங்களை ரிப்பேர் செய்வதற்காக வட கொரியாவுக்குக் கொண்டு போகிறோம் என்று சாதாரணமாகச் சொல்லியிருக்கிறார்கள்.

அது உண்மையும்கூட. வட கொரியா அப்போது க்யூபா உள்படப் பல்வேறு நாடுகளுக்கு ஒரு மெக்கானிக் ஷாப்பாக வேலை பார்க்க ஆரம்பித்திருந்தது. பழுதான போர் விமானங்கள், ஏவுகணைகள், ஏகே ரகத் துப்பாக்கிகள் அனைத்தையும் சகாய விலையில் பழுது நீக்கித் தந்துகொண்டிருந்தார்கள். கூடவே இரானுக்கு அந்நாட்டின் அணு ஆராய்ச்சிகளில் உதவி செய்யவும் ஆரம்பித்திருந்தார்கள்.

2011ஆம் ஆண்டு தொடங்கி இரானில் நூற்றுக் கணக்கான வட கொரிய அணு விஞ்ஞானிகள் 'ஆன்சைட்' வேலை பார்க்கத் தொடங்கினார்கள். 2013ஆம் ஆண்டு கிம் ஜாங் உன் நடத்திய அணு ஆயுதப் பரிசோதனையில் சில இரானிய விஞ்ஞானிகளும் பங்குபெற்றதாகச் செய்தி வந்ததை இங்கே ஒப்பிட்டு நினைவுகூரலாம். பர்மா, சிரியா, லிபியா, எகிப்து போன்ற நாடுகளுக்கும் வட கொரியா இதே ரக உதவிகளைக் கிம் ஜாங் உன் ஆட்சிக்கு வந்த பிறகு தீவிரமாகச் செய்யத் தொடங்கியது.

இதனாலெல்லாம் வரத் தொடங்கிய ரகசியப் பணம்தான் வட கொரியாவின் பஞ்சத்தை ஓரளவு நீக்கியது என்பதை மறுக்கவே முடியாது.

47. குற்றமும் தண்டனையும்

ஒரு நாட்டின் தலையெழுத்தை அதன் தலைவர்களின் தனிப்பட்ட குணங்கள் பாதிக்காதிருந்ததில்லை. சர்வாதிகார நாடுகளைப் பொறுத்த அளவில், அதன் தலைவர்களின் குணங்கள் மட்டுமே அந்நாட்டின் குணமாக அடையாளம் காணப்படுவதைத் தவிர்க்கவே முடியாது. ஆனால், வட கொரியாவைப் பொறுத்தவரை அதன் முதல் இரண்டு தலைவர்களின் தனிப்பட்ட இயல்புகள் பெருமளவு ரகசியமாகவே இருந்தன. குறைந்தபட்சம் அவர்கள் உயிரோடு இருந்த காலம் வரையிலாவது அப்படி இருந்தன. நாட்டுக்குள் என்ன நடக்கிறது என்பது வெளியே தெரியவே தெரியாது. எது தெரியலாம் என்று அந்தத் தலைவர்கள் நினைத்தார்களோ, எவ்வளவு தெரிய வேண்டும் என்று சொன்னார்களோ, அது அவ்வளவு மட்டுமே முகம் காட்டியது.

ஆனால் மூன்றாவது கிம்மைப் பொறுத்தவரை மேற்சொன்ன நடைமுறைகள் அந்த அளவுக்குக் கடுமையாகக் கடைப்பிடிக்கப்படுவதாகத் தெரியவில்லை. எது தெரிந்தால் என்ன, எவன் என்ன செய்துவிட முடியும் என்கிற அலட்சிய மனோபாவம் மிதமிஞ்சிய அளவில்

வெளிப்பட்ட / வெளிப்படுகிற தருணங்கள் அநேகம் உள்ளன. இதன் அடிப்படைக் காரணங்கள் இரண்டு.

முதலாவது, முதலிரு கிம்களின் காலத்தில் வட கொரியா அனுபவித்த மாபெரும் வறுமையும் பஞ்சமும் இன்றில்லை. பல்லாயிரக் கணக்கில் மக்கள் மடிந்துகொண்டே இருந்த சூழ்நிலை இல்லை. ஓரளவு தேறி எழுந்துவிட்டார்கள். அதற்கு முன்சொன்ன சீன உதவியும் ஆதரவும் முக்கியமான காரணங்கள். ஒரு மாபெரும் அவலம் அல்லது அதன் வீரியம் குறையத் தொடங்கும்போது எழுகிற இயல்பான ஆசுவாசம், இதர விஷயங்களின் மீதான கெடுபிடிகளைச் சிறிது குறைக்கிறது.

இரண்டாவது, இன்றைய வட கொரியத் தலைவரான மூன்றாவது கிம், இது தனது தனிப்பட்ட வெற்றி அல்லது சாதனை என்று கருதுவது. அந்த எண்ணம் தருகிற கிளர்ச்சியின் விளைவான அகந்தையின் வெளிப்பாடு. இதன் அடுத்தக்கட்டம், தாம் நன்றாக இருந்தால்தான், தாம் ஆட்சியில் நிலைத்திருந்தால்தான் நாடும் நன்றாக இருக்கும் என்று எண்ணுவது. உங்களை வாழ வைப்பதற்காகவே நான் பிறந்திருக்கிறேன்; அதனாலேயே நீங்கள் எனக்கு ஆயுள் சந்தா விசுவாசம் செலுத்தியாக வேண்டும் என்று நினைத்தாலொழிய இது சாத்தியமில்லை.

கிம், தொடக்கம் முதலே ஒரு விஷயத்தில் மிகவும் தெளிவாக இருந்தார். எந்தச் சூழ்நிலையிலும், எந்த விஷயத்திலும் உணர்ச்சிகளுக்கு இடம் தரவே கூடாது. உறவு, நட்பு, வேண்டியவர், வேண்டாதவர் உள்ளிட்ட நிலைகளை அல்லது அடுக்குகளை அவர் அறவே தவிர்த்தார். வட கொரியக் குடிமகன் என்ற அடையாளத்துடன் உள்ள யாரானாலும் தனது விசுவாசியாக மட்டுமே இருக்க வேண்டும் என்பது அவரது நிலைபாடு. அவரது முன்னோர்களும் அப்படித்தான் இருந்தார்கள் என்றாலும் கிம் ஜாங்

உன் இந்த விஷயத்தில் இன்னும் கடுமையான பல நடைமுறைகளைக் கைக்கொண்டிருந்தார்.

பண்டைய முகலாய மன்னர்கள் காலத்தில் பதவிக்காகவும் அதைத் தக்கவைத்துக்கொள்வதற்காகவும் குடும்பத்துக்குள் நிகழ்த்தப்பட்ட படுகொலைகளைப் பற்றி நிறைய படித்திருப்போம். நவீன காலத்தில் அத்தகைய கொலைகளை வேறு புதிய வடிவங்களில், வேறு பெயர்கள் அளித்துச் செய்வதை வழக்கமாகக் கொண்டிருக்கும் ஒரே தலைவர் அவர்தாம். ஒவ்வொரு சம்பவம் நிகழும்போதும் உலகம் அதிர்ச்சியடைகிறது. திகைத்து நிற்கிறது. கண்டிக்கிறது. விமரிசிக்கிறது. ஆனால் அதற்குமேல் ஒன்றுமில்லை.

இத்தகைய சம்பவங்களைக் கிம் தன் நாட்டு மக்களுக்கு விடுக்கும் மறைமுக எச்சரிக்கையாக மாற்றி அமைத்துவிட்டு அடுத்த வேலையைப் பார்க்கப் போய்விடுகிறார். இதன் கன பரிமாணம் சரியாகப் புரிய வேண்டுமானால் இரண்டு சம்பவங்களை உதாரணமாக எடுத்துக்கொள்ளலாம். அவற்றை விரிவாகப் பார்த்து, படித்தறிவதன் மூலம் ஒரு தலைவனின் குணம் எப்படி ஒரு தேசத்தின் முகமாகிறது என்பதை எளிதாகப் புரிந்துகொள்ள முடியும்.

இந்தப் புத்தகத்தின் முந்தைய அத்தியாயங்களுள் ஒன்றில், கிம் ஜாங் உன் ஆட்சிக்கு வருவதற்கு மிகவும் உதவி செய்த அவரது நெருங்கிய உறவினர் ஒருவரை அறிமுகம் செய்துகொண்டிருப்பீர்கள். ஜாங் சாங் தேக் (Jang Song-thaek) என்பது அவர் பெயர். அறிமுகமாகும்போதே அவரது மரணத்தைக் குறித்தும் படித்திருப்பீர்கள். எனவே இந்தக் கதையில் கிளைமேக்ஸுக்காகக் காத்திருக்கும் பதற்றம் தேவையில்லை. ஆனால் அந்தச் சம்பவத்தைக் கிம் எப்படி நடத்தினார் என்று தெரிந்துகொள்வது முக்கியம்.

ஜாங் சாங் தேக், வட கொரிய அதிபர் கிம் ஜாங் உன்னுக்கு மாமா முறை. மாமா என்றால் தாய்மாமன்

முறையல்ல. அவரது தந்தையின் சகோதரிக்குக் கணவர். அதாவது அத்தை புருஷன்.

இரண்டாவது கிம்மின் ஆட்சிக் காலத்தில் தொடக்கம் முதலே அவர் பல்வேறு அரசுத் துறைகளில் செல்வாக்கு மிக்கவராக இருந்தவர். குறிப்பாக இன்ன பதவியில் இருக்கிறார் என்று அன்றைய மேற்கத்திய ஊடகங்களாலும் உளவு நிறுவனங்களாலும் வரையறுத்துச் சொல்ல முடிந்ததில்லை என்றாலும் வட கொரிய அரசியலில் அவர் ஓர் அதிகார மையமாக இருந்ததை அனைவருமே உறுதி செய்திருக்கிறார்கள். குறிப்பாக, இரண்டாவது கிம் உயிருடன் இருந்தவரை குடும்ப அளவிலும் கட்சி மற்றும் ஆட்சி அளவிலும் அவருக்கு நம்பகமான மிகச் சிலருள் ஒருவராக உடன் இருந்திருக்கிறார்.

2008ஆம் ஆண்டு இரண்டாவது கிம்மின் உடல்நிலை மோசமடைந்து, அநேகமாக அவர் இறந்திருக்கலாம் என்ற வதந்தி பலமாகப் பரவியபோது, அவருக்கு பதிலாக வட கொரிய அரசாங்கத்தை அந்நாள்களில் பொறுப்பேற்று நடத்திக்கொண்டிருந்ததே இந்த ஜாங் சாங் தேக்தான் என்று தென் கொரிய ஊடகங்கள் எழுதின. அந்த அளவுக்குப் பெரிய ஆள்.

ஒரு கட்டத்தில் வட கொரியாவின் தேசிய பாதுகாப்பு ஆணையத்தின் துணைத் தலைவர் அவர்தான் என்று சொன்னார்கள். அது, அந்நாட்டின் அதிபர் பதவிக்கு அடுத்த நிலையில் உள்ள அந்தஸ்து. அவ்வளவு உயரமான இடத்தில் இருந்தபடியால்தான், கிம் ஜாங் இல் மறைந்தபோது சகோதரச் சண்டை ஏதும் ஏற்படாமல் தடுத்தாட்கொண்டு, மறைந்த தலைவர் விரும்பியபடி அவரது இளைய மகன் கிம் ஜாங் உன் பதவிக்கு வர அவரால் ஏற்பாடு செய்ய முடிந்தது.

தொடக்கத்தில் கிம் ஜாங் உன்னுக்கு இது சார்ந்த நன்றியுணர்ச்சி நிச்சயமாக இருந்தது. அதனால்தான் அதிகார வர்க்கத்தைச் சேர்ந்தவரான ஜாங் சாங் தேக்குக்கு,

சம்பந்தமில்லாமல் திடீரென்று நான்கு நட்சத்திர அந்தஸ்துள்ள ராணுவச் சீருடை வழங்கி, ஜெனரலாக மறு அறிமுகப்படுத்தினார். வட கொரியாவைப் பொறுத்தவரை அதிகாரிகளைவிட ராணுவச் சீருடை அணிந்தவர்களுக்கு மதிப்பும் மரியாதையும் அதிகம் என்பதே காரணம்.

ஆட்சிக்கு வந்த புதிதில் கிம் ஜாங் உன்னுக்கு அவரது தந்தை-தாத்தா காலத்து நடைமுறைகளை எடுத்துச் சொல்லி, வட கொரியாவை ஆளும் 'வித்தை'யைக் கற்றுத்தந்தவர் ஜாங் சாங் தேக்தான். அவரது ஆலோசனையின்படிதான் கிம் நாடு முழுவதும் தனது தந்தை மற்றும் தாத்தாவுக்கு வானளாவிய சிலைகளை நிறுவினார். அந்தச் சிலைகளிலிருந்து பார்வையை நகர்த்தினால் எங்கும் தன் உருவம் தென்படும்படியான ஏற்பாட்டினைச் செய்தார். நாட்டில் உள்ள அத்தனை வீடுகளிலும் அலுவலகங்களிலும் தங்கள் மூவரின் படங்கள் இருந்தே தீர வேண்டும் என்பதையும் மக்கள் வழிபடுவதற்கு வேறு யாரும் கிடையாது என்பதையும் அழுத்தம் திருத்தமாக நிலைநிறுத்தினார்.

ஒரு விஷயம். வட கொரியாவுக்குச் செல்பவர்கள் தப்பித்தவறிக் கூடத் தங்கள் பெட்டிகளில் எந்தக் கடவுளின் படத்தையும் வைத்திருக்க முடியாது. பிரம்மா, விஷ்ணு, சிவனைப் போல அங்குள்ள கிம் 1, கிம் 2, கிம் 3யின் படங்களை மட்டுமே வைத்துக்கொண்டு கும்பிடலாம். இதில் சற்றும் மிகையில்லை. கழுத்தில் ஒரு சிலுவை டாலர் அணிந்திருந்தால்கூடக் கழட்டச் சொல்லி, விமானநிலையத்திலேயே வாங்கி வைத்துவிடுவார்கள்.

அச்சமே இந்நாட்டின் ஆன்மிகமாக இருந்து வந்திருக்கிறது என்பதைக் கிம் ஜாங் உன்னுக்குத் தெளிவாகப் புரியவைத்துச் சாதித்தது இந்த ஜாங் சாங் தேக்தான்.

ஆனால் கிம் ஜாங் உன் பதவிக்கு வந்ததும் பழமைவாதிகள் அவ்வளவாக விரும்பாத சில காரியங்களைச் செய்தார்.

முக்கியமாக, முந்தைய தலைமுறை அதிகாரிகள், ஒரே துறையில் பல வருட காலம் உட்கார்ந்து தேய்த்தவர்கள், தொட்டதற்கெல்லாம் 'உங்கள் அப்பா காலத்தில் எப்படி இருந்தது தெரியுமா, உங்கள் தாத்தா இதற்கு என்ன செய்வார் தெரியுமா' என்று பேசிக்கொண்டிருந்தவர்கள் அனைவரையும் கவனமாகக் கண்டெடுத்து அகற்றினார். அகற்றுவது என்பது மூன்று விதமாக நடைபெற்றது.

1. வீட்டுக்கு அனுப்புவது
2. தொலைதூரப் பணிகளுக்கு அனுப்புவது
3. எங்கே அனுப்பப்பட்டார் என்பதை யாருக்கும் தெரியாமல் வைப்பது.

இதில் பாதிக்கப்பட்ட பல அதிகாரிகள் ஜாங் சாங் தேக்குக்கு மிகவும் நெருக்கமானவர்கள்; வெளியே சொல்ல இயலாத மிகப்பெரிய அளவு வர்த்தக உறவுகளை வைத்திருந்தவர்கள். முக்கியமாக, அறை எண் 39இன் 'ஆகிவந்த' ஊழியர்கள்.

அவர்களை அகற்றியது சரியல்ல என்று ஜாங் சாங் தேக், கிம் ஜாங் உன்னிடம் சொன்னார். அதோடு நிறுத்திக்கொண்டிருக்கலாம். மீண்டும் அவர்களை அதே இடங்களில் பணியமர்த்துமாறு வற்புறுத்தவும் ஆரம்பித்தார். அப்படிச் செய்யாவிட்டால், அனுபவம் மிக்க அந்த அதிகாரிகள், ஆட்சியை அகற்றவும் தயங்க மாட்டார்கள் என்று மறைமுகமாக எச்சரிக்கை விடுத்ததாகவும் ஒரு பேச்சு உள்ளது. ஆனால் இது உறுதிப்படுத்தப்பட்ட தகவல் அல்ல.

கிம் ஜாங் உன் இதனை இப்படிப் புரிந்துகொண்டார்:

நீ எனக்கு உதவி செய்திருக்கிறாய். நான் பதவிக்கு வரச் சில நடவடிக்கைகள் எடுத்திருக்கிறாய். நல்லது. அதற்குரிய படி அரிசியை அளந்து வாங்கிக்கொண்டு போய்விடுவதுதான் உனக்கு நல்லது. அதை விட்டுவிட்டு, நீ சொல்வதற்கெல்லாம் நான் தலையாட்ட வேண்டும்;

இல்லாவிட்டால் ஆட்சியிலிருந்து அகற்றும் அளவுக்கு எனக்குச் செல்வாக்கு இருக்கிறது என்று மறைமுகமாக மிரட்டுவதெல்லாம் என்னிடம் நடக்காது. நீ என்ன என்னை ஆட்சியில் இருந்து அகற்றுவது? நான் உன்னை உலகத்தில் இருந்தே அகற்றிவிடுகிறேன்.

2012 ஆம் ஆண்டு ஜாங் சாங் தேக் வட கொரிய அரசின் பிரதிநிதியாகச் சீனாவுக்குச் சென்று சில உயர்மட்டப் பேச்சுவார்த்தைகளில் கலந்துகொண்டுவிட்டுத் திரும்பியவர். அந்தப் பயணத்தில் அவருக்கு அளிக்கப்பட்ட மரியாதை மிகப் பெரிது. அதற்கு முன் வட கொரிய அதிபர் கிம் ஜாங் இல் சீனாவுக்குச் சென்றபோது தரப்பட்ட மரியாதையில் முக்கால்வாசி ஜாங் சாங் தேக்குக்கு இப்போது தரப்பட்டது. இது மிக நிச்சயமாகக் கிம் ஜாங் உன்னின் அனுமதியின்றி நடந்திருக்க வாய்ப்பே இல்லை.

இதன் தொடர்ச்சியாக, வட கொரியாவுக்கான சீனத் தொடர்பாளராக ஜாங் சாங் தேக்கே எப்போதும் இருக்கலாம் என்று கிம் ஜாங் உன் முடிவு செய்தார். நல்ல மொழி வளமும் ராஜதந்திரப் பேச்சுவார்த்தைகளில் அனுபவமும் கொண்டவர். மூத்தவர். உறவுக்காரரும்கூட. நம்பலாம் என்று அவர் நினைத்திருக்க வேண்டும்.

ஆனால் ஜாங் சாங் தேக் அடிக்கடி சீனாவுக்குச் சென்றதும் சீனத் தலைவர் முதல் உயர்மட்ட அதிகாரிகள்வரை நெருங்கிப் பழகி, சீனாவின் எண்ணப்படி வட கொரியாவை முற்றிலும் மாற்றி அமைக்கும்படியான ஆலோசனைகளை வழங்கத் தொடங்கியது, கிம் ஜாங் உன்னுக்கு நெருட ஆரம்பித்தது. சர்வதேச மீடியா, ஜாங் சாங் தேக்கைப் பியாங்யாங்கில் வசிக்கும் சீனக் குடிமகன் என்றே குறிப்பிட ஆரம்பித்ததும் அவருக்குப் பிடிக்கவில்லை.

இந்த இடத்தில், 'வட கொரியாவை ஒரு கட்டுக்குள் வைத்துக்கொள்ளப் பார்' என்று அமெரிக்கா, சீனாவுக்குச்

சொன்ன ஆலோசனையைப் பொருத்தி யோசிக்கலாம். அந்தத் திருப்பணியை ஜாங் சாங் தேக் மூலமாக நிறைவேற்றச் சீன அரசு நினைத்தது.

யார் என்ன நினைக்கிறார்கள் என்பதா முக்கியம்? கிம் ஜாங் உன் என்ன நினைக்கிறாரோ அதுதான் நடக்கும்.

ஜாங் சாங் தேக்கை அவர் கூப்பிட்டு எச்சரித்தாரா, அவரது எல்லைகளை வரையறுத்துப் புரிய வைக்கப் பார்த்தாரா என்றெல்லாம் தெரியாது. அது பற்றிய தகவல்கள் இல்லை. ஆனால் 2013 ஆம் ஆண்டின் மத்தியில் இருந்து ஜாங் சாங் தேக் தொடர்பான விஷயங்களில் கிம் ஜாங் உன்னின் நிலைபாடு மாறத் தொடங்கியது.

நவம்பர் 2013 இல், ஜாங் சாங் தேக்கின் பிரத்தியேக உதவியாளர்களான ரி ரியோங்-ஹா மற்றும் ஜாங் சு-கில் என்ற இருவர் மீது வட கொரிய அரசாங்கம் கடும் குற்றச்சாட்டை வைத்தது. முதல் நபர் தனது அதிகாரத்தைத் தவறாகப் பயன்படுத்தி, கிம்மின் நற்பெயருக்குக் களங்கம் விளைவித்தார் என்பது. அடுத்தவர், அரசுக்கு எதிராக ஆள் திரட்டி, புரட்சி செய்யப் பார்த்தார் என்பது. சுருக்கமாகச் சொல்வதென்றால் வட கொரியாவில் இந்த இரண்டுமே தேசத் துரோகக் குற்றச்சாட்டுகள்.

இதற்கான விசாரணைக்கு நீதி மன்றம் ஆயத்தமாகிக் கொண்டிருந்தபோதே ஜாங் சாங் தேக் காணாமல் போனார். அவருக்குத் தெரிந்துவிட்டது. தன்னையும் தன்னைச் சார்ந்தவர்களையும் கட்டம் கட்டிவிட்டார்கள். சொல்லிவைத்தாற்போல, அவரோடு இணைந்து பணியாற்றிய பல்வேறு துறைகள் சார்ந்த வேறு வேறு அதிகாரிகள் ஒரே நாள், ஒரே நேரத்தில் பல்வேறு காரணங்களுக்காகக் கைதானார்கள்.

வட கொரிய நீதிமன்றம் ஒரு வழக்கை விசாரித்துத் தீர்ப்பளிக்க அதிக நாள் / நேரம் எடுத்துக்கொள்வதேயில்லை. என்ன தீர்ப்பு சொல்ல

வேண்டும் என்று கிம்மிடம் இருந்து நீதிபதியின் மேசைக்குக் குறிப்புச் சீட்டு வந்திருக்கும். அதற்கு ஏற்பத் தீர்ப்பை எழுதி வாசித்துவிடுவார்கள். ஜாங்கின் மேற்படி இரண்டு உதவியாளர்கள் மீதும் சுமத்தப்பட்டிருந்த தேசத் துரோகக் குற்றச்சாட்டு உண்மை என்று நிரூபணமானதாக அறிவிக்கப்பட்டு, ஒரு நாள் குறித்து அவர்களைத் தூக்கிலிட்டார்கள்.

பிறகு, டிசம்பர் 3 ஆம் தேதி, 'மதிப்புக்குரிய அதிகாரி' ஜாங் சாங் தேக் ஆளையே காணவில்லை என்பதால், அரசுப் பணிகள் பாதிக்கப்படக்கூடாது என்ற அடிப்படையில் அவர் பதவியில் இருந்து நீக்கப்பட்டார். இந்தத் தகவலை வட கொரிய மத்தியத் தொலைக்காட்சி ஒளிபரப்பியது. எவ்வித முக்கியத்துவமும் இல்லாமல் செய்திகளுடன் செய்தியாக, ஒரு புகைப்படம்கூட இல்லாமல் அது கடந்து செல்லப்பட்டது.

இது நடந்த ஐந்து நாள்களில் (டிசம்பர் 8) அவரைக் கொரியத் தொழிலாளர் கட்சியின் அனைத்துப் பொறுப்புகளிலிருந்தும் நீக்குவதாக பொலிட்பீரோ அறிவித்தது. கட்சி விரோத நடவடிக்கைகள், சட்ட விரோதக் குழு சேர்ப்பு முயற்சிகள், தவிரவும் சில பெண்கள் தொடர்பான விவகாரங்களில் அவர் பெயர் அடிபடுவது கட்சிக்கும் ஆட்சிக்கும் இழுக்கு என்று சொன்னார்கள்.

அன்றைய தினம் பொலிட்பீரோ விசாரணைக்கு ஜாங் நேரில் வந்திருந்தார். அவரை எதிரே உட்கார வைத்துக்கொண்டுதான் குற்றப் பத்திரிகையைப் படித்தார்கள். நாட்டின் மிக உயரிய பதவியில் இருந்த ஒரு மனிதரை இப்படிப் பொலிட்பீரோ கூப்பிட்டு விசாரிப்பது சரித்திரத்தில் முதல் முறை நடக்கிறது என்பதாலும், கிம் ஜாங் இன் எதையும் மக்களிடம் இருந்து மறைப்பதில்லை என்பதைக் காட்டுவதற்காகவும், விசாரணையின் வெளிப்படைத்தன்மையை உலகம் விரும்பினால் பார்த்துக்கொள்ளட்டும் என்ற

உயரிய நோக்கத்தினாலும், நிகழ்ச்சியைக் கொரிய மத்தியத் தொலைக்காட்சி நேரடி ஒளிபரப்பு செய்ய அனுமதிக்கப்பட்டிருந்தது.

ஆட்சிக்கு எதிராக, கிம்முக்கு எதிராக அவர் கலகம் செய்யப் பார்த்தார் என்பதும் உள்நாட்டு அமைதியைக் குலைக்கும் விதங்களில் செயல்பட்டார் என்பதும் பல பொருளாதாரச் சீர்கேடுகளுக்குக் காரணமாக இருந்தார் என்பதும் முக்கியமான குற்றச்சாட்டுகளாக வைக்கப்பட்டன. இதற்கெல்லாம் அவர் என்ன பதில் சொல்லியிருக்க முடியும் என்று தெரியவில்லை. பாவப்பட்ட பெரிய மனிதர், எதுவுமே உண்மையில்லை என்று மறுத்துப் பார்த்தார். யார் கேட்பார்கள்?

விசாரணை நடந்துகொண்டிருந்தபோதே அவைக்குள் காவலர்கள் வந்துவிட்டார்கள். சொல்லாமல் கொள்ளாமல் ஏற்கெனவே காணாமல் போயிருந்தது தொடங்கி எத்தனைக் குற்றங்களைத்தான் ஒரு மனிதர் செய்வார்? நீங்கள் சிறைச்சாலையில் ஓய்வெடுங்கள் என்று சொல்லி அழைத்துப் போய்விட்டார்கள்.

தனக்கும் இதற்கும் எந்த சம்பந்தமும் இல்லை; எல்லாம் பொலிட்பீரோ எடுக்கும் முடிவு; தாம் வெறும் பார்வையாளர் மட்டுமே என்னும் பாவனையிலேயே கிம் இருந்தார். என்ன இருந்தாலும் பாசத்துக்குரிய மாமா. வருத்தம் இல்லாமல் இருந்திருக்காது.

வரலாற்றில் முதல் முறையாக பொலிட்பீரோ ஒரு நபரை 'நாயைவிட மோசமான மனிதர்' என்று குறிப்பிட்டு அறிக்கை வெளியிட்டது. ஜாங்மீது தேசத் துரோகக் குற்றச்சாட்டு சுமத்தப்பட்டுப் பிறகு அவருக்கு மரண தண்டனை விதிக்கப்பட்டது.

இந்த விசாரணை மற்றும் தீர்ப்பு-தண்டனைக்கு அப்பால், நேரடி ஒளிபரப்பின் மூலம் நாட்டு மக்களுக்கு நீதிபதிகள், எது உச்சபட்சக் குற்றம் என்பதைச் சுட்டிக்காட்டினார்கள். அந்நிய சக்திகளுடன் ரகசியத் தொடர்பு வைத்திருப்பது,

கிம் ஜாங் இல்லின் காலத்தில் பல்வேறு காரணங்களுக்காகக் கடுமையாகத் தண்டிக்கப்பட்டவர்களைச் சேர்த்து வைத்துக்கொண்டு திட்டம் தீட்டுவது, கிம் ஜாங் உன்னின் எந்தக் கட்டளைக்கும் கீழ்ப்படியாதிருப்பது; தனக்கே எல்லாம் தெரியும் என்று எண்ணிக்கொண்டு செயல்பட்டது.

தன்னைத் தூக்கி வளர்த்துச் சீராட்டிய மதிப்புக்குரிய உறவினரே என்றாலும் கிம் அவர்கள் விஷயத்தில் இப்படித்தான் நடந்துகொள்வார் என்பதைச் சுட்டிக்காட்டுவதன் மூலம், அரசுக்கு எதிராக மூச்சுக்கூட விட முடியாத இறுக்கத்தை மக்கள் மத்தியில் இந்தச் சம்பவம் வலுவாகக் கட்டியெழுப்பியது.

எட்டாம் தேதி விசாரணை நடந்து, காவலர்கள் கைது செய்து அழைத்துச் சென்றார்கள். பன்னிரண்டாம் தேதி ஒரு ரகசிய இடத்தில் வைத்துக் காரியம் செய்துவிட்டார்கள். முடிந்தது.

இதன் தொடர்ச்சியாக, அரசுப் பணிகளில் இருந்த ஜாங்கின் நண்பர்கள், நெருங்கியவர்கள் அனைவருமே கைது செய்யப்பட்டுக் கொல்லப்படலாம் என்று சர்வதேச ஊடகங்கள் எழுதின. அது நடந்ததா என்று தெரியவில்லை. ஆனால் அடுத்த ஆண்டின் தொடக்கத்தில் (ஜனவரி 2014), ஜாங் சாங் தேக்கின் மனைவி, குழந்தைகள், அவரது மனைவி வழி உறவினர்கள் அனைவரும் பல்வேறு இடங்களில் கைது செய்யப்பட்டார்கள்.

அவர்கள் அனைவரையும் கிம் தூக்கிலிடும்படி உத்தரவிட்டுவிட்டதாகப் பின்னர் தென் கொரியச் செய்தி நிறுவனங்கள் எழுதின.

உண்மைதானா, அப்படித்தான் நடந்ததா என்று யாரும் நேரில் பார்த்துச் சொல்லவில்லை. ஆனால் 2014 ஜனவரிக்குப் பிறகு மேற்சொன்ன உறவினர்களில் ஒருவரைக் கூட வட கொரியாவில் எங்குமே காண முடியவில்லை என்று எல்லோரும் சொன்னார்கள்.

48. குறி வைத்துக் கொல்

கிம் ஜாங் உன் எத்தனை அபாயகரமான மனிதர் என்பதைப் புரிய வைப்பதற்கு இன்னொரு பெரிய சம்பவ உதாரணம் உள்ளது. இதையும் பார்த்துவிட்டால் ஒரு முழு வட்டம் சுற்றி மீண்டுவிடலாம்.

இந்த வரலாற்றின் தொடக்க அத்தியாயங்களில், நீங்கள் நினைவில் நிறுத்த வேண்டிய பெயர் என்று ஒன்று வந்திருக்கும். கிம் ஜாங் நாம் (Kim Jong Nam). வட கொரியாவின் இன்றைய தலைவரான கிம் ஜாங் உன்னின் தந்தைக்கு வேறொரு தாரத்தின் மூலம் பிறந்த மகன். வரிசைக் கணக்குப்படி பார்த்தால், இந்த ஜாங் நாம்தான் மூத்த மகன். இவரையும் கிம் ஜாங் இல் வெளிநாட்டுக்கெல்லாம் அனுப்பிப் படிக்க வைத்தார், முக்கியப் பதவிகளெல்லாம் கொடுத்தார், பிறகு அவர் கோபித்துக்கொண்டு சீனாவுக்குச் சென்றபோதும் தனது சொத்துக் கணக்குகளைப் பார்த்துக்கொள்ளும் பொறுப்பையே அவரிடம் ஒப்படைத்திருந்தார் என்று பார்த்தோம். ஆனால், மிதமிஞ்சிய குடி, போலி பாஸ்போர்ட், போலி அடையாளங்களைக் கொண்டு பல்வேறு நாடுகளுக்குச் செல்ல முயன்றது, ஜப்பானில் மாட்டிக்கொண்டு அவமானப்பட்டது,

பிறகு பியாங்யாங்கிலேயே வெளிநாட்டுச் சுற்றுலாப் பயணிகள் தங்கும் அதி உயர் நட்சத்திர விடுதிக்கு வெளியே குடித்துவிட்டு ஒரு நாள் பெரும் தகராறில் ஈடுபட்டு அசிங்கமானது எனச் சில காரணங்களால் அவரது தந்தைக்கு அவர் மீதிருந்த நல்லபிப்பிராயம் கெட்டுப் போனது. விளைவாக, கிம் ஜாங் இல்லுக்குப் பிறகு அவரால் ஆட்சிக்கு வர முடியவில்லை. ஒதுக்கி வைத்துவிட்டுக் கிம் ஜாங் உன்னுக்கு அந்த வாய்ப்பைக் கொடுத்துவிட்டுத் தந்தையானவர் போய்ச் சேர்ந்துவிட்டார். வேறு வழியின்றி, கிம் ஜாங் நாம், சீனாவிலேயே பெரும்பாலும் தங்கிவிடும்படி ஆகிப் போனது.

சீனாவுக்கு எக்காலத்திலும் அப்படியொரு அதிர்ஷ்டம் இருந்து வந்திருக்கிறது. பொதுவாக அண்டை நாடுகளின் ஆட்சியாளர்களை நன்கறிந்த நண்பர்கள், குடும்ப உறுப்பினர்களில் யாராவது ஒருவரையோ ஒன்றுக்கு மேற்பட்டவரையோ எல்லா நாடுகளும் தனக்கு நெருக்கமாக வைத்துக்கொள்ள விரும்பும். இதற்காகக் கணக்கு வழக்கில்லாமல் செலவிடும் நாடுகள் உண்டு.

வட கொரியா விஷயத்தில், சீனாவுக்குத் தேடி அலைய அவசியமே இல்லாமல்தான் இருந்திருக்கிறது. தொடக்கம் முதலே நட்பு நாடு என்பதால் எப்போதும் கிம் குடும்பத்தைச் சேர்ந்த யாராவது ஒருவர் சீனாவில் இருப்பார். இரு தரப்பு ஆட்சியாளர்களுக்கும் இடையில் துணை தூதரகம் போலச் செயல்படுவார்கள். சென்ற அத்தியாயத்தில் கொலை செய்யப்பட்ட ஜாங் சாங் தேக்குக்குப் பிறகு சீனா தனது 'தனியார் தூதரக அதிகாரி'யாகக் கிம் ஜாங் நாமைத்தான் பயன்படுத்த நினைத்தது. ஆனால் ஜாங் நாம், தனியார் உளவாளியாக இருக்கவே தயாராக இருந்தார். கசக்குமா?

ஒரு வினோதம் என்னவென்றால், அடிப்படையில் கிம் ஜாங் நாம், அமைதியானவர். இசை, கவிதை, ஓவியம் போன்ற, கிம் குடும்பத்துக்குத் தேவையே இல்லாத பல

ஆணிகளில் அவரது ஆர்வம் மாட்டப்பட்டிருந்தது. தவிர, உலகெங்கும் உள்ள பாரம்பரியப் பெருமை மிக்க இடங்களைச் சுற்றிப் பார்ப்பதில் கட்டுக்கடங்காத இச்சை கொண்டவராக இருந்தார். சீனாவிலேயே நெடுங்காலம் இருக்க நேர்ந்ததால், கம்யூனிசப் பற்றும் வட கொரிய அரசியல் சார்ந்த விமரிசனங்களும் சற்றுத் தூக்கலாக இருந்தது. ஆனால் ஆட்சி அதிகாரத்தைக் கைப்பற்றும் விருப்பமெல்லாம் அவருக்கு என்றைக்குமே இருந்ததில்லை என்றுதான் அவரை நன்கு அறிந்தவர்கள் திரும்பத் திரும்பச் சொல்கிறார்கள்.

இருந்தாலும் கிம் ஜாங் உன் பதவிக்கு வந்ததும் தனது முதல் அபாயமாக அண்ணன் ஜாங் நாமைத்தான் கருதினார். இது அவருக்குப் புகட்டப்பட்டதாக இருக்கலாம் என்று ஒரு பேச்சு இருந்தாலும், கிம்மின் அடிப்படை குணத்தை முழுவதுமாக நினைவுகூர்ந்து பொருத்திப் பார்த்தால், சந்தேகத்துக்குரிய அனைவரையும் அழித்துவிடுவதே நல்லது என்னும் முடிவின் அடிப்படையில் இதனைத் திட்டமிட்டிருக்கலாம் என்று தோன்றும்.

அது நடந்தது, பிப்ரவரி 13, 2017 அன்று. மலேசியத் தலைநகரமான கோலாலம்பூர் விமான நிலையத்துக்குக் கிம் ஜாங் நாம் வந்தார்.

அவர் விமான நிலையத்துக்கு வருவதற்கு முன்பு கொலையாளிகளின் குழு அங்கே வந்துவிட்டிருந்தது. அவர்கள் விமான நிலையத்திலேயே இருந்த ஒரு காப்பி ஷாப்பில் அமர்ந்திருந்தார்கள். ஆளுக்கொரு மேசை. யாரோ, யார் யாரோ போல.

இப்போது இரண்டு பெண்கள் அந்த இடத்துக்கு வந்தார்கள். ஒருத்தியின் பெயர் டோவான் தி ஹுவாங். அவள் வியட்நாமைச் சேர்ந்தவள். மலேசியாவில் ஒரு நைட் க்ளப்பில் பணியாற்றிக்கொண்டிருந்தாள்.

இன்னொருத்தியின் பெயர் சிதி ஐசியா. இந்தப் பெண் இந்தோனேசியாவில் பிறந்து வளர்ந்தவள். ஒரு ஸ்பா சென்டரில் மசாஜ் செய்யும் பணியில் இருந்தாள்.

இருவருமே கொலைக் குழுவினருக்கு ஏற்கெனவே அறிமுகமானவர்கள். ஆனால் அவர்கள் கொலையாளிகள், ஒரு பெரிய திட்டத்துடன் வந்திருப்பவர்கள் என்பது தெரியாது. உண்மையிலேயே தெரியாது.

இன்றைக்கு நூற்றுக் கணக்கான ப்ராங்க் விடியோக்களை யூ ட்யூபில் பார்க்கிறோம் அல்லவா? அது போன்றதொரு ப்ராங்க் நிகழ்ச்சியை ஒரு தொலைக்காட்சி சேனலுக்காகத் தயாரித்துக் கொடுப்பவர்கள் என்று சொல்லித்தான் அவர்கள் அந்தப் பெண்களை நெருங்கியிருக்கிறார்கள். எந்தச் சந்தேகமும் வந்துவிடக் கூடாது என்பதால் சுமார் ஒரு மாத காலத்துக்கும் மேலாக அந்தப் பெண்களைக் கொண்டு அதே கோலாலம்பூர் விமான நிலைய வளாகத்தில் பல்வேறு ப்ராங்க் விடியோ நிகழ்ச்சிகளையும் நடத்தியிருக்கிறார்கள்.

அதாவது, அந்தப் பெண்களின் கையில் குழந்தைகளுக்குப் பூசும் லோஷன்கள் அல்லது ஆலிவ் எண்ணெயைப் பூசிவிடுவது. பிறகு யாராவது ஒரு நபரைச் சுட்டிக்காட்டி, இந்த லோஷனைக் கொண்டு போய் அவர்கள் முகத்தில் திடீரென்று பூசிவிடு என்பார்கள். முன்பின் தெரியாத யாரோ ஒரு பெண், திடீரெனத் தன் முகத்தில் கைவைத்து எதையோ பூசினால் சம்பந்தப்பட்ட நபர் என்ன ஆவார்? திடுக்கிட்டு அலறிவிடுவார் அல்லவா?

அவ்வளவுதான். அதன்பிறகு அவருக்கு உண்மையைச் சொல்லி, நடந்ததற்கு மன்னிப்புக் கேட்டு, ஏதாவது ஒரு பரிசுப் பொருளையும் கொடுத்துவிட்டுப் போய்விடுவது.

எளிய, அபத்த விளையாட்டு. அந்தப் பெண்கள் சுமார் இருபது முப்பது பேரிடம் இப்படி விளையாடி யிருக்கிறார்கள். அதாவது தினமும் ஒரு ப்ராங்க். இதனால் அவர்களுக்கு நிகழ்ச்சித் தயாரிப்பாளர்கள் மீது எந்த சந்தேகமும் வரவில்லை. குறைந்த சம்பளத்துக்கு நைட் க்ளப்பிலும் மசாஜ் செண்டரிலும் வேலை பார்த்துக்கொண்டிருப்பவர்களுக்கு இது கூடுதல்

வருமானம் தருகிறது என்றால் வேண்டாம் என்றா சொல்வார்கள்?

அந்த வகையில்தான் அன்றைய ப்ராங்க் நிகழ்ச்சிக்கும் அவர்கள் தயாரானார்கள்.

அன்று திங்கள் கிழமை. மலேசிய நேரம் காலை ஒன்பது மணி. கோலாலம்பூர் விமான நிலையம் அன்றைக்கு வழக்கத்தினும் பரபரப்பாக இருந்தது. நிறைய பயணிகள். எல்லோருக்கும் அவரவர் அவசரம்.

காப்பி ஷாப்பில் காத்திருந்த 'தயாரிப்பாள'ரிடம் இரண்டு பெண்களும் இன்றைக்கு யாரை ப்ராங்க் பண்ணப் போகிறோம் என்று கேட்டார்கள். மிகச் சரியாக அதே நேரம் சாம்பல் நிற கோட் அணிந்த ஒரு கனவான் விமான நிலையத்துக்குள் நுழைந்து செக்-இன் கவுன்ட்டரை நோக்கி நடந்துகொண்டிருந்தார்.

தயாரிப்பாளர் அவரை ஒருமுறை பார்த்து உறுதி செய்துகொண்டு அந்தப் பெண்களின் கைகளில் வழக்கம் போல ஒரு திரவத்தைக் கொடுத்துப் பூசிக்கொள்ளச் சொன்னார். குறிப்பிட்ட நபரைச் சுட்டிக்காட்டி, அவர் செக்-இன் செய்வதற்குள் காரியத்தைச் செய்து முடித்துவிட வேண்டும் என்று சொல்லி அனுப்பினார்.

அவர்களும் எந்த ஐயப்பாடும் இல்லாமல் எப்போதும் போலக் கைகளில் களிம்பைப் பூசிக்கொண்டார்கள். குறிப்பிட்ட சாம்பல் நிற கோட் அணிந்த நபரை நோக்கிச் சென்றார்கள். அவர் செக்-இன் செய்யப் போன வினாடியில் ஒருத்தி அவர்மீது பாய்ந்தாள். ஒரே தள்ளு. நிலை தடுமாறி அம்மனிதர் விழவிருந்த சமயத்தில் இன்னொருத்தி அவர் முகத்தில் அந்த எண்ணெய்யைப் பூசினாள்.

என்ன நடக்கிறதென்று தெரியாமல் அவர் சத்தம் போட்டுச் சுதாரித்துத் திரும்புவதற்குள் இருவரும் சற்றுப் பின்னால் நகர்ந்துவிட, மறு வினாடியே அம்மனிதர் குரல்

உயர்த்திக் கத்தத் தொடங்கினார். இல்லை. அது வெறும் ஆலிவ் எண்ணெய்யோ பேபி லோஷனோ அல்ல. venomous agent X என்ற மிகக் கொடூரமான ரசாயனக் கலவை. சுவாசித்த உடனே நரம்பு மண்டலத்தைத் தாக்கி நினைவிழக்கச் செய்யும். மிகச் சில நிமிடங்களிலேயே உயிர் போய்விடும்.

இது குறித்து எதுவுமே அறியாத அந்தப் பெண்கள் தொலைக்காட்சி வாய்ப்பின் நிமித்தம் சொன்ன வேலையைக் கச்சிதமாகச் செய்து முடித்தார்கள். அம்மனிதரின் முகத்தை மூடும் விதத்தில் கையை வளைத்து முகத்தில் வைத்து அழுத்தியதும், அவர் வேகமாக சுவாசித்திருக்கிறார். பெண்ணின் உள்ளங்கையில் பூசப்பட்டிருந்த ரசாயனம் அப்படியே உள்ளே சென்றுவிட்டது.

மூச்சுத் திணறல் ஏற்பட்டு, அச்சத்தில் அவர் சத்தம் போட்டதும் அந்தப் பெண்கள் பயந்து விட்டார்கள். ஏனெனில், பொதுவாக பேபி லோஷன் பூசிய கையை முகத்தில் வைத்து அழுத்தும்போது சம்பந்தப்பட்ட நபர்கள் கணப் பொழுது தடுமாறினாலும் உடனே சுதாரித்துக்கொண்டு, எரிச்சலடைவதைத்தான் அவர்கள் அதற்குமுன் பார்த்திருக்கிறார்கள். ஆனால் இதென்ன, இம்மனிதர் அலறிக்கொண்டு சுருண்டு விழுகிறார்?

ஏதோ தவறு நடந்திருக்கிறது என்பது அவர்களுக்கு அப்போதுதான் புரிந்தது. உடனே அங்கிருந்து தப்பித்துவிட வேண்டும் என்று முடிவு செய்து மெல்ல நழுவி ஓடத் தொடங்கினார்கள்.

மறுபுறம் அம்மனிதர், உதவி, உதவி என்று கூப்பிட்டுக்கொண்டே விமான நிலையச் சிப்பந்திகளிடம் தட்டுத்தடுமாறி நடந்ததைச் சொல்ல, அவர்கள் அம்மனிதரை உடனே ஆம்புலன்சில் ஏற்றி, அருகிலேயே இருந்த விமான நிலைய மருத்துவமனைக்கு அழைத்துச் சென்றார்கள். ஆனால் பயனில்லாமல் அவர் ஆம்புலன்சிலேயே உயிரை விட்டார்.

அவர் மருத்துவமனைக்குக் கொண்டு செல்லப்படுவதைப் பார்த்து, சரியான நபரின் மீதுதான் தாக்குதல் நடத்தப்பட்டது என்பதை உறுதி செய்துகொண்ட பின்னர், கொலையாளிகள் மெல்ல நழுவி நகர்ந்து சென்றார்கள்.

வட கொரியாவின் இரண்டாவது சர்வாதிகாரிக்குப் பிறந்த மூத்த மகன். நியாயமாக அவருக்குப் பிறகு நாட்டை ஆண்டிருக்க வேண்டியவர். நாடு கடத்தப் பட்டுக் காலமெல்லாம் சீனாவில் புழுங்கிக் கிடந்தவர். தந்தைக்குப் பிறகு சிற்றன்னைக்குப் பிறந்த இரண்டாவது மகன் ஆட்சிக்கு வந்ததும் இனி தனக்கும் வட கொரியாவுக்கும் என்றென்றும் தொடர்பு இருக்க வாய்ப்பில்லை என்பதைப் புரிந்துகொண்டு சீனாவில் இருந்தபடியே மீடியாக்களுக்கு பேட்டி மட்டும் கொடுத்துக்கொண்டு, வட கொரிய அரசியல் நிலைமையை விமரிசித்துக்கொண்டிருந்தவர். பாதுகாப்புக் காரணங்களுக்காகவும் இயல்பான கலை மற்றும் இயற்கை ஆர்வங்களாலும் அடையாளம் மறைத்துப் பல்வேறு நாடுகளுக்குப் பயணம் செய்துகொண்டே இருந்தவர். இறுதியில் கோலாலம்பூர் சர்வதேச விமான நிலையத்தில் அவரது கதை முடித்து வைக்கப்பட்டது.

இந்தக் கொலைக்கு திட்டமிட்டவர்கள், நடத்தி முடித்தவர்கள் பிறகு எங்கே போனார்கள், என்ன ஆனார்கள் என்று யாருக்கும் தெரியாது. மலேசிய போலிசார் இண்டு இடுக்கு விடாமல் தேடியும் ஒரு ஈ-கொசுகூட அகப்படவில்லை. ஆனால் தொலைக்காட்சி ப்ராங்க் ஷோவில் முகம் காட்டினால் பிரபலமாகலாம், நிறைய சம்பாதிக்கலாம் என்று ஆசைப்பட்டு தங்களுக்கே தெரியாமல் இந்தக் கொலையைச் செய்த கருவிகளாகிவிட்ட இரண்டு பெண்களும் மாட்டிக் கொண்டார்கள்.

விசாரணை நடந்தது. வழக்கு நடந்தது. தீர்ப்பு வந்தது. இரண்டு பெண்களையும் பிடித்து சிறையில்

வைத்தார்கள். இரண்டு வருடங்களுக்குப் பிறகு மலேசிய போலிசுக்கு அந்தப் பெண்கள் இந்தச் சம்பவத்துடன் எந்தத் தொடர்பும் அற்றவர்கள், வெறும் கருவியாகப் பயன்படுத்தப்பட்டவர்கள் என்பது தெரியவந்தது. கூடவே, கொலைக்குக் காரணமாக இருந்து, கடைசி வரை பிடிபடாமல் தப்பித்துச் சென்றவர்கள் வட கொரியாவைச் சேர்ந்தவர்கள் என்பதும் தெரிந்தது.

அவ்வளவுதான். அதற்குமேல் என்ன செய்ய முடியும்? அந்த இரண்டு பெண்களை மட்டும் விடுதலை செய்து வீட்டுக்கு அனுப்பிவிட்டு வழக்கை முடித்துக்கொண்டார்கள்.

தமது சகோதரரின் படுகொலைக்குக் கிம் ஜாங் உன் ஆழ்ந்த இரங்கலைத் தெரிவித்துக்கொண்டார். ஆனால் கொலையாளிகள் வட கொரியர்கள் என்ற குற்றச்சாட்டை மட்டும் ஏற்க மறுத்துவிட்டார்.

49. கணித மேதை

கிம் ஜாங் உன் என்கிற மனிதர் வெறும் முரடரல்லர். பெரும்பாலானவர்கள் எண்ணிக்கொண்டிருப்பது போல மூடருமல்லர். அவரது தோற்றமும் நடவடிக்கைகளும் கேலிச் சித்திரக்காரர்கள் மிகவும் விரும்பக் கூடியதாக இருக்கலாம். இருபதாம் நூற்றாண்டுக்கு ஹிட்லர் என்றால் இருபத்தோறாம் நூற்றாண்டுக்கு இவர் என்று மேடையில் பேசிக் கைதட்டல் வாங்க வழி செய்பவராக இருக்கலாம். இவை அனைத்துமே உண்மையாக இருக்கலாம். ஆனால் இவை மட்டுமே உண்மை அல்ல. சொல்லப் போனால் பொருட்படுத்த வேண்டிய உண்மை முற்றிலும் வேறொன்று.

இளம் வயதில் பள்ளிக்கூடத்தில் கிம் ஜாங் உன் கணக்குப் பாடங்களில் மிகுந்த ஆர்வம் செலுத்தக்கூடியவராகவும் அபாரத் தேர்ச்சி உள்ளவராகவும் இருந்ததை முன்னர் கண்டோம். இன்றைய தமது நாற்பதாவது வயதிலும் அவரது கணக்குகள் பிசகுவதேயில்லை. ஆனால், இவை மிகக் கூர்மையான, பூடகமான அரசியல் கணக்குகள். மாபெரும் சர்வதேச அரசியல் விற்பன்னர்களுக்கே இக்கணக்குகள் புரியும்; திகைப்பை உண்டாக்கும்.

எளியோருக்கு கிம்மின் கணக்குகள் மற்றுமொரு நகைச்சுவைச் சரக்கு. அல்லது ஒரு கிறுக்கனின் பிதற்றல்கள்.

ஆனால், உலகம் என்ன நினைக்கிறது என்பதை அவர் பொருட்படுத்துவதேயில்லை. அவர் நினைப்பது சரியாக நடக்கிறதா? அவ்வளவுதான். இந்த வகையில் அவரது தந்தையைக் காட்டிலும், தாத்தாவைக் காட்டிலும் அவர் பெரிய ஆள். எப்படி என்பதற்கு ஓர் உதாரணம் சொன்னால் புரியும்.

அமெரிக்க அதிபர் தேர்தல் பிரசாரங்கள் உச்சக்கட்ட வேகத்தில் நடந்துகொண்டிருந்த ஜூலை 2024இல் இரண்டு பிரதான வேட்பாளர்களான கமலா ஹாரிஸ் மற்றும் டொனால்ட் டிரம்ப்பை ஆதரித்து இருவேறு தனிக் குரல்கள் ஒலித்தன. அதில் ஒரு குரல் உலகத்துக்கே கேட்டது. டெய்லர் ஸ்விஃப்ட் என்கிற பாடகியின் குரல். அவர் கமலாவை ஆதரித்துச் சில சொற்கள் பேசியிருந்தார். அமெரிக்காவில் டெய்லர் ஸ்விஃப்டுக்கு இருக்கும் செல்வாக்கு மிகப் பெரிது. இளைய தலைமுறை வாக்காளர்கள் அப்படியே கமலாவின் பக்கம் திரும்பிவிடுவது உறுதி என்று அடித்துச் சொன்னார்கள்.

இந்தப் பக்கம் டொனால்ட் டிரம்ப் மீண்டும் ஆட்சிக்கு வருவது நல்லது என்று இன்னொரு குரல் ஒலித்தது. ஆனால் அது நேரடியாக ஒலித்த குரல் இல்லை என்பதால் யார் காதிலும் விழவில்லை. அந்தக் கருத்து கிம் ஜாங் உன்னுடையது. அவர் மீடியாவில் பேசவில்லை. அறிக்கை ஏதும் வெளியிடவில்லை. ஆனால் அவரது உள்ளார்ந்த விருப்பம் அதுதான் என்று வட கொரிய அரசில் அதி உயர்ந்த பதவி வகித்து, பிறகு தாக்குப் பிடிக்க முடியாமல் தென் கொரியாவுக்குத் தப்பிச் சென்ற ரி இல் க்யூ (Ri Il Kyu) என்கிற அதிகாரி, பிபிசி செய்தி நிறுவனத்தின் சியோல் செய்தியாளர் ஸீன் மெக்கன்சிக்கு அளித்த பேட்டி ஒன்றில் தெரிவித்தார்.

டிரம்ப்பின் முந்தைய ஆட்சிக்காலம் முழுவதும் அவரும் கிம்மும் எப்படியெல்லாம் அடித்துக்கொண்டார்கள், வார்த்தைப் போர்களில் ஈடுபட்டார்கள் என்பதை உலகறியும். இருவரில் யாருக்குப் பதவி போனாலும் மற்றவர் பெருமகிழ்ச்சி கொள்வார் என்றே எல்லோரும் நினைத்தார்கள். டிரம்ப்பின் ஆட்சிக்காலம் முடிந்து அவர் வீட்டுக்குப் போனார். பிறகு நிறைய வழக்குகள் வந்து, நீதி மன்றத்துக்குப் போனார். சிறைச்சாலைக்குப் போனார். கிம் அதே கட்டுறுதியுடன் வட கொரியாவின் ஆட்சிப் பீடத்திலேயே இருந்தார்.

அமெரிக்காவில் ஆட்சி மாற்றம் ஏற்பட்டு ஜோ பைடன் தனது ஐந்தாண்டுக் காலத்தை நிறைவு செய்தார். அடுத்தத் தேர்தலிலும் அவரேதான் அதிபர் வேட்பாளராக முதலில் நின்றார். ஆனால் முதுமையும் தள்ளாமையும் அவரைச் செயலற்றவராகக் காட்டவே வேட்பாளர் மாற்றப்பட்டு கமலா ஹாரிஸ், அமெரிக்க டெமாக்ரடிக் கட்சியின் சார்பில் வேட்பாளரானார். இந்தப் பக்கம் குடியரசுக் கட்சி வேட்பாளராக அதே பழைய டொனால்ட் டிரம்ப். வழக்குகள் இருந்தால் என்ன, வயதானால்தான் என்ன? அவர் துடிப்புடன் இருந்ததால் இரண்டாவது வாய்ப்புக் கிடைத்தது. இந்த வாய்ப்பில் அவர் வென்றால் நல்லது என்று சொன்ன ஒரே உலகத் தலைவர் கிம் ஜாங் உன்.

வெளித் தோற்றத்துக்கு இது மிகப்பெரிய முரண். ஏனெனில், 2016இல் டொனால்ட் டிரம்ப் அமெரிக்க அதிபராகப் பொறுப்பேற்பதற்கு முன்னால், முந்தைய அதிபர் பாரக் ஒபாமா அவருக்குக் கடைசியாகச் சொன்ன செய்தி, 'இந்த மனிதர் ஆபத்தானவர். இவரிடம் மட்டும் எச்சரிக்கையாக இருங்கள்.'

அந்த மனிதர், கிம்.

அமெரிக்காவின் கண்ணில் விரல் விட்டு ஆட்டும் வேட்கையுடன் நாளொரு அணு ஆராய்ச்சி, பொழுதொரு ஏவுகணைப் பரிசோதனை என்று தெற்காசியப்

பிராந்தியத்தையே கலங்கடித்துக்கொண்டிருந்தார். டிரம்ப்பும் ஆட்சிக்கு வந்த தொடக்க காலத்தில் Mad Man என்று கிம்மை வருணித்திருக்கிறார். அது குறைந்தபட்சத் தாக்குதல். இரு தரப்பு முட்டல் மோதல்களை எடுத்து அலசப் புகுந்தால் அது ஒரு தனிப் புத்தகச் சரக்காகிவிடும். ஒரு விதத்தில், வட கொரியா தனது அணு ஆயுத உற்பத்தி முயற்சிகளைத் தீவிரப்படுத்தியதற்கு டொனால்ட் டிரம்ப்பை ஒரு காரணமாகச் சொல்லிவிட முடியும். தனது பதவிக் காலம் முழுவதும் அவர் கிம்மைச் சீண்டிக்கொண்டும் எச்சரித்துக்கொண்டும் அச்சுறுத்திக்கொண்டும் திட்டிக்கொண்டும்தான் இருந்தார்.

நாற்பதைக் கூட அப்போது தொட்டிராத கிம்முக்கும் எண்பதை நெருங்கிக்கொண்டிருந்த டிரம்ப்புக்கும் 2019 என்பது மறக்க முடியாத ஓராண்டு. அவர்கள் சந்தித்துப் பேசிக்கொண்டார்கள். சொற்போரையெல்லாம் தாற்காலிகமாக மறந்துவிட்டு உலக அமைதிக்காக நடந்த உரையாடல். வேறென்ன? வட கொரியா தனது முயற்சிகளை நிறுத்த வேண்டும். இல்லாவிட்டால் விபரீதம். அதெல்லாம் முடியாது; உன்னால் ஆனதைப் பார்த்துக்கொள்.

இதுவேதான் வேறு வேறு சொற்களில் விவாதிக்கப்பட்டது. இறுதியில் எந்தத் தரப்புக்கும் வெற்றியில்லாமல் பேச்சுவார்த்தை பாதியில் முடிந்தது.

இத்தனைக்குப் பிறகும் டொனால்ட் டிரம்ப் மீண்டும் அதிபரானால் நன்றாக இருக்கும் என்று கிம் நினைக்கிறாரென்றால் அதற்கு என்ன காரணம் இருக்க முடியும் என்று சிந்திக்க வேண்டியது அவசியம். அது கிண்டலல்ல. சீண்டலுமல்ல. கிம்மின் உள்ளார்ந்த விருப்பம் அப்படித்தான் இருக்க முடியும். ஏன், எதனால் அவர் அப்படி நினைக்கிறார் என்பதைக் கண்டறிய முடிந்துவிட்டால், அவரை ஓரளவு தெளிவாகப் புரிந்துகொள்ள இயலும்.

கிம் ஜாங் இல்லின் மறைவுக்குப் பிறகு வட கொரியா-ரஷ்யா உறவு நிலை சொல்லிக்கொள்ளும்படியாக இருக்கவில்லை. விளாதிமிர் புதினுக்குக் கிம் ஜாங் உன்னை கவனிப்பதினும் முக்கியமான பல வேலைகள் இருந்தன. முன்னர் கண்டபடி ஒரு சில சிறிய அளவிலான வர்த்தக உறவுகள் 2015க்குப் பிறகு இரு நாடுகளுக்கும் இருந்தன என்றாலும் அது இரு நாடுகளின் வலுவான நட்புறவுக்கான உதாரணம் என்று சொல்ல இயலாது. பிழைத்துப் போகட்டும் என்று அனுமதிக்கப்பட்டது என்றுதான் எடுத்துக்கொள்ள வேண்டும்.

ஆனால் எப்போது ரஷ்யா உக்ரைன் மீது படையெடுத்ததோ, அதன் பிறகு அரசியல் சூழ்நிலை மாறத் தொடங்கிவிட்டது. கிம் ஜாங் உன் ஊர் உலகை முந்திக்கொண்டு ரஷ்யாவை ஆதரிப்பதாக அறிவித்தார். ஏனெனில் அவருக்கு நன்றாகத் தெரியும், அது ஓர் அநியாயமான படையெடுப்பு. மிக நிச்சயமாக அமைதியை விரும்பும் எந்த நாடும் ரஷ்யாவை ஆதரிக்கப் போவதில்லை. தொடங்கிவிட்ட யுத்தத்தை ரஷ்யா சுருக்கமாக முடித்துக்கொள்ளவும் வழியில்லை. கௌரவப் பிரச்னை என்ற ஒன்று உள்ளதல்லவா?

எனவே தன்னை ஆதரிக்கும் ஒன்றிரண்டு நாடுகளைத் தக்க வைத்துக்கொள்ள வேண்டிய அரசியல் அழுத்தம் ரஷ்யாவுக்கு இருந்தது. ஆதரிக்கும் தலைவர்களுடன் கைகுலுக்க வேண்டிய அவசியம் இருந்தது. அதை அவர் சரியாகச் செய்தார். புதின்-கிம் சந்திப்பு நிகழ்ந்தது இதன் அடிப்படையில்தான். அந்தச் சந்திப்பில் கிம் ஜாங் உன், உக்ரைன் போரில் தனது ரஷ்ய ஆதரவு நிலைபாட்டை அவரிடம் வெளிப்படையாகத் தெரிவித்தார்.

விளைவு, போர்க்கால ரஷ்யாவின் முக்கிய ஆயுத சப்ளையர்களுள் ஒருவராக ரஷ்யா, வட கொரியாவை நியமித்தது. ஆயுதங்கள் மட்டுமல்ல. உணவு, எரிபொருள், இதர பல ராணுவத் தொழில்நுட்பங்கள் சார்ந்த -

தன்னால் இயன்ற அனைத்து உதவிகளையும் வட கொரியா, ரஷ்யாவுக்குச் செய்யத் தொடங்கியது.

உதவி என்றுதான் சொல்ல வேண்டும். போர்க்காலத்தில் செய்யப்படுவதல்லவா? அதனால். உண்மையில் அதன் பெயர் எதிர்பாராத அதிர்ஷ்டம். வட கொரியா தன் வாழ்நாளில் கண்டிராத அளவுக்கான வியாபார வாய்ப்பு அது. கணக்கிட முடியாத அளவுக்கு இதன் மூலம் அந்நாட்டுக்குப் பண வரவு உண்டாகத் தொடங்கியது.

கிம், அந்தப் பணத்தை மிகக் கவனமாகத் தனது அணு ஆராய்ச்சிகளிலேயே முதலீடு செய்தார். ராணுவத்துக்குத் தேவையான இதர பல வசதிகளையும் விரைவில் செய்துகொள்ள முடிந்தது. அனைத்தும்போக, மக்களின் அடிப்படைத் தேவைகளைத் தீர்க்கவும் அந்தப் பண வரத்து உதவியது.

இந்த வர்த்தக உறவின் இன்னொரு விளைவு மிகவும் முக்கியமானது. உக்ரைன் போருக்கு முன்பு வரை, வட கொரியாவுக்கு சர்வதேச அளவில் விதிக்கப்பட்டிருந்த வர்த்தகத் தடைகள் மிக அதிகம். இப்போது, ரஷ்யா தொடர்ச்சியாகவும் சீராகவும் வட கொரியாவுடன் வர்த்தகம் செய்யத் தொடங்கியதன் விளைவாக, அந்தத் தடைகள் வலுவிழக்கத் தொடங்கின. ஏனெனில், ரஷ்யாவுக்கான ஆயுதத் தயாரிப்பாளர் அல்லவா? நேரடியாக வட கொரியாவுடன் வர்த்தக உறவு கொள்ள விரும்பாத நாடுகள்கூட, ரஷ்யாவைக் கருதி, வேறு வழியின்றி வட கொரியாவுக்குக் கதவு திறந்தன. எனவே, பொருளாதாரத் தடை நீக்கம் வேண்டி அமெரிக்காவிடம் கெஞ்சிக்கொண்டிருக்க வேண்டிய அவசியம் வட கொரியாவுக்கு இல்லாமல் போனது.

2020 ஆம் ஆண்டுக்குப் பிறகு வட கொரியாவின் நல்ல காலம் ஆரம்பமானது. உக்ரைன் போர் சூடு பிடிக்கத் தொடங்கியதும் அது இன்னும் வேகமெடுத்தது. ஒரு நாட்டின் அநியாயமான அழிவில் இன்னொரு நாடு தன்

சிதைவுகளிலிருந்து மீள்வதென்பது நம்ப முடியாததுதான். ஆனால் அதுதான் நடக்கிறது.

ஆனால் ஒரு விஷயம். இந்த நிலை தாற்காலிகமானது. அந்த பிபிசி நிருபருக்கு முன்னாள் வட கொரிய அதிகாரி ரி இல் க்யூ அளித்த பேட்டியில் அப்படித்தான் சொல்லியிருந்தார். உக்ரைன் போர் எப்போது முடிவுக்கு வருகிறதோ, அப்போது புதின் மீண்டும் தனது வட கொரிய உறவுகளை முடித்துக்கொள்ளவே விரும்புவார். நிரந்தரமாகக் கிம்முடன் நல்லுறவு என்பது ரஷ்யாவுக்குச் சாத்தியமேயில்லை.

இது கிம் ஜாங் உன்னுக்கு மிக நன்றாகத் தெரியும் என்பதுதான் ரி இல் க்யூ சொன்னவற்றின் உச்சம். அமெரிக்க உறவுகளின் அனைத்துப் பிசிறுகளையும் சரி செய்து, சீராக்குவது ஒன்றுதான் நீடித்த நோக்கில் வட கொரியா வாழும் வழி. அதன் பொருளாதாரம் சீராக வேறு உபாயமே இல்லை. இதனை டொனால்ட் டிரம்ப்பைக் கொண்டு சாதிப்பது சுலபம். கமலா ஹாரிஸ் உதவ வாய்ப்பில்லை என்பது கிம் ஜாங் உன்னின் கணக்கு.

இவ்வளவு நெருக்கடியான ஒரு சூழ்நிலையில், வில்லத்தனமே என்றாலும் இத்தனைத் தொலைநோக்குடன் இன்னொருவர் சிந்திக்க முடியுமா என்று எண்ணிப் பார்க்கலாம். கிம்மைக் குறைத்து மதிப்பிடுவது மிகப் பெரிய ஆபத்து. அவர் ஒரு சக்தி. அவர் ஒரு விசை. ஆனால், தவறாக மட்டுமே இயங்குவார். வேறு வழியில்லை. அமைப்பு அப்படி.

50. பிரிவும் உறவும் பிரிவும்

இந்த வரலாற்றின் மிக முக்கியமானதொரு கட்டத்தில் நிற்கிறோம். இங்கே அங்கே திரும்பாமல் வட கொரியாவை மட்டுமே கவனித்துக்கொண்டிருந்தோம். திட்டமிட்டு அழிவை நோக்கிச் செல்லும் ஒரு தேசத்தின் ஆட்சியாளர்கள் மூன்று தலைமுறைகளாக அம்மண்ணில் நிகழ்த்தி வரும் ஆனந்தக் களிநடனங்களைக் கண்டோம். அதன் சுயநலக் காரணங்களைக் கண்டோம். விளைவாக அம்மண்ணின் சமூக, அரசியல், பொருளாதாரத் தளங்களில் நிகழ்ந்த கோரமான விபத்துகளையும் விளைவுகளையும் கண்டோம். மீட்சிக்கு வழியின்றி அந்நாட்டின் மக்கள் படும் அவதிகளையும் அதை வேடிக்கை பார்ப்பது தவிர வேறொன்றும் செய்ய முடியாத உலக நாடுகளின் சூழலையும் கண்டோம். இன்னும் காணாதது ஒன்றுதான்.

அனைத்துக்கும் தொடக்கப் புள்ளியான வட கொரிய-தென் கொரிய மோதல். இந்த இரு நாடுகளுக்கு இடையில் முக்கால் நூற்றாண்டுக் காலமாகத் தொடரும் பகை. அந்தப் பகையின் அடித்தளத்தை வடிவமைத்த இரு பெரும் வல்லரசுகளின் அரசியல் கணக்குகள்.

நவீன உலகில் இன்று வரை யாராலும் தீர்க்க முடியாத இம்மாபெரும் பகையின் கதையைச் சிறிது விரிவாகப் பார்த்துவிடலாம்.

எண்ணிப் பார்த்தால் சிறிது திகைப்பாக இருக்கும். இரண்டாம் உலகப் போருக்குப் பிறகு இரண்டாகப் பிரிந்த நாடுகளில் எந்த ஒரு ஜோடியாவது போர் இல்லாமல், விரோதம் இல்லாமல், ஒற்றுமையாக, அமைதியாக இருக்கிறதா?

இஸ்ரேல் பாலத்தீன். தீராத பகை. மாறாத போர்கள். இந்தியா பாகிஸ்தான். ஓயாத முரண்; ஒழியாத போர்கள். வட கொரியா-தென் கொரியா. இன்று போரில்லை; ஆனால் என்றும் பகை உண்டு.

போருமில்லை, பகையுமில்லை; நல்லுறவும் நட்புறவும் மட்டும்தான் என்றென்றும் உள்ளது என்று சொல்ல வேண்டுமானால் செக்கஸ்லாவாக்கியாவிலிருந்து பிரிந்த செக் குடியரசு மற்றும் ஸ்லோவாக்கியாவின் உறவு நிலையை மட்டும்தான் சுட்டிக்காட்ட முடியும். சரித்திரம் அந்தப் பிரிவினையை 'வெல்வெட் விவாகரத்து' என்று குறிப்பிடுகிறது. அத்தனை மிருது, அவ்வளவு சுமுகம்.

1993 ஆம் ஆண்டுதான் இந்தப் பிரிவினை நடைபெற்றது என்றாலும், பிரிவுக்கான காரணங்களும் கோரிக்கைகளும் பன்னெடுங்காலமாக இருந்து வந்தன. பொருளாதார ஏற்றத் தாழ்வுகள், அரசியல் ரீதியிலான கருத்து வேறுபாடுகள், இனக்குழு வேறுபாடுகள் போன்றவை இந்த இரு நாடுகளின் பிரிவுக்குக் காரணமாக இருந்தன.

ஆனால் அவர்கள் அடித்துக்கொள்ளவில்லை. சண்டையிட்டுக்கொள்ளவில்லை. நாம் தனித்தனி; பிரிவதுதான் ஒரே தீர்வு என்ற எண்ணம் இரு தரப்புக்கும் இருந்தது. அதற்காக நட்பை முறித்துக்கொள்ள இரு தரப்புமே விரும்பவில்லை. அமைதியாகப் பிரிந்தார்கள். அன்போடே இருக்கிறார்கள். இரண்டு நாடுகளுமே நேட்டோ உறுப்பு நாடுகள். இரண்டு நாடுகளுமே

ஐரோப்பிய யூனியனில் உள்ளன. இரு நாடுகளுக்கும் வர்த்தக உறவு சீராக உள்ளது. கலாசாரப் பரிமாற்றங்கள் நடக்கின்றன. சென்ற நூற்றாண்டின் தொடக்க ஆண்டுகளில் இருந்தே இந்த இரண்டு நாடுகளும் தம்மை வேறு வேறாக உணரத் தொடங்கிவிட்டன என்றாலும், நூற்றாண்டின் இறுதியில்தான் முறைப்படி பிரிந்தன என்றாலும் அம்முழுக் காலக்கட்டத்தையும் அமைதியாகவே கடந்திருக்கிறார்கள்.

ஒரு வகையில் இது ஓர் உலக அதிசயம். ஆனால் உலகம் பார்த்துப் பயிலத் தவறிய அதிசயம்.

இருக்கட்டும். நம் கதைக்கு வருவோம். இரண்டாம் உலகப் போர், ஜப்பான் அடிபணிந்ததுடன் ஒரு முடிவுக்கு வந்தது. அதுவரை ஜப்பானின் காலனியாக இருந்த கொரிய தீபகற்பம் விடுவிக்கப்பட்டது. சோவியத் யூனியனும் அமெரிக்காவும் ஓர் இடைக்கால ஏற்பாடாகக் கொரியாவை நிர்வகிக்க ஏற்பாடானது. பிறகு வடக்கு தெற்கு என்று கோடு போட்டுப் பிரித்தபோது தெற்கை அமெரிக்காவும் வடக்கை சோவியத் யூனியனும் ஆக்கிரமித்தன.

கவனிக்க வேண்டியது ஒன்றுதான். பிரித்தது, ஆக்கிரமித்தது அனைத்தும் அமெரிக்காவும் சோவியத் யூனியனும். கொரியர்கள் அல்லர். நாங்கள் வேறு வேறு இனம் என்றோ, வேறு வேறு மதம் என்றோ, வேறு வேறு தேசிய அடையாளத்தைப் பிறப்பிலேயே கொண்டவர்கள் என்றோ சொல்வதற்கு அவர்களுக்கு ஒன்றுமேயில்லை. யாராவது உதவி செய்து தங்களை ஜப்பானிய ஆதிக்கத்திலிருந்து விடுவித்தால் போதும் என்றுதான் அவர்கள் நினைத்தார்கள். அமெரிக்கா-சோவியத் என்று இரு தரப்பிலும் வேறு வேறு குழுவினர் உதவி கேட்டார்கள். யார் குத்தியாவது அரிசி வெந்தால் போதும் என்ற நிலையில் இருந்தவர்கள் வேறென்ன செய்ய முடியும்? உதவிக்கு வந்த வல்லரசுகள் ஓர் ஆட்டம் ஆட ஆரம்பித்தன.

அதென்ன பாதி பாதி? அடித்தால் முழு தீபகற்பமும் நம்முடையதாக இருக்க வேண்டும். பட்ட கஷ்டத்துக்கு அப்போதுதான் பலன்.

நினைப்பது அவர்களென்றாலும் அவரவர் தரப்பில் நின்ற கொரியர்களை வைத்தேதான் செயல்படச் செய்தார்கள். அங்கே பார்த்தோமல்லவா? மொத்த கொரியாவும் நம்முடையதே என்று கிம் இல் சுங் முழக்கமிட்டதை? அதேதான் தெற்கிலும் இருந்தது. யார் ஆதரிக்கிறார்களோ அவர்களது குரலை ஒலிபரப்பும் பணியைத்தான் அன்றைய கொரியத் தலைவர்கள் செய்தார்கள். ஆட விட்டு வேடிக்கை பார்த்தவர்கள் வேறு, அடித்துக்கொண்டு மடிந்தவர்கள் வேறு என்பது மட்டும்தான் இதிலுள்ள துயரம்.

சுமார் இரண்டு வருட காலத்துக்கு இந்த முட்டல் மோதல்கள் இருந்தன. வடக்கு தெற்கெல்லாம் கிடையாது; ஒன்று எங்கள் ஜாதியே, ஒன்று எங்கள் பூமியே. ஆனால் ஆள்வது நாமாக இருக்க வேண்டும். இரு தரப்பும் இதில் விடாப்பிடியாக நின்றன. 1947 ஆம் ஆண்டு கொரியாவில் ஒரு தேர்தல் நடத்தி நேரடியாக மக்கள் கருத்தைக் கேட்கலாம் என்று ஐநா ஒரு தீர்மானத்தை முன்மொழிந்தது. அதற்கான ஆரம்பக் கட்ட ஏற்பாடுகளையும் செய்தது. ஆனால் அமெரிக்காவுக்கும் பிடிக்காத, சோவியத்துக்கும் பிடிக்காத அந்த யோசனை எப்படி அங்கே செல்லுபடியாகும்?

1948ஆம் ஆண்டு (ஆகஸ்ட் 15, 1948) தெற்கு அமெரிக்க ஆதரவுடனும், வடக்கு சோவியத் ஆதரவுடனும் (செப்டம்பர் 9, 1948) தனித்தனி நாடுகளாகப் பிரிக்கப்பட்டன. முப்பத்தெட்டாவது அட்சக் கோட்டில் கோடு கிழித்த சம்பவமெல்லாம் அப்போது நடந்ததுதான். தென் கொரியா பொதுவாகக் கொரியக் குடியரசு என்றும் வட கொரியா கொரிய மக்கள் ஜனநாயகக் குடியரசு என்றும் அழைக்கப்பட்டன.

இங்கே கம்யூனிச முதுகெலும்பு. அங்கே முதலாளித்துவ முதுகெலும்பு. எனவே, ஒரே இனம், ஒரே மண்ணின் மக்களாக இருந்தாலும் இருவேறு அரசியல், இருவேறு சிந்தனைப் போக்கு, இருவேறு பொருளாதார அமைப்புகளுக்குத் தம்மைத் தகவமைத்துக்கொள்ளத் தொடங்கினார்கள்.

உண்மையில் அதுகூடப் பெரிய பிரச்னையாக இருந்திருக்காது. எல்லை பிரிக்கப்பட்டபோது விருப்பமே இல்லாமல்தான் மக்களும் பிரிந்தார்கள். பல்லாயிரக் கணக்கான குடும்பங்கள் பிரிந்தன. உறவுகள் பிரிந்தன. நட்புகள் பிரிந்தன. இப்படிப் பிரிந்த மக்கள், தமக்குச் சம்பந்தமேயில்லாத அமெரிக்க-சோவியத் கலாசாரப் பின்னணியில் தங்கள் புதிய வாழ்க்கையை வாழத் தொடங்கினார்கள்.

இதனைப் புரிந்துகொள்வது கொஞ்சம் சிரமம்தான். என்றென்றும் நடக்க வாய்ப்பில்லை என்றாலும் ஓர் உதாரணத்துக்கு இப்படிப் பாருங்கள். திடீரென்று தமிழ்நாட்டில் ஒரு புரட்சி நடக்கிறது. சென்னையிலிருந்து மதுரை வரை ஒரு நாடாகவும், மதுரையிலிருந்து கன்னியாகுமரி வரை இன்னொரு நாடாகவும் ஆகிவிடுகிறது என்று வையுங்கள். நேற்று வரை விருதுநகரில் கட்டிக் கொடுத்திருந்த உங்கள் மகளைப் போய்ப் பார்க்க உங்களுக்கு ஓரிரவுப் பயணமும் சில நூறு ரூபாய் செலவும்தான் ஆகும். இனி நீங்கள் உங்கள் மகளைப் பார்க்கச் செல்ல உங்களுக்கு பாஸ்போர்ட் தேவை. விசாவுக்கு விண்ணப்பித்துக் காத்திருக்க வேண்டும். கிடைத்தால் கிடைக்கலாம், மறுக்கப்பட்டால் அமைதியாகப் போய்விட வேண்டியதுதான் நிலை என்றால் எப்படி இருக்கும்?

அபத்தமாகத் தோன்றுகிறதல்லவா? நாம் வாழ்கிற நிம்மதியான சூழலில் இருந்துகொண்டு இந்த உதிரக் கோட்டுப் பிரிவினைகளையெல்லாம் முழுதாக உள்வாங்குவது சிரமமே. ஆனால் அங்கே அப்படித்தான் நடந்தது.

உலகில் இப்படிப் பிரிந்த அனைத்து நாடுகளிலும் மேற்சொன்னபடி பாஸ்போர்ட், விசா சரியாக இருந்தால் போய்வருவதில் எந்தப் பிரச்னையும் இல்லை. ஆனால் வட கொரியா அப்படி இல்லை. பிரிந்து தனி நாடானதுமே சோவியத் வழக்கப்படி நான்கு புறமும் தனது கதவுகளை இழுத்து மூடிக்கொண்டது. யாரும் எங்கும் போக வேண்டிய அவசியமில்லை. குறிப்பாகத் தென் கொரியாவை இனி ஜென்மத்துக்கும் மறந்துவிடுங்கள். அங்கே போக நினைத்தால் மரணம் மட்டும்தான் தண்டனை.

பிறகு கொரியப் போர் வந்தது. நடந்த பிரிவின்மீது பகைத் தோல் போர்த்தித் தைக்கப்பட்டது. சோவியத் யூனியன் உயிருடன் இருந்தவரை அந்தத் தோல் பிய்ந்துவிடாமல் அது பார்த்துக்கொண்டது. பிறகு அந்தப் பொறுப்பைக் கிம் குடும்பத்தினர் எடுத்துக்கொண்டார்கள். அதன்பிறகு நடந்தவற்றையெல்லாம் முந்தைய அத்தியாயங்களில் பார்த்தோம்.

ஆனால், இந்தப் பகைக்கு இன்னொரு முகம் இருக்கிறது. அரசியல் அல்ல அதன் காரணம். தென் கொரியாவின் பொருளாதாரமே காரணம். மக்களின் வாழ்க்கைத் தரம் காரணம். வளர்ச்சி காரணம். அனைத்துக்கும் மேலாகத் தென் கொரியாவில் நிலவிய ஜனநாயகம் காரணம்.

வட கொரியா-தென்கொரியா என்ற இரு நாடுகள் தோன்றி, சண்டை போட்டு முடித்துத் தனித்தனியே வாழத் தொடங்கிய ஆரம்பக் காலத்தில், ஒப்பீட்டளவில் தென் கொரியாவைக் காட்டிலும் வட கொரியாவே வேகமாக வளர்ந்தது. இது மறுக்க இயலாத உண்மை. தனது அருமை பெருமைகளை உலகமே பார்த்து வியக்க வேண்டும் என்பதில் தீவிர கவனம் செலுத்திக்கொண்டிருந்த சோவியத் யூனியன், அன்று தனது கட்டுப்பாட்டில் உருவாகிக்கொண்டிருந்த வட கொரியாவுக்குக் கேட்டது, கேட்காதது, நினைத்தது, நினைக்காதது எல்லாவற்றையும் அள்ளிக் கொடுத்தது.

ராணுவத்துக்கு ஆயுதம் கொடுத்ததும் கஜானாவுக்குப் பணத்தைக் கொடுத்ததும் மட்டும் முக்கியமல்ல. புவியியல் ரீதியாகவே, வட கொரியா, தென் கொரியாவைக் காட்டிலும் கனிம வளம் மிகுந்த நாடு. எதிர்காலத்தில் அந்நாட்டின் தன்னிறைவு என்பது அந்த வளங்களைச் சரியாகப் பயன்படுத்துவதன் மூலம் மட்டுமே சாத்தியம் என்று ஸ்டாலின் நினைத்தார்.

ஸ்டாலினுக்குப் பிறகு வந்த சோவியத் ஆட்சியாளர்களுக்கும் அதில் சந்தேகம் இருக்கவில்லை என்பதால், வட கொரியாவில் சாத்தியமுள்ள அனைத்து இடங்களிலும் சுரங்கத் தொழில் தோன்றவும் சீராக இயங்கவும் சோவியத் யூனியன் மிகுந்த அக்கறை எடுத்துக்கொண்டது.

சுரங்கம் என்பது ஓர் உதாரணத்துக்கு. உண்மையில் வட கொரியாவுக்கு இன்றுவரை வருமானம் என்ற ஒன்றைத் தந்துகொண்டிருக்கும் அனைத்துத் தொழில்களுமே அன்று சோவியத் யூனியன் ஆரம்பித்துக் கொடுத்ததுதான்.

ஆனால், அமெரிக்காவின் அரவணைப்பில் வளரத் தொடங்கிய தென் கொரியாவில் ஆரம்பத்தில் அந்த வேகம் இல்லை. காரணம், தென் கொரியா பெரும்பாலும் விவசாயத்தை மட்டுமே நம்பியிருந்த மண். அங்கே பயிர் விளையும். பயிர் விளையும். பயிர் மட்டுமே விளையும். வட கொரியாவின் இதர இயற்கை வளங்களைப் போலெல்லாம் தெற்கில் இல்லை.

படைகளுடனும் நிர்வாக அதிகாரிகள் பிரிவுடனும் தெற்கில் முகாமிட்டிருந்த அமெரிக்காவுக்கு அன்று வட கொரியாவைக் கவனிப்பது மட்டுமே வேலையாக இருந்தது. எந்தக் கணமும் வட கொரியா மீண்டும் படையெடுக்கலாம் என்கிற எண்ணத்தை அந்நாடு உருவாக்கி உலவ விட்டிருந்ததால், அமெரிக்காவின் தென் கொரியா சார்ந்த இலக்குகளெல்லாம் பெரும்பாலும் போர் ஆயத்த நடவடிக்கைகளாகவே இருந்துவிட்டன.

நவீன போர் விமானங்கள், அதி நவீன ஆயுதங்கள், போர்க் கப்பல்கள், இவை சார்ந்த தொழில்நுட்பங்கள் என்று அமெரிக்கா கொண்டு வந்து கொட்டியவை எல்லாம் தென் கொரியாவின் பொருளாதார வளர்ச்சிக்கு உதவக் கூடியவையாக இல்லை. அன்றைக்குத் தற்காப்புக்காகத் தென் கொரியாவுக்கு அமெரிக்கா அளித்த ஆயுதங்களுக்கு பதிலாகச் சில லட்சம் டிராக்டர்களைக் கொண்டு வந்து இறக்கியிருந்தால் அறுபதுகளிலேயே தென் கொரியா ஆலமரம் போல வேர்விட்டு எழுந்து நின்றிருக்கும்.

பெரிய நஷ்டம் ஏதுமில்லை. சோவியத் யூனியன் சிதறி, பதினைந்து நாடுகளாகப் பிரிந்துபோய், வட கொரியா ஆதரிப்பார் யாருமின்றி கலங்கிப் போய் நின்றபோது, அமெரிக்கா தென் கொரியாவை ஊட்டி வளர்க்கத் தொடங்கிவிட்டது.

இங்கே நினைவில் வைக்க வேண்டிய முக்கியமான விஷயம் ஒன்றுண்டு. சோவியத் மாடல் என்பது ஒரு தோல்விகரமான நடைமுறை என்பது நிரூபணமாகி, அந்த அமைப்பு இல்லாமல் போனதுடன் அமெரிக்காவுக்கு (அன்றைய தேதியில்) வேறு நேரடிப் போட்டியாளர் இல்லை என்றாகிவிட்டது. எதிர்க்க ஆளில்லாத பேட்டை தாதாவின் மகிழ்ச்சியை எங்காவது காட்டித்தானே ஆக வேண்டும்?

தென் கொரியாவுக்கு உண்மையில் அப்போதுதான் அதிர்ஷ்டம் அதன் வாசல் கதவைத் தொட்டுத் திறந்தது. பிறகு நடந்ததெல்லாம் அந்நாட்டின் வெற்றிச் சரித்திரத்தின் தொடக்க காலப் பக்கங்கள்.

இங்கேதான் சிக்கல் எழுந்தது. தென் கொரியாவின் எழுச்சி, மறுமலர்ச்சி, அனைத்துத் துறைகளிலும் அது முன்னேறிய வேகம், அமெரிக்காவின் ஆதரவு நாடுகள் அனைத்தும் ஒரு பொது நிகழ்ச்சிக்குத் தூக்கி வரப்பட்ட புஷ்டியான குழந்தையைக் கன்னம் கிள்ளிக் கிள்ளிக் கொஞ்சுவது போல அந்நாட்டைச் சீராட்டிப் பாராட்டி

வளர்த்தது அனைத்தும் வட கொரியாவுக்கு மிகுந்த புகைச்சலை உண்டாக்கின.

தென் கொரியாவின் வளர்ச்சி மட்டுமல்ல கிம் ஜாங் இல்லின் கவலை. தனக்கு இருக்கும் புகைச்சல், வட கொரிய மக்களுக்கு ஏக்கமாக உருவாகத் தொடங்கிவிட்டால் பெரிய சிக்கலாகும். எங்கே சந்து கிடைக்கும்; கிம் ஆட்சியை துவம்சம் செய்து உள்ளே நுழையலாம் என்று எல்லையில் காத்திருக்கும் அமெரிக்கப் படைகளுக்கு அது மிகுந்த வசதி செய்து கொடுத்தாற்போன்ற ஒன்றாகிவிடும்.

எனவே தனது தந்தை உருவாக்கி வளர்த்துத் தன் கையில் கொடுத்துவிட்டுச் சென்ற சர்வாதிகாரக் கோலில் ஏராளமான முள்களையும் இரும்பு ஆணிகளையும் சேர்த்துச் சொருகினார். மிரட்டலும் அதட்டலும் கொடூரமான தண்டனைகளும் உச்சக்கட்ட வெறியாட்டமும் உண்டாகத் தொடங்கிய புள்ளி அதுதான். அச்சத்தின் மூலம் மட்டுமே மக்களைப் பொங்கியெழாமல் இருக்க வைக்க முடியும் என்று அவர் நம்பினார். அதைத் தவிர அன்றைய தேதியில் அவருக்கு வேறு வழியும் இருக்கவில்லை என்பது உண்மையே.

ஒரு புறம் பசியும் பஞ்சமும் பட்டினிச் சாவுகளும் மிகுந்துகொண்டிருந்தன. மறுபுறம் அடக்குமுறை தலைவிரித்தாடிக்கொண்டிருந்தது. வட கொரியாவில் வாழவே முடியாது என்ற நிலையை மக்கள் எட்டுவதற்கு வெகுகாலம் பிடிக்கவில்லை.

என்ன செய்வதென்று வட கொரிய அரசுக்குத் தெரியவில்லை. எனவே தவறு செய்ய ஆரம்பித்தது. ஒரு தவறை மறைக்க இன்னொன்று. அதை மூட வேறொன்று. அனைத்துக்கும் மேலே மற்றொன்று என்று சோவியத் அன்றைக்கு என்னவெல்லாம் செய்ததோ, அவை அனைத்தையும் கனபரிமாணம் கூட்டி, பகிரங்கமாகவே கிம் ஜாங் இல் செய்தார். இந்த அனைத்துக்குமான

விளைவுதான், ஏழை நாடு என்கிற நிரந்தர அடையாளமும் அவன் மட்டும் வளர்ந்துவிட்டானே என்கிற பொறாமை அளித்த நிரந்தரப் பகை உணர்ச்சியும். வட கொரியாவின் அணு ஆயுத ஆயத்தங்களும் ஏவுகணைத் திட்டங்களும் எல்லாம் இதன் தொடர்ச்சியே ஆகும்.

ஆனால் தென் கொரியா வளர்ந்த பிறகும்கூட அந்தத் தவறை மட்டும் செய்யவில்லை என்பதையும் கவனிக்க வேண்டும். இந்தக் கணம் வரை தென் கொரியாவிடம் அணு ஆயுதங்கள் ஏதும் கிடையாது. வாங்கி வைத்ததுமில்லை; உற்பத்தி செய்ததும் இல்லை. எழுபதுகளின் தொடக்கத்தில் நப்பாசைப்பட்டு நாமும் அணு ஆயுத முயற்சி செய்யலாமா என்று அந்நாடு சிந்தித்தது உண்மை. ஆனால் வேண்டவே வேண்டாம் என்று அமெரிக்கா தடுத்ததும் அந்த எண்ணத்தை அப்படியே கைவிட்டுவிட்டது.

அணு ஆயுதப் பரவல் தடை ஒப்பந்தத்தில் கையெழுத்திட்டுள்ள நாடுகளுள் தென் கொரியா மிக முக்கியமான ஓர் உறுப்பினர். கையெட்டும் தொலைவில் வட கொரியா நாளொரு அட்டகாசம் செய்துகொண்டிருக்கும் நிலையிலும் தென் கொரியா தனது இந்த நிலைபாட்டில் இருந்து பின்வாங்கவேயில்லை.

உடனே தென் கொரியாவில் அணு உலைகளே கிடையாதா என்று கேட்டுவிடக் கூடாது. பொதுமக்கள் பயன்பாட்டுக்கான, தொழிற்சாலைப் பயன்பாட்டுக்கான மின்சாரம் வேண்டுமல்லவா? அதற்காக, அதிகாரபூர்வமான சிவில் அணு உலைத் திட்டங்கள் அந்நாட்டிலும் உண்டு. ஆனால் அணு ஆயுதத் தயாரிப்புடன் அவை தொடர்புடையவை அல்ல. தென் கொரியாவின் அணு மின் நிலையங்கள் சர்வதேச அணுசக்தி முகமையின் (IAEA) கண்காணிப்பின் கீழ் உள்ளன.

இதனாலேயே அமெரிக்கா, தென் கொரியாவுக்கு 'அணுக்குடைப் பாதுகாப்பு' அளிக்கிறது. உனக்கு

ஒரு பிரச்னை வட கொரியாவால் வந்தால் நான் இருக்கிறேன்; நான் பார்த்துக்கொள்கிறேன் என்கிற உத்தரவாதம்.

சித்தாந்தம் தொடங்கி, அணுகுமுறை வரை ஆட்சியாளர்களிடையே இருந்த இந்த வேறுபாடுகள்தாம் வட கொரியாவுக்கும் தென் கொரியாவுக்குமான நிரந்தர இடைவெளியின் அடிப்படைகளாயின. இரு நாடுகளுக்கும் இடையில் ஓரளவேனும் அமைதியை நிலைநாட்ட நூற்றுக்கணக்கான முயற்சிகள் மேற்கொள்ளப் பட்டிருக்கின்றன. அமெரிக்கா உள்படப் பல்வேறு நாடுகள் அதற்கு முன்கரம் நீட்டிய சம்பவங்களும் உண்டு. ஆனால் வட கொரியாவுக்கு அதில் அறவே விருப்பமில்லாமல் இருந்தது.

இந்தச் சூழல் சற்றேனும் மாற்றம் காணத் தொடங்கியது கிம் ஜாங் உன் பதவிக்கு வந்த பிறகுதான்.

குறிப்பாக 2017ஆம் ஆண்டுக்குப் பிறகு (வட கொரியாவுக்கு ரஷ்யா மற்றும் சீனாவின் வர்த்தக ஆதரவு தொடர்ச்சியாகக் கிடைக்கத் தொடங்கிய பின்பு - அந்நாடு சிறிது மூச்சுவிட்டுக் கொள்ள முடிந்த பின்பு) இரு தரப்பு உறவு நிலைகளிலும் சில மாற்றங்கள் ஏற்படத் தொடங்கின.

ஏப்ரல் 27, 2018இல் வட கொரிய அதிபர் கிம் ஜாங் உன்னும் தென் கொரிய அதிபர் மூன் ஜே இன்னும், வரையறுக்கப்பட்ட போர் நிறுத்த எல்லைப் பகுதியில் சந்தித்துப் பேசினார்கள். 2007 ஆம் ஆண்டு இந்தக் கிம்மின் அப்பா கிம் ஆட்சியில் இருந்தபோது இப்படி ஒரு வடக்கு-தெற்கு சந்திப்பு நிகழ்ந்தது. பெரிய பயனில்லை. இரு நாட்டு மக்களும் பிரிந்த தம் சொந்தங்களைச் சந்திப்பதற்கு ஏற்பாடு செய்யப்படும், எல்லையில் பதற்றம் தவிர்க்க நடவடிக்கை மேற்கொள்ளப்படும் என்றெல்லாம் உடன்படிக்கை செய்துகொண்டு கைகுலுக்கிப் பிரிந்தாலும் உருப்படியாக ஒன்றும் நடக்கவில்லை.

ஆனால் கிம் ஜாங் உன் முதல் முதலில் எல்லைக்கு வந்து தென் கொரிய அதிபரைச் சந்தித்ததற்கு ஒரு விளைவு இருந்தது. அடுத்த ஆண்டு (செப்டெம்பர் 2018) வட கொரியத் தலைநகர் பியாங்யாங்கில் நடைபெற்ற இரு தேச உச்சிமாநாட்டில் கலந்துகொள்ளத் தென் கொரிய அதிபரே நேரில் வந்தார். இது ஒரு வரலாற்று முதல். அதற்குமுன் தென் கொரிய அதிபர்கள் யாரும் வட கொரிய மண்ணை மிதித்ததில்லை.

எப்போதும் போல அணு ஆயுதங்களை அகற்றுவது, எல்லைப் பதற்றத்தைத் தணிப்பது போன்றவற்றைப் பேசி ஒப்புக்கொண்டு எழுதிக் கையெழுத்திட்டு, பியாங்யாங் பிரகடனம் என்று அறிவித்தார்கள். இதன் தொடர்ச்சியாகத்தான் சிறிது நம்பிக்கை ஏற்பட்டு 2019 ஆம் ஆண்டு அமெரிக்க அதிபர் டொனால்ட் டிரம்ப்பும் நேரில் கிளம்பி வந்து கிம்மைச் சந்தித்தார். இந்தப் பக்கம் வட கொரிய அதிபர். அந்தப் பக்கம் தென் கொரிய அதிபர். நடுவே அமெரிக்க அதிபர்.

யாரும் கனவில்கூட எண்ணிப் பார்க்க முடியாத அந்த உச்சி மாநாடு, இரு தரப்பு உறவுகளில் குறைந்தபட்ச முன்னேற்றமாவது இனி இருக்கும் என்று நம்பச் செய்தது.

ஆனால் இந்தப் பக்கம் இருப்பது யார்? கிம் அல்லவா? ஜூன் 2020இல் கிம் ஜாங் உன் தன்னிச்சையாக முடிவு செய்து இரு நாடுகளுக்கு இடையில் இருந்த தொடர்பு அலுவலகத்தை இழுத்து மூடினார். கையோடு பரபரவென ஏவுகணைச் சோதனைகளை ஆரம்பித்தார். உன் வழி உனக்கு, என் வழி எனக்கு என்று எப்போதும் போல அவரது ஆனந்தத் தாண்டவங்கள் அரங்கேறத் தொடங்கின.

மார்ச் 9, 2022இல் தென் கொரியாவில் அதிபர் தேர்தல் நடந்து ஆட்சி மாற்றம் வந்தது. யூன் சுக்-யோல் புதிய அதிபரானார். முந்தைய அதிபரைப் போல விட்டுக் கொடுப்பது, விட்டுப் பிடிப்பது, பேசிப் பார்ப்பது

போன்றவற்றில் அவருக்கு நம்பிக்கை இருக்கவில்லை. வட கொரியா தொடர்ந்து தவறு செய்துகொண்டே செல்லுமானால் தக்க பதிலடி தரப்படும் என்று அவர் சொன்னார்.

கிம்முக்கு இந்த ஒரு சொல் போதாதா? அவர் மீண்டும் தன் கால்களில் சலங்கை அணிந்துகொண்டார்.

51. இல்லத்தரசி

ஏப்ரல் 2018இல் நடைபெற்ற வட கொரியா-தென் கொரியா உச்சி மாநாட்டில் பேசப்பட்ட விஷயங்கள், நிறைவேற்றப்பட்ட தீர்மானங்கள் என்று உலகறிந்தவையெல்லாம் மிகவும் சாதாரணமானவை. என்னதான் அணு ஆயுதக் குறைப்பு, எல்லைப் புறப் பதற்றத் தணிப்பு சார்ந்து இரு நாட்டுத் தலைவர்களும் பேசியிருந்தாலும் ஒரு செய்திக்குரிய தகுதி அவற்றுக்குக் கிடையாது. ஏனெனில், வட கொரியாவைப் பொறுத்தவரை இம்மாதிரி விவகாரங்களில் பேசுவதொன்று, செய்வதொன்று என்பதே மரபு. மரபு மீறாததொரு மாநாடாகத்தான் அது கடந்து போயிருக்க வேண்டும். ஆனால், யாரும் எதிர்பாராததொரு அதிசயம் நடந்தது.

இரண்டு நாட்டு எல்லையில் மனித நடமாட்டம் அறவே தவிர்க்கப்பட்ட பிராந்தியத்தில் அடர்ந்து விரிந்திருந்த ஒரு கானகத்தின் நடுவில்தான் சந்திப்புகளுக்கான தலம் உருவாக்கப்பட்டிருந்தது. கானகமே என்றாலும் செதுக்கிச் செப்பனிடப்பட்ட பிராந்தியம். வலுவான பாதுகாப்பு உண்டு. அரசுக் கட்டடங்கள் உண்டு. இம்மாதிரி

ஏதாவது அதிசயம் நடக்குமானால் அதற்கு வசதியாக இருக்கட்டுமென்று உருவாக்கப்பட்ட மிகப் பெரிய நந்தவனம் உண்டு. மெத்தென்ற புல்வெளியும் அதன்மீது போடப்பட்ட சிம்மாசனங்களும் உண்டு.

அந்தச் சிம்மாசனங்களில்தான் கிம் ஜாங் உன்னும் தென் கொரிய அதிபர் மூன் ஜே-இன்னும் அமர்ந்து பேசத் தொடங்கினார்கள். மாநாடெல்லாம் பிறகு. முதலில் ஒருவரையொருவர் நலம் விசாரித்துக்கொள்ள வேண்டாமா? சர்வதேச மீடியா மொத்தமும் அங்கே குவிந்திருந்தது. அமெரிக்கா முதல் ஆஸ்திரேலியாவரை உலகிலுள்ள அத்தனை நாட்டு உளவுத் துறைகளின் பிரதிநிதிகளும் வைத்த கண் வாங்காமல் அதையேதான் கவனித்துக்கொண்டிருந்தார்கள்.

மாபெரும் சரித்திர சம்பவம். ஏதாவது அற்புதம் நிகழ்ந்துவிட்டால் உலக வரலாற்றின் ஒரு குறிப்பிட்ட அத்தியாயத்தை மாற்றி எழுத வேண்டியிருக்கலாம்.

ஆர்வம் கொப்பளிக்க, பத்திரிகையாளர்கள் அவர்கள் இருவரையும் கூர்ந்து கவனித்துக்கொண்டிருந்தார்கள். ஆனால் தலைவர்கள் இருந்த இடத்துக்கும் மீடியாவுக்கென அமைக்கப்பட்டிருந்த மேடைக்கும் நடுவே மிகப்பெரிய இடைவெளி இருந்தது. தூரத்தின் இடைவெளிதான் என்றாலும் அது யுகங்களின் இடைவெளியைப் போலவே நீண்டு விரிந்திருந்தது. டெலஸ்கோப் கேமராக்களில் படம் பிடிப்பதில் பிரச்னை இல்லை. ஆனால் தலைவர்கள் என்ன பேசிக்கொள்கிறார்கள் என்பதை எப்படி அறிவது? இதுதான் பேசினார்கள் என்று அச்சடித்துக் கொடுக்கப்படும் தாள்களில் உப்பும் இருக்காது; மசாலாவும் இருக்காது. அவர்கள் அறிமுகம் செய்துகொண்டு பேசிய முதல் சொற்கள் மட்டும் தெரிந்துவிட்டால் அது நூற்றாண்டின் மாபெரும் கண்டடைதலாகக் கருதப்படும்.

எனவே ஒலி கிடைக்க வாய்ப்பில்லாவிட்டாலும், தென் கொரிய மீடியா இரு தலைவர்களும் பேசிக்கொள்வதை

அதிசக்தி பொருந்திய டெலஸ்கோப் கேமராக்கள் மூலம் மிக நெருக்கமாகச் சென்று சலனப்படம் எடுத்துக் கொண்டிருந்தார்கள். பிறகு உதட்டசைவைக் கொண்டு சொற்களைக் கண்டுபிடிக்கவல்ல விற்பன்னர்களிடம் (lip-readers என்றே இதற்கெனத் தனிப் பிரிவினர் உண்டு.) கொடுத்து, இருவரும் என்ன பேசிக்கொண்டார்கள் என்று கண்டறிய முற்பட்டபோது மூன்று சொற்கள் முதன்மையாக அகப்பட்டன.

Trump. nuclear facilities. united states.

என்ன கொடுமை இது. உச்சி மாநாடு தொடங்குவதற்கு முன்னர் ஒரு தேநீர் அருந்தியபடி நாலு வார்த்தை சாதாரணமாகப் பேசிக்கொள்வார்கள் என்று பார்த்தால் அங்கும் இதுதானா?

இல்லை. எல்லா நல்ல காரியங்களையும் பிள்ளையாரை வேண்டிக்கொண்டு தொடங்குவது போலத்தான் அவர்கள் டொனால்ட் டிரம்ப்பின் பெயருடன் ஆரம்பித்திருக்கிறார்கள். ஆனால் விரைவில் பேச்சு அரசியலைக் கடந்து சொந்த வாழ்க்கை சார்ந்தும் சிறிது உருண்டோடியிருக்கிறது. இரு தலைவர்களும் தம்மை மறந்து சில வரிகள் மனம் விட்டுப் பேசியிருக்கிறார்கள். இந்த 'மனம் விட்டு' விவகாரத்துக்கெல்லாம் கிம் சரிப்பட்டே வரமாட்டார். அவரையே தென் கொரிய அதிபர் பேச வைத்துவிட்டார் என்றால் பெரிய ஆள்தான்.

'அந்தப் பெண்ணைக் கட்டிக்கொள் என்று அப்பா என்னைப் பார்த்துச் சொன்னார். நான் அவரை நம்பினேன்.'

துள்ளிக் குதித்தது தென் கொரிய மீடியா. துள்ளிக் குதித்தார்கள் தென் கொரிய உளவாளிகள். இது எவ்வளவு பெரிய தகவல். எவ்வளவு முக்கியத்துவம் வாய்ந்த தகவல். வட கொரியா தயாரிக்க நினைக்கும் அணு ஆயுதங்களைக் காட்டிலும் எவ்வளவு வீரியம் கொண்டது!

தவிர, இதுவும் ஒரு சரித்திர முதல். கிம் ஜாங் உன்னுக்கு முந்தைய வட கொரியத் தலைவர்கள் இரண்டு பேரும் தம் வாழ்நாளில் தாம் விரும்பிய / மணந்த / வாழ்ந்த பெண்களைப் பற்றி ஒன்று என்றால் ஒரு வார்த்தைகூடப் பொதுவில் பேசியதில்லை. மூன்றாம் மனிதர்கள் என்றில்லை. நெருங்கியவர்களுடன்கூட எதையும் பகிர்ந்துகொண்டதில்லை.

கிம் ஜாங் இல்லின் மூன்று மனைவிகள் குறித்து இன்று உலகத்துக்கே தெரியும். அவரது இதர தொடர்புகள் குறித்தும் பேசாதவர்கள் கிடையாது. அன்றைக்கு அவரது குடும்ப உறுப்பினர்கள் அனைவருக்குமே அது தெரிந்துதான் இருந்தது என்றாலும் எந்த வீட்டிலும் யாரிடமும் அவர் என்றைக்குமே அடுத்தக் குடும்பத்தைக் குறித்து ஒரு சொல் கூடப் பேசியதில்லை என்பார்கள். அவராகப் பேசினாலொழிய அவரிடம் யாரும் விசாரிக்கவும் முடியாது. உறவினரே என்றாலும் அதற்கெல்லாம் உரிமை கிடையாது. உயிர் முக்கியம் அல்லவா?

ஆனால் எந்தத் தயக்கமும் இன்றி கிம், தென் கொரிய அதிபரிடம் தனக்குத் திருமணமான விதத்தைச் சொன்னதை உதட்டசைவு விற்பன்னர்கள் கண்டறிந்து சொன்னதில் தென் கொரிய மீடியா கிளுகிளுப்படைந்துவிட்டது. அன்று மாலை நடைபெறவிருந்த இரு தரப்பு விருந்துபசார நிகழ்ச்சியில் இரு தலைவர்களின் மனைவிகளும் கலந்துகொள்ள இருந்தார்கள். ஒரு முன் அறிமுகம் போல இருக்கட்டுமே என்று கிம் நினைத்திருக்கலாம்.

வட கொரியத் தலைவர் வம்சத்தைப் பொறுத்தவரை சந்தேகமில்லாமல் அது ஒரு புரட்சி. அவர்கள் எக்காலத்திலும் தங்கள் வீட்டுப் பெண்களை வெளியே அழைத்து வந்ததில்லை. யாருக்கும் அறிமுகம் செய்ததில்லை. பிறந்த நாள், திருமண நாள், திருமணத்துக்கு முன்பு சம்பந்தப்பட்ட பெண்ணுக்கு இருந்த பெயர், அவர் படித்தது, பணியாற்றியது

தொடங்கி அனைத்து ஆதிகால விவரங்களையும் அடியோடு அழித்துவிடுவார்கள். திருமணத்தின்போது அளிக்கப்படும் கிம் குடும்பப் பெயருடன் அதன்பிறகு அவர் இன்று புதிதாய்ப் பிறக்க வேண்டியதுதான். அப்படியே பிறந்தாலும் வீட்டுக்குள் வளர்ந்து வாழ்ந்து முடித்துக்கொண்டு கிளம்ப வேண்டியதுதான்.

முதல் முறையாக அந்த நடைமுறையில் கிம் ஜாங் உன் ஒரு மாற்றத்தைக் கொண்டு வந்தார். தன் மனைவி ரி சோல் ஜுவைத் தான் கலந்துகொள்ளும் அதி முக்கியமான சந்திப்புகளுக்கும் உச்சி மாநாடுகளுக்கும் அவர் அழைத்துச் சென்றார். சீனத் தலைவர், தென் கொரியத் தலைவருடனெல்லாம் இயல்பாகச் சிரித்துப் பேச இடமளித்தார். உக்கிரமான அணு ஆயுத முகமே அவருடைய முகமாக இருந்தாலும் தனக்கு வேறு சில முகங்களும் உண்டு என்று பொதுவில் நிறுவும் முயற்சியாக இருக்கலாம். அன்பான கணவர். பொறுப்புள்ள தந்தை. காரியம் யாவிலும் கைகொடுக்கத் தனக்கொருத்தி இருக்கிறாள் என்று காட்ட உலகத்தோடு ஒட்டி ஒழுகல்.

இன்னொரு காரணமும் இருக்கலாம். முந்தைய வட கொரிய ஆட்சியாளர்களைப் போலக் கிம் ஜாங் உன்னுக்கு ஒன்றுக்கு மேற்பட்ட மனைவிகள் (இதுவரை) இல்லை. பெண்கள் விஷயத்தில் பெரிய கிசுகிசுக்கள் வந்ததில்லை. தனது சிந்தனை முழுவதும் வட கொரியாவின் வளர்ச்சி சார்ந்தது மட்டுமே என்பதைச் சொல்லாமல் சொல்லவும் இது அவருக்குப் பயன்பட்டிருக்கலாம்.

கிம் ஜாங் உன் 2011ஆம் ஆண்டு பதவி ஏற்றதற்குச் சரியாக ஏழு மாதங்களுக்குப் பிறகு ஓர் இசை-நாடக-நகைச்சுவை ஷோவுக்குச் சென்றிருந்தார். வட கொரிய பாப் இசைக் கலைஞர்கள், டிஸ்னி கார்ட்டூன் படங்களின் கதாபாத்திரங்களின் வேடமணிந்தவர்களுடன் இணைந்து நிகழ்த்திய ஏதோ ஒரு பொழுதுபோக்கு நிகழ்ச்சி.

பொதுவாக, வட கொரிய அதிபர்கள் இப்படிப் பொதுமக்களும் கலந்துகொள்ளும் பொழுதுபோக்கு

நிகழ்ச்சிக்கெல்லாம் போகிற வழக்கம் இல்லை. பாதுகாப்புக் காரணங்கள் ஒருபுறமென்றால், ஒரு சர்வாதிகாரியின் மிடுக்கு அதனால் பாதிக்கப்படும் என்றே கிம்மின் அப்பாவும் தாத்தாவும் இறுதிவரை கருதினார்கள். கிம் அந்த மரபை உடைத்தார். பதவிக்கு வந்த சில மாதங்களிலேயே அவர் இசை நிகழ்ச்சிக்கு வந்தது அனைவருக்குமே திகைப்பாகவும் மகிழ்ச்சியாகவும் இருந்தது.

அதைக் காட்டிலும் திகைப்பு அவருக்குப் பக்கத்து இருக்கையில் ஒரு பெண் அமர்ந்திருந்தது. அவர் பார்க்க அழகாக இருந்தார். இளமையாக இருந்தார். சிரித்த முகத்துடன் காணப்பட்டார். அடிக்கடி குனிந்து கிம்மிடம் ஏதோ கேள்வி கேட்டு, பதில் தெரிந்துகொண்டார்.

நிகழ்ச்சியைப் பார்த்துக்கொண்டிருந்தவர்களுக்கு மட்டுமல்ல. அந்தக் காட்சியைத் தொலைதூரத்தில் எங்கோ அமர்ந்துகொண்டு பதிவு செய்த காட்சியைக் கண்ட அமெரிக்க-தென்கொரிய உளவு நிறுவன அதிகாரிகளுக்கும் தாங்க முடியாத ஆச்சரியம்.

என்ன நடக்கிறது வட கொரியாவில்? இந்தக் கிம் உண்மையிலேயே ஒரு புரட்சியாளர்தானா? தன் வம்சத்தில் அதுவரை யாருமே செய்யாத எதையெதையோ செய்கிறாரே. அது ஒரு புறம் இருக்க, இந்தப் பெண் யார்? கிம்முக்கு இவள் என்ன உறவு? காதலியா? எனில், எப்போதிலிருந்து? எங்கே சந்தித்தார்கள்? எத்தனை நாளாகக் காதலிக்கிறார்கள்? நாட்டுக்கே இன்று தெரிந்துவிட்டது, வீட்டுக்குத் தெரியாமல் இருக்காது. எனில், திருமணம் எப்போது?

சரி, ஊகிக்கலாம்; நாலைந்து கட்டுரை எழுதலாம் என்று உலக ஊடகங்கள் பேனாவைத் திறந்தபோது வட கொரிய அரசு அனைவருக்கும் ஓர் அழகிய குழல் விளக்கைப் பரிசளித்தது. மரியாதைக்குரிய காம்ரேட் ரி சோல் ஜு, நமது அன்புக்குரிய பெருந்தலைவர் கிம் ஜாங்

உன்னின் மனைவி என்று அதிகாரபூர்வமாக அறிவித்தே விட்டார்கள்.

அடக் கடவுளே, மனைவி என்றால் எப்போது திருமணம் நடந்தது? ஏன் ஒருவருக்குக் கூடத் தெரியவில்லை? வட கொரிய அதிகாரிகள் பலருக்கே அந்த விஷயம் புதிய செய்தியாக இருந்தது. ராணுவத்தினருக்கும் தெரிந்திருக்கவில்லை. கிம் குடும்பத்துக்குத் தெரிந்தவர்கள், உறவினர்கள், நண்பர்கள் என்று பல தரப்பில் விசாரித்தும் உருப்படியாக ஒரு விவரமும் கிடைக்கவில்லை.

ஒரு வழியாக 2012ஆம் ஆண்டு கண்டுபிடித்தார்கள். 2009ஆம் ஆண்டு கிம்முக்கும் ரி சோல் ஜூவுக்கும் திருமணம் நடந்திருக்கிறது. இதைக் கண்டறிந்து மீடியா பேசத் தொடங்கும்போதே கிம் தரப்பிலிருந்து இன்னொரு குழல் விளக்கு ஒளிரத் தொடங்கியது. 2010ஆம் ஆண்டு அவர்களுக்கு ஓர் ஆண் குழந்தை பிறந்திருக்கிறது.

அப்படியா என்று வட கொரிய மக்கள் வியந்து முடிப்பதற்குள் 2013ஆம் ஆண்டு அவர்களுக்கு இரண்டாவதாக ஒரு பெண் குழந்தை பிறந்தது. பின்னும் ஒரு குழந்தை பிறந்துவிட்டதாகத்தான் சொல்கிறார்கள். ஆனால் இன்றுவரை எப்போது பிறந்தது என்பது வெளியிடப்படவில்லை. அது ஆண் குழந்தையா பெண் குழந்தையா என்றும் தெரியாது.

இது இருக்கட்டும். கிம்மின் மனைவியிடம் ஆரம்பித்தோம். அதை முதலில் முடித்துவிடலாம். ரி சோல் ஜூ, எங்கே பிறந்து வளர்ந்தார், என்ன படித்தார், எங்கே படித்தார் என்பதெல்லாம் சரியாகத் தெரியவில்லை. கிம் படித்த அதே கிம் இல் சுங் பல்கலைக்கழகத்திலேயேதான் அவரும் படித்தார் என்று ஒரு சாரார் சொல்கிறார்கள். ஆதாரம் ஏதும் இல்லை. ஆனால் வட கொரியாவில் இருந்த Unhasu Orchestra என்கிற இசைக்குழுவில் அவர் சில காலம் பாடகியாகப்

பணியாற்றிக்கொண்டிருந்ததாகத் தென் கொரிய உளவுத் துறை கண்டறிந்து சொன்னது.

எப்படி என்றால், ரி சோல் ஜுவின் புகைப்படத்தை வைத்துக்கொண்டு வேறு எங்கே இந்தப் பெண் தோன்றியிருக்கிறார் என்று ஒவ்வொரு சந்தாகத் தேடி வந்தபோது தற்செயலாக அந்த இசைக்குழு மேடைக் காட்சிப் புகைப்படம் ஒன்று அகப்பட, அதில் அவர் பாடிக்கொண்டிருந்த காட்சி இடம்பெற்றிருக்கிறது.

ஆனால் மேற்கொண்டு விசாரிக்க முடியவில்லை. அந்தக் குழுவில் அப்போது இருந்த யாருக்கும் எதுவும் தெரியவில்லை என்பதால், சரி போ என்று விட்டுவிட்டார்கள். ஆனால் ரி சோல் ஜுவை அப்படி விட்டுவிட முடியாது. அவரது தோற்றமும் நடவடிக்கைகளும் அதற்குமுன் வட கொரியத் தலைவர்களின் மனைவிமார்களிடம் வெளிப்படாதவை. ரி சோல் ஜு, மேற்கத்திய நவநாகரிக ஆடைகளை விரும்பி அணிபவராக இருந்தார். கிம் குடும்பத்தில் அதற்கெல்லாம் அனுமதியே கிடையாது. ஆனாலும் அவர் அணிந்தார். அத்தகு உடைகளை அணிந்து கிம்முடன் கைகோத்துக்கொண்டு நிகழ்ச்சிகளுக்கு வரக் கூடியவராக இருந்தார். இதுவும் மேலைக் கலாசாரம். இதுவும் கிம் வம்சத்தில் அதற்குமுன் இல்லாதது. வட கொரியப் பெண்கள் தமது கட்டுப்பெட்டித்தனத்தில் இருந்து மெல்ல விடுபட்டு வெளியே வரலாம் என்கிற செய்தியைத்தான் கிம் ஜாங் உன் சூசகமாகத் தனது மனைவி மூலம் வெளிப்படுத்துகிறார் என்று கூட இதற்கொரு பொழிப்புரை எழுதினார்கள்.

இன்னொன்று. கிம் சிறிது காலம் ஐரோப்பாவில் இருந்துவிட்டு வந்தவர்தாம் என்றாலும் வீட்டில் அவருக்குக் கிடைத்த அதிகபட்ச வெளிநாட்டு உணவு என்பது ஜப்பானிய சுகியாகிதான். ஆனால் ரி சோல் ஜு வந்த பிறகு கிம் மாளிகையில் மேற்கத்திய நாடுகளில் கிடைக்கக்கூடிய அனைத்து வித உணவு வகைகளும் புழக்கத்துக்கு வந்தன.

ரி சோல் ஜுவுக்கும் கிம்மின் பிரியத்துக்குரிய ஒரே சகோதரியான கிம் யொ ஜாங்குக்கும் அபூர்வமாக மிக நல்ல உறவு இருந்திருக்கிறது (இன்றைய நிலவரம் தெரியாது). கிம் யொ ஜாங், வட கொரிய அரசின் மிக முக்கியமான முதல் வரிசை அதிகாரிகளுள் ஒருவர். கிம்மின் அன்புக்குரியவர் மட்டுமல்ல; நம்பிக்கைக்குரியவரும்கூட. தனது சகோதரியும் மனைவியும் உலக அதிசய ஒற்றுமை நிலையில் நீடிப்பதில் அவருக்கு அளவு கடந்த மகிழ்ச்சி இருந்திருக்கிறது.

நிற்க.

அந்தத் தென் கொரிய அதிபருடனான கானகப் பண்ணை பங்களா புல்வெளி சந்திப்பு உலக அரங்கில் வெகுவாகப் பாராட்டப்பட்டது. அன்றிரவு நடந்த உயர் மட்ட விருந்தில், கிம் தன் மனைவியுடன் கலந்துகொண்டதும், ரி அனைவருடனும் எளிமையாகப் பேசிப் பழகியதும் காணக் கிடைக்காத காட்சிகளாக இருந்தன.

அதே ஆண்டு கிம் தனது முதல் சீனப் பயணத்தை மேற்கொண்டார். புகழ்பெற்ற ரயில் பயணம். ரியும் அப்போது அவருடன் சீனாவுக்குச் சென்று அதிபர் ஜிங்பின்னைச் சந்தித்தார். ஜிங்பின்னின் மனைவியுடன் சிரித்துப் பேசினார்.

இதெல்லாம் ஒரு பெரிய விஷயமா, இவ்வளவு தூரத்துக்குச் சொல்ல வேண்டுமா என்று தோன்றலாம். கிம் ஜாங் உன் சரித்திரத்தில் இடம் பெறும் ஒவ்வொரு கதாபாத்திரமும் அவர்கள் ஏற்கும் வேடமும் நிகழ்த்தும் அசைவுகளும் முக்கியமானவை. ஏனெனில், பிறகு எப்போது, என்ன விதமாக அதன் விளைவுகள் வெளிப்படும் என்று இப்போது கணிக்க இயலாது.

ஒரு குறிப்பிட்ட சம்பவத்தை நினைவுகூர முடியுமானால், இதன் அர்த்தம் முழுதாக விளங்கும்.

ஏப்ரல் 2020இல், கிம் ஜாங் உன்னின் உடல்நிலை குறித்த வதந்திகள் மெல்ல மெல்ல உருவாகி வரத்

தொடங்கின. மிதமிஞ்சியக் குடியினாலும் உடலில் இங்கே அங்கே என்ற பாகுபாடே இல்லாமல் எல்லா அங்கத்திலும் ரகத்துக்கொன்றாகக் கொட்டிக்கிடக்கும் வியாதிகளாலும் அவர் தீவிரமாக பாதிக்கப்பட்டிருக்கிறார் என்று சொன்னார்கள். விழித்திருக்கும் நேரம் முழுதும் அவர் புகைப்பிடித்துக்கொண்டே இருப்பதால் நுரையீரல் முற்றிலுமாகச் சீர்கெட்டு, தீவிர சிகிச்சையில் இருக்கிறார் என்று சொன்னார்கள். நாற்பது வயதிலேயே அவரது தோற்றத்தில் முதுமை கூடிவிட்டதைச் சுட்டிக்காட்டி இன்னும் பல கதைகள் புனையப்பட்டன.

அசம்பாவிதமாக ஏதாவது நடந்தால் கிம்மின் இடத்தை அவரது சகோதரி நிரப்புவார் என்று முதலில் பேசப்பட்டது. பிறகு, ரி சோல் ஜு பொறுப்புக்கு வருவார் என்று ஒன்றிரண்டு வதந்திகள் உலவத் தொடங்கின. அது நடக்குமானால் வட கொரியாவின் சரித்திரத்தில் அதனைக் காட்டிலும் பெரிய சம்பவம் இன்னொன்றில்லை என்றும் சொன்னார்கள். ஆண் வாரிசுதான் ஆளவேண்டும் என்று அந்நாட்டின் அரசியல் சாசனத்தில் ஏதும் குறிப்பிடப்படவில்லை. இருப்பினும் கிம் வம்சம் அதனை ஒரு மரபாகக் கடைப்பிடித்து வருகிறது. அப்படியொரு சாத்தியம் இல்லாது போகுமானாலும் ரத்த உறவுள்ள பெண்களில் இருந்து தேர்ந்தெடுக்கப்பட வாய்ப்பிருக்கிறதே தவிர (கிம்மின் தங்கை அதற்குத் தகுதியானவர் என்பதை நினைவில் கொள்க.) கிம்மின் மனைவிக்கு அந்த வாய்ப்புக் கிடைக்க வாய்ப்பில்லை; அதிகார வர்க்கமும் ராணுவமும் கிம் குடும்பமும் அதை அனுமதிக்காது என்றும் சொன்னார்கள்.

ஒரு வாரம் ஆனது. இரண்டு வாரங்கள் ஆயின. மூன்று வாரங்கள் முடிந்த பிறகும் கிம் எங்கே போனார் என்ன ஆனார் என்றே தெரியவில்லை. இதுவரை கை கால்கள் மட்டுமே முளைத்திருந்த வதந்திகளுக்கு இப்போது சிறகு முளைக்கத் தொடங்கியது. மிக நிச்சயமாகப்

பெரிய சம்பவம் ஏதோ நடந்திருக்கிறது; வட கொரிய வழக்கப்படி தாமதமாக அறிவிப்பார்கள் என்று மேற்கு மீடியாக்கள் ஆரூடம் சொல்லின.

ஒரு வழியாக அந்த ஆண்டு மே மாதத் தொடக்கத்தில் கிம் வெளிப்பட்டார். எப்போதும் போன்ற முகபாவம். எப்போதும் போன்ற நடை வேகம். எப்போதும் போன்ற செயல்பாடுகள். வட கொரியத் தரப்பில் அவருக்கு சளி இருமல் காய்ச்சல் என்றுகூடச் சொல்லவில்லை. மூன்று வாரங்களாக ஒரு பெருந்தலைவர் என்ன ஆனார் என்றே தெரியாமல் மக்கள் எவ்வளவு தவித்திருப்பார்கள், என்னவெல்லாம் யோசித்திருப்பார்கள் என்று யாருக்கும் நினைத்துப் பார்க்கவும் நேரமில்லை. அவரது இருப்பே செய்தி. அவ்வளவுதான்.

52. பாதி மனிதர்கள்

சர்வாதிகார நாடாகவே இருந்தாலும், ஒரு நாட்டின் வரலாற்றில் நடந்த சம்பவங்களை எடுத்து வைத்துக்கொண்டு ஆராய முற்பட்டால், விவசாயம் முதல் விண்வெளி வரை குறைந்த பட்சம் நூறு துறைகள் சார்ந்த செயல்பாடுகளை மதிப்பிட வேண்டிவரும். அரசுத் துறைகளின் தொடர்ச்சியான நடவடிக்கைகள் எந்த அளவுக்கு மக்களுக்குப் பயன்பட்டிருக்கிறது என்பதைக் கொண்டு ஆட்சியாளர்களின் தரத்தை மதிப்பிட இயலும். உலகெங்கும் அரசியல் வரலாறு எக்காலத்திலும் இப்படித்தான் எழுதப்படுகிறது. ஏனெனில், வரலாறு என்பது மன்னர்களுடைய வாழ்க்கையல்ல. மக்களின் வாழ்க்கை மட்டுமே மண்ணின் வரலாறாக நிலைத்து நிற்கும்.

மிக எளிய உதாரணமாக நமது ராஜராஜ சோழனை எடுத்துக்கொள்ளலாம். ஒரு நாவலும் ஒரு திரைப்படமும் கட்டமைத்த ராஜராஜ சோழனின் பிம்பம் நமக்குத் தெரியும். சில சோழ வரலாற்று நூல்களின் வழியே ஓரளவு நெருக்கமான அறிமுகத்தைப் பெற்றிருக்கிறோம். மாமன்னன் என்று தயங்காமல் சொல்லிவிடுவோம். ஆனால் ஆயிரம் ஆண்டுகளுக்கு முன்னர் வாழ்ந்தவனின்

மரணம் சார்ந்து ஒரு தகவலும் நம்மிடம் கிடையாது. அவனது சமாதி எங்குள்ளது அல்லது உள்ளதா என்று தெரியாது. ராஜராஜன் எப்படி இறந்தான் என்பதற்கு ஆதாரங்கள் கிடையாது.

எப்படிப்பட்ட பேரரசனாக இருந்தாலும் ஒரு மன்னனின் கதை அப்படித்தான் நிறைவுறும். காற்று கலைத்துப் போடும் கோலத்தைக் காலம் இல்லாமல் செய்துவிடும்.

ஆனால் இன்றும் தஞ்சாவூர் இருக்கிறது. மக்கள் இருக்கிறார்கள். தஞ்சையின் மண்ணில் ஆயிரமாண்டு களுக்கு முன்னர் விளைந்த நெல் இன்றும் விளைகிறது; என்றும் விளையும். அளந்து அளிக்கப்பட்டாலும் இன்னும் காவிரி ஓடுகிறது. நீரின் தடங்கள் மாறியிருக்கலாம். ஆனால் நிலத்தில் நீடித்திருப்பது அது ஒன்றுதான். தலைமுறை தலைமுறையாகத் தஞ்சாவூர் மக்கள் விவசாயம் செய்கிறார்கள். கலை வளர்க்கிறார்கள். அனைத்துத் துறைகளிலும் அவர்களது இருப்பும் செயல்பாடும் நீடிக்கிறது. என்றென்றும் அது இருக்கப் போவது.

புரிகிறதா? மன்னர்களல்ல; மக்களே மண்ணின் சரித்திரம்.

ஆனால் வட கொரியா ஒரு வினோதம். வரலாற்றில் மற்ற எந்த சர்வாதிகாரிகளும் செய்யாத ஒரு செயலைக் கிம் குடும்பம் அம்மக்களுக்குச் செய்தது. வாழ்வைச் சிதைத்ததல்ல; வரலாற்றை இல்லாமலாக்க முயற்சி செய்தது. தம் மக்களுக்கு என்ன நடக்கிறது, அவர்கள் எப்படி வாழ்கிறார்கள் என்பதை சும்மா வாய்விட்டுப் புலம்பிக்கொள்ளக்கூட அனுமதி மறுக்கப்படும் சூழ்நிலையை நம்மால் கற்பனைகூடச் செய்ய இயலாது.

இது ஒரு முக்கியமான விஷயம். தெரிந்த ஒருவர் என்று நம்பி யாரிடமும் அங்கே எந்த ரகசியத்தையும் பேச இயலாது. வட கொரியாவில் ஐந்து பேருக்கு ஓர் உளவாளி உண்டு. எனக்கு இது நடந்தது; இது அநியாயமில்லையா என்று வாய்விட்டுப் புலம்ப

முடியாது. சரி புலம்ப வேண்டாம். எழுதியாவது மன இறுக்கத்தைத் தீர்த்துக்கொள்ள முடியுமா என்றால் அதற்கும் வழியில்லை. பேசினாலே சிக்கல் என்ற சூழ்நிலையில் யார், எதை எழுதி வைப்பார்கள்?

வட கொரிய மக்களில் பெரும்பாலானவர்கள் அரசால் ஒதுக்கப்பட்ட வேலைகளைச் செய்கிறார்கள். அது அவரவர் படிப்பு மற்றும் தகுதிக்கேற்ற பணியல்ல. சோங்பன் என்ற சமூக அடுக்குப் பிரிவினை ஏற்பாட்டின்படி, உயர்குடியா, சாதாரண மக்களா, துரோகி வம்சமா என்று பார்த்து ஒதுக்கப்படுகிற வேலைகள். அந்தந்த அடுக்குக்கேற்ற சம்பள அளவுகோல் நிர்ணயிக்கப்படுகிறது. தோராயக் கணக்கெடுப்பில், எண்பத்தைந்து சதவீத வட கொரியர்களை சாதாரண மக்களாகவும் துரோகி குலம் எனப் பட்டம் சூட்டப்பட்டவர்களாகவும் பிரித்தெடுத்துவிட முடியும். இவர்களது சராசரி வருமானம் என்பது அதிகபட்சம் இரண்டு வேளை உணவுக்குப் போதுமானதாக இருக்கிறது.

இங்கே கவனிக்க வேண்டிய ஒன்றுண்டு. உணவுக்கு அந்தச் சம்பளம் போதும் என்பது உண்மையே. ஆனால் உணவு கிடைக்குமா என்பதற்கு உத்தரவாதம் கிடையாது. என்னிடம் பணம் இருக்கிறது; கடைக்குச் சென்று வேண்டியதை வாங்கிக்கொள்கிறேன் என்று நம்மைப் போல வாழ்பவர்கள் அல்லர் அம்மக்கள். ரேஷன் திறக்கப்படும்போதுதான் வாங்க முடியும். ரேஷனில் என்ன கிடைக்கிறதோ அதைத்தான் வாங்க முடியும். ரேஷன் எவ்வளவு தருகிறதோ அவ்வளவுதான் உங்களுக்கு.

கடைகள் இல்லாமல் இல்லை. பொருள்கள் அங்கே கிடைக்காமலும் இல்லை. ஆனால் வட கொரியாவில் எதையும் கடைக்குச் சென்று வாங்குவது என்பது தற்கொலைக்குச் சமம். பெரும்பாலும் கடத்தல் பொருள்கள் என்பதால் விலை அதிகம்.

இதனால்தான் எளிய மக்களே தமது அன்றாடத்தின் ஒரு பகுதியாகக் கடத்தல் வேலைகளில் ஈடுபட

ஆரம்பித்துவிடுகிறார்கள். தவிர, அரசாங்கமே அதைத்தான் செய்கிறது என்பதால் அவர்களுக்கு அது ஓர் இழிசெயலாகத் தோன்றவே செய்யாது. அரிசி, பார்லி, சில வகை பருப்புகள், சோயா, மசாலா பொருள்கள், பிரெட், உலர் பழங்கள் போன்றவற்றைச் சீனாவிலிருந்து அவர்கள் கடத்துகிறார்கள். இவை போக மண்ணெண்ணெய், சமையல் எண்ணெய், சிகரெட், லைட்டர்கள், மலிவு விலைச் சாராயம், ஆடைகள், உள்ளாடைகள், டார்ச் லைட், பேட்டரி, சானிடரி நாப்கின்கள் போன்ற சில பொருள்கள் மிக அதிக அளவில் கடத்திக் கொண்டு வரப்படுகின்றன.

டார்ச் லைட்டும் பேட்டரியும் அன்றாட வாழ்க்கைக்கு அத்தனை அவசியமா என்று நமக்கு இன்று தோன்றலாம். ஆனால் வட கொரியாவில் மின்சாரம் என்பது உயர் குடியினருக்கு மட்டுமே எப்போதும் கிடைப்பது. சாதாரண மக்களுக்குத் தரப்படும் மின்சாரம் மிகவும் குறைவு. கோடையில் மின்வெட்டு வந்தால் இங்கே நாம் எப்படியெல்லாம் புலம்புகிறோம், பொங்குகிறோம், சீற்றம் கொள்கிறோம் என்று எண்ணிப் பார்க்கலாம். வட கொரியாவின் சாதாரண மக்கள் அதே அளவுக்கு, மின்சாரம் கிடைக்கும் சமயங்களில் மகிழ்ச்சி ஆரவாரம் செய்வார்கள்.

அம்மக்களின் மற்றொரு பெரிய பிரச்னை, போக்குவரத்து.

வேலை என்பது அரசாங்கம் ஒதுக்குவதுதான் என்பதை முன்னர் கண்டோம் அல்லவா? அந்த வேலை யாருக்கு எங்கே ஒதுக்கப்படும் என்பது நிச்சயமில்லை. ஒரு நபரின் வசிப்பிடத்திலிருந்து சுமார் அறுபது கிலோ மீட்டர் சுற்றளவில் எங்கே வேண்டுமானாலும் பணியிடம் அமையலாம்.

ஆனால் எளிதாகச் சென்று வர இயலாது. ஏனெனில், வட கொரியாவில் தலைநகரம் பியாங்யாங் உள்பட எல்லா இடங்களிலுமே பொதுப் போக்குவரத்து என்பது மிகவும் வரையறுக்கப்பட்டது. ஒரு நாளின்

குறிப்பிட்ட சில நேரங்களில் மட்டுமே பேருந்துகள் வரும். ரயில்கள் வரும். ஒன்றைத் தவறவிட்டால் அடுத்ததற்குச் சில மணி நேரமாவது காத்திருக்க வேண்டியிருக்கும். இதனாலேயே வட கொரிய மக்கள் பொதுப் போக்குவரத்து வசதியை நம்புவதில்லை. எவ்வளவு தொலைவானாலும் பெரும்பாலானவர்கள் நடந்தேதான் பணிக்குச் செல்வார்கள். சற்றே வசதி படைத்தவர்கள் சைக்கிளில் செல்வார்கள். பைக், கார் போன்றவை அங்கே அதிஉயர்குடியினரால் மட்டுமே வாங்கிப் பயன்படுத்த முடிகிற வாகனங்கள்.

கல்வி அரசாங்கம் தருவதுதான். வேலை அரசாங்கம் தருவதுதான். உணவு அரசாங்கம் தருவதுதான். வீடு அரசாங்கம் தருவதுதான். மருத்துவம் அரசாங்கம் தருவதுதான். எனவே யாரும் தமது சொந்த விருப்பத்துக்கு எதையும் தேர்ந்தெடுத்துக்கொள்ள வழியில்லை. மிகையே இல்லை. நீங்கள் உங்கள் வாழ்க்கைத் துணையைத் தேர்ந்தெடுத்துக் காதலித்துத் திருமணம் செய்துகொள்ள வட கொரியாவில் அனுமதியில்லை. காதலிப்பது அங்கே கிரிமினல் குற்றம். வட கொரிய மரபுப்படி, பெற்றோர் நிச்சயித்துத்தான் திருமணம் செய்து வைக்க வேண்டும்.

உள்நாட்டிலேயே ஓரிடத்தில் இருந்து, சற்றுத் தள்ளியுள்ள இன்னோர் இடத்துக்குச் செல்லவேண்டுமென்றால், பல பகுதிகளில் அதற்குக் காவல் துறையின் அனுமதியைப் பெறவேண்டியிருக்கும். இந்தியாவில் மணிப்பூர் போன்ற சில பிரச்னைக்குரிய பகுதிகளில் இந்த நடைமுறை உண்டு. எல்லா நாடுகளிலுமே, பற்றி எரியும் தன்மை கொண்ட பிராந்தியங்களுக்குச் செல்வது அரசாங்கத்தால் வரையறுக்கப்படத்தான் செய்யும். ஆனால் அது ஒரு குறிப்பிட்ட காலத்துக்கு இருக்கும். எக்காலத்துக்கும் பொதுவான சட்டமாக இராது.

வட கொரியா அப்படி அல்ல. என்றென்றும் ஒரே சட்டம். எது சட்டமோ அதுதான் வாழ்க்கை.

பொழுதுபோக்குக்கு உங்களுக்குப் பிடித்த திரைப் படங்களைப் பார்ப்பது, சுற்றுலா செல்வது, பல்வேறு தொலைக்காட்சி சானல்களை ரசிப்பது, இணையத்தில் மேய்வது என்று எதற்கும் அங்கே வாய்ப்பில்லை.

வட கொரியாவில் இணையமே இல்லை என்பது மிகை. இணைய வசதி இருக்கிறது. ஆனால் மிகவும் வரையறுக்கப்பட்டது. சாதாரண மக்களுக்கு அது கிடையாது. சில அரசுத் துறைகளுக்கு இணையம் உண்டு. அணு ஆராய்ச்சி, ஏவுகணைச் சோதனையில் ஈடுபடுவோருக்கு அலுவலகங்களில் இணையம் உண்டு. ராணுவ உயரதிகாரிகளுக்கும் உளவுத் துறையினருக்கும் இணையம் உண்டு. பள்ளி-கல்லூரி மாணவர்களில் தேர்ந்தெடுக்கப்படும் சிலருக்கு உண்டு (ஹேக்கிங் பயிற்சியின் பொருட்டு).

ஆனால் கிம் ஜாங் உன் ஆட்சிக்கு வந்த பிறகு மக்களுக்கு இவ்விஷயத்தில் சில வசதிகள் செய்து தரப்பட்டன. ஸ்மார்ட் போன் புழக்கத்துக்கு வர ஆரம்பித்துவிட்டது. என்ன ஒன்று, நீங்களும் நானும் நம் விருப்பப்படி தேர்ந்தெடுத்துக்கொள்வதைப் போல அங்கே முடியாது. அரசாங்கமே தயாரிக்கும் ஸ்மார்ட் போன்களை மக்கள் வாங்கிப் பயன்படுத்தலாம். ஆனால் அந்த போன், ஸ்மார்ட்டாக இருந்தாலும் சமர்த்தாக அரசு என்ன சொல்கிறதோ அதைத்தான் செய்யும். வட கொரியாவுக்குள் மட்டும்தான் நீங்கள் பேசிக்கொள்ள முடியுமே தவிர, அதற்கு அப்பால் முடியாது.

தவிர, தனியார் நிறுவன ஸ்மார்ட் போன்களை அறவே தவிர்த்து, அரசாங்கமே தயாரித்து அனுப்பும் போன்களைத்தான் மக்கள் பயன்படுத்த முடியும் என்பதால், அரசுக்கு உளவுப் பணி இன்னும் சுலபமாகிவிடுகிறது. நாட்டின் எந்த மூலையில் யார் என்ன பேசினாலும் அதை அரசாங்கம் கேட்கும். அது ஒட்டுக் கேட்பதல்ல. பகிரங்கமாகவே கேட்கும். எனவே காசு கொடுத்துப் பிரத்தியேகமாக ஸ்மார்ட் போன்

வாங்கிப் பேசினாலும் கிம் வாழ்க, அவர் வம்சம் வாழ்க, அவர் தயவால் நாமும் வாழ்க என்று மட்டுமே பேச முடியும்.

உலகம் இன்று 5G தொழில்நுட்பத்தில் வாழ்கிறது. அடுத்த ஜிக்கள் வரிசை கட்டி நிற்கின்றன. இணையம் என்பது மின்சாரத்தைப் போல, குடிநீரைப் போல, காற்றைப் போல மக்களின் அன்றாடப் பயன்பாட்டுக்குரியதாகிவிட்டது. ஆனால் உலகம் வேறு, வட கொரியா வேறு.

வட கொரிய அரசு, தனது சொந்த 5G தொழில்நுட்பத்தை நிறுவ முயற்சி மேற்கொண்டு வருவதாகச் சில செய்திகள் உள்ளன. என்றைக்கு அது சாத்தியமாகும் என்று தெரியாது. இப்போதைக்கு அங்கே 3G உள்ளது. அது நிச்சயம். மிகச் சில அதிமுக்கியப் பணியில் ஈடுபட்டிருப்போருக்கு மட்டும் 4G வசதி தரப்படுவதாகவும் சொல்கிறார்கள்.

ஆனால் எல்லோருக்கும் வரையறுக்கப்பட்ட இணைய வசதிதான். நாம் அன்றாடம் பயன்படுத்தும் கூகுள், யூட்யூப், ஃபேஸ்புக், ட்விட்டர், இன்ஸ்டாக்ராம், பின்ட்ரஸ்ட் போன்ற எதுவும் வட கொரியாவில் கிடையாது. வேர்ட்ப்ரஸ் கிடையாது. ப்ளாகர் கிடையாது. சர்வதேசப் பத்திரிகைகளைப் படிக்க முடியாது. அமேசானில் நினைத்ததை நினைத்த நேரத்தில் வாங்க முடியாது. ஹாட்ஸ்டாரில் படம் பார்க்க முடியாது. நெட்ஃப்ளிக்ஸ் கிடையாது. பிபிசி கிடையாது. அல் ஜசீரா கிடையாது. அனைத்தும் தடுக்கப்பட்டவை.

யாரும் யாருக்கும் மின்னஞ்சல் அனுப்புவது அத்தனை எளிதல்ல. முன்பே ஓர் அத்தியாயத்தில் கண்டபடி இணைய மையத்துக்குச் சென்று அனுப்ப வேண்டிய விவரத்தை எழுதிக் கொடுத்து, அங்குள்ள ஊழியர் மூலமாகவே அனுப்ப இயலும். எந்த சர்ச் இஞ்சினும் வட கொரியாவுக்குக் கிடையாது. அரசாங்கமே தருகிற

ஒரு மாட்டுவண்டி சர்ச் இஞ்சினைப் பயன்படுத்தித் தேடிக்கொள்ளலாம். அந்தத் தேடலில் கிடைப்பவை, அரசு அனுமதிக்கும் விஷயங்கள் மட்டுமாக இருக்கும்.

ஆனால் ஒன்றைப் புரிந்துகொள்ள வேண்டும். அன்றாட உணவை நினைத்து மட்டுமே கவலைப்படும் ஒரு நாட்டின் மக்கள் தமக்கு 5G இல்லாதது பற்றி வருந்திக்கொண்டிருக்க மாட்டார்கள். அதற்காகவெல்லாம் அவர்களுக்குப் புரட்சி செய்யத் தோன்றாது.

வசதிகளை வரையறுப்பதன் மூலம், வாழ்க்கைத் தரத்தை வரையறுப்பதன் மூலம் மக்களின் சிந்தனையை, எதிர்பார்ப்பை, கற்பனைகளை ஒரு கட்டுக்குள் வைக்க முடியும் என்பது கிம் குடும்பத்தின் நம்பிக்கை. நீங்கள் வட கொரியாவின் இண்டு இடுக்கு விடாமல் சுற்றித் திரிந்து அங்குள்ள அத்தனை புத்தகக் கடைகளிலும் ஏறி இறங்கினாலும் அரசாங்கமே வெளியிட்ட புத்தகங்களைத் தவிர இன்னொன்றைப் பார்க்க இயலாது. பத்திரிகைகளும் அப்படித்தான். வானொலி அப்படித்தான். தொலைக்காட்சி அப்படித்தான்.

மக்களின் உலக அறிவு விரிவடைவதைத் தடுப்பது ஒன்றே தமது ஆட்சி என்றென்றும் நிலைத்திருக்க வழி என்று அவர்கள் கருதுகிறார்கள். அந்த வகையில் வட கொரிய மக்களில் ஒரு கணிசமான சதவீதத்தினர் இன்றும் ஆதி மனிதர்களைப் போலத்தான் வாழ்கிறார்கள். அரசு அதைத்தான் விரும்புகிறது. இன்றைய கிம்மின் வாரிசு நாளை ஆட்சிக்கு வந்தாலும் அதைத்தான் விரும்புவார்.

53. நீண்ட சுவர்

இந்த வரலாற்றின் முந்தைய அத்தியாயங்களுள் ஒன்றில் க்யூப தூதரகத்தில் வேலை பார்த்த வட கொரிய அதிகாரி ஒருவர், உயிர் பிழைத்துத் தென் கொரியாவுக்குத் தப்பிச் சென்ற பிறகு பிபிசி செய்தி நிறுவனத்துக்கு அளித்த பேட்டியின் ஓர் அம்சத்தைக் கவனித்திருக்கிறோம். 2024 ஆம் ஆண்டு அமெரிக்க அதிபர் தேர்தலில் டொனால்ட் டிரம்ப் வெற்றி பெற்றால் நல்லது என்று கிம் கருதுவது பற்றி அவர் சொல்லியிருப்பார். டிரம்ப்பை விட்டுவிடுவோம். இப்போது அந்த அதிகாரியைச் சிறிது பின்தொடர வேண்டியிருக்கிறது. வேறு சில காரணங்களுக்காக.

அவர் பெயர் ரி இல் க்யூ (Ri Il Kyu). வட கொரியாவின் அயலுறவுத் துறையில் நீண்ட நெடுங்காலம் பணியாற்றியவர். க்யூப தூதராக இறுதியாகப் பணியாற்றினார். அதெல்லாம் பெரிதல்ல. தமது வாழ்நாளில் ஏழு முறை கிம் ஜாங் உன்னை நேருக்கு நேர் சந்தித்துப் பேசியவர். அது முக்கியம். வட கொரிய அதிகாரிகளிலேயே கிம்மை நேரடியாகச் சந்தித்துப் பேசியவர்களை விரல் விட்டு எண்ணிவிடலாம். ரி, அவர்களுள் ஒருவர்.

உயரதிகாரி. முதல் தரக் குடிமகன். நாட்டின் தலைவரையே நேரில் சந்தித்துப் பேச முடிகிறவர். எனில், செல்வாக்குக்குப் பஞ்சமிராது. ஆனாலும் ஏன் அவர் வட கொரியாவைவிட்டுத் தப்பித்தார்?

ஒரு வரியில் அவர் இதற்குச் சொன்ன பதில்: 'தனது இருப்புக்காக நாட்டின் இருபத்தைந்து மில்லியன் மக்களையும் கொல்லக்கூட அவர் தயங்க மாட்டார்.'

கிம் ஜாங் உன்னைப் புரிந்துகொள்வது சற்றுக் கடினம். பொதுவில் யாருடன் பேசும்போதும் வட கொரிய மக்களை அவர் வாயாரப் புகழ்வார். கொத்தாகக் குழந்தைகளைப் பார்த்தால், வண்டியைவிட்டு இறங்கிச் சென்று அவர்களோடு சிரித்துப் பேசுவார். கைகோத்துக்கொண்டு போட்டோக்களுக்குச் சிரிப்பார். ஓர் எளிய இனிய சாதாரண மனிதரைப் போலத்தான் காட்சி தருவார். எல்லாம் அவர்கள் தம்மைக் கடவுளாக எண்ணி வணங்கும் வரை மட்டுமே. சிறிது சுருதி தப்பினாலும் அவரது நிறம் மாறிவிடும்.

கிம், தனது இந்தப் பண்பைத்தான் அரசியல் மூலதனமாகக் கருதுகிறார். முதல் முயற்சியில் பொருந்தாத ஒன்றை மீண்டும் பரீட்சை செய்துபார்க்க அவர் விரும்புவதேயில்லை. அமெரிக்கா முதல் ஜப்பான் வரை, ரஷ்யா முதல் தென் கொரியா வரை அவருக்குத் தெரிந்த-தெரியாத, வேண்டிய-வேண்டாத யாருடன் வேண்டுமானாலும் அணு ஆயுத முயற்சிகள் சார்ந்து அவர் நிகழ்த்திய உரையாடல்கள், கலந்துகொண்ட மாநாடுகள், எடுக்கப்பட்ட தீர்மானங்கள் அனைத்துமே அர்த்தமற்றுப் போனதன் அடிப்படை இதுதான். உச்சி மாநாடுகளை ஒரு பொழுதுபோக்குச் சம்பவமாக மட்டுமே கிம் அணுகினார். தவிர, வட கொரியா சார்ந்த ஒன்றிரண்டு நல்ல அம்சங்களை உலகத்துக்குத் தெரியப்படுத்த அவற்றை ஒரு வாய்ப்பாகப் பயன்படுத்திக்கொள்வதில் அவருக்கு விருப்பம் இருந்தது.

மற்றபடி யார் சொல்வதையும் கேட்டு நடக்கும் இயல்பு அவருக்கு அறவே கிடையாது.

எளிய உதாரணம், தென் கொரியாவுடன் கிம் நடத்திய பேச்சு வார்த்தைகள், நல்லுறவு ஒப்பந்தங்கள், மாநாட்டுப் பிரகடனங்கள் அனைத்தும் நடந்த சுவடே இல்லாமல் போவது. வட கொரியா தனது அணு ஆயுதத் தயாரிப்பு முயற்சிகளில் இருந்து எந்நாளும் விலகாது என்று ரி தீர்மானமாகச் சொல்கிறார்.

சரி இருந்துவிட்டுப் போகட்டும். எப்போதும் இல்லாத வழக்கமாக இப்போது எதற்கு மாநாடுகள், பேச்சுவார்த்தைகள்?

கேட்கத் தோன்றுமல்லவா?

எல்லாவித சமரச முயற்சிகளுக்கும் ஒப்புக்கொண்டு வருவது ஒரு பாவனை. எதுவும் நடக்காமல் போகிறதென்றால், பிரச்னை கிம்மிடம் இல்லை. வட கொரியாவிடம் இல்லை. அமைதிப் பேச்சு நடத்த வருபவர்களிடம்தான் கோளாறு என்று உலகின் ஒரு பாதியாவது நினைக்குமல்லவா?

தவிர, திரும்பத் திரும்ப அணு ஆயுதம் சார்ந்தே உலக நாடுகளின் அமைதித் தலைவர்கள் கிம்முடன் பேசுவதால், வட கொரியாவின் அணு ஆராய்ச்சி மற்றும் ஏவுகணைத் திட்டங்கள் சார்ந்த இலவச 'ப்ரமோ' அவர்களுக்கு எளிதாகக் கிடைக்கிறது. முன்கண்ட பாகிஸ்தான், இரான், சிரியாவைப் போல, ஆயுத கான்ட்ராக்ட் தர விரும்பும் அத்தனை நாடுகளுக்கும் அவர் மறைமுக அழைப்பு அனுப்பிவிட முடிகிறது.

குறிப்பாக, உக்ரைன் மீதான ரஷ்யப் படையெடுப்புக்குப் பிறகு (பிப்ரவரி 24, 2022) வட கொரியாவுக்கு ரஷ்யா தருகிற ஆயுத கான்ட்ராக்ட்கள், வேறு பல சிறிய-நேரடி வர்த்தகம் செய்ய இயலாத நாடுகளின் கவனத்தை வட கொரியாவின் பக்கம் திருப்பியிருக்கிறது. இந்த வருமானத்தை அமைதி பேசும் நாடுகள் தருமா என்றால்

வாய்ப்பே இல்லை. சரி, அமைதிப் பேச்சுவார்த்தைக்குச் சம்மதித்து வந்து உட்காருகிறாரே என்று பொருளாதாரத் தடைகளையாவது நீக்குவார்களா என்றால் கிடையாது.

உன் வசம் உள்ள அத்தனை ஆயுதங்களையும் கணக்கெழுதி எண்ணி எடுத்து வந்து ஒப்படைத்துவிட்டு அனைத்து ஆலைகளையும் இழுத்து மூடிவிட்டு வா; உதவுகிறேன் என்று ஐநா சொல்கிறது. இரண்டரைக் கோடி மக்களின் இறைவன் அமெரிக்காவின் முன்னால் எப்படிப் போய், அடிபணிந்து, கைகட்டி நிற்பான்?

இன்றுவரை உருப்படியாக ஒன்றும் நடக்காமல் இருப்பதற்கும் இனியும் நடக்கப் போவதில்லை என்பதற்கும் இதுதான் அடிப்படை.

2024ஆம் ஆண்டின் தொடக்கம் முதலே தென் கொரியா சார்ந்த தனது பழைய கொள்கைகளைக் கிம் மிகத் தீவிரமாகப் பின்பற்றத் தொடங்கினார். இடையில் நடந்த பேச்சுவார்த்தைகள், கைகுலுக்கல்கள் அனைத்தையும் இடக்கரத்தால் விலக்கித் தள்ளி வைப்பதில் அவருக்கு எந்தப் பிரச்னையும் இல்லை. எல்லையில் இன்னும் ராணுவ வீரர்களைக் கொண்டு குவிக்கத் தொடங்கினார். ஆயுதங்கள் வண்டி வண்டியாகக் கொண்டு அடுக்கப்பட்டன. கெடுபிடிகள் அதிகமாயின. அமைதிப் பேச்சுக் காலத்தில் ஒரு நினைவுச் சின்னம் போல எழுப்பப்பட்ட கட்டுமானத்தைக் கூட இடித்துத்தள்ள உத்தரவிட்டார்.

இவையெல்லாம் கூட எதிர்பார்க்கக் கூடியவை. ஆனால் தென் கொரிய எல்லையில் Demilitarized Zone என்று வர்ணிக்கப்படும் ராணுவமற்ற அந்த நான்கு கிலோ மீட்டர் பரப்பளவில், வட கொரியப் பகுதி நிலத்தை முற்றிலுமாக அகழ்ந்து சமன் செய்து சீராக்க உத்தரவிட்டார்.

இதென்ன வினோதம்? கிம் அங்கே விவசாயமா செய்யப் போகிறார் என்றுதான் முதலில் குழம்பினார்கள். பிறகு

புரிந்தது. அவர் விவசாயம் செய்ய விரும்பவில்லை. மாறாகத் தென் கொரிய எல்லை மொத்தத்தையும் ஒரு நீண்ட பெரும் சுவரைக் கொண்டு மூடினால் என்னவென்று நினைத்திருக்கிறார்.

இது வட கொரியாவைப் பற்றிய பல்லாயிரக் கணக்கான பேய்க் கதைகளுள் ஒன்றல்ல. சில செயற்கைக்கோள் புகைப்படச் சாட்சிகளுடன் நிறுவப்பட்டுவிட்ட ஒன்று. வட கொரியாவின் கிழக்குக் கடற்கரை எல்லைப் பகுதியில் தொடங்கி சுமார் ஒரு கிலோ மீட்டருக்குச் சற்று அதிகமாக நீளக்கூடிய ஒரு பெரும் சுவரை அந்தச் செயற்கைக்கோள் புகைப்படம் சுட்டிக்காட்டுகிறது. எல்லையின் வேறு சில பகுதிகளிலும் இதே போன்ற இரண்டில் இருந்து மூன்று மீட்டர் உயரத் தடுப்புச் சுவர்கள் கட்டப்பட்டிருப்பதையும் மற்ற பல இடங்களில் கட்டுமானத்துக்கான ஆயத்தங்கள் நடப்பதையும் சுட்டிக்காட்டுகிறது.

தனது நாட்டின் எல்லையில் பாதுகாப்பை அதிகரிக்கும் முயற்சியாக மட்டுமே இதனைப் பார்க்க இயலும். இரு நாடுகளைப் பிரிக்கும் இடத்தில் ஒரு கட்டுமானத் தடையை உருவாக்குவதன் மூலம் எல்லைப் பதற்றத்தை நிரந்தரமாக்க விரும்புவது வெளிப்படையாகி விடுகிறதல்லவா?

பொதுவாகப் போர்ச் சூழல் உருவாகும்போது எல்லா நாடுகளுமே எதிரி நாட்டு பீரங்கிகள் முன்னேறி வராமல் தடுப்பதற்காகப் பாதைகளின் குறுக்கே உயரமான தடுப்புச் சுவர்களை எழுப்பி வைக்கும். நபர்கள், சிறிய வாகனங்கள் வேண்டுமானால் சுற்றிக்கொண்டு செல்லலாம். பீரங்கியால் முடியாதல்லவா? அதற்காக.

ஆனால் அத்தகைய தடுப்புச் சுவர்கள் பீரங்கி வரக்கூடிய பாதைகளில் மட்டுமே எழுப்பப்படும். தொண்ணூறுகளின் தொடக்கத்தில் வட கொரியாவே அப்படிப்பட்ட பீரங்கித் தடுப்புச் சுவர்களைத் தனது தெற்கு எல்லையில் அமைத்திருக்கிறது, பிறகு அவை இடிக்கப்பட்டும் விட்டன. ஆனால், இப்போது செயற்கைக்கோள் எடுத்து அனுப்பிய படங்களில் தெரியும் சுவர்கள் அப்படிப்பட்டவை

அல்ல. சீனப் பெருஞ்சுவரின் சிறிய அளவிலான கொரிய முயற்சியாக அவை வளர்ந்துகொண்டிருக்கின்றன.

இந்தப் பணியைத் தொடங்குவதற்கு முன்னமே வட கொரிய ராணுவம், அதே பிராந்தியத்தில் சில இணைப்புச் சாலைகளை உருவாக்கிவிட்டன. சாலைகள் இல்லாத இடங்களைத்தான் இப்போது அகழ்ந்து கொண்டிருக்கிறார்கள். அது, கண்ணிவெடிகளைப் புதைப்பதற்காக.

இரண்டு நாடுகள், ஐநாவின் முன்னிலையில் ஒப்புக் கொண்டு எல்லையை வகுக்கின்றன. எல்லைப் பகுதியில் ராணுவ நடமாட்டம் இல்லாத பகுதி என்று குறிப்பிட்ட தொலைவை வரையறுக்கிறார்கள். அதன்பிறகு அங்கே ராணுவ நடவடிக்கைகளின் ஒரு பகுதியாகத் தடுப்புச் சுவர் எழுப்புவதும் கண்ணி வெடிகளைப் புதைப்பதும் கண்காணிப்பு கோபுரங்கள் அமைக்கத் திட்டமிடுவதும் நியாயமில்லை அல்லவா?

கிம்மின் இந்த நடவடிக்கைகளின் பின்னால் இயங்கும் மனநிலை இங்கே முக்கியமானது. அமைதி நல்லதுதான். ஆனால் அது வட கொரியாவுக்குத் தேவையில்லை. தென் கொரியாவுடன் போர் நிறுத்தம் செய்யப்பட்டதே தவிர, அது எழுத்துபூர்வமானதல்ல. இப்போதைக்குப் போரை நிறுத்திக்கொள்வோம் என்ற அளவில்தான் 1953ஆம் ஆண்டு முடிவு செய்யப்பட்டது. அதாவது டிரிங்க்ஸ் இன்டர்வெல் போன்ற ஓர் ஏற்பாடு. எப்போது மீண்டும் தொடங்கினாலும் அதை விதிமீறல் என்று யாரும் சொல்ல முடியாது. ஏனெனில் நிரந்தரப் போர் நிறுத்தம் சார்ந்த எந்த அமைதி ஒப்பந்தத்திலும் வட கொரியா கையெழுத்திடவில்லை.

இதெல்லாம் எப்போதும் உள்ளது. இப்போது தென் கொரிய எல்லையில் கிம் பதற்றத்தை அதிகரிக்கும் படியான செயல்களில் ஈடுபடுவதன் காரணம் என்ற ஒன்று இருக்குமல்லவா?

மீண்டும் அவரது கணிதப் புலமையைத்தான் நாம் வியக்க வேண்டியிருக்கும்.

ரஷ்யா தனது ஆதரவை விலக்கிக்கொண்டிருந்த சமயத்தில் வட கொரியா தனது இருப்பின் நிமித்தம் எதையாவது செய்ய வேண்டியிருந்தது. அப்போது அமெரிக்க அதிபர், தென் கொரிய அதிபர், சீன அதிபரையெல்லாம் சந்தித்துப் பேசக் கிம் ஒப்புக்கொண்டார். சரி, வட கொரியா மாறுகிறது; கிம் மாறுகிறார் என்று உலகம் நினைத்துக்கொள்ள ஒரு சந்தர்ப்பம். யார் வேண்டுமானாலும் அந்தச் சமயத்தில் கிம்மை நம்பலாம். ஒரு திறந்த புத்தகம் போல அவர் பேச்சுவார்த்தைகளுக்கு முன்வருகிறார் என்று வியக்கலாம். ஏனெனில் அவருக்கு அப்போது அது தேவைப்பட்டது. அப்பட்டமான இருப்பியல் காரணங்கள் மட்டுமே அதற்குண்டு.

ஆனால் இன்றைய (2024ஆம் ஆண்டுக் காலக்கட்டம்) சூழ்நிலை அதுவல்ல. கால மாற்றமும் அரசியல் காய் நகர்த்தல்களும் அவரை மீண்டும் ரஷ்ய ஆதரவு நிலைபாட்டை எடுக்க வைத்திருக்கிறது. ஏனெனில், ரஷ்யா இப்போது படியளக்கிறது. ரஷ்ய உறவின் மூலமாகவே வேறு பல நாடுகளில் வர்த்தக வாய்ப்புகள் வருகின்றன. எனவே, தென் கொரியாவுக்கு எதிரான அறைகூவல்களும் தொடை தட்டல்களும் அவசியமாகிவிடுகின்றன.

நான் கிம். என் நாடு வட கொரியா. அணு ஆயுதங்களும் ஏவுகணைகளும் இதர நாசகாரத் தயாரிப்புகளும் என் அடையாளங்கள். வேண்டுவோர் வந்து வாங்கிச் செல்லலாம். எதிர்ப்பவர்கள் ஒரு ஓரமாக நிற்கலாம். எப்போதும்போல நான் எவனையும் பொருட்படுத்தப் போவதில்லை.

கிம்மைப் புரிந்துகொள்வதும் அணுவைத் துளைப்பதும் ஒன்று. இரண்டும் வெடிக்கும். இரண்டும் பேரழிவை உண்டாக்கும். ஆனால் இரண்டையும் தவிர்க்க முடியாது.

54. சுற்றிப் பார்

வட கொரியாவின் வரலாறெங்கும் பொருளாதாரத் தடைகளைக் குறித்துப் பார்த்துக்கொண்டே வந்தோம். அமெரிக்கா விதித்த தடைகள். ஐநா விதித்த தடைகள். பிறகு அந்தந்த நாடுகள் அவ்வப்போதைய கோபத்தின் விளைவாக விதித்த தடைகள். அந்தத் தடைகளின் விளைவாகத்தான் வட கொரியாவுக்கு நேர்வழிப் பொருளாதாரம் என்ற ஒன்றே இல்லாமல் போனது. ஆனால் நெடுங்காலமாக அந்நாடு பெரிய அளவில் கவனிக்காத / கவனிக்க வாய்ப்பில்லாத ஒரு துறை மிச்சம் இருந்தது. ஐநாவின் பொருளாதாரத் தடையெல்லாம் செல்லுபடி ஆகாத இனம். சுற்றுலா.

என்னதான் வட கொரியா அபாயகரமான நாடென்றாலும் விரும்பிச் சுற்றுலா செல்ல விரும்புவோரைக் கையைப் பிடித்து இழுத்துக் கட்டிப்போட வழியில்லை. ஆனால் அங்கே சுற்றுலா செல்பவர்கள் பார்ப்பதற்கு என்ன இருக்கிறது? ஒன்றுமில்லை என்பதால்தான் கிம் ஜாங் இல்லின் காலம் வரை சுற்றுலாத் துறையை அவர்கள் பெரிய அளவில் மதிக்கவும் இல்லை; வளர்த்தெடுக்கவும் விரும்பவில்லை.

முதல் முதலாகக் கிம் ஜாங் உன் ஆட்சிக்கு வந்த பின்புதான் வட கொரியாவில் சுற்றுலாவுக்கான சாத்தியங்கள் உருவாக ஆரம்பித்தன. தனது நாட்டின் சட்டதிட்டங்கள், கெடுபிடிகள், மூடிய தன்மை, கருத்துச் சுதந்தரம் இல்லாத சூழல் அனைத்தையும் ஏற்றுக்கொண்டு, புரிந்துகொண்டு சுற்றிப் பார்க்க வருபவர்கள் வந்துவிட்டுப் போகட்டும் என்று அவர் நினைத்தார்.

ஒரு கணக்கு இருந்தது. உலகின் நிகரற்ற மர்ம தேசமாக எழுபத்தைந்தாண்டு காலத்துக்கும் மேலாக நீடித்திருக்கும் இடம். அப்படி என்னதான் இருக்கிறது என்று கண்டறியும் ஆவலில் மக்கள் வருவார்கள் என்று அவர் நினைத்தார். அப்படி வருவோருக்கு சூடாக சர்க்கரைப் பொங்கலும் புளியோதரையும் மட்டும் கொடுத்து அனுப்பிவிட முடியுமானால் எந்தச் சிக்கலும் இல்லை. வருமானத்துக்கு வருமானமாயிற்று; கெட்ட பெயரின் அடர்த்தி சற்றுக் குறைந்தாற்போலவும் ஆயிற்று.

கிம், இரண்டு பகுதிகளாக இந்தப் பணியைப் பிரித்துக்கொண்டார். முதலாவது, சுற்றுலாப் பயணிகள் வருகிறார்கள் என்றால் அவர்களை மகிழ்விக்கும் விதமான உயர்தரத் தங்குமிடங்கள், பன்னாட்டு உணவு வகைகள், போக்குவரத்து வசதி, இதர வசதிகளைச் செய்து தருவது.

இரண்டாவது, என்னதான் சுற்றுலாப் பயணிகள் என்றாலும் வட கொரிய மண்ணுக்குள் கால் வைத்துவிட்டால் அந்நாட்டின் அனைத்துவித ஒழுக்கங்களையும் இம்மி பிசகாமல் கடைப்பிடித்தாக வேண்டும்.

எனவே சுற்றுலாப் பயணிகளுக்கு எல்லாவற்றையும் சொல்லிக் கொடுக்கவல்ல தரமான வழிகாட்டிகளை உருவாக்குவது. கொஞ்சம் பிசகினாலும் உயிர் போய்விடும் என்று அச்சுறுத்த முடியாதல்லவா? எனவே, அச்ச உணர்வையும் அன்போடு புகட்டக்கூடிய வல்லுநர்களை உருவாக்குவது சவாலான பணியாக இருந்தது.

கிம் சில விஷயங்களில் தெளிவாக இருந்தார். உலக மக்கள் வட கொரியாவைச் சுற்றிப் பார்த்துப் பல்வேறு அதிசயங்களில் திளைத்துப் பரவசப்படுவதெல்லாம் அவருக்கு ஒன்றுமேயில்லை. சுற்றுலா என்பது நல்ல வருமானம் தருகிற ஒரு துறை. தவிர பன்னாட்டு கெடுபிடிகளோ, ஐநாவின் கட்டுப்பாடுகளோ சட்டப்படி இதனைத் தடுக்கவோ, தகர்க்கவோ முடியாது. எனவே, நிச்சய வருமானத்தை உத்தேசித்து, முதலீடு செய்யலாம் என்று முடிவு செய்தார்.

2020ஆம் ஆண்டு வட கொரிய சுற்றுலா என்பது முன்பு எப்போதும் இல்லாத அளவுக்குச் சற்று சூடு பிடித்தது. அரசாங்கமே நியமிக்கும் ஏஜென்சிகள் மூலம்தான் விண்ணப்பிக்க முடியும். விசா விண்ணப்பம் வேறு. சுற்றுலாப் பயணியாக ஒருவர் வட கொரியாவுக்குள் நுழைவதென்றால் அதற்கு அதிகாரபூர்வ ஏஜென்சி மூலமாக விண்ணப்பித்து அனுமதி பெற வேண்டும். எல்லாம் சரியாக இருக்குமானால் அனுமதி கிடைக்கும்.

சீனா, இந்தோனேசியா, நியூசிலாந்து, ஆஸ்திரேலியா, ரஷ்யா, ஒரு சில ஐரோப்பிய நாடுகளிலிருந்து வட கொரியாவைச் சுற்றிப் பார்க்க மக்கள் மிகுந்த ஆர்வம் காட்டினார்கள். அமெரிக்காவிலிருந்து வந்த ஒரு சுற்றுலாப் பயணிக்கு நேர்ந்த கதியை இந்த வரலாற்றின் தொடக்க அத்தியாயங்கள் ஒன்றில் பார்த்தோம். ஆனால் அதெல்லாம் கெட்ட கனவு. கெட்டத்தனம் எதையும் மனத்துக்குள்கூடச் செய்யாத வரை உயிருக்கு நிச்சயமாக உத்தரவாதமுண்டு.

கிம், 2018 முதலே தலைநகர் பியாங்யாங்கிலும் வேறு சில தேர்ந்தெடுத்த பகுதிகளிலும் சுற்றுலாப் பயணிகளைக் கவரும் விதமான கட்டுமானங்களை முடுக்கிவிட்டார். பொழுதுபோக்குப் பூங்காக்கள், சொகுசு விடுதிகள், வணிக வளாகங்கள், கலை மற்றும் கலாசார இல்லங்கள், வரலாற்று நினைவிடங்கள், மறக்காமல் மூலைக்கு

மூலை கிம் ஜாங் இல் மற்றும் கிம் இல் சுங்குக்கான வானளாவிய சிலைகள்.

ஒன்றை நினைவில் வைக்க வேண்டும். யூட்யூப் விடியோக்களில் நாம் இன்று காணமுடிகிற பியாங்யாங்கின் செழிப்பை வைத்து வட கொரியாவை எடை போடக் கூடாது. வட கொரியாவின் ஒரே வளமான நகரம், பியாங்யாங் மட்டும்தான். நவீனத்துவம் அலங்கரிக்கும் ஒரே பேட்டை அது. பெரும்பாலும் மின்சாரம் போகாத ஒரே இடம். நல்ல சாலைகள் உள்ள ஒரே நகரம். தினமும் குடிநீர் கிடைக்கும் நகரம். எனவே, சுற்றுலாப் பயணிகளை அழைத்துச் செல்லவிருக்கும் இடங்களும் பியாங்யாங்கின் மறுபதிப்பாக இருக்க வேண்டும் என்று கிம் சொன்னார்.

வட கொரியாவின் வடக்கு எல்லையில் உள்ள அடர்ந்த மலைப் பகுதிகள் மிகச் சிறந்த கோடை வாசஸ்தலங்களாக ஆகத் தக்கவை. இயற்கைக் கொடையாக ஏராளமான வெந்நீர் ஊற்றுகள் அங்கே உள்ளன. பக்டூ எந்நேரமும் வெடித்து எரியக்கூடிய மலைதான் என்றாலும் மக்கள் வசிக்காமல் இல்லை. எல்லைப்புறக் கடத்தல் வைபவங்கள் நடைபெறாமல் இல்லை. எனவே, அந்தப் பகுதிகளிலும் சுற்றுலாப் பயணிகளுக்கு உகந்த தலங்களை உருவாக்கினார்கள்.

இந்த விஷயத்தில் கிம் செலுத்திய அக்கறை, வட கொரிய அதிகாரிகளுக்கே மிகுந்த வியப்பளித்தது. 2019ஆம் ஆண்டு யாங்டோக் வெப்ப நீரூற்றைச் சுற்றி ஒரு பெரிய சொகுசுப் பேட்டை, விடுதிகளுடன் உருவாக்கப்பட்டது. எப்படிக் கிம் அணு ஆயுதத் தயாரிப்பு மையங்களுக்கு அடிக்கடிச் சென்று நடப்பதைப் பார்வையிடுவாரோ, அதே மாதிரி இந்த வெப்ப நீரூற்றுப் பேட்டைக்கும் அது உருவாகிக்கொண்டிருந்த காலத்தில் அடிக்கடி சென்று பார்வையிட்டார். கல்மா சுற்றுலா மையம், சம்ஜியோன் சர்வதேச உடற்பயிற்சி நிலையம் இன்னும்

சில இடங்களுக்கும் அவை உருவாக்கப்பட்ட காலத்தில் தொடர்ச்சியாக அவர் நேரில் சென்று கவனித்திருக்கிறார்.

2017க்குப் பிறகு வட கொரியா, தனது அண்டை நாட்டுடனும் அமெரிக்காவுடனும் பேச்சுவார்த்தைகளிலெல்லாம் ஈடுபட்டது, சர்வதேச அளவில் அந்நாட்டின்மீது ஒரு நம்பிக்கை உருவாக அடிப்படைக் காரணமாக இருந்தது. கிம் இதனைச் சரியாகப் புரிந்துகொண்டதன் விளைவுதான் வட கொரியா ஒரு திடீர் சுற்றுலா தேசமாக உருமாறியதும்.

என்ன ஒன்று, கெடுபிடிகள் சற்று அதிகம். சுற்றுலாப் பயணிகள் தம் விருப்பத்துக்கு எல்லா இடங்களிலும் சுற்றித் திரிய இயலாது. வழிகாட்டிகள் எங்கே அழைத்துச் செல்கிறார்களோ, அங்கே மட்டும்தான் போகலாம். எங்கே புகைப்படம்-விடியோ எடுக்க அனுமதி உண்டோ அங்கே மட்டும் எடுக்கலாம். எங்கே தங்கச் சொல்கிறார்களோ அங்கே மட்டும் தங்கலாம். எங்கு தங்கினாலும் இருட்டிய பிறகு அறையைவிட்டு வெளியே வர அனுமதி கிடையாது. வட கொரியத் தந்தை, கிம்மின் தந்தை, தாயின் உருவப் படங்கள், சிலைகள் இருக்கும் இடங்களுக்குச் செல்லும்போது கடைப்பிடிக்க வேண்டிய விதிமுறைகளை முன்கூட்டியே எழுதி அச்சடித்துக் கையில் கொடுத்துவிடுவார்கள். போதாக் குறைக்கு வழிகாட்டிகளும் வழியெங்கும் நல்லுபதேசம் செய்தபடி வருவார்கள். அனைத்தினும் முக்கியம், வட கொரியாவை வட கொரியா என்று அங்கே சொல்ல முடியாது; சொல்லக் கூடாது. கொரியா என்று மட்டுமே குறிப்பிட வேண்டும். வட கொரியா என்று தப்பித்தவறிச் சொல்லிவிட்டால் நீங்கள் பிரிவினைவாதி ஆகிவிடுவீர்கள். துரோகிப் பட்டம் உடனுக்குடன் கிடைக்கும். பிறகு இருக்கவே இருக்கிறது மலைவாசஸ்தல சிறைச்சாலைகள்.

இதெல்லாம் ஒரு நாடு, இத்தனை கெடுபிடிகளுக்கு உட்பட்டு அங்கே சுற்றுலா செல்லத்தான் வேண்டுமா

என்று தோன்றலாம். நீங்கள் வட கொரியச் சுற்றுலா என்று கூகுளில் தேடினால் பல நாடுகள் தமது மக்களை அங்கே செல்ல வேண்டாம் என்று முதல் வரியில் சொல்லிவிட்டு, அதற்குப் பிறகே விவரம் தருவதைக் காணலாம்.

அச்சம், அனைவருக்கும் உள்ளது. அதனை மீறியும் 2020ம் ஆண்டுக்குப் பிறகு சராசரியாக ஐம்பது முதல் எழுபது மில்லியன் டாலர் ஆண்டு வருமானம் சுற்றுலாவின் மூலம் மட்டுமே அந்நாட்டுக்குக் கிடைக்கிறது.

இது ஒரு பெரிய தொகை இல்லைதான். கிம்மின் அதிரடித் திட்டங்களோடு ஒப்பிட்டால், அவரது ராணுவ வீரர்களுக்கு பிரியாணி போட ஆகும் செலவினும் குறைவு என்றேகூடத் தோன்றலாம். ஆனாலும் இது முக்கியமானது. இதர பெருந்தொகைகளைக் காட்டிலும் பெரிது.

ஏனென்றால், வட கொரியாவைப் பொறுத்தவரை இது ஒன்றுதான் சட்ட விரோத வழியில் வராத ஒரே வருமானம்.

55. இருளில் வாழ்தல்

*ஆ*ப்கனிஸ்தான் முதல் சூடான் வரை; கொலம்பியா விலிருந்து இந்தோனேசியா வரை குற்றம் நிறைய நடக்கும் நாடுகளின்மீது சொல்லப்படும் பெரும்பாலான பழிகள் இரண்டு.

1. தீவிரவாதம்

2. போதை அல்லது தங்கக் கடத்தல்

ஒன்று, தீவிரவாத இயக்கங்கள் செய்யும். அல்லது அரசாங்கமே செய்யும். இதன் பொருட்டுக் கண்டனங்கள் முதல் ஆட்சிக் கலைப்பு வரை அந்தந்த நாடுகளின் கிரக நிலைக்கேற்ப அவ்வப்போது நடக்கும். சிலவற்றை அந்தந்த நாட்டு மக்களே பார்த்துக்கொள்வார்கள். சிலவற்றை அமெரிக்கா பார்த்துக்கொள்ளும். உலக வழக்கம் இதுதான்.

ஆனால், சிறிய அளவில் தொடங்கி மிகப்பெரிய அளவுவரை உலகின் பல்வேறு நாடுகளில், அந்தந்த பிராந்தியத்தின் சூழ்நிலை-வசதி வாய்ப்புகளுக்கேற்ப நடக்கும் அனைத்துக் குற்றங்களையும் மொத்தமாக எடுத்துப் போட்டுக்கொண்டு ஆத்மசுத்தியுடன் செய்கிற ஒரே தேசம் வட கொரியா.

ஒரே ஒரு வித்தியாசம் உண்டு. இதுவரை அந்நாட்டு மக்களாலும் ஒன்றும் செய்ய முடியவில்லை; அமெரிக்காவினாலும் ஒன்றும் செய்ய முடியவில்லை.

2010 ஆம் ஆண்டு அமெரிக்க அதிபராக இருந்த பாரக் ஒபாமாவின் கையெழுத்துடன் ஓர் ஆணை (Executive Order No. 13551) வெளியானது. ஆணை என்று எப்படிச் சொல்வதென்று தெரியவில்லை. வெறும் குற்றச்சாட்டுகளாக இருந்த பலவற்றை உறுதி செய்து அறிவித்த தீர்ப்பு எனலாம். அன்றைய தேதியில் வட கொரியா செய்துகொண்டிருந்த அனைத்துவித சட்ட விரோதச் செயல்களையும் மொத்தமாகப் பட்டியலிட்டது அந்த அறிக்கை.

ஆயுத ஏற்றுமதி-இறக்குமதி, ஆடம்பரப் பொருள்கள் இறக்குமதி, பணமோசடி, பொருள் மோசடி, கள்ள நோட்டு அச்சிடல் மற்றும் விநியோகம், பணக் கடத்தல், போதைக் கடத்தல் என்று ஆரம்பித்து அந்த ஆணையில் குறிப்பிடப்பட்டிருந்த குற்றங்கள் ஒவ்வொன்றும் தன்னளவில் ஓர் அணு குண்டை ஒளித்து வைத்திருந்தன.

2011இல் கிம் ஜாங் உன் ஆட்சிக்கு வந்த பிறகு அமெரிக்கா பட்டியலிட்ட குற்றங்கள் அனைத்தும் ஒன்றுமே இல்லை என்று அமெரிக்காவே எண்ணி வெட்கப்படும்படியாக இன்னும் பல நூதனமான குற்றங்களை உலகுக்கு அறிமுகப்படுத்தினார். அவற்றுள் பெரும்பாலானவற்றைக் குற்றவாளிகள் என்று சொல்லிக் கைது செய்து சிறையில் அடைத்தத் தனது சொந்த நாட்டு மக்களை வைத்தே அவரால் செய்ய முடிந்தது என்பதுதான் விசேடம். இது சார்ந்த எவ்வித மனச்சிக்கலும் குற்ற உணர்வும் இக்கணம் வரை அந்த நாட்டுக்கு இல்லை என்பது ஒரு வரலாற்றுச் சோகம்.

ஒரு சிறிய பட்டியலை உற்றுக் கவனித்தால் இந்தச் செய்தியின் வீரியம் புலப்படும்.

1

2019ஆம் ஆண்டு நிலவரப்படி, சைபர் க்ரைம் நடவடிக்கைகளின் மூலமாக மட்டும் வட கொரியா இரண்டு பில்லியன் டாலர் சம்பாதித்திருப்பதாக ஐக்கிய நாடுகள் சபையின் நிபுணர் குழு அறிவித்தது. இந்தத் தொகை ஒன்றுமே இல்லை என்று இன்றைய தேதியில் வட கொரியா நிரூபித்துவிட்டது. கணக்கிட முடியாத அளவுக்குப் பணம் அதற்கு சைபர் தாக்குதல்களின் வழியே வந்து சேருகிறது.

வட கொரியாவில் ஹேக்கிங் என்பது மிக முக்கியமானதொரு தொழில். சரியாகச் சொல்வதென்றால், மிக முக்கியமான அரசுத் துறை. ஆயிரக் கணக்கானோர் அதில் பணியாற்றுகிறார்கள். ஆண்டுக்குக் குறைந்தது நூறு மில்லியன் அளவுக்காவது ஒவ்வொரு குழுவினரும் அங்கே இதன் மூலம் கொள்ளை அடிக்கிறார்கள். வெளிநாட்டு வங்கிகளின் மீது நடத்தப்படும் தாக்குதல்கள், கிரிப்டோ கரன்சி சார்ந்த திருகுதாளங்கள், மாபெரும் வர்த்தக நிறுவனங்களின் இணையத்தளங்களைக் குறி வைத்து (உதாரணம், 2014 ஆம் ஆண்டு சோனி பிக்சர்ஸ் நிறுவன சர்வர்மீது நிகழ்த்தப்பட்ட தாக்குதல்) நிகழ்த்தப்படும் ஸ்பை/மால்வேர் தாக்குதல்கள் உள்ளிட்ட பலவும் இதில் அடங்கும்.

வங்கிகள், கிரிப்டோ கரன்சிக் கொள்ளை மூலம் களவாடப்படும் பணம் உடனடியாகப் பெயர் தெரியாத ஏதோ சில சிறிய தீவு நாடுகளுக்கு அனுப்பப்பட்டு, முற்றிலும் 'வெண்மை' ஆக்கப்பட்டு வட கொரியாவுக்கு வரும்படிச் செய்கிறார்கள்.

வட கொரிய அரசு இந்த ஹேக்கர்களைத் தனது ராணுவத்தின் ஒரு பிரிவினராகக் கருதுவதுதான் உள்ளதிலேயே ஆகப் பெரிய விசேடம்.

2

ஜப்பானியர் கடத்தல். இது பற்றி ஏற்கெனவே விரிவாகப் பார்த்திருக்கிறோம். கிம் ஜாங் உன் ஆட்சிக்கு வந்த ஏழாண்டுகளுக்குப் பிறகு இது இன்னும் சற்று விரிவுபடுத்தப்பட்டு சில ஐரோப்பிய நாடுகளிலிருந்தும் நபர்களைக் கடத்திவந்து தனது உளவாளிகளுக்குக் கிம் பயிற்சியளிக்கப் பயன்படுத்துவதாகத் தெரிகிறது.

அது மட்டுமல்லாமல் அந்தந்த நாடுகளில் வட கொரியா மேற்கொள்ள விரும்பும் பல்வேறு ரகசிய நடவடிக்கைகளுக்குச் சம்பந்தப்பட்ட நபரின் தேசிய அடையாளங்களைச் சட்ட விரோதமாகப் பயன்படுத்துவதும் நடக்கிறது. இந்த ரகக் கடத்தல்களுக்கும் கொரியப் போரின் சமயம் சுமார் எண்பதாயிரம் தென் கொரியர்களைக் கடத்தியதற்கும் எந்தச் சம்பந்தமும் இல்லை. அன்று கடத்தப்பட்டவர்கள் வட கொரியச் சிறைகளில் அடைக்கப்பட்டு உள்ளூரில் சம்பளமில்லாத கூலிகளாகப் பயன்படுத்தப்பட்டனர். இன்றைய கடத்தல்களில் சிக்கிக்கொள்பவர்கள் வட கொரியாவின் கள்ள வழி அந்நியச் செலாவணி வரத்துகளுக்கு மறைமுகமாகப் பயன்படுத்தப்படுகிறார்கள்.

3

பொருளாதாரத் தடைகள் நிறைய உள்ளன. ஆனால் அவற்றோடு வாழ முடியாது. எதையாவது செய்து தடைகளைத் தகர்க்கத்தான் வேண்டும். நேர்வழி என்று ஏதுமில்லை. என்ன செய்யலாம்?

வட கொரியா இதற்கெனவே சில ரகசிய வலைப்பின்னல்களை அமைக்கத் தொடங்கியது. மூல ஆவணங்களைச் சீர் குலைப்பது, திருத்தி எழுதுவது, புதிய, போலி ஆவணங்களை மூல ஆவணங்களைப் போலவே உருவாக்குவது, அவற்றை வைத்து வர்த்தகம் செய்வது,

நடுக்கடலில் வேறு நாடுகளுக்குச் செல்லும் சரக்குக் கப்பல்களிலிருந்து தங்கள் நாட்டுக்குச் சரக்குகளை மாற்றுவது போன்ற பல்வேறு காரியங்களுக்கென வட கொரிய வல்லுநர்கள் உருவாக்கியுள்ள மிகுந்த சிக்கல் வாய்ந்த, எளிதில் புரிந்துகொள்ள இயலாத தொழில்நுட்பங்கள், இந்நூற்றாண்டின் மாபெரும் அதிர்ச்சிகளுள் ஒன்று என்று சர்வதேச வல்லுநர்கள் கருதுகிறார்கள். சில சந்தர்ப்பங்களில் இப்படிப்பட்ட காரியங்கள் நடக்கும்போது வட கொரிய திருட்டுச் சரக்குகள் பிடிபடுகின்றன. ஆனால் சில சமயம்தான். பெரும்பாலும் அவர்கள் திட்டமிட்டபடி தங்களுக்குத் தேவையானவற்றை அடைந்துவிடுகிறார்கள்.

4

ஆயுதக் கடத்தல். இது பற்றியும் விரிவாக முன்னரே பார்த்திருக்கிறோம். 2016ஆம் ஆண்டு ஒரு சம்பவம் நடந்தது. வட கொரியாவிலிருந்து மிகப்பெரிய ஆயுதச் சரக்குக் கப்பல் ஒன்று எங்கோ தொலைதூர ஆப்பிரிக்க நாட்டுக்குக் கிளம்பும் விவரம் அமெரிக்க உளவுத் துறைக்குக் (சி.ஐ.ஏ) கிடைத்தது. எப்படியாவது அதை மடக்கிப் பிடித்துவிட முடிவு செய்து, பல்வேறு நாடுகளின் கடல் பரப்பில் அமெரிக்க வீரர்கள் காத்திருந்தார்கள்.

ஏராளமான கப்பல்களை அவர்கள் பரிசோதித்தும் எதிலும் எதுவும் அகப்படவில்லை. இறுதியில் ஒரு கம்போடியக் கப்பல் எகிப்து நோக்கிச் சென்றுகொண்டிருப்பதைக் கண்டு வழிமறித்தார்கள். கப்பலின் முகப்பில் கம்போடிய தேசியக் கொடிவேறு பறந்துகொண்டிருந்தது.

எதற்கும் விசாரித்து வைப்போம் என்று பரிசோதனையில் இறங்கியபோதுதான் தெரிந்தது, அந்தக் கப்பலில் இருந்த அத்தனை பேரும் வட கொரியர்கள். விசாரணையின்போது அவர்கள் முன்னுக்குப் பின்

முரணாகப் பேசியதால், சந்தேகம் வலுவடைந்து கப்பலைச் சோதனையிடத் தொடங்கினார்கள்.

சுமார் இருபத்து நான்காயிரம் ராக்கெட்டுகள், ராக்கெட் லாஞ்ச்சர்கள், கையெறி குண்டுகள், இதர பல ராணுவ உதிரி பாகங்கள் பெட்டி பெட்டியாக அதில் அடுக்கப்பட்டிருந்தன.

அப்போதும் கப்பலில் இருந்தவர்கள் சளைக்கவில்லை. ஆமாம் ஆயுதங்கள்தாம். எகிப்தில் ஒரு தனியார் நிறுவனம் ஆர்டர் கொடுத்ததன் பேரில் கொண்டு போகிறோம், அதில் என்ன தவறு என்று உரிய ஆவணங்களை எடுத்துக் காட்டினார்கள்.

ஆனால் அது எகிப்திய ராணுவத்துக்காக வழங்கப்பட்ட ஆர்டர்தான். மதிப்பு, இருபத்து மூன்று மில்லியன் டாலர்கள்.

2013 இல் பனாமாவில் கைப்பற்றப்பட்ட ஆயுதங்கள் (க்யூபாவுக்குக் கொண்டு செல்லப்பட்டவை), 2012 இல் சிரியாவுக்குக் கொண்டு செல்லப்படவிருந்த கிராஃபைட் சிலிண்டர்கள் (பாலிஸ்டிக் ஏவுகணைத் தயாரிப்பில் பயன்படுத்தப்படுபவை), 2009 இல் தாய்லாந்தில் பிடிபட்ட ஏவுகணைகள் என்று வட கொரியாவின் ஆயுதக் கடத்தல் சரித்திரத்தில் அநேக சம்பவங்கள் உண்டு.

தொடர்ச்சியான உள்நாட்டுப் போர்கள் அல்லது அண்டை நாட்டுப் போர்களில் ஈடுபட்டிருக்கும் தேசங்களால் தமது ஆயுதத் தேவைகளைத் தாங்களே தீர்த்துக்கொள்ள முடிவதில்லை. நம்பகமான, சகாயமான விலையில் ஆயுதங்களை உற்பத்தி செய்து தரும் நாடுகளின் பட்டியலில் வட கொரியா முதலிடத்தில் உள்ளது. வட கொரியாவுக்குப் பணம் வேண்டும். இந்த நாடுகளுக்கு ஆயுதம் வேண்டும். பிறகென்ன? வர்த்தகம் என்று வந்துவிட்டால் குற்றம் என்று ஏதுமில்லை.

5

போலி சிகரெட்டுகள். இது ஒரு பெரிய தொழில். முன்னொரு காலத்தில் உலகின் மிகப்பெரிய பிராண்டுகள் முதல், சாதாரன மக்கள் பயன்படுத்தும் பிராண்டுகள்வரை அனைத்துக்கும் சீனாவில் போலி மாதிரிகள் தயாரிக்கப்பட்டு உலகெங்கும் விநியோகம் செய்யப்பட்டுக்கொண்டிருந்தது. தொண்ணூறுகளில் இந்தத் தொழிலில் சீனா ஒரு தனிக்காட்டு ராஜா. ஆனால் 2002 ஆம் ஆண்டு சீன அரசு இந்தப் போலி சிகரெட் தொழிற்சாலைகளைக் கண்டறிந்து அழித்துவிட்டது (என்று சொல்லப்பட்டது). உண்மையில் அப்போதுதான் வட கொரியாவுக்கு அது ஒரு முக்கியத் தொழிலாக இருந்து வந்திருக்கிறது என்கிற விவரமே தெரிய வந்தது.

சரி என்ன இப்போது? சீனாவில் இனி இந்தத் தொழில் நடக்காது. அவ்வளவுதானே? வட கொரியா எடுத்துச் செய்யும்.

இதற்கு இன்னொரு கதையும் சொல்கிறார்கள். சீனாவே இந்தத் தொழிலை சப் காண்ட்ராக்டாக வட கொரியாவுக்குக் கொடுத்தது என்பது அதன் சாரம்.

எப்படி இருந்தாலும் ஆண்டுக்குச் சுமார் இரண்டு பில்லியன் போலி சிகரெட்டுகள் தயாரிக்கும் பன்னிரண்டு வெவ்வேறு தொழிற்சாலைகளை வட கொரிய அரசு ரகசியமாக அமைத்தது. இதன் மூலமாக மட்டும் ஆண்டுக்குக் குறைந்தது ஐம்பது மில்லியன் டாலர் வருமானம் அந்நாட்டுக்குக் கிடைக்கிறது.

6

போலி சிகரெட்டுகளைப் போலப் போலி மருந்துகளும் வட கொரியாவின் வருமான வழிகளுள் ஒன்று. இது, இந்தக் கிம்மின் அப்பா கிம் காலத்திலேயே

அங்கே கொடிகட்டிப் பறக்கத் தொடங்கிவிட்ட ஒரு தொழில் ஆகும். இரண்டாயிரமாவது ஆண்டுக்குப் பிறகு தொடர்ச்சியாக ஐந்தாறு வருடங்கள் உலகெங்கும் ஆண்களால் ஆசை ஆசையாக வாங்கிப் பயன்படுத்தப்பட்ட வயாக்ரா மாத்திரைகளில் பெருமளவு வட கொரிய போலித் தயாரிப்புகளே என்றால் அதிர்ச்சியாக இருக்கலாம். ஆனால் அதுதான் உண்மை. திறமைவாய்ந்த மருத்துவர்களையும் மருத்துவ விஞ் ஞானிகளையும் வைத்து, ரகசியத் தொழிற்சாலைகளில் அந்நாட்டு அரசு இம்மாத்திரைகளை உற்பத்தி செய்தது. 2004-05 ஆண்டுகளில் அடுத்தடுத்துத் தென் கொரியாவிலும் ஜப்பானிலும் பல்லாயிரக் கணக்கில் இந்தச் சரக்குகள் பிடிபடப் போக, உண்மை மெல்ல வெளியே வந்து உலகம் அதிர்ச்சியடைந்தது. ஒரு வகையில் வயாகரா மாத்திரைகளின் பயன்பாடு மெல்ல மெல்லக் குறையத் தொடங்கியதற்கு வட கொரிய போலிச் சரக்குகளே காரணம் என்று சொல்லலாம்.

ஆனால் வட கொரியா, வயாக்ராவோடு நிறுத்திக் கொள்ளவில்லை. பல்வேறு உடல்நலப் பிரச்னைகளுக்குத் தீர்வளிக்கும், அதிக விலை கொண்ட மாத்திரைகளைத் தொடர்ந்து போலியாக உற்பத்தி செய்து உலகெங்கும் விற்பனை செய்ய ஆரம்பித்தது. ஹாங்காங், இந்தோனேசியா, சுமத்ரா, ஜாவா போன்ற தென் கிழக்காசியப் பிராந்தியங்களும் சில ஆப்பிரிக்க நாடுகளும் வட கொரியாவின் போலி மருந்துகளுக்கான முக்கியச் சந்தையாக இன்றும் விளங்குகின்றன.

7

கிம்2வின் காலத்தில் தொடங்கப்பட்ட போலித் தொழில்களுள் முதன்மையானது, கள்ள நோட்டு. தொடக்கத்தில் வட கொரியா தயாரித்த போலி அமெரிக்க டாலர் நோட்டுகள் அப்பழுக்கற்ற தரத்தில்

இருந்தவை என்று சொல்ல முடியாது. அதாவது, அமெரிக்காவில் அதைக் கொண்டு போய்ப் புழக்கத்தில் விட முடியாது. ஒரே நாளில் மாட்டிக்கொள்ள நேரிடும்.

இதனால்தான் பொருளாதார வலுவற்ற ஆப்பிரிக்க-தென் அமெரிக்க நாடுகளில் அரசுகளுக்கு எதிராக இயங்கிய போராளிக் குழுக்களுக்கு மட்டும் அச்சிட்டுக் கொடுத்துக்கொண்டிருந்தார்கள். பிறகு, அறை எண் 39இன் அதிகாரிகள் உலகெங்கும் சுற்றிச் சுழன்று, நுட்பங்களைத் தேடிப் பயின்று வரத் தொடங்கியதும் 'முறைப்படி' ஐம்பது டாலர் நோட்டு, நூறு டாலர் நோட்டுகளை அச்சிடத் தொடங்கினார்கள்.

வட கொரியா, அமெரிக்க கரன்சியைப் போலி செய்வதற்கு இரண்டு காரணங்கள் உள்ளன. இது அந்நாடு அமெரிக்காவின்மீது தொடுக்கும் மறைமுகப் பொருளாதார யுத்தம். அமெரிக்க அரசுக்கு இதனால் ஏற்படும் மிகச் சிறிய நஷ்டம்கூட வட கொரியாவின் போர் வெற்றியாகவே அமைந்துவிடும்.

இரண்டாவது காரணம், போலி அமெரிக்க கரன்சி உற்பத்தியால் வட கொரியாவின் உள்நாட்டுப் பொருளாதாரம் ஓரளவு சீர்ப்படத் தொடங்கியது. கையிருப்பில்லாத அந்நியச் செலாவணியை அச்சிட்டு வைத்துக்கொண்டாலும் உள்ளது, உள்ளதுதானே? அதையும் நம்பி ஏமாற உலகில் பல நாடுகள் உண்டு. அவர்களோடு வர்த்தக உறவு கொண்டால் போதும் என்று வட கொரியா நினைத்தது.

இரண்டாயிரமாவது ஆண்டின் தொடக்கம் முதல் வட கொரியா இந்தப் பணியை திட்டமிட்டுத் தீவிரமாகச் செய்யத் தொடங்கியது. ஆண்டுக்கு சுமார் நூறு மில்லியன் அமெரிக்க டாலர் நோட்டுகளை அது சுற்றுக்கு விட்டது. இதன் மூலம் பதினைந்தில் இருந்து இருபத்தைந்து மில்லியன் டாலர் வருவாய் அந்நாட்டுக்கு வர ஆரம்பித்தது. 2013ஆம் ஆண்டு அமெரிக்கா

தனது நூறு டாலர் நோட்டின் வடிவமைப்பை மாற்ற நடவடிக்கை எடுத்ததன் அடிப்படைக் காரணமே இதுதான்.

8

எழுபதுகளில் வட கொரியாவின் தந்தை கிம் இல் சுங் ஆட்சியில் இருந்த காலம் தொடங்கி இன்றுவரை எந்தத் தடையும் சிக்கலும் இல்லாமல் அங்கே நடந்து வருவது போதைத் தொழில். ஹம்க்யாங், ரியாங்காங் என்கிற இரண்டு வடக்கு எல்லையோர மலை மாவட்டங்களில் முதல் முதலில் இந்தத் தொழில் ஆரம்பமானது. யோன்சா என்ற கிராமத்தில் கிம் இல் சுங் ஓர் ஓபியம் பண்ணையை உருவாக்க அதிகாரபூர்வமாக அனுமதி அளித்தார் என்பது முக்கியம்.

பரந்து விரிந்த மலைப் பகுதிகளும் ஆழம் மிகுந்த பள்ளத்தாக்குகளும் கொண்ட பிராந்தியம் என்பதால் ஓபியம் உற்பத்திக்கு இயற்கை துணை செய்தது. வட கொரிய அரசு ஒன்றிரண்டு நிறுவனங்களைத் தேர்ந்தெடுத்து (உதா: ரிக்யாங் கார்ப்பரேஷன்) அந்தப் பண்ணையை நிர்வகிக்கும் பொறுப்பை அளித்தது.

ஒரு பண்ணை என்பது ஒரு தொடக்கத்துக்காக அமைக்கப் பட்டதுதான். மேற்படி அதிகாரபூர்வ நிறுவனங்கள் சாத்தியமுள்ள அனைத்துப் பிராந்தியங்களிலும் ஓபியம் பண்ணைகளை உருவாக்கிப் பயிரிட்டு வளர்க்கத் தொடங்கின.

கவனிக்க வேண்டிய இடம் இதுதான். அரசின் மறைமுக அனுமதியுடன் சில நிறுவனங்கள் பொறுப்பேற்று நடத்தத் தொடங்கியிருக்கும் வர்த்தகம். உற்பத்தி, ஏற்றுமதி, வினியோகம் அனைத்தும் அவர்கள் பொறுப்பு. அதைப் போலவே, அபின் தயாரிப்புக்கான மொத்தச் செலவும் அந்த நிறுவனங்களையே சாரும். ஆனால்

ஒவ்வோராண்டும் அரசு நிர்ணயிக்கும் தொகையைப் பணமாகக் கொண்டு வந்து கையில் கொடுத்துவிட வேண்டும்.

இது கற்பனைக்கு அப்பாற்பட்ட தொகை. பல பில்லியன் டாலர்கள் கொண்டது. ஆனால் குத்துமதிப்பான புள்ளிவிவரங்கள்கூடக் கிடையாது என்பதால் இன்னும் அணுகிச் செல்ல இயலாது.

வட கொரியாவின் மிக மோசமான பஞ்ச காலங்களில் விவசாயம் முற்றிலும் சிதைந்து உருக்குலைந்து மக்கள் கொத்துக் கொத்தாகச் செத்து விழுந்துகொண்டிருந்தார்கள். அப்போதும்கூட ஓபியம் பயிர்த் தொழில் எந்தத் தடையும் இல்லாமல் நடந்திருக்கிறது.

இரண்டாயிரமாவது ஆண்டுக்குப் பிறகு உலக அளவிலேயே அபின் பயன்பாடு கணிசமாகக் குறையத் தொடங்கி பல்வேறு ரசாயன போதை மருந்துகள் புழக்கத்துக்கு வந்துவிட்டபடியால், வட கொரியாவும் அத்தகைய ரசாயன போதை மருந்துகளைத் தொழிற்சாலைகள் அமைத்து உருவாக்கத் தொடங்கியது. இந்தப் பக்கம் பிலிப்பைன்ஸ் தொடங்கி, அந்தப் பக்கம் மேற்கு ஆப்பிரிக்க நாடுகள் வரை உலகெங்கும் அதற்கு வாடிக்கையாளர்கள் இருந்தார்கள்.

2001ஆம் ஆண்டுக் கணக்கெடுப்பின்படி வட கொரியாவுக்கு இந்த வகையில் ஆண்டுக்குக் குறைந்தது ஐந்நூறு மில்லியன் முதல் ஒரு பில்லியன் வரை வருமானம் இருந்திருக்கிறது. 2013ஆம் ஆண்டு வாஷிங்டன் போஸ்ட் இதழ் வெளியிட்ட ஒரு கட்டுரையில் மெத்தம்பேட்டமைன் என்ற மருந்தின் மூலமாக மட்டும் வட கொரியாவுக்கு ஆண்டுக்கு நூறு முதல் இருநூறு மில்லியன் டாலர் வருமானம் உள்ளதென்று குறிப்பிடப்பட்டது.

கடந்த ஐந்து அல்லது ஆறாண்டுகளாக வட கொரியாவின் போதை மற்றும் போலி மருந்து ஏற்றுமதி மட்டும்

கணிசமாகக் குறைந்திருப்பதாக ஒரு செய்தி உள்ளது. ஆனால் இதற்கு என்ன காரணம் என்று தெரியவில்லை.

இவை அனைத்தும் போக இருக்கவே இருக்கிறது, நாம் முன்னர் விரிவாகக் கண்ட அறை எண் 39இன் அந்நிய மண் ஆட்டங்கள்.

மேற்கண்ட அனைத்து சட்ட விரோத நடவடிக்கைகளுக்கும் ஒரு சில ஆதாரங்களையாவது அமெரிக்க உளவுத் துறை சி.ஐ.ஏ கைவசம் வைத்திருக்கிறது. சி.ஐ.ஏவின் அதிகாரபூர்வ இணையத்தளம் பொதுவில் வெளியிட்டுள்ள வட கொரியா சார்ந்த பல ஆவணங்களில் அந்நாட்டின் இருள்வழி வருமானம் சார்ந்த பல்வேறு தகவல்கள் காணக் கிடைக்கின்றன. ஆனால் வட கொரியா அவை எதையும் ஏற்பதில்லை என்பதுடன் அனைத்துமே தன்மீது திட்டமிட்டு சுமத்தப்படும் அபாண்டப் பழிகள் என்றும் சொல்கிறது. வட கொரியாவுக்கு வெளியிலிருந்து யாருமே அந்நாட்டுக்குச் சென்று இதையெல்லாம் நேரில் கண்டு ஆய்வு செய்துவிட்டுத் திரும்ப வழியில்லை என்பதால் இரு தரப்பு விளக்கங்களையும் வைத்துக்கொண்டு, நாமே யோசித்து ஒரு முடிவுக்கு வர வேண்டியதுதான். வேறு வழியே இல்லை.

மக்கள் நலன், தொழிலாளர் வர்க்கத்தின் நலன், புரட்சி, பொதுவுடைமை என்று சொல்லிக்கொண்டு பிறந்த நாடுதான். ஆட்சியாளர்களின் திறமையின்மை, நம்ப முடியாத அளவுக்கு சுயநலம், வழிபாடு மற்றும் துதிபாடலின்மீது இருந்த வெறி, அடக்கி ஆள்வதில் இருந்த அடங்காத ஆர்வம், இவை அனைத்தும் சேர்ந்து உருவாக்கிய பாதுகாப்பின்மை, அதிலிருந்து விடுபடுவதற்காக மேலும் மேலும் மக்களை வதைத்து நாசம் செய்த மனப்பான்மை எல்லாம் சேர்ந்துதான் வட கொரியாவை ஓர் இருண்ட தேசமாக்கிவிட்டது.

சோவியத்தின் உதவி இனி இல்லை என்ற கட்டம் வந்தபோது விவசாயத்திலும் தொழில் துறையிலும்

அந்நாட்டு ஆட்சியாளர்கள் தமது முழுக் கவனத்தையும் செலுத்தியிருந்தால் இன்றுள்ள நிலைமைக்கு அந்நாடு சென்றிருக்காது. எப்போது முறை தவறிய வழியில் சம்பாதிக்க முடிவு செய்தார்களோ, அப்போது அந்நாட்டின் விதி எழுதப்பட்டுவிட்டது. இருள் வணிகம் ஒன்றுதான் வருமானம் என்று ஆள்வோரே முடிவு செய்துவிட்ட பின்பு அதிகாரிகள் எப்படி இருப்பார்கள்?

அரசுத் துறைகள் அனைத்திலும் லஞ்சமும் ஊழலும் பேயாட்டம் போடுகிறது. கீழ் மட்டத்திலிருந்து மிக உயர்ந்த பதவிகளில் இருப்போர் வரை அத்தனை பேரும் வட கொரியாவில் சைட் பிசினஸ் வைத்துக்கொள்ளாமல் இல்லை. இந்த வரலாற்றின் முந்தைய சில பக்கங்களில் ரீ இல் க்யூ என்கிற வட கொரியாவுக்கான க்யூப தூதர் ஒருவரைச் சந்தித்தோமல்லவா? அவர் தனது தன்னிலை வாக்குமூலத்தில் ஒரு தகவலைச் சொல்லியிருக்கிறார்.

க்யூபாவின் தூதராகப் பணியாற்றிக்கொண்டிருந்த காலத்தில் அவருக்கு வட கொரிய அரசு அளித்த சம்பளம் மாதம் ஐந்நூறு டாலர்கள் மட்டுமே. அவர் க்யூபாவில் இருக்கிறார். குடும்பம் வட கொரியாவில் இருக்கிறது. இரண்டு இடங்களிலும் இரு தரப்பினரும் சாப்பிட்டாக வேண்டும். இதர செலவுகளைச் சமாளித்தாக வேண்டும். ஆனால் அந்தச் சம்பளம் போதவில்லை.

என்ன செய்யலாம்?

வெட்கத்தை விடுத்து அந்த அதிகாரி சொன்னார், 'க்யூபத் தயாரிப்பான சிகார்களுக்குச் (சுருட்டு) சீனாவில் மார்க்கெட் உண்டு. சட்ட விரோதமாக சீனாவுக்கு சிகார் கடத்தித்தான் என்னால் குடும்பத்தைக் காப்பாற்ற முடிந்தது.'

இது ஓர் உதாரணம் மட்டுமே. வட கொரியாவில் சிறிய அளவிலாவது கடத்தல் தொழில் செய்யாமல் யாரும் உயிர் வாழ இயலாது. அரசுக்கு இது தெரியாதா என்றால்,

நிச்சயமாகத் தெரியும். நீ என்ன வேண்டுமானாலும் செய்துகொள்; என்னை அழைக்காதே. அவ்வளவுதான்.

சாதாரண மக்கள் செய்யும் சிறிய கடத்தல்களுக்காகப் போலிசாருக்குக் கப்பம் கட்டுகிறார்கள். சீனாவில் இருந்து கொண்டு வரப்படும் பொருள்கள் பிடிபடாமல் வந்து சேர எல்லைக் காவல் படையினருக்குக் கப்பம் கட்டுகிறார்கள். இதர அனைத்துத் தவறுகளுக்கும் அந்தந்த அதிகாரிகளுக்குக் கப்பம். அதிகாரிகள் உயரதிகாரிகளுக்குக் கப்பம். உயரதிகாரிகள், மேலதிகாரிகளுக்குக் கப்பம். மொத்த தேசமும் ஆட்சியாளருக்குக் கப்பம்.

வட கொரியாவின் இந்த அவல நிலை மாற கண்ணுக்கெட்டிய தொலைவில் வழியேதும் இருப்பதாகத் தெரியவில்லை. மாற வேண்டுமானால் கிம் மாற வேண்டும். அது நடப்பதற்கு வழியே இல்லை என்பதைத்தான் இன்றைக்கு வரையிலான சம்பவங்கள் நமக்குச் சுட்டிக்காட்டுகின்றன. அமெரிக்காவோ, ஐநாவோ, வேறு யாரோ அவ்வப்போது எதையாவது செய்வார்கள். ஒரு முழு நீளப் போரே கூட வரலாம். ஆனால் என்ன பலன் இருக்கும் என்று தெளிவாகத் தெரியவில்லை.

அப்படியொரு கட்டம் வருமானால் வட கொரியாவுக்கு உதவி செய்ய யாரும் முன்வரப் போவதில்லை என்பது உண்மைதான். ஆனால், அந்த நிலைமை கிம் ஜாங் உன்னை இன்னும் வெறிகொண்டு ஆடத்தான் செய்யும். என்னால் வாழ முடியவில்லை என்றால் யாருமே வாழக்கூடாது என்று அவர் நினைக்கலாம். கைவசம் சேமித்து வைத்துள்ள நாசகார ஆயுதங்கள் அனைத்தையும் விமானத்தில் ஏற்றிச் சென்று உலகெங்கும் தூவலாம்.

பிறகு எல்லாம் நாசம். சர்வநாசம்.

இன்றுவரை போர் போர் என்று சொல்லிக்கொண்டிருந்தாலும் அமெரிக்கா தயங்கிக்கொண்டிருப்பதன் உண்மைக் காரணம் இதுதான். இப்போதும் பேச்சு

வார்த்தைகளுக்குக் கிம்மை வருந்தி வருந்தி வெற்றிலை பாக்கு வைத்து அழைத்துக்கொண்டிருப்பதன் காரணமும் அது மட்டும்தான்.

உலகுக்கு இந்த பயம் இருக்கும் வரை தன்னை அசைக்கவே முடியாது என்று கிம் நினைக்கிறார். கிம் வம்சம் இருக்கும்வரை தங்களுக்கு நிச்சயமாக விடிவில்லை என்று வட கொரிய மக்கள் நினைக்கிறார்கள்.

அவர்களுக்காக நாம் பரிதாபப்படலாம். பிரார்த்தனை செய்யலாம். வேறொன்றும் செய்வதற்கில்லை.

கால வரிசை

வட கொரியா தொடர்பான சம்பவங்களை விடுபடாமல் தொகுப்பது இயலாத செயல். அந்நாட்டின் தலைவர்களின் - அவர்தம் குடும்ப உறுப்பினர்களின் பிறந்த ஆண்டுகளே இன்றுவரை சந்தேகத்துக்குரியவை என்பதை நினைவுகூர்ந்தால் இது புரியும். கீழே உள்ள கால வரிசை, அதிகாரபூர்வமாக வெளிவந்த சம்பவங்களின் அடிப்படையில் மட்டுமே தரப்பட்டுள்ளது. பல முக்கியமான சம்பவங்கள் (அவை உண்மையே என்றாலும்) எப்போது நடந்தன என்பது இன்றுவரை தெரியாது. அத்தகையவற்றை இப்பட்டியலில் சேர்க்கவில்லை.

1910-1945

ஜப்பானியர் ஆட்சிக்காலம். 1919 வரை ராணுவ ஆட்சி நடந்தது. பிறகு 1931 வரை சிவில் ஆட்சி முறை என்று சொல்லப்பட்டது. 1931-1945 வரை முழுமையான சர்வாதிகார ஆட்சி.

ஆகஸ்ட் 15, 1945: இரண்டாம் உலகப் போரில் ஜப்பான் சரணடைந்தது.

ஆகஸ்ட் 24, 1945 சோவியத் துருப்புகள் கொரிய தீபகற்பத்தின் 38வது அட்சக் கோட்டை நெருங்கின. இதுவே பின்னர் வடக்கு-தெற்குக் கொரியாக்களின் எல்லை ஆனது.

1946

சோவியத் ஆதரவு வட கொரியத் தொழிலாளர் கட்சி நிறுவப்பட்டது. கிம் இல் சுங் அதன் தலைமைப் பொறுப்பை ஏற்றார்.

1948

(வட) கொரிய ஜனநாயக மக்கள் குடியரசு அறிவிக்கப்பட்டது. கிம் இல் சுங் குடியரசின் முதல் தலைவரானார்.

1950

கொரியப் போர் தொடங்கியது.

1953

எந்த ஒப்பந்தமும் இன்றிப் போர் முடிவுக்கு வந்தது (போர் நிறுத்தம்).

1954-60

அழிவுகளிலிருந்து மீளப் போராடிய ஆண்டுகள். தடையற்ற சோவியத் உதவி.

1960

தொழில்துறை வளர்ச்சிக்கான ஆரம்பக்கட்ட நடவடிக்கைகள் மேற்கொள்ளப்பட்டன.

1961

சீனாவுடன் இரு தரப்பு உதவி ஒப்பந்தம் செய்துகொள்ளப்பட்டது. இரு நாடுகளுக்கிடையிலான எல்லை பாதுகாப்பு, வர்த்தகம், ராணுவ உதவிகளை எழுத்துபூர்வமாகச் செய்துகொண்டார்கள்.

1970

சீன-சோவியத் பிளவினை அடுத்து வட கொரியா சீனாவுடன் மேலும் நெருக்கமானது. ஆயினும் சோவியத் உறவு கெடாமல் பார்த்துக்கொண்டார்கள்.

1972

இரு கொரிய மறு இணைப்பு குறித்த கூட்டறிக்கை வெளியிடப்பட்டது. ஆனால் அறிக்கையுடன் சரி.

1974

கிம் இல் சுங்கின் அரசியல் வாரிசாகக் கிம் ஜாங் இல் நியமிக்கப்பட்டார்.

1985

சர்வதேச அணு ஆயுதப் பரவல் தடை ஒப்பந்தத்தில் வட கொரியா கையெழுத்திட்டது. அணு ஆயுதத் தயாரிப்புகளை நிறுத்திவிடுவதாகச் சொன்னது.

1986

யாங்ப்யான் அணு ஆராய்ச்சி மையம் செயல்படத் தொடங்கியது.

1991

செப்டெம்பர்: இரண்டு கொரியாக்களும் ஐக்கிய நாடுகள் சபையில் இணைந்தன.

டிசம்பர்: சோவியத் யூனியன் உடைந்தது. வட கொரியாவுக்கு அதுவரை கிடைத்து வந்த சோவியத் உதவிகள் அனைத்தும் நின்றன. எனவே, வட கொரியா அனைத்துக்கும் சீனாவை மட்டுமே நம்பியிருக்க வேண்டியதானது.

1993

சர்வதேச அணு சக்தி முகமை, வட கொரியா ஒப்பந்தத்தை மீறியதாகக் குற்றம் சாட்டியது. ஆய்வாளர்கள்

வர அனுமதிக்கும்படிக் கோரியது. வட கொரியா, ஒப்பந்தத்திலிருந்து விலகுவதாக எச்சரித்தது.

1993

ஜப்பானியக் கடலில் முதல் பாலிஸ்டிக் ஏவுகணைப் பரிசோதனையை நடத்தினார்கள்.

1994

கிம் இல் சுங் காலமானார். கிம் ஜாங் இல் ஆட்சிப் பொறுப்பை (அதிகாரபூர்வமாக) ஏற்றார்.

1996

ஒரு பெரும் வெள்ள சேதத்தை அடுத்துக் கொடிய பஞ்சம் தாக்கியது. உணவின்றி வட கொரிய மக்கள் இறக்கத் தொடங்கினர். பட்டினிச் சாவு எண்ணிக்கை மொத்தம் முப்பது லட்சம்.

1996

தென் கொரிய எல்லையில் பதற்றம் ஏற்படும்படியாகப் பல்லாயிரக் கணக்கான ராணுவ வீரர்கள் கொண்டு குவிக்கப்பட்டனர். போர் நிறுத்தத்தை இனி கடைப் பிடிக்கப் போவதில்லை என்று வட கொரியா அறிவித்தது.

1998

தீவிரமாகப் பல ஏவுகணைச் சோதனைகள் நடத்தப் பட்டன. ஜப்பான் மீது பறந்து மறுபுறம் பசிபிக் பெருங்கடலில் விழுந்த வட கொரிய ஏவுகணைகள் பிராந்தியத்தில் பெரும் பதற்றத்தை ஏற்படுத்தின.

2000

பியாங்யாங்கில் வட-தென் கொரியத் தலைவர்கள் கிம் ஜாங் இல் மற்றும் கிம் டே ஜுங் இருவரும் பங்குபெற்ற முதல் உச்சி மாநாடு நடந்தது. அமைதி நடவடிக்கைகளுக்கான அடிக்கல் நாட்டப்பட்டது.

2002

ஜூன்: இரு கொரியாக்களின் கடற்படைகள் மோதலில் ஈடுபட்டன. சிறிய சேதம், பெரிய பதற்றம்.

செப்டெம்பர்: ஜப்பானியப் பிரதமர் ஜூனிச்சிரோ கொய்சுமி பியாங்யாங்குக்கு வந்தார். வட கொரியா தனது ஆள் கடத்தல் நடவடிக்கைகளை ஒப்புக்கொண்டது.

அக்டோபர்: வட கொரியா தனது ரகசிய அணு ஆராய்ச்சிகளை ஒப்புக்கொண்டதை அடுத்து, அமெரிக்கா, தென் கொரியா, ஜப்பான் மூன்று நாடுகளும் வட கொரியாவுடனான எண்ணெய் வர்த்தகத்தை நிறுத்திக்கொள்வதாக அறிவித்தன.

டிசம்பர்: ஆய்வு செய்ய வந்திருந்த ஐநா பிரதிநிதிகளை வட கொரியா வெளியேற்றியது. தாற்காலிகமாக மூடி வைக்கப்பட்டிருந்த அணு ஆராய்ச்சி மையங்கள் மீண்டும் செயல்படத் தொடங்கின.

2003

ஜனவரி: அணு ஆயுதப் பரவல் தடை ஒப்பந்தத்தில் இருந்து வட கொரியா விலகியது.

மே: 1992ஆம் ஆண்டு தென் கொரியாவுடன் மேற் கொண்ட ஒப்பந்தத்தை (கொரிய தீபகற்பத்தை அணு ஆயுதங்களின்றிப் பராமரிப்பது) வட கொரியா ரத்து செய்தது.

2005

பிப்ரவரி: தற்காப்புக்காக அணு ஆயுதங்களைத் தயாரித்ததாக வெளிப்படையாக ஒப்புக்கொண்டது.

2006

ஜூலை: ஏழு ஏவுகணைகள் பரிசோதனை நடத்தப் பட்டது. அதிலொன்று அமெரிக்கா வரை சென்று தாக்கக்கூடியது என்று சொல்லப்பட்டாலும் பாதியில் விழுந்து நொறுங்கியது.

அக்டோபர்: வட கொரியாவின் முதல் அணு ஆயுதப் பரிசோதனை நிலத்தடியில் நடத்தப்பட்டது. ஐநா உடனே பொருளாதார-வர்த்தகத் தடைகளை அறிவித்தது.

2007

ஆகஸ்ட்: வட கொரிய வெள்ள நிவாரண நிதியாகத் தென் கொரியா ஐம்பது மில்லியன் டாலர்களை அனுப்பியது.

அக்டோபர்: இரண்டாவது கொரிய உச்சி மாநாடு, இரு நாட்டு எல்லைச் சந்திப்பில் நடைபெற்றது.

2008

மார்ச்: தென் கொரிய அதிபர் தேர்தலில் லீ மியுங்-பாக் வெற்றி பெற்று, வட கொரியாவுக்கு எதிரான கடுமையான நிலைபாட்டை எடுப்பதாக அறிவித்தார். இரு தரப்பு உறவு நிலை மீண்டும் மோசமடைந்தது.

ஆகஸ்ட்: கிம் ஜாங் இல் கடுமையான பக்கவாதத்தால் பாதிக்கப்பட்டார்.

2009

ஜனவரி: தென் கொரியாவுடன் செய்துகொண்ட அனைத்து அரசியல்-ராணுவ-அமைதி ஒப்பந்தங்களையும் வட கொரியா மொத்தமாக ரத்து செய்தது.

ஏப்ரல்: வட கொரியாவின் முதல் செயற்கைக்கோள் முயற்சி நடைபெற்றது. வானிலை செயற்கைக்கோள் என்று அது சொன்னாலும் ஐநா அதை ஏற்கவில்லை.

மே: இரண்டாவது அணு ஆயுதப் பரிசோதனை நிலத்தடியில் நடத்தப்பட்டது.

ஆகஸ்ட்: சட்ட விரோதமாக எல்லை தாண்டிய குற்றச்சாட்டின் பேரில் வட கொரியா கைது

செய்து பன்னிரண்டு ஆண்டுகள் கடுங்காவல் தண்டனை விதித்திருந்த இரண்டு அமெரிக்கப் பத்திரிகையாளர்களை விடுவித்தது.

2010

மார்ச்: சியோனன் என்ற தென் கொரியப் போர்க்கப்பலை மூழ்கடித்தது. மீண்டும் எல்லைப் பதற்றம் தொடங்கியது.

செப்டெம்பர்: கிம் ஜாங் உன் அரசியலுக்கு அறிமுகமாகிறார். கட்சி-ஆட்சி-ராணுவ மட்டங்களில் அவருக்குப் பொறுப்புகள் வழங்கப்படுகின்றன.

2011

டிசம்பர்: கிம் ஜாங் இல் காலமானார். கிம் ஜாங் உன் அனைத்துப் பொறுப்புகளையும் ஏற்றார்.

2012

ஏப்ரல்: நீண்ட தூர ஏவுகணைப் பரிசோதனை முயற்சி (டேபோடாங்-2) மீண்டும் நடந்தது. ஆனால் தோல்வி.

அக்டோபர்: அமெரிக்காவரை சென்று தாக்கக்கூடிய ஏவுகணைகள் தன்னிடம் உள்ளதாகக் கிம் ஜாங் உன் அறிவித்தார்.

டிசம்பர்: இரண்டாவது சாட்டிலைட் முயற்சி வெற்றி பெற்றது.

2013

பிப்ரவரி: மூன்றாவது அணு ஆயுதப் பரிசோதனை நடத்தப்பட்டது. ஐநாவின் புதிய பொருளாதாரத் தடைகளும் தொடர்ந்து வந்தன.

ஏப்ரல்: மூடப்பட்ட யோங்பியோன் அணு ஆய்வு மையத்தை மீண்டும் தொடங்குவதாகக் கிம் அறிவித்தார்.

ஜூலை: மிக் 21 ரகப் போர் விமானங்களை ஏற்றிச் சென்ற வட கொரியக் கப்பலை பனாமா கடற்படை தடுத்து நிறுத்தியது.

செப்டெம்பர்: வட கொரியாவுக்கு அணு ஆயுத, ஏவுகணைத் தயாரிப்புகளுக்கு உதவக்கூடிய பொருள்களை இனி விற்பனை செய்வதில்லை என்று சீனா முடிவு செய்தது.

டிசம்பர்: கிம்மின் மாமா சாங்-தேக் தேச துரோகக் குற்றம் சாட்டப்பட்டுத் தூக்கிலிடப்பட்டார்.

2014

மார்ச்: மீண்டும் தீவிரமான நீண்டதூர ஏவுகணைப் பரிசோதனைகள் நடத்தப்பட்டன.

அக்டோபர்: தென் கொரியாவுடன் அதிகாரிகள் அளவில் பேச்சுவார்த்தை நடத்த ஒப்புக்கொள்கிறது.

டிசம்பர்: கிம் ஜாங் உன்னை கேலி செய்யும் விதமான சோனி பிக்சர்ஸ் நிறுவனத்தின் திரைப்படம் ஒன்று வெளிவர, அதன் தொடர்ச்சியாக, சோனி பிக்சர்ஸின் இணையத்தளத்தை வட கொரிய ஹேக்கர்கள் கைப்பற்றினார்கள்.

2016

ஜனவரி: ஹைட்ரஜன் குண்டு பரிசோதனை நடத்தப் பட்டது. இது அணு ஆயுதத்தினும் சக்தி மிக்கதென்று சொல்லப்பட்டது.

மே: வட கொரிய தொழிலாளர் கட்சியின் முதல் மாநாடு நடத்தப்பட்டது. கிம், கட்சியின் தலைவராக அறிவிக்கப்பட்டார்.

நவம்பர்: வட கொரியாவின் நிலக்கரி ஏற்றுமதியை அறுபது சதம் குறைத்து ஐநா கடும் தடை விதித்தது.

2017

ஜனவரி: நீண்டதூரம் அணு ஆயுதங்களைச் சுமந்து செல்லும் ஏவுகணைகளை உருவாக்கும் பணி, இறுதிக் கட்டத்தில் இருப்பதாகக் கிம் சொன்னார்.

பிப்ரவரி: கிம்மின் சகோதரர் ஜாங் நாம் மலேசிய விமான நிலையத்தில் கொலை செய்யப்பட்டார்.

ஜூலை: ஜப்பான் கடலில் நீண்ட தூர ஏவுகணைப் பரிசோதனை மேற்கொள்ளப்பட்டது.

2018

ஜனவரி: அதிகாரிகள் மட்டப் பேச்சுவார்த்தை சிறிது பலன் தரத் தொடங்கியது. தென் கொரியாவில் நடைபெறவிருந்த குளிர்கால ஒலிம்பிக்கில் கலந்து கொள்ள வட கொரிய வீரர்களை அனுப்பக் கிம் சம்மதித்தார்.

ஏப்ரல்: தென் கொரிய அதிபர் மூன் ஜே இன்னைக் கிம் ஜாங் உன் சந்தித்துப் பேசினார். இரு தரப்பு உறவுகள் மேம்பட இரு தலைவர்களும் நடவடிக்கை எடுக்க ஒப்புதல்.

ஜூன்: சிங்கப்பூரில் கிம் ஜாங் உன்னும் அமெரிக்க அதிபர் டொனால்ட் ட்ரம்ப்பும் சந்தித்துப் பேசினார்கள். ஆனால் பலனின்றிப் பேச்சுவார்த்தை முறிந்தது.

கிம் ஜாங் உன், இந்த ஆண்டில் பலமுறை சீனாவுக்குச் சென்று வந்தார்.

2019

ஏப்ரல்: கிம் முதல் முதலாக ரஷ்யாவுக்கு அரசு முறை சுற்றுப்பயணம் மேற்கொண்டு விளாதிமிர் புதினைச் சந்தித்துப் பேசினார். அதே அணு ஆயுதப் பரவல் தடை, பிராந்திய அமைதி, பொருளாதாரத் தடை விலக்கல் உள்ளிட்ட விவகாரங்கள்.

2020

ராட்சத பலூன்களில் மூட்டை மூட்டையாகக் குப்பைகளை ஏற்றிப் பறக்கவிட்டுத் தென் கொரிய எல்லையில் அவற்றைக் கொண்டு கொட்டும்

வழக்கத்தை வட கொரியா தொடங்கியது. கொரோனா காலத்தில் இது மிகப்பெரிய அச்சுறுத்தலாகக் கருதப்பட்டது.

ஏப்ரல்: வட கொரியாவின் வடக்கு எல்லைகள் முற்றிலுமாக இழுத்து மூடப்பட்டன. சீனா-ரஷ்யாவிலிருந்து யாரும் உள்ளே வர முடியாதவாறு செய்யப்பட்டது.

ஜூன்: தென் கொரியத் தொடர்பு அலுவலகத்தை அழித்தார்கள். உறவற்ற நிலை மீண்டும் உறுதி செய்யப்பட்டது.

2021

உணவுப் பற்றாக்குறை தீவிரமடைந்தது. பண வீக்கம் அதிகரித்து, பொருளாதாரம் தள்ளாடத் தொடங்கியது.

2022

மார்ச்: மிகப் பெரிய அளவிலான, கண்டம் விட்டுக் கண்டம் தாவும் ஏவுகணைப் பரிசோதனை நடத்தப் பட்டது.

மே: கொரோனா தொற்று அதிகரித்தது. நாடெங்கும் ஊரடங்கு நடைமுறைக்கு வந்தது.

செப்டெம்பர்: அதிகாரபூர்வமாக வட கொரியா தன்னை ஓர் அணு ஆயுத நாடென்று அறிவித்துக் கொண்டது.

2023

பல ஏவுகணைச் சோதனைகள் நடத்தப்பட்டன. உலக நாடுகளின் கண்டனங்கள் மொத்தமாகப் புறக்கணிக்கப்பட்டன.

ஆகஸ்ட்: ரஷ்ய அதிபர் விளாதிமிர் புதின், கிம் ஜாங் உன்னைச் சந்தித்தார். உக்ரைன் போரில் வட கொரியா ரஷ்ய ஆதரவு நிலைபாடு எடுத்ததன்

தொடர்ச்சியாக வட கொரியாவுக்கு ஏராளமான வர்த்தக உதவிகளை ரஷ்யா செய்யத் தொடங்கியது.

2024

ஆகஸ்ட்: மூடப்பட்ட எல்லைகளைத் திறந்தார்கள். சுற்றுலாப் பயணிகள் வரலாம் என்று அறிவிக்கப்பட்டது.

செப்டெம்பர்: முதல் முறையாகக் கிம் ஜாங் உன் தம்மிடம் உள்ள யுரேனியச் செறிவூட்டு மையத்தின் புகைப்படங்களை வெளியிட்டார்.

ஆதாரங்கள்

இந்தப் புத்தக உருவாக்கத்துக்குப் பல்வேறு காலக் கட்டங்களில் எழுதப்பட்ட ஏராளமான புத்தகங்கள், ஆய்வறிக்கைகள், உளவுத் துறை அறிக்கைகள், அமெரிக்க-தென் கொரிய-வட கொரிய-பண்டைய சோவியத் யூனியனின் ராணுவ அதிகாரிகள், சிவில் உயர் அதிகாரிகளின் அனுபவக் குறிப்புகள், பேட்டிகள், ஆவணப் படங்கள், சில தனி நபர்களின் நினைவுத் தொகுப்புகள் உதவியிருக்கின்றன. அவற்றுள் வதந்திகள், புனைவுகள் அடங்கிய பிரதிகளை, போதிய ஆதாரங்களற்ற ஒளிப்படங்களை அடையாளம் கண்டு விலக்க உதவிய முக்கியமான ஆவணங்களின் பட்டியல் கீழே தரப்பட்டுள்ளது.

Books

* For the Independent, Peaceful Reunification of the Country by Kim il Sung
* North Korea after Kim Il Sung by Jongryn Mo and Thomas H. Henriksen
* The origins of the Korean War - William Stueck

* North Korea's Mundane Revolution: Socialist Living and the Rise of Kim Il Sung, by Andre Schmid
* North Korea's Hidden Revolution - Jieun Bank
* North Korea : State of Paranoia - Paul French
* The Kim Jong ill Regime in North Korea - Chartes N. Tarrington
* North Korea Under Communism - Erik Cornell
* Conflict In Korea: An Encyclopedia by James Hoare Susan Pares
* Global Developments since WW2: The Korean War - Gesimo Gesese Roba
* North Korea and Nuclear Weapons - Patric Morgan
* The real North Korea: Life and Politics in the failed Stalinist Utopia - Andrei Lankov
* Dear Leader, Jang Jin Sung
* Nothing to envy: ordinary lives in North Korea, Barbara Demick
* North Korea Today, Kathrin Hulick
* In order to Live - Yeonmi Park
* Becoming Kim jong Un, Jung H Pak

Papers

* China-North Korea Relations, DK Nanto-ME Manyin (2011)
* The (non) impact of UN Sanctions on North Korea - M. Noland, asia policy (2009)
* Famine and reform in NK, M. Noland, Asian Economic Papers (2004)

* North Korea as a method: A critical review - J Song, Journal of Korean Studies (2021)
* Foreign Assistance to North Korea - ME Manyin, MBD Nikitin (2005)
* The United States, North Korea, and the end of the agreed framework - JD Pollack, Naval War College Review (2003)
* Review of United States Policy Toward North Korea: Findings and Recommendations - WJ Perry (1999)
* The destruction and reconstruction of North Korea, 1950-1960 CK Armstrong, Asia-Pacific Journal (2009)
* Pyongyang's survival strategy: tools of authoritarian control in North Korea D Byman, J Lind, International Security (2010)
* Rewarding North Korea: Theoretical perspectives on the 1994 agreed framework - CH Martin, Journal of Peace Research (2002)
* Uncertain allies or uncomfortable neighbors? Making sense of China-North Korea Relations, 1949-2010 JH Chung, M Choi, The Pacific Review (2013)
* North Korea and the major powers - DS Zagoria, YK Kim - Asian Survey (1975)
* North Korea: economic leverage and policy analysis - DK Nanto, E Chanlett-Avery (2010)
* North Korea and its quest for autonomy - BC Koh, Pacific Affairs (1965)
* North Korea's Nuclear Program: The Early Days,1984-2002 - Torrey Froscher (Studies in Intelligence Vol. 63, No. 4, CIA)
* Why is there no revolution in North Korea? The political economy of revolution revisited - T Apolte, Public Choice (2012)

இவை தவிர, அமெரிக்க உளவுத் துறை சி.ஐ.ஏ பொதுவில் வெளியிட்டிருக்கிற, அவர்களது வட கொரிய ஏஜெண்ட்களின் நூற்றுக்கணக்கான அறிக்கைகளும் முன்னாள் சோவியத் உளவுத் துறை ஊழியர் Vasili Mitrokhin மூலமாக வெளியான கேஜிபி ஆவணங்களும் (Mitrokhin Archive - 2 Volumes) சில குறிப்பிட்ட தென் கொரிய உளவுத் துறை அறிக்கைகளும் (பொதுவில் கிடைப்பவை) ஐக்கிய நாடுகள் சபையின் பாதுகாப்புத் துறை வெளியிட்ட வட கொரியா தொடர்பான அறிக்கைகளும் சர்வதேச மனித உரிமை கமிஷன் பல்வேறு காலக்கட்டங்களில் வெளியிட்ட அறிக்கைகளும் தகவல் ஒப்பீடு மற்றும் சரிபார்ப்புக்காக நன்றியுடன் பயன்படுத்தப்பட்டுள்ளன.

ஒரு சாமானியனின் நினைவுகள்...!

க.இராசாராம்

நக்கீரன்
வெளியீடு

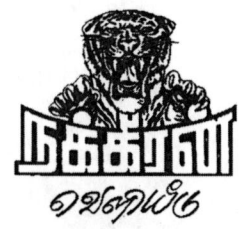

ஒரு சாமானியனின் நினைவுகள்!

க. இராசாராம்

பதிப்பு 2021
பக்கங்கள் 480
நூலின் அளவு (14X21.5) டெமி
விலை ரூ. 450/-

வெளியீடு
நக்கீரன் பப்ளிகேஷன்ஸ்
105, ஜானி ஜான்கான் சாலை
இராயப்பேட்டை
சென்னை 14
செல்: 044- 4399 3029

அட்டை மற்றும் உள் வடிவமைப்பு
ஆர்.சி. மதிராஜ்

கட்டமைப்பு
ஆர்.எஸ்.பைண்டர்ஸ்
சென்னை 5

அச்சாக்கம்
சாருபிரபா பிரிண்டர்ஸ்
சென்னை 14

Oru Samaniyanin Ninaivugal

K. Rajaram

Edition 2021
Pages 480
Book Size (14X21.5) Demy
Price Rs.450/-

Published by
Nakkheeran Publications
105, Jani Jahankhan Road
Royapettah, Chennai 14
Ph 044- 4399 3029

Wrapper and Designed by
R.C. Mathiraj

Binding by
R.S.Binding Works
Chennai 5

Printed at
Saaruprabha Printers
Chennai 14

ISBN: 978-93-81828-78-6